மொழியும் இலக்கியமும்

எம்.ஏ. நுஃமான் (1944)

கவிஞர், இலக்கிய விமர்சகர், ஆய்வாளர். சிறுகதைகளும் எழுதி யுள்ளார். அண்ணாமலைப் பல்கலைக்கழகத்தில் மொழியியலில் கலாநிதிப் பட்டம் பெற்ற இவர், இலங்கை பேராதனைப் பல்கலைக் கழகத்தில் தமிழ்ப் பேராசிரியராகப் பணிபுரிகிறார். ஆசிரியர், இணை யாசிரியர், பதிப்பாசிரியர், இணைப்பதிப்பாசிரியர், மொழிபெயர்ப் பாளர் என்ற வகையில் இதுவரை 27 நூல்கள் வெளியிட்டுள்ளார். ஆங்கிலம், சிங்களம் ஆகிய மொழிகளிலிருந்து கவிதைகளும் சிறுகதைகளும் ஆய்வுக்கட்டுரைகளும் தமிழில் மொழிபெயர்த் துள்ளார். இவரது கவிதைகள் ஆங்கிலம், சிங்களம், கன்னடம் முதலிய மொழிகளில் மொழிபெயர்க்கப்பட்டுள்ளன. ‘தமிழில் இன்று எழுதும் விமர்சகர்களில் ஆக விவேகமான பார்வை இவருடையது தான்’ என சுந்தர ராமசாமி இவரைப் பற்றிக் குறிப்பிட்டுள்ளார்.

எம்.ஏ. நுஃமான்

மொழியும் இலக்கியமும்

காலச்சுவடு பதிப்பகம்

மொழியும் இலக்கியமும் • கட்டுரைகள் • ஆசிரியர்: எம்.ஏ. நுஃமான் • © எம்.ஏ. நுஃமான் • முதல் பதிப்பு: அக்டோபர் 2006, நான்காம் பதிப்பு: டிசம்பர் 2018 • வெளியீடு: காலச்சுவடு பப்ளிகேஷன்ஸ் (பி) லிட்., 669, கே.பி. சாலை, நாகர்கோவில் 629001

moziyum ilakkiyamum • Essays • Author: em.ee. nuhmaan • © M.A. Nuhman • Language: Tamil • First Edition: October 2006, Forth Edition: December 2018 • Size: Demy 1 x 8 • Paper: 18.6 kg maplitho • Pages: 288

Published by Kalachuvadu Publications Pvt. Ltd., 669 K.P. Road, Nagercoil 629001, India • Phone:91-4652-278525 ❖e-mail: publications @kalachuvadu.com

ISBN 81-89359-34-7

12/2018/S.No.162, kcp 2241, 18.6 (4) RN

என் எழுத்தில் அதிக நம்பிக்கை வைத்து
காணும்போதும் கடிதங்களிலும்
தொடர்ந்து எழுதும்படி
என்னைத் தூண்டிக்கொண்டே இருந்த
நண்பர் சுந்தர ராமசாமி அவர்களுக்கு

பொருளடக்கம்

முன்னுரை

மொழிக்கும் இலக்கியத்துக்கும் இடையிலுள்ள உறவு பற்றிய கோட்பாட்டுரீதியான ஆய்வு நூல் அல்ல இது. கடந்த சுமார் இருபது ஆண்டுகளாக அமைப்பியல், பின்னமைப்பியல் பற்றித் தமிழில் வெளிவந்துள்ள கட்டுரைகள், நூல்களைப் படிக்கும்போதெல்லாம் தமிழில் அத்தகைய ஒரு நூலுக்கான தேவையை நான் பெரிதும் உணர்ந்திருக்கிறேன். ஆயினும், அப்படி ஒரு நூல் எழுது வதற்கான அவகாசம் இதுவரை கிடைக்கவில்லை.

'மொழியும் இலக்கியமும்' என்னும் தலைப்பில் வெளிவரும் இந்நூல் *1969* முதல் *2001* வரை சுமார் முப்பது ஆண்டுகளில் அவ்வப்போது நான் எழுதிய கட்டுரைகளில் மொழி, இலக்கியம் தொடர்பான பதினான்கு கட்டுரைகளின் தொகுப்பாகும். தமிழ் மொழி, இலக்கியம் தொடர்பான சில அம்சங்கள் இக்கட்டுரைகளில் ஆராயப் படுகின்றன.

இத்தொகுப்பில் முதலாவதாக இடம்பெறும் 'பேச்சு மொழியும் கவிதையும்' எனது ஆரம்பகாலக் கட்டுரை களுள் ஒன்று. கவிதையில் பேச்சோசைபற்றி இன்று பரவலாகப் பேசப்படுகின்றது. கவிதை விமர்சனத்தில் இந்த எண்ணக்கருவை *(concept)* முதலில் அறிமுகப்படுத் திய கட்டுரைகள் இரண்டு என்று நினைக்கிறேன். ஒன்று, முருகையனின் 'பேச்சோசையும் பாட்டோசையும்.' மற்றது, எனது 'பேச்சுமொழியும் கவிதையும்.' இரண்டு கட்டுரை களும் கிட்டத்தட்ட சமகாலத்தில் எழுதப்பட்டவை. சற்று முன்பின்னாக அச்சில் வெளிவந்தவை.

‘ஆக்க இலக்கிய மொழிபெயர்ப்புகள்’ என்ற இரண்டாவது கட்டுரை முப்பது ஆண்டுகளுக்குமுன் மொழிபெயர்ப்புக் கோட்பாடுகளில் நல்ல பரிச்சயம் இல்லாத காலத்தில் எழுதப்பட்டது. ஆயினும், மொழிபெயர்ப்புத் தொடர்பான சில முக்கியப் பிரச்சினைகளை அது தொட்டுச் செல்கிறது. ‘தமிழ் மொழிபெயர்ப்பில் சிங்கள இலக்கியம்’ என்ற கட்டுரையும் இதே பொருள்பற்றி சற்று விரிவாகப் பேசுகிறது. இலங்கையில் சிங்கள, தமிழ்மொழி உறவின் வரலாற்றுப் பின்னணியில் சிங்கள, தமிழ் மொழிபெயர்ப்புகள் பற்றிக் கணக்கெடுப்பதும், அவற்றின் தரம்பற்றி மதிப்பிடுவதும் இக்கட்டுரையின் நோக்கமாகும்.

‘ஆக்க இலக்கியமும் நடையியலும்’ தமிழில் நடையியல் பற்றி மொழியியல் நோக்கில் சற்று விரிவாக எழுதப்பட்ட முதல் கட்டுரை என்று நினைக்கின்றேன். மொழிநடை பற்றிய பாரம்பரியக் கருத்திலிருந்து விலகி அறிவியல்பூர்வமாக அதை ஆராய்கிறது இக்கட்டுரை.

‘பத்தொன்பதாம் நூற்றாண்டு நவீன உரைநடை இயக்கமும் ஆறுமுக நாவலரும்’, ‘தமிழ் நாவலும் புனைகதை மொழியும்’, ‘ஈழத்துத் தமிழ் நாவல்களின் மொழி’ ஆகிய மூன்று கட்டுரைகளும் பொருள் தொடர்புடையன. நவீன உரைநடை வளர்ச்சி, நாவலுக்கும் உரைநடை வளர்ச்சிக்கும் இடையிலான தொடர்பு பற்றி இவை ஆராய்கின்றன. நாவலர் நூற்றாண்டு, தமிழ் நாவல் நூற்றாண்டு என்பவற்றை ஒட்டி 1970களின் இறுதியில் இக்கட்டுரைகள் எழுதப்பட்டன.

மொழி, இலக்கியம் என்பவற்றை முதன்மைப்படுத்தி பாரதியின் நவீனத்துவச் சிந்தனைகளைப் ‘பாரதியும் நவீனத்துவமும்’ என்ற கட்டுரை ஆராய்கின்றது. இஸ்லாமியத் தமிழ் இலக்கியத்தின் மொழி அம்சத்தைச் சற்று விரிவான ஆய்வுக்கு உட்படுத்திய முதல் கட்டுரையாகத் ‘தமிழில் இஸ்லாமிய இலக்கியம்: அதன் மொழியியல் தனித்துவம்’ அமைகின்றது. குறிப்பாக இஸ்லாமியத் தமிழறிஞர்களின் உரைநடை முயற்சிகள் பற்றி விரிவாக ஆராய்வதற்கு இக்கட்டுரை ஒரு தூண்டுதலாக அமையுமாயின் மகிழ்ச்சியடைவேன்.

தமிழ் உரைநடை வளர்ச்சியில் மொழித் தூய்மை, இலக்கணத் தூய்மை ஆகியவற்றின் விளைவுகளையும் எல்லைப்பாடுகளையும் ‘மொழிவளர்ச்சி: இலக்கணத் தூய்மையும் மொழித் தூய்மையும்’ என்ற கட்டுரை ஆராய்கின்றது. மொழிப்பழமைவாதமும் தனித்தமிழ் இயக்கக்

கருத்துநிலையும் வேரோடியுள்ள தமிழ்ச் சூழலில் இக்கட்டுரை ஒரு எதிர்வினையாக அமைகின்றது.

நவீன தமிழ் வளர்ச்சியில் பழமைக்கும் புதுமைக்கும் இடையிலான ஊடாட்டத்தின் ஒரு முக்கியச் சின்னமாக விளங்கியவர் சுவாமி விபுலாநந்தர். அவருடைய மொழி நடையில் பழமையும் புதுமையும் எவ்வாறு பதிவாகி யுள்ளது என்பதை 'சுவாமி விபுலாநந்தரின் மொழிநடை' சுருக்கமாக விளக்குகின்றது.

1980க்குப் பிறகு தமிழில் ஆர்ப்பாட்டமாக மேலெ ழுந்த அமைப்பியல், பின் அமைப்பியல் விமர்சனத்துக்கு ஒரு எதிர்வினையாக அமைந்தது எனது 'பிரதியின் மரணம்' என்ற கட்டுரை. பரவலான வரவேற்பையும் தீவிரமான எதிர்ப்பையும் சம்பாதித்த கட்டுரை அது. நண்பர் அ. மார்க்ஸ் தனது வழக்கமான பாணியில் 'நுஃமானின் இலக்கிய அடிப்படைவாதம்' என்ற தலைப் பில் தனது தடாலடிக் கண்டன விமர்சனத்தை 'நிறப் பிரிகை'யில் எழுதினார். எனது கட்டுரையை ஒரு அறி வார்ந்த தளத்தில் எதிர்கொள்ளாது, என்னை ஒரு அடிப்படைவாதியாகக் கட்டமைக்கும் உள்நோக்குடன் எழுதப்பட்ட கட்டுரையாகையால் அதை முற்றிலும் புறக் கணிப்பதே அதற்குரிய எனது பதிலாகும்.

பெரியார் ஈ.வெ.ரா. இன்றும் தமிழகத்தின் ஒரு முக்கியச் சிந்தனையாளராக மதிக்கப்படுகிறார். இருபதாம் நூற்றாண்டுத் தமிழர் சமூக, அரசியல், பண்பாட்டு வரலாற்றில் பெரியாரின் இடம் புறக்கணிக்கத்தக்கதல்ல. 'மொழியும் இலக்கியமும்: பெரியாரின் சிந்தனைகள்' மொழி, இலக்கியம் தொடர்பான பெரியாரின் கருத்து நிலையின் அடிப்படைகளையும் அவற்றின் போதாமை களையும் சற்று விரிவாக, பெரியாரின் எழுத்துகளையே ஆதாரமாகக் கொண்டு ஆராய்கின்றது. 'காலச்சுவ'டில் இக்கட்டுரை வெளிவந்தபோது அது எவ்வித எதிர்வினை யும் பெறாதது ஆச்சரியத்துக்குரியது.

'மொழியியலும் இலக்கியத் திறனாய்வும்' என்னும் இறுதிக் கட்டுரை இத்தலைப்பில் விரிவாக எழுதப்பட வேண்டிய ஒரு நூலின் சுருக்கமாகவே அமைந்துள்ளது. அவகாசம் கிடைக்கும்போது அது ஒரு தனி நூலாக விரிவடையும் என்று நம்புகின்றேன்.

முப்பத்திரண்டு ஆண்டுகால இடைவெளியில் எழுதப் பட்ட இப்பதினான்கு கட்டுரைகளும் அவை எழுதப்பட்ட

அல்லது வெளிவந்த கால ஒழுங்கில் தொகுக்கப்பட்டுள்ளன. 1979இல் எழுதப்பட்ட 'பத்தொன்பதாம் நூற்றாண்டு நவீன உரைநடை இயக்கமும் ஆறுமுக நாவலரும்' என்னும் கட்டுரை மட்டும் பொருள் தொடர்பு கருதித் 'தமிழ் நாவலும் புனைகதை மொழியும்', 'ஈழத்து நாவல்களின் மொழி' ஆகிய கட்டுரைகளில் முன்வைக்கப்பட்டுள்ளது.

இக்கட்டுரைகள் அவ்வப்போது வெவ்வேறு தேவைகளுக்காக எழுதப்பட்டவை. ஆகையினால், சில கட்டுரைகளில் ஒரே விடயம் தவிர்க்க முடியாமல் கூறியது கூறல்போல் இடம்பெற்றுள்ளது. இது ஒரு தனி நூல் அன்றி கட்டுரைத் தொகுப்பு என்ற வகையில் கட்டுரைகளின் முழுமை கருதி இவற்றை நீக்கவோ திருத்தவோ நான் முயலவில்லை.

இந்நூலின் அச்சுப்படிகளைக் கவனமாகப் பரிசீலித்து சில குறைபாடுகளைச் சுட்டிக்காட்டி அவற்றைத் திருத்திக் கொள்ள உதவிய ராஜமார்த்தாண்டனுக்கு எனது நன்றிகள்.

பேராதனைப் பல்கலைக்கழகம், **எம். ஏ. நுஃமான்**
இலங்கை
ஜூன் 2006

பேச்சுமொழியும் கவிதையும்

"கூடியவரை பேசுவது போல் எழுதுவதுதான் உத்தமம் என்பது என்னுடைய கட்சி. எந்த ஒரு விசயம் எழுதினாலும் சரி, ஒரு கதை, அல்லது தர்க்கம், ஒரு சாஸ்திரம், பத்திரிகை விஷயம் எதை எழுதினாலும் வார்த்தை சொல்கிற மாதிரியாகவே அமைந்துவிட்டால் நல்லது."

இவ்வளவும் பாரதி வசன நடையைப்பற்றி ஒரு சந்தர்ப்பத்தில் எழுதிய வார்த்தைகள். கதை, கட்டுரைக்கு மட்டுமல்ல கவிதைக்கும் இது பொருந்தும் என்பதுதான் எனது கருத்து.

பேசுவது போல் எழுதுவது என்றால் பேச்சை எழுதுவது அல்ல என்பதை நாம் இங்கே தெளிவுபடுத்திக் கொள்வது அவசியம். ஒரு சிறுகதையில் அல்லது நாவலில், சிலவேளை கவிதைகளில் நாம் பாத்திரங் களின் பேச்சை அப்படியே எழுதவேண்டி இருக்கின்றது. பாத்திரங்களின் இயல்பான தன்மை விகாரப்படாதிருப் பதற்காக, பாத்திரத்தின் பிரதேசம், தொழில், வாழ்க்கை முறை என்பவற்றின் அடிப்படையில் அதன் பேச்சில் சொற்கள் அடையும் மாறுதல்களை அப்படியே எழுத்தில் கொண்டுவருகின்றோம். சென்னைத் தமிழ், யாழ்ப்பாணத் தமிழ், மட்டக்களப்புத் தமிழ் என்று தமிழ் வேறுபடுவது இந்த உச்சரிப்புக் கொச்சைகள் மூலமும் சில வட்டார வழக்குகளினாலும்தான். அந்த உச்சரிப்புக் கொச்சையை எழுத்தில் கொண்டு வருவதைத்தான் நாம் பேச்சை எழுதுவது என்கின்றோம். "இந்த நாசமத்துப்போவன் களால கரச்சலாக் கிடக்கு" என்று ஒருத்தி சொல்வதை

அப்படியே எழுதுகின்றோமே அதைத்தான் பேச்சை எழுதுவது என்போம். கொத்தமங்கலம் சுப்பு அவர்களின் கவிதைகள் இதற்கு நல்ல உதாரணங்களாகும். “என்னாச்சாமி சும்மா இங்கே இளிச்சுக்கிட்டு நிக்கிறே” என்பதுபோல் அவர் எழுதும் கவிதைகள் கவிதையைக் கொச்சைப்படுத்துவது மட்டுமன்றி கொச்சைப் பேச்சின் சாதாரண தன்மையையும் ஓசை கூட்டி வேறுபடுத்துகின்றன. ஆனால், பேசுவது போல் எழுதுவது என்பது இவற்றை அல்ல.

அது பேச்சுத் தோரணையை, அதாவது பேச்சின் அகப் பண்புகளைக் குறிக்கும். எமது எண்ணங்கள் எவ்வாறு எழுகின் றனவோ அவ்வாறே எமது பேச்சும் அமைகின்றது. எண்ணங் கள் ஒருபோதும் நீண்ட பெரும் தொடர்களாக எழுவதில்லை. அதுபோல் எமது பேச்சும் நீண்ட தொடர்களாக இருப்ப தில்லை. எப்போதும் சிறு சிறு தொடர்களைக் கொண்ட தாகவே எமது பேச்சு அமையும். ஒரு சொற்றொடரைக் கொண்டுகூட்டு முறையிலும் நாம் பாவிப்பதில்லை. தெளி வாகவும் வார்த்தை ஜாலங்கள் அற்றும் பேச்சு இயல்பாக இருக்கின்றது. ஓசைக்காகவோ, வெறும் அலங்கார மிகைப்படுத் தலுக்காகவோ தேவையற்ற அடைமொழிகள் எமது பேச்சில் இடம் பெறுவதில்லை. பேச்சில் எப்போதும் வழக்கில் உள்ள சொற்களே இடம் பெறும். எமது சொல்வளத்தை மற்றவருக்குக் காட்டும் நோக்குடன் நாம் ஒருபோதும் சொற்களை எடுத்தாள் வதில்லை. இவ்வாறு பேச்சின் அகப்பண்புகள் பலவகைப் படும். எனினும், நமது தேவைக்காக அவற்றைப் பின்வருமாறு வகுத்துக் கொள்ளலாம்.

1. சிறு சிறு வாக்கிய அமைப்பு
2. கருத்துக்களின் தொடர்பான ஒழுங்கமைப்பு
3. இயல்பான சொற் சேர்ப்பு (ஓசைத் தேவைகளுக்காக வலிந்து கையாளும் சொற்களும் – அடைமொழிகளும் வன்மையான சொற் புணர்ச்சிகளும் இல்லாமை)

பழைய உரையாசிரியர்களின் வசன நடையில் இருந்து இன்றைய வசன நடை உருவாகி வளர்ந்தது பேச்சின் இந்த முக்கிய அகப்பண்புகளை ஏற்று மாற்றமடைந்ததனால்தான். வசனத்தில் எளிமை எளிமை என்கின்றோமே, அந்த எளிமை இந்தப் பண்புகளை ஏற்றுக்கொண்டதனால்தான் நமக்குக் கிடைத்துள்ளது.

இனி கவிதைக்கு வருவோம். கவிதை என்று இங்கு நான் குறிப்பிடுவது அதன் புறவடிவமாகிய செய்யுளைத்தான். ஒரு படைப்பின் உள்ளீடும் அதன் புறவடிவமும் ஒன்றுடன்

ஒன்று பிணைந்திருக்கின்றன என்பது உண்மை. எனினும், ஓர் உள்ளீட்டைச் சொல்லும் முறையே அதன் புறவடிவமாக அமைவதனாலும், புறவடிவே உள்ளீட்டின் கலை மதிப்பை உயரச் செய்கின்றது என்பதனாலுமே கவிதையின் புறவடிவ மாக இருந்துவரும் செய்யுள் இங்கு ஆய்வுக்கு எடுக்கப்படு கின்றது. கவிதை செய்யுளில் மட்டும்தான் அமைய வேண்டுமா என்பது வேறு விஷயம். இங்கு நாம் கவனிக்க வேண்டி யிருப்பது ஆதிதொட்டுக் கவிதையின் ஊடகமாக இருந்து வரும் செய்யுளுக்கும், இந்தப் பேச்சு மொழிப் பண்புகளுக்கும் இடையே உள்ள தொடர்பைப் பற்றியே.

2

“ஒரு மொழியில் முதல் முதலாகச் செய்யுள் தோன்றும் போது அது பேச்சு வழக்கில் உள்ள மொழி நடையினையும் ஓசைப் பண்பினையும் தழுவியே தோன்றுகின்றது” என்று பேராசிரியர் வி.செல்வநாயகம் எழுதி இருக்கிறார். சங்கக் கவிதைகளை எடுத்து நோக்கினால் இதன் உண்மையை நாம் அறியலாம். சங்கக் கவிதைகளில் பெரும்பான்மை யானவை பேச்சுத் தோரணையின் சில பண்புகளையேனும் கொண்டுள்ளன.

யாயே, கண்ணினும் கடுங்கா தலளே!
எந்தையும் நிலன்உறப் பொறாஅன்: சீறடிசிவப்ப
எவன்இல, குறுமகள்! இயங்குதி என்னும் யாமே
பிரிவு இன்று இயைந்த துவரா நட்பின்
இருதலைப் புள்ளின் ஓர்உயிர் அம்மே!

என்ற பழம்பாடலை நாம் உதாரணமாகக் காட்டலாம். இன்றைய நமது நவீன கவிதைகளின் பண்புகள் சிலவற்றைக் கபிலரின் இந்த அகப்பாட்டிலும் காணலாம். இருந்தபோதிலும் இன்றைய நவீன கவிதைகளின் புறவடிவுடன் ஒப்பு நோக்குகை யில் சங்கப் பாடல்களில் பல வேறுபாடுகள் காணப்படுகின் றன. பெரும்பாலான சங்கக் கவிதைகள் மிக நீண்ட தொடர் களைக் கொண்டனவாக உள்ளன. முதலில் இருந்து கடைசி வரை ஒரே தொடராக உள்ள நீண்ட கவிதைகளும் தொகை நூல்களில் உண்டு. ‘குறிஞ்சிப் பாட்டில்’ முப்பது வரிகளைக் கொண்ட தொடர்களை நாம் காணலாம். அவ்வாறான சந்தர்ப்பங்களில் கவிதையைச் சிறுசிறு துண்டுகளாக்கியே அதன் முழுப் பொருளையும் கிரகிக்க வேண்டி இருக்கும். உரையாசிரியர்கள்கூட அப்படிக் கூறுபோட்டுத்தான் உரை எழுதி உள்ளார்கள்.

இன்றுகூட நீண்ட தொடர்களாகக் கவிதை எழுதுபவர் கள் இருக்கிறார்கள். ஓர் எண்சீர் விருத்தத்தின் முப்பத்திரண்டு

சீரும் ஒரே வாக்கியத் தொடராக இப்போதும் எழுதப்படு கின்றது. ஒரு தொடர் ஒரு செய்யுளில் முடியாமல் அடுத்த செய்யுளில் சென்று முடியும் குளக முறையும் இன்னும் புழக்கத்தில் இருப்பதாகத் தெரிகின்றது. மரபுரீதியான உருவங் களில் மட்டுமின்றி இன்றைய வசன கவிதைக்காரர்களின் பெரும்பாலான கவிதைகளிலும் உடைத்து எழுதப்பட்ட மிக நீண்ட தொடர்கள் இருப்பதை நாம் அவதானிக்கலாம். தொடர்களின் இந்த நீளம் கவிதையின் பேச்சுத் தொனிக்கு ஊறு செய்யும் முதலாவது அம்சமாகும். எச்சச் சொற்களைப் பாவித்து ஆயிரம் வரிகளைக்கூட ஒரே தொடராக அமைத்து எழுதும் வலிமை தமிழுக்கு உண்டு என்பது உண்மை. ஆனால், செய்யுளிலோ வசனத்திலோ இனியும் அது நிலைத்து நிற்பது ஒரு குறைபாடு என்ற அளவுக்குத் தமிழ் மாறி வளர்ந்திருக் கின்றது என்பதும் உண்மை.

கவிதையின் பேச்சுமொழிப் பண்புக்கு ஊறு செய்யும் இரண்டாவது அம்சம் கருத்துக்களின் தொடர்பான ஒழுங் கமைப்பு இன்மையாகும். எதுகை மோனைக் கட்டுப்பாட்டை லாவகமாகக் கையாள முடியாமல் திணறும்போதே இது நிகழ்கின்றது. கொண்டுகூட்டல் முறையில் கவிதை எழுதப் படுவதன் காரணம் அதுதான். கொண்டுகூட்டல் முறையில் பொருள் காண வேண்டிய கவிதைகள் தமிழ்க் கவிதைப் பரப்பில் ஏராளம் உண்டு. உதாரணத்துக்குப் புகழேந்தியின் இந்த வெண்பாவைக் கவனியுங்கள்.

நின்று புயல்வானம் பொழிந்த நெடுந்தாரை
என்றும் அகில்கமழும் என்பரால் – தென்றல்
அலர்த்தும் கொடிமாடத் தாயிழையார் ஐம்பால்
புலர்த்தும் புகைவான் புகுந்து.

இந்தச் செய்யுளை முதன் முதலாகப் படிக்கும் ஒருவர் உடனே இதன் முழுப் பொருளையும் கிரகித்துக் கொள்ளமாட் டார். அவ்வளவுக்கும் இதில் ஐம்பால் என்ற ஒரு சொல்லைத் தவிர புழக்கத்தில் இல்லாத ஒரு சொல்கூட இல்லை. இருந்தும் படித்த உடனே இதன் பொருள் விளங்குவதில்லை. எதுகை மோனைக்காகக் கருத்துக்களின் தொடர்பான ஒழுங்கமைப்பு இதில் சிதறடிக்கப்பட்டுள்ளது. இதன் பொருளைக் காண் பதற்குச் சொற்களை நாம் கொண்டு கூட்டிப் பார்க்க வேண்டும்.

தென்றல் கொடி அலர்த்தும் மாடத்து
ஆயிழையார் ஐம்பால் புலர்த்தும் புகை
வான்புகுந்து நின்று
புயல்வானம் பொழிந்த நெடுந்தாரை
என்றும் அகில்கமழும் என்பர்.

இப்படிப் பொருள்காண்பது மிகச் சிரமமே. ஒரு கவிதை பேச்சுத் தோரணையை இழக்கும்போது அது இவ்வாறு இயல்பில்லாத தன்மைகளையே அடையும்.

ஓசை மிகைப்பும் கவிதையின் பேச்சுமொழிப் பண்பை அகற்றிவிடுவதில் முக்கிய இடம் வகிக்கின்றது. சங்ககாலக் கவிதைகள் ஓசை மிகைப்பற்றவை என்பதை நாம் இங்கு மனம்கொள்ள வேண்டும். பிற்காலத்தில், சங்ககாலத்தில் இல்லாத அளவில் எதுகை மோனைக் கட்டுப்பாடுகள் அதிகரித்தன. அதனால் செய்யுளில் பேச்சுத் தோரணை குறைந்து ஓசைப் பண்பு முக்கியத்துவம் பெறத் தொடங்கியது. பக்தி இயக்கம் வலுப்பெற்று வளர்ந்த காலத்தில் கவிதையில் இசை வந்து புகுந்தது. அதனால் ஓசை அடைவுமிக்க புதிய செய்யுள் உருவங்கள் பல தோன்றத் தொடங்கின. பிறகு ஓசையே கவிதையின் சிறப்பம்சமாகக் கருதப்பட்டது. அதனால் காதுக்கு இன்பம் தருவன கவிதைகள் என்ற கருத்து வளரத் தொடங்கியது. 'காதைகள் சொரிவன செவிநுகர் கனிகள்' என்று கம்பனும் அதைப் பாராட்டத் தொடங்கினான். இயலும் இசையும் ஒன்றுடன் ஒன்று கலப்புற்று விட்டதனால், பண்ணோடு பாடப்படும் பண்ணத்திகளும் (இசைப் பாக்கள்), தாளக்கட்டு மிகுந்த சந்தப் பாடல்களும், ராக ஆலாபனைக்கு உட்படும் கீர்த்தனைகளும் போல கவிதைகளிலும் இசை மிகைப்பு ஏற்பட்டது. இன்றுகூட அந்நிலை முற்றாக மாறிவிடவில்லை. பாடசாலைகளிலும் கவியரங்குகளிலும் கவிதை ராகத்தோடு பாடப்படுவதை நாம் காண்கிறோம். "பழங்காலத்திலேயே பாட்டுக்கலை இசை எனவும் இயல் எனவும் கிளை கொண்டதாயினும், தமிழைப் பொறுத்தமட்டில் இந்த இருமைப் பண்பு இன்று வரைக்கும் தெளிவான திட்டவட்டமான பகுப்புகளாக இறுகிக்கொள்ளவில்லை என்றுதான் சொல்லவேண்டும்" என்று முருகையனும் இதைக் குறிப்பிட்டுக் காட்டியுள்ளார்.

இவ்வாறு கவிதையின் இயற்பண்பின் இடத்தில் இசைப் பண்பு மிக்கதனால் வேறு பல விளைவுகளும் ஏற்பட்டன. ஓசைக்காகப் பொருளற்ற சொற்கள் கவிதையில் புகுத்தப் பட்டன. "சீர்பூத்த கதிர்நாட்டின்கண் திறல்பூத்த வேளநாட்டுப் படைகள்" போன்றனவும், நீரூறு புவி, கூரேறு பண்டிதன் போன்றனவுமான வேண்டாத அடைமொழிகள் கவிதையில் வந்து சேர்ந்தன. மாதோ, ஆல், அரோ, அம்மா போன்ற பொருளற்ற ஓசை நிரம்பி அசைநிலைகள் மிகுந்து செய்யுள் மரத்துப்போன, நிறைவற்ற – செயற்கைத்தன்மை மிகுந்த ஒரு மொழி ஊடகமாகத் தோற்றம் கொடுக்கத் தொடங்கியது.

3

கவிதையின் பேச்சுமொழிப் பண்புக்கு முரணான எல்லாவற்றையும் தவிர்த்து பேச்சின் சகல அகப்பண்புகளையும் செய்யுளில் கொண்டுவரும்போது அது மிகுந்த எளிமையும் புதுமையும் பெறுவதை நாம் காணலாம். சங்க காலத்திலிருந்து இன்றுவரை பேச்சுமொழிப் பண்புமிக்க கவிதைகள் தோன்றியே வந்திருக்கின்றன.

நீக்க மின்றி நிமிர்ந்த நிலாக்கதிர்
தாக்க; வெந்து தளர்ந்து சரிந்தனள்.
சேக்கையாகி மலர்ந்த செந்தாமரைப்
பூக்கள் பட்டதப் பூவையும் பட்டனள்.

என்ற கம்பனின் கலிவிருத்தத்திலும் "நாராய்! நாராய்! செங்கால் நாராய்..." என்ற சத்திமுத்துப் புலவரின் அகவலிலும் பேச்சுமொழிப் பண்பின் சில தன்மைகளை நாம் இனம் காணலாம். ஆயினும், இன்றைய நமது கவிதைகள் இன்றையக் காலகட்டத்தின் போக்குக்கும் தேவைக்கும் ஏற்ப பேச்சுமொழியின் சகல பண்புகளையும் ஏற்று வளர்ந்துள்ளன என்பதும், அதுவே கவிதையின் இயற்பண்பை வலுப்படுத்துகின்றது என்பதும் உண்மை. உதாரணத்துக்குப் பின்வரும் கவிதை வரிகளைக் கவனியுங்கள்.

1. வீதியிலே சென்றேன், வியர்த்துக்கிடந்த உடல்
   மீதினிற் காற்று விசிறிற்று – 'போதும்
   நகரத்துக் காற்றே; உன் நாற்றம் பொறுக்கேன்;
   அகல்!' என்று சொன்னேன் அதற்கு!

2. கோயில் மணியோசை கேட்டது; ஓர் ஆட்டிடையன்
   வாயிலே சீட்டி வளர்த்தினான். மந்தை எல்லாம்
   அந்தி கழிந்தால் இரவு வந்திடும் என்றே நினைந்து
   அந்த இடையன் அயல் வந்து கூடின.

3. மரணித்துப்போன எங்கள் மானாகப் போடிப்
   பெரியப்பா, நீர்ஓர் பெரிய மனிதர்தான்!

4. மாரி கால மழைப்பொழு தாதலால்
   மண்ணிறைந்தது பச்சை நிறம்; நிலம்
   ஈரமாக இருந்தது; வானிலே
   எங்கணும் முகில் தொங்கி இருந்தது.

ஒரு செய்யுளுக்குரிய எதுகை மோனை, சீர்தளைக் கட்டுப்பாடுகளை இழக்காமலேயே பேச்சோசையின் சகல பண்புகளையும் இவை கொண்டுள்ளன. வசனத்தைப்போல் நிறுத்தக் குறிகளைப் பெற்று, சிறு தொடர் அமைப்புகளைக் கொண்டு அமைந்துள்ள செய்யுள், இசையின் ஆதிக்கத்தை விட்டும் நீங்கி உள்ளதை நாம் இங்கு காண்கின்றோம். மரபு ரீதியான

எல்லாச் செய்யுள் உருவங்களிலும் குறிப்பாக வெண்பா, கட்டளைக்கலிப்பா, கட்டளைக்கலித்துறை, கலிவிருத்தம் போன்ற வரையறைகள் மிகுந்த வடிவங்களிலும் இன்றைய நமது நவீன கவிஞர்கள் இந்தப் பேச்சுமொழிப் பண்பைச் செயற்படுத்தி இருக்கின்றார்கள். இன்றைய ஈழத்துத் தமிழ்க் கவிதையுடன் தொடர்பு கொண்டவர்களுக்கு இது தெரியும்.

இவ்வாறு கவிதை பேச்சோசையைப் பெற்றுவரும்போது, கவிதையின் ஒரு முக்கிய பண்பு நமக்குத் தெளிவாகின்றது. கவிதை வாசிப்புக்கு மட்டும் உரியது என்பதுதான் அது. கவிதை என்பது இயற்றமிழேயாகும். சிறுகதை, நாவல் போன்று கவிதையும் இயற்றமிழ் ஆகையால், தாள, ராக, ஆலாபனை களுக்கும் கவிதைக்கும் எவ்விதத் தொடர்பும் இல்லை. ஆனால், சிறுகதைக்கும், நாவலுக்கும் இல்லாத ஒரு விசேட பண்பு கவிதைக்கு உண்டு. அதுதான் அதன் ஒத்திசை. சித்திரத்திலும் சிற்பத்திலும் நாட்டியத்திலும் உள்ள ஒத்திசை தான் அது. இதுவே ஆங்கிலத்தில் ரிதம் *(Rhythm)* எனப்படு கின்றது. இது சொற்களின் அளவான சேர்க்கையினாலும் ஆற்றொழுக்கான பொருட்போக்காலும் ஏற்படுவது. ஓசை நயம் உள்ள கவிதை என்பது இந்த ஒத்திசையைக் குறிக்குமே தவிர இசையோடு வாய்விட்டுப் பாடுவதை அல்ல. கவிதை பாடுவதற்குரியதல்ல. மௌன வாசிப்பிலேயே அதன் ஒத்திசை மனதைத் தடவிக்கொண்டு செல்லும். சங்கத் தமிழ்க் கவிதை எல்லாம் அவ்வாறு வாசிப்புக்கு உரியனவே. இன்றையக் கவிதை சங்ககாலக் கவிதைகளின் வளர்ச்சியேயாகும். இந்தப் புதிய வளர்ச்சியின் கோட்டை இன்னும் ஆழமாகக் கீறுவதற்கு நமது கவிஞர்கள் ஆற்றல் வாய்ந்தவர்களாகவே உள்ளார்கள்.

'கவிஞன்', *1969*

ஆக்க இலக்கிய மொழிபெயர்ப்புகள்

ஒரு மொழியில் உள்ள இலக்கியங்கள் பிறிதொரு மொழியில் பெயர்க்கப்படுவது, பல்வேறு நாடுகளையும், பல்வேறு சமூகங்களையும் சேர்ந்த பல்வேறு மொழி களைப் பேசும் மக்கள் தமக்குள் தொடர்பு கொள்ள நேர்வதனால் ஏற்படும் கலாசாரக் கலப்பின் ஒரு அம்ச மாகும். இத்தகைய மொழிபெயர்ப்பு முயற்சிகள் நெடுங் காலமாகவே நடைபெற்று வந்துள்ளன; எனினும், கடந்த சில நூற்றாண்டுகளில் இம்முயற்சி பெருமளவு அதிகரித்துள்ளது.

ஐரோப்பியர் நமது நாடுகளுக்கு வரும்வரை, சமஸ் கிருதம், பாளி போன்ற சில குறிப்பிட்ட மொழிகளில் உள்ள இலக்கியங்களே நமது மொழியில் பெயர்க்கப் பட்டன; அல்லது தழுவி எழுதப்பட்டன. ஆனால், முதலாளித்துவ சமூக பொருளாதார மாற்றங்களும், நவீன கல்வி வளர்ச்சியும் ஏற்பட்ட பின்னர் பிற மொழித் தொடர்பு விரிவடைந்ததன் காரணமாக உலகின் பல்வேறு மொழிகளில் உள்ள இலக்கியங்கள் தமிழ் மொழியில் பெயர்க்கப்படலாயின. இவ் வகையில், முக்கியமான உலக மொழிகளில் உள்ள அநேக இலக் கியங்கள் இன்று தமிழில் பெயர்க்கப்பட்டுள்ளன. தொடர்ந்து மொழிபெயர்க்கப்பட்டுக்கொண்டும் உள்ளன.

இங்கு இலக்கியம் என்று சொல்லும்போது பொது வாக எழுதப்பட்ட எல்லாவற்றையுமே குறிப்பிடுகின் றேன். ஆனால், விஞ்ஞானம், வரலாறு, சமூக இயல் போன்ற அறிவுத்துறை நூல்களை மொழிபெயர்ப் பதற்கும், கவிதை, சிறுகதை, நாவல் போன்ற ஆக்க

இலக்கியங்களை மொழிபெயர்ப்பதற்கும் இடையே சில அடிப்படையான வேறுபாடுகளும் சிக்கல்களும் உள்ளன. இதை விளங்கிக் கொள்வதற்கு மொழிபெயர்ப்புப் பற்றிய சில உண்மைகளைத் தெரிந்து கொள்வது அவசியமாகும். ஆகவே, மொழிபெயர்ப்புப் பற்றிப் பொதுவாகவும், ஆக்க இலக்கிய மொழிபெயர்ப்புக்கள் பற்றிக் குறிப்பாகவும் மொழிசார்ந்த சில கருத்துகளை இங்கு சொல்லலாம் என்று நினைக்கின்றேன்.

'மொழிபெயர்ப்பு என்பது ஒரே கருத்தை வெளிப்படுத்துவதற்காக ஒரு மொழிக்குப் பதிலாகப் பிறிதொரு மொழியைப் பிரதியீடு செய்வதாகும்.' அதாவது, ஒரு மொழியில் கூறப்பட்ட அதே கருத்தைப் பிறிதொரு மொழியில் கூறுவதாகும். இது மொழிபெயர்ப்புப் பற்றிய ஒரு குறுகலான வரைவிலக்கணமே. மொழிபெயர்ப்புப் பற்றி விரிவான ஒரு வரைவிலக்கணம் கூறுவதானால், 'ஒரு ஊடகத்தில் கூறப்பட்ட விஷயத்தை இன்னுமொரு ஊடகத்துக்கு மாற்றுவது' எனலாம். இவ்வாறு மாற்றும்போது குறியீட்டுமுறை அனைத்தும் முற்றாக மாறுகின்றது. சொல்லப்பட்ட விஷயப் பொருள் மட்டுமே எஞ்சி இருக்கின்றது. உதாரணமாக:

விட்டிலது விட்டில் – விளக்கொளியை
விட்டிலது விட்டில்

என்ற வரிகளை எடுத்துக் கொள்வோம். இது செய்யுள் ஊடகத்தில் கூறப்பட்டுள்ளது. இதில் கூறப்பட்ட செய்தியை உரை நடைக்கு மாற்றுவதானால், 'அந்த விட்டில் பூச்சி விளக்கொளியை விடாமல் சுற்றியது' என்று மாற்றலாம். இன்னும் ஒரு மொழி ஊடகத்துக்கு மாற்றும்போதும் நாம் இவ்வாறே செய்ய முடியும். 'விட்டிலது விட்டில் விளக்கொளியை விட்டிலது விட்டில்' என்னும் வரியில் 'விட்டிலது' என்ற ஒரே ஒலிக்குறியீடு இரு பொருளில் பெயராகவும் வினையாகவும் வருகின்றது. இதே பொருளை உணர்த்தும் இதற்குச் சமமான ஒலிக்குறியீடுகளைப் பிறிதொரு மொழியில் தேடுவது சாத்தியமல்ல. எல்லா மொழிகளிலும் இத்தகைய வேறுபாடுகளை நாம் காணலாம். இவ்வாறு மாற்றும்போது முதலாவது ஊடகத்தின் குறியீட்டு முறையினால் ஏற்படும் ஓசைநயம் போன்ற அழகியல் அம்சங்கள் மற்ற ஊடகங்களின் குறியீட்டு முறையில் இல்லாது போகின்றன. சொல்லப்பட்ட விஷயப் பொருள் மட்டுமே எஞ்சுகின்றது. ஆக்க இலக்கிய மொழிபெயர்ப்பைப் பொறுத்தவரை இது ஒரு முக்கியமான பிரச்சினையாகும்.

எல்லா மொழிகளிலும் பிரதானமாக இரண்டுவகையான மொழி நடைகள் உள்ளன. விஞ்ஞானம், தொழில்நுட்பம்,

பொறியியல், கணிதம், சட்டம் போன்ற அறிவியல் சார்ந்த விஷயங்களை வெளிப்படுத்தும் மொழிநடை ஒருவகையானது. இது திட்டவட்டமான, வளைவு சுழிவுகள் அற்ற மொழிநடை யாகும். இதை நாம் அறிவியல் மொழி என்றும் சொல்லலாம். இத்தகைய அறிவியல் மொழியைப் பிறமொழிகளில் பெயர்ப்பது அத்தனை சிக்கல் வாய்ந்தது அல்ல. இத்தகைய மொழியைப் பெயர்ப்பதற்குத் தற்காலத்தில் இயந்திரங்களும் பயன்படுத்தப் படுகின்றன. இயந்திர மொழிபெயர்ப்புப்பற்றிய ஆராய்ச்சிகள் தொடர்ந்து நடைபெற்றுக்கொண்டும் உள்ளன. ஆனால், மன எழுச்சிகளையும் உணர்வுகளையும் நுட்பமான கற்பனை களையும் அடிப்படையாகக் கொண்ட கவிதை, சிறுகதை, நாவல் போன்ற இலக்கியங்களுக்குரிய மொழி இதிலிருந்து பெரிதும் வேறுபட்டது. இது அழகியல் அம்சங்கள் நிறைந்த, வளைவு சுழிவுகள் மிகுந்த ஒரு மொழி நடையாகும். இதனை நாம் இலக்கிய மொழி எனலாம். இத்தகைய இலக்கிய மொழியை மொழிபெயர்ப்பது அத்துணை இலகுவானதல்ல. இத்தகைய மொழியை இயந்திரங்களால் ஒருபோதும் மொழி பெயர்க்க முடியாது என்றும் அறிஞர்கள் கருதுகின்றனர். இலக்கியத்தில் பயன்படுத்தப்படும் மொழி, அம்மொழியைப் பேசும் மக்களின் பண்பாட்டுடன் உள்ளார்ந்து பிணைந்துள்ள மையே இதன் காரணமாகும். ஆகவே, ஒரு குறிப்பிட்ட மொழியின் அமைப்புப் பற்றியும், அதைப் பேசும் மக்களின் பண்பாடு பற்றியும் நன்கு தெரிந்தவர்களாலேயே அம்மொழி யில் உள்ள ஆக்க இலக்கியங்களைத் திறம்பட மொழிபெயர்ப் பது சாத்தியமாகும். உதாரணமாக, 'வெள்ளாடுகளைச் செம்மறிகளாக மாற்றுதல்' போன்ற ஒரு தொடர் பைபிளில் வருகின்றது. தாழ்ந்தவர்களை உயர்ந்தவர்களாக மாற்றுதல் என்னும் பொருளை இது சுட்டுகின்றது. சில ஆபிரிக்க மொழிகளில் இதை இவ்வாறே மொழிபெயர்த்தால் பொருள் மயக்கம் ஏற்படும். ஏனெனில் சில ஆபிரிக்க மக்கள் செம்மறி களைவிட வெள்ளாடுகளை உயர்ந்ததாகக் கருதுகின்றனர் என்பதை நைடா என்ற மொழியியல் அறிஞர் எடுத்துக் காட்டியுள்ளார் . பண்பாட்டு வேறுபாட்டுக்கும் மொழிக்கும் இடையே உள்ள உறவை இது தெளிவாக்குகின்றது.

ஆக்க இலக்கிய மொழிபெயர்ப்புகளை நாம் இரு வகைப் படுத்தலாம். ஒன்று, ஒரு மொழிக்குள்ளேயே நடைபெறும் மொழிபெயர்ப்புகள். செய்யுளில் இருந்து உரைநடைக்கும், அல்லது உரைநடையில் இருந்து செய்யுளுக்கும் மாற்றுவதும், வழக்கிறந்த பழைய மொழியில் இருந்து வழக்கில் உள்ள புதிய மொழிக்கு மாற்றுவதும் இதில் அடங்கும். செய்யுளில் இருந்து உரைநடைக்கு மாற்றுவதற்கு உதாரணமாக நான்

ஏற்கனவே குறிப்பிட்ட 'விட்டிலது விட்டில்' என்னும் வரிகளைக் குறிப்பிடலாம். அநேக சங்கச் செய்யுள்களின் பொருளை மு. வரதராசன், கி.வா. ஜகந்நாதன், புலியூர்கேசிகன் போன்றோர் இவ்வாறு உரைநடை வடிவில் தந்துள்ளனர். இதுவும் ஒருவகை மொழிபெயர்ப்பேயாகும். இதேபோல, பழைய மொழியில் இருந்து புதிய மொழிக்கு மாற்றுவதும் நடைபெறுகின்றது. காலப்போக்கில் மொழி மாற்றம் அடைவதே இதன் காரணமாகும். சேக்ஸ்பியரின் ஆங்கிலத்தை இன்றைய ஆங்கிலேயர்களால் புரிந்துகொள்ள முடிவதில்லை. அதுபோல சங்ககாலத் தமிழை நம்மால் புரிந்துகொள்ள முடிவதில்லை. அதனால், பழைய மொழியில் உள்ளவற்றைப் புதிய மொழியில் பெயர்ப்பது அல்லது உரைகள் எழுதுவது அவசியமாகின்றது. இவ்வகையில் சேக்ஸ்பியரின் 'யூலியசீசர்' நாடகத்தைத் தற்கால ஆங்கிலத்தில் அழகுற மொழிபெயர்த்துள்ளனர். தமிழிலும் இத்தகைய சில முயற்சிகள் நடைபெற்றுள்ளன. சங்கக் கவிதைகள் பலவற்றைச் சிலர் தற்காலத் தமிழில் மாற்றியுள்ளதைக் குறிப்பிடலாம். உதாரணமாகப் பின்வரும் ஐங்குறுநூற்றுப் பாடலைக் குறிப்பிடலாம்.

அன்னாய் வாழி வேண்டன்னை நம்படைப்பைத்
தேன்மயங்கு பாலினும் இனிய அவர் நாட்டு
உவலைக் கூவற் கீழ
மானுண் டெஞ்சிய கலுழி நீரே.

இப்பாடலில் உள்ள பல சொற்கள் இன்று வழக்கில் இல்லை. அதனால், இதன் பொருள் விளங்குவதில்லை. பொருள் விளங்கக்கூடிய முறையில் இதை இன்றைய மொழியில் பெயர்ப்பதானால் அது பின்வருமாறு அமையும்.

அன்னையே வாழ்க, கேளாய் இதனை
நமது தோட்டத்து நறும் தேன் கலந்த
பாலிலும் இனியதே; காதலர் நாட்டின்
சருகுகள் மண்டிய பூவலில்
விலங்கு குடித்து எஞ்சிய கலங்கிய நீரே!

ஒரே மொழிக்குள் நடைபெறும் இத்தகைய மொழிபெயர்ப்புகளை *Intra lingual translation* என றொமன் ஜகோப்சன் குறிப்பிடுவார். இத்தகைய மொழிபெயர்ப்புகள் அவசியமேயாயினும் நமது கவனத்தை அதிகம் கவர்வதில்லை.

ஒரு மொழியில் இருந்து பிறிதொரு மொழிக்குப் பெயர்ப்பது மொழிபெயர்ப்பின் இரண்டாவது வகையாகும். இதுவே பரவலாக அறியப்பட்டதும் முக்கிய கவனத்துக்கு உரியதுமாகும். பிறிதொரு மொழியில் ஆக்க இலக்கியங்களை மொழிபெயர்க்கும் போது நாம் பல்வேறு சிக்கல்களை எதிர்நோக்க

வேண்டி உள்ளது. ஒரு கவிதையில் அல்லது கதையில் இடம்பெறும் மரபுத் தொடர்கள், பழமொழிகள், குறியீடுகள், படிமங்கள் முதலியவற்றை இன்னுமொரு மொழியில் பெயர்ப் பது இலகுவானதல்ல. ஒவ்வொரு மொழியும் தனக்கென பிரத்தியேக இயல்புகளைக் கொண்டுள்ளது. இவற்றையெல் லாம் இன்னுமொரு மொழியில் அதே பாதிப்புடன் மொழி பெயர்ப்பது என்பது சாத்தியமுமல்ல. அதிலும் குறிப்பாகக் கவிதையை மொழிபெயர்ப்பது அநேக இடர் தருவதாக உள்ளது. ஒரு மொழியில் உள்ள கவிதையை அம்மொழியில் அது கொடுக்கும் அதே பாதிப்புடன் இன்னுமொரு மொழி யில் பெயர்க்க முடியாது என்ற கருத்தைப் பொதுவாகக் கவிதை மொழிபெயர்ப்பாளர்கள் எல்லோரும் ஏற்றுக்கொள் கின்றனர். புஷ்கினின் சில கவிதைகளை பிரெஞ்சு மொழியில் பெயர்த்தவர்கள் – மொழிபெயர்ப்பில் புஷ்கினின் சில கவிதை களில் காணப்படும் அழகு முற்றிலும் இழக்கப்பட்டு விடுகின் றது என்று கூறியுள்ளனர். இதற்குக் காரணம் ஒரு மொழிக்கே உரிய அழகியல் அம்சங்களைப் பிறிதொரு மொழிக்குக் கொண்டு வருவதில் உள்ள சிக்கல்களேயாகும். ஒரு மொழிக்கு அழகு தருவது உவமை, படிமம், கற்பனை போன்றவை மட்டுமல்ல; அம்மொழியின் ஒலி அமைப்பும் ஆகும். மொழி கள் ஒலியமைப்பில் தம்முள் வேறுபடுகின்றன. செய்யுள் நடைக்கும் உரைநடைக்கும் இடையே ஒவ்வொரு மொழி யிலும் வேறுபாடு உண்டு. இதனாலேயே செய்யுளில் எழுதப் பட்ட ஒரு கவிதையை மொழிபெயர்க்கும் போது அதைச் செய்யுளிலா அல்லது வசனத்திலா மொழிபெயர்ப்பது என்ற ஒரு கேள்வியும் எழுகின்றது. இதற்கு வேறுபட்ட விடைகள் கூறப்படுகின்றன. பேராசிரியர் போஸ்ற்கேற் *(Postage)* என்பவர் செய்யுள் செய்யுளிலேயும் வசனம் வசனத்திலேயும் பெயர்க்கப்பட வேண்டும் என்ற கருத்தைக் கூறுகின்றார். ஆனால், மத்யூ அர்னால்ட் என்பவரோ வசன ரூபத்தில் பெயர்க்கப்பட்ட ஒரு கவிதை அதிகளவு கவித்துவம் உடைய தாக இருக்கக்கூடும் என்ற கருத்தைத் தெரிவித்துள்ளார். ஆயினும், யாப்பின் அழகியல் அம்சங்கள் இல்லாத ஒரு கவிதை பூரணமான கவிதையல்ல என்ற கருத்தையுடை யவர்கள் இன்னும் பலர் உள்ளனர். ஆனால், ஒரு கவிதையைச் செய்யுள் நடையில் மொழிபெயர்க்க முயலும் ஒருவருக்குத் தன் மொழியில் அதிகபட்சச் செய்யுளாற்றல் இருக்க வேண் டும். இல்லாத பட்சத்தில் அக்கவிதையின் ஜீவனே இழந்து விடும். கே. கணேஷ் அவர்கள் மொழிபெயர்த்த ஹோஷியின் கவிதைகளை இதற்கு உதாரணமாகக் காட்டலாம். இது எவ்வாறெனினும், உரைநடையைவிடச் செய்யுள்நடை

கவிதைக்கு மேலதிகமான ஒரு வனப்பைக் கொடுக்கின்றது என்பது உண்மையே. முருகையன், சண்முகம் சிவலிங்கம் போன்றோர் மொழிபெயர்த்த சில கவிதைகளை இதற்கு உதாரணமாகத் தரலாம். இன்று செய்யுளிலும், வசனத்திலும் அநேக பிறமொழிக் கவிதைகள் தமிழில் மொழிபெயர்க்கப் படுகின்றன. ஆயினும் உரைநடையே அதிகம் பயன்படுத்தப் படுகிறது. உரைநடையா, செய்யுள்நடையா என்ற பிரச்சினை களைத் தவிர மற்ற எல்லாப் பிரச்சினைகளும் சிறுகதை, நாவல் போன்ற இலக்கியங்களை மொழிபெயர்ப்பதிலும் காணப்படுகின்றன.

ஆக்க இலக்கிய மொழிபெயர்ப்புகளில் காணப்படும் ஒரு விசேட அம்சம் இரண்டுபேரின் மொழிபெயர்ப்புகளுக் கிடையே காணப்படும் அதிகபட்ச வேறுபாடு ஆகும். சொற் களிலும், வாக்கிய அமைப்புக்களிலும் சிலவேளை பொருளி லும்கூட இந்த வேறுபாடுகள் காணப்படுகின்றன. மொழி பெயர்ப்பாளரின் மொழியாற்றல் மட்டுமன்றி அவர் பின் பற்றும் மொழிபெயர்ப்புக் கோட்பாடும் இதற்குக் காரணமாக அமைகின்றது. உமர் கையாமின் பாடல்களைப் பலர் தமிழில் பெயர்த்துள்ளனர். அவை அனைத்தும் ஒன்றில் இருந்து ஒன்று அதிகபட்சம் வேறுபடுகின்றன என்பது நாம் அறிந்ததே. சமீபத்தில் சுனில் குணவர்தன என்ற சிங்களக் கவிஞரின் 'மஹ மக தறுவகுட' *(maha maga daruvakuta)* என்ற கவிதையின் மூன்று மொழிபெயர்ப்புகள் வெளிவந்துள்ளன. அவை மூன்றும் தம்முள் அதிகம் வேறுபடுவதை அவதானிக்கலாம். உதாரணத் துக்கு சுனில் குணவர்தனவின் கவிதையின் முதல் நான்கு வரிகளுக்கும் உரிய மொழிபெயர்ப்புகளை இங்கு தரலாம்.

அய் பொடி லமயோ
அய் பொடி லமயோ
கந்துலு சலாலா ஹண்டா வெட்டன்னே
மஹ மக அத்தற மவு உகுளே ஹிந்த.

இவ்வரிகளை பைஸ்தீன் ('மல்லிகை' ஜூலை 1975) பின்வருமாறு மொழிபெயர்க்கிறார்:

சின்னஞ் சிறுவனே!
சின்னஞ் சிறுவனே!
நெடுவழியிடையே தாய்மடியமர்ந்தே
கண்ணீர் சிந்திக் கதறியழுவதேன்?

செந்தீரனின் மொழிபெயர்ப்பு ('அக்னி' ஒகஸ்ட் 1975) பின்வருமாறு அமைகின்றது:

சின்னஞ் சிறுவனே!
சின்னஞ் சிறுவனே!

தெருவோரத்திலே
தாயின் மடியில்
முடங்கியிருந்தும்
நீ ஏன்
கண்ணீர் சிந்திக் கதறியழுகிறாய்!

எனது மொழிபெயர்ப்பு பின்வருமாறு அமைந்துள்ளது (‘அக்னி’ செப்டம்பர் 1975):

ஏன் சிறு குழந்தாய்
ஏன் சிறு குழந்தாய்
பெருந்தெரு அருகில்
தாயின் மடியில் இருந்துகொண்டு
கண்ணீர் பெருக்கி அழுது வடிக்கிறாய்?

மூவரின் மொழிபெயர்ப்பு நெடுகிலும் இத்தகைய வேறுபாடுகள் அதிகம் காணப்படுகின்றன. சிறுகதை, நாவல் மொழிபெயர்ப்புகளிலும் இத்தகைய வேறுபாடுகளை நாம் காணலாம். அன்ரன் செக்காவின் ‘மூன்று ஆண்டுகள்’ நாவலை அதே தலைப்பில் அ. கிருஷ்ணமூர்த்தி என்பவரும், ‘அன்பு மலர்ந்தது’ என்ற தலைப்பில் நா. பாஸ்கரன் என்பவரும் மொழிபெயர்த்துள்ளனர். இவ்விரு மொழிபெயர்ப்பிலும் பக்கத்துக்குப் பக்கம் அநேக வேறுபாடுகளைக் காணலாம். முதல் பந்தியையும், இறுதி வசனத்தையும் மட்டும் இங்கு சுட்டிக்காட்ட விரும்புகின்றேன்.

ஜன்னல்களில் இங்கேயும் அங்கேயும் தெரிந்த வெளிச்சங்களைத் தவிர இன்னும் இருட்டாகத்தான் இருந்தது. வெளியே சந்திரன் தெருவின் மறுகோடியில் இருக்கும் கட்டடங்களின் பின்னால் இருந்து உதயமாகிக் கொண்டிருந்தது. பீட்டர் பால் கோவிலில் மாலை பூசை முடியட்டும் என்று தன்வீட்டுக்கு வெளியில் இருந்த பெஞ்சியின் மீது அமர்ந்தவாறு காத்திருந்தான் லாப்தேவ். கோவிலில் இருந்து யுலியா சேர்ஜியேவ்னா வீடு போவதற்கு இப்படித்தான் வருவாள். அவளைக் கண்டு ஒருவேளை அன்றைய மாலைப்பொழுது பூராவையும் அவளுடனேயே கழிக்கலாம் என நம்பினான் அவன்.

அ. கிருஷ்ணமூர்த்தியின் மொழிபெயர்ப்பு பின்வருமாறு தொடங்குகின்றது:

ஜன்னல்களில், இங்குமங்குமாகச் சிறிது வெளிச்சம்; தெருக் கோடியிலே பாளையங்களுக்குப் பின்னால் வெளிறிய வான்மதி எழுந்து கொண்டிருந்தது; மற்றப் படி இன்னும் இருண்டே இருந்தது. பீட்டர் – பாவெல்

கோயிலில் மாலை வழிபாடு நிகழ்ந்துகொண்டிருந்தது; அதன் முடிவுக்குக் காத்தவண்ணமாகத் தன்வீட்டுக்கு வெளியே இருந்த பெஞ்சின்மீது உட்கார்ந்திருந்தான் லாப்தேவ். யூலியா செர்கேயிவ்னா, கோயிலிலிருந்து தன் வீட்டுக்குப் போகும் வழியிலே, அந்தப் பக்கம் வருவாள்; அவளோடு பேசலாம்; ஒருகால் மாலை வேளை முழுவதையும் அவள் கூடவே கழிக்கலாம் என்றெல்லாம் அவன் எண்ணினான்.

பாஸ்கரனின் மொழிபெயர்ப்பு பின்வருமாறு முடிகின்றது: "நான் காத்திருந்து பார்க்க வேண்டியதுதான் என எண்ணினாள்." கிருஷ்ணமூர்த்தியின் மொழிபெயர்ப்பு பின்வருமாறு முடிகின்றது: 'பிழைத்திருந்தால் பார்த்துக்கொள்வோமே' என்று நினைத்தான் அவன். 'காத்திருந்து பார்க்க வேண்டியதுதான், என்பதற்கும் 'பிழைத்திருந்தால் பார்த்துக் கொள்வோமே' என்பதற்கும் பொருளில் எவ்வளவோ வேறுபாடு உண்டு. முன்னையது பெண்பாலிலும் மற்றது ஆண்பாலிலும் முடிவதும் கவனிக்கத்தக்கது. சிலவேளை முன்னையது அச்சுப் பிழையாகவும் இருக்கலாம். இத்தகைய பொருள் வேறுபாடுகள் சிங்களத்தில் இருந்து தமிழில் பெயர்த்த சில சிறுகதைகளிலும் காணப்படுகின்றன. வேறுபாடுகள் இயல்பானவை, தவிர்க்கமுடியாதவை. ஒரு படைப்பைப் பத்துப்பேர் மொழிபெயர்த்தால் சற்று வேறுபட்ட பத்துப் பிரதிகள் கிடைப்பது சாத்தியமே. முழுநிறைவான *(Perfect)* மொழிபெயர்ப்பு என்று எதுவும் இல்லை. ஆயினும், தவறான மொழிபெயர்ப்புகளுக்கும் ஏற்றுக்கொள்ளக்கூடிய மொழிபெயர்ப்புகளுக்கும் இடையே வேறுபாடுகள் உள்ளன என்பதை மறுக்கமுடியாது.

ஆக்க இலக்கிய மொழிபெயர்ப்பில் காணப்படும் பிறிதொரு அம்சம் அளவு வேறுபாடு ஆகும். சில மொழிபெயர்ப்புகள் மூலத்தைவிடப் பெரிதாகவும் சில சிறிதாகவும் அமைகின்றன. இதற்கு அடிப்படையான காரணம் இரு மொழிகளுக்கும் இடையே உள்ள அமைப்பு வேறுபாடேயாகும். ஒரு மொழியில் ஒரு சொல்லில் கூறியதை இன்னுமொரு மொழியில் பல சொற்களில் கூறவேண்டி இருக்கலாம். அதுபோல், பல சொற்களில் கூறியதை ஒரே சொல்லில் கூறக் கூடியதாயும் இருக்கலாம். இவ்வாறு சொற்களின் அளவு, சொற்களில் உள்ள எழுத்துக்களின் அளவு முதலியவை மொழிபெயர்ப்பின் அளவையும் நிச்சயிக்கின்றன. இவ்வாறு இல்லாமல் மொழிபெயர்ப்பாளன் மூலத்தில் உள்ள சிலவற்றை விட்டு விடுவதாலோ, அல்லது இல்லாத சிலவற்றைச் சேர்த்துக்கொள்வ

தாலோகூட இந்த அளவு வேறுபாடு ஏற்படக் கூடும். ஆனால், இது மொழிபெயர்ப்பில் தவிர்க்க வேண்டிய அம்சமாகும். மூலத்தில் கூறப்பட்ட விஷயங்கள் அனைத்தையும் மொழி பெயர்ப்பிலும் கொண்டு வரும்போதே அது சிறந்த மொழி பெயர்ப்பாக அமையும்.

'அலை' 2, 1976

ஆக்க இலக்கியமும் நடையியலும்

இலக்கிய விமரிசனத்தில் அல்லது இலக்கியம் பற்றிய உரையாடல்களில் 'நடை' என்ற சொல்லை நாம் அடிக்கடி பயன்படுத்துகின்றோம். நல்ல நடை, மோசமான நடை, தெளிந்த நடை, சிக்கலான நடை, அழகு நடை, அலங்கார நடை, துள்ளு நடை, பின்னல் நடை, தாவித்தாவிச் செல்லும் நடை, சப்பென்ற நடை போன்ற ஏராளமான சொற்றொடர்களை இலக்கிய உலகில் நாம் அடிக்கடி கேட்கின்றோம். இச்சொற் தொடர்கள் எல்லாம் உணர்த்தும் பொருள் என்ன என்று கேட்டால் அதற்குத் திட்டவட்டமான, வரை யறுப்பான விடை எதுவும் கிடைப்பதில்லை. இந்த நிலை நமக்குமட்டும் உரியதல்ல. மேலை நாடுகளிலும் நிலைமை இதுவே. "இலக்கிய விமரிசனக் கலைச் சொற்தொகுதியிலும் பொதுவாக அழகியலிலும் மிகவும் சிக்கல் வாய்ந்த ஒன்று நடை பற்றிய எண்ணக்கருவாகும்"[1] என்று டேவிட் லொஜ் என்பவர் 'புனைகதையின் மொழி' என்ற தனது நூலிலே குறிப்பிடுகின்றார். நடை என்ற சொல் நம்மில் அநேகருக்கு நன்கு பரிச் சயமான, பழக்கமான ஒன்று எனினும், அது பல்வேறு பொருள்களில் பயன்படுத்தப்படுவதாலும் அதற்குப் பல்வேறு வரைவிலக்கணங்கள் கொடுக்கப்படுவதாலும் அது திட்டவட்டமான ஒரு கருத்துப் படிவத்தைப் பெறமுடியாதுள்ளது.

நடை என்றதும் நமக்கு முதலில் தோன்றுவது என்ன? முற்றிலும் அது இலக்கியத்தோடு சம்பந்தமுடை யது என்ற எண்ணமே தோன்றுகின்றது. நீண்டகாலமாக நடை இலக்கியத்துடன் மட்டும் தொடர்புபடுத்தப்பட்டு

வந்ததன் விளைவே இது எனலாம். இலக்கிய விமர்சகர்கள் மட்டுமே நெடுங்காலமாக நடைபற்றிக் கவனம் செலுத்தி வந்துள்ளனர். இதனால் இலக்கியம் அல்லாத மொழி வழக்கு களுக்கும் நடைக்கும் சம்பந்தம் இல்லை என்று நாம் கருதி வந்துள்ளோம்.

நடை இலக்கியத்துக்கு மட்டும் உரியது என்ற மனப்பாங் கின் காரணமாகத் தனித்தனி இலக்கிய ஆசிரியர்களுடனேயே நாம் பெரிதும் நடையைத் தொடர்புபடுத்தி நோக்குகின்றோம். ஜானகிராமனின் நடை, ஜெயகாந்தனின் நடை அல்லது மு. வ. வின் நடை என்று கூறும்போது இக்கருத்தையே காண லாம். இவ்வகையில் ஒவ்வொரு எழுத்தாளனிடமும் அல்லது கவிஞனிடமும் காணப்படும் சில தனிப்பண்புகளே நடை என்று கருதப்படுகின்றது. "நடை என்பது ஓர் ஆசிரியரின் தனித்தன்மையை வெளிப்படுத்த வல்லது; அவரை இனங் கண்டு கொள்ளும் வகையில் அவருக்கே உரியதாக இருக் கும் வெளிப்பாட்டு மொழிப்பாங்கே அது"[2] என்பது முர்ரே என்பாரின் கருத்து. இவ்வர்த்தத்தில் நடை ஒரு தனி ஆளின் ஆளுமையுடன் இணைத்துக் குழப்பப்படவும் முடியும். நடை பிழையான முறையில், மனிதனாக அல்லது அவனது சிந்தனையாகவும் கூறப்பட்டுள்ளது.[3]

நடை ஒரு குறிப்பிட்ட காலப்பகுதியோடு அல்லது குழுவினரோடு தொடர்புபடுத்தியும் நோக்கப்படுகின்றது. சங்கத் தமிழ்நடை அல்லது 19ஆம் நூற்றாண்டு உரைநடை என்று கூறும்போதும், தி.மு.க. நடை அல்லது தனித்தமிழ் நடை என்று கூறும்போதும் நாம் இந்நோக்கையே புலப்படுத்து கின்றோம். இவை எல்லாவற்றுக்கும் மேலாக நான் ஆரம்பத் திலேயே குறிப்பிட்டது போல நல்ல நடை, மோசமான நடை, அழகுநடை, அலங்கார நடை என்ற வகையில் ஒரு குறிப்பிட்ட மொழிப்பிரயோகம் பற்றிய மதிப்பீட்டு முறையிலும் நடை என்ற சொல்லை நாம் பயன்படுத்து கின்றோம்.

இவை எல்லாம் நடை என்ற சொல் எவ்வாறெல்லாம் பயன்படுத்தப்படுகின்றது என்பதைக் காட்டுகின்றனவே தவிர, அவை நடைபற்றிய வரைவிலக்கணங்களென்று நாம் கொள்ள முடியாது. ஆயினும் நடைபற்றிய பல்வேறு வரை விலக்கணங்களும் உள்ளன. 'சொற்களைத் தொடுக்கும் முறை நடை'[4], 'நடை, வார்த்தை வீச்சுக்களினால் அமைகிறது'[5] ஆகிய கூற்றுக்களை உதாரணமாகக் காட்டலாம். இவை நடையைச் சொல்லோடு தொடர்புபடுத்துகின்றன எனினும் இவற்றைத் திட்டவட்டமான தெளிவான வரைவிலக்கணங்

களாகக் கொள்ள முடியாது. சொற்களைத் தொடுக்கும் முறை என்றால் என்ன? மொழியே சொற்களைத் தொடுப்பதனால்தான் அமைகின்றது. வார்த்தை வீச்சு என்பதை எவ்வாறு விளக்குவது? மேலும், சொற்களைவிடப் பெரிய, சொற்களைவிடச் சிறிய மொழி அலகுகளும் உள்ளன. அவற்றை எல்லாம் இத்தகைய கூற்றுக்கள் கவனத்தில் கொள்வதில்லை.

'நடையியலும் சொற்பொருள் இயலும்' என்ற கட்டுரையில் பேராசிரியர் ஸ்ரீபன் உல்மன் மேலைநாடுகளில் நடை பற்றி வழங்குகின்ற சில கருத்துக்களைத் தொகுத்துத் தருகின்றார். அவற்றில் மூன்று கருத்துக்களை மட்டும் நான் இங்கு சுட்டிக்காட்ட விரும்புகின்றேன்:[6]

1. ஒரு மொழியில் கிட்டத்தட்ட ஒரே தகவலைத் தரக் கூடிய இரண்டு கூற்றுக்கள் மொழியமைப்பில் வேறுபடுமானால் அதை நடை வேறுபாடு எனக் கூற முடியும்.
2. பொதுமையில் இருந்து ஏற்படும் விலகல், நடை எனக் கருதப்படும்.
3. மொழியில் தர்க்கத்துக்குப் புறம்பானவை பற்றிய ஆய்வு, நடையியல் எனப்படும்.

இம்மூன்று கூற்றுக்களும் நடைபற்றிய முழுமையான வரைவிலக்கணம் அல்ல எனினும், அவற்றில் நாம் ஒரு பொதுப் பண்பைக் காணலாம். மொழியில் காணப்படும் வேறுபாடுகளையே அவை நடை என்று கருதுகின்றன. ஒரு வகையான ஒழுங்கு முறைக்குட்பட்ட மொழியியல் வேறுபாடே நடை *(Style is one type of systematic linguistic variation)* என்ற கருத்தை வேறு சிலரும் கூறியுள்ளனர்.[7] நடை பற்றிய ஆய்வில் இது முக்கியமான கருத்து என்று நாம் கருதலாம். நடையைத் தனி ஆளுக்கு உரியதாக நாம் கருதுகையிலும் அல்லது ஒரு குறிப்பிட்ட காலத்தோடும் குறிப்பிட்ட குழுவினரோடும் தொடர்புபடுத்துகையிலும் இம்மொழி வேறுபாடே அடிப்படையாக இருக்கின்றது.

எந்த மொழியும் ஒருமுகப்பட்டதல்ல, பதிலாக பன்முகப் பட்டது. வெவ்வேறு சமூகக் குழுவினர் வெவ்வேறு இடச் சூழ்நிலைகளில், வெவ்வேறு சமூக சந்தர்ப்பங்களில், வெவ் வேறு விதமாக ஒரு மொழியைப் பயன்படுத்துகின்றனர். தமிழ்மொழி என்னும்போது திட்டவட்டமாக இதுதான் தமிழ் என்று நாம் ஒன்றைச் சுட்டிக்காட்ட முடியாது. பல்வேறு வகைவேறுபாடுகளின் ஒரு கூட்டுமொத்தமாகவே

நாம் தமிழ்மொழியைக் காண்கின்றோம். பிரதேச, சமூக, கால வேறுபாடுகள் மொழி வேறுபாடுகளைச் செய்கின்றன. எத்தனை சமூக சந்தர்ப்பங்கள் உண்டோ, எத்தனை சமூகப் படிநிலைகள் உண்டோ அத்தனை மொழி வேறுபாடுகளும் உண்டு என்பதை நாம் அவதானிக்க முடியும். தனியாள் வேறுபாடுகளும் இவ்வாறே. எத்தனை தனிமனிதர்கள் உளரோ அத்தனை மொழி வேறுபாடுகளை அவர்களில் அவதானிக்க முடியும் என்பது நடைமுறையில் சிரமமானது. எனினும், கொள்கையளவில் சாத்தியமானதே. இவ்வாறு வேறுபடும் எல்லா வகை மொழிகளையும் *(varieties of language)* சேர்த்தே நாம் தமிழ் என்று கூறுகின்றோம். காரணம்: இவையெல்லாம் ஒரு மொழிக்குரிய பொதுக் கூறுகளுள் பெரும்பாலான வற்றைக் கொண்டுள்ளன. இவற்றை எல்லாம் தனித்தனி வகைகளாகவும் *(different varieties)* வேறுபடுத்துகின்றோம். காரணம் : இவை எல்லாம் தமக்கே உரிய சிறப்புக் கூறுகள் பலவற்றை அல்லது சிலவற்றைக் கொண்டுள்ளன. இவ்வாறு ஒரு மொழியின் எல்லா வகை மொழிக்கும் உரிய பொதுக் கூறுகளில் இருந்து எட்டு அடிப்படையில் வேறுபாடுகள் நிகழ்கின்றன என டேவிட் கிறிஸ்ரல் கூறுகின்றார். அவற்றை அவர் மேலும் மூன்று தொகுதிகளாக வகைப்படுத்துகின்றார்.[8] அவற்றைப் பின்வருமாறு சுருக்கிக் கூறலாம்:

அ

தற்போக்கு

கிளை மொழி

காலம்

ஆ

மொழிச் சாதனம்

1. ஊடகம் (பேச்சு, எழுத்து)
2. பங்குபற்றுதல் (தனிமொழி, உரையாடல்)

இ

துறை

சமூகப் படிநிலை

வடிவம்

தனித்துவம்

1. தற்போக்கு

ஒவ்வொருவரிடமும் காணக்கூடிய, பிரக்ஞைபூர்வ மற்றுப் பயன்படுத்தப்படுகின்ற நிரந்தரமான சில மொழிக்

கூறுகளை இது குறிக்கும். ஒருவரின் குரல் தன்மை, கையெழுத்து, அவருக்கே உரிய சில விசேடமான ஊன்றுகோல் வார்த்தைகள் முதலியன இப்பிரிவில் அடங்கும். குரலைக் கொண்டு அல்லது கையெழுத்தைக் கொண்டு நாம் ஒருவரை இனங்காண முடியும். அல்லது ஒருவர் 'அடிசக்கை' என்ற வார்த்தையை அடிக்கடி பயன்படுத்துவாராயின் அவரது பெயர் ஆறுமுகம் என்றால் பெயருடன் சேர்த்து அடிசக்கை ஆறுமுகம் என்று அவரைச் சுட்டுகிறோம். இவைகள் ஒருவர் நினைத்து இலகுவில் மாற்றிக் கொள்ள முடியாத இயல்பாய் அமைந்த தன்மைகளாகும்.

2. கிளை மொழி

இடத்துக்கு இடம் ஏற்படும் பிரதேசக் கிளைமொழி வேறுபாடுகளையும், சமூகத்துக்குச் சமூகம் ஏற்படும் சமூகக் கிளைமொழி வேறுபாடுகளையும் இது குறிக்கும். மட்டக்களப்புத் தமிழ், யாழ்ப்பாணத் தமிழ், முஸ்லிம் தமிழ், பிராமணர் தமிழ் போன்றவை இத்தகையன. ஒவ்வொரு தனிமனிதனிலும் இம்மொழி வேறுபாட்டை நாம் அவதானிக்கலாம்.

3. காலம்

காலவேறுபாடும் மொழியியல் வேறுபாட்டை ஏற்படுத்துகின்றது. ராஜமையர், மாதவையா, வேதநாயகம் பிள்ளை ஆகியோரின் நடையில் இருந்து இன்றைய எழுத்தாளர்களின் நடையை வேறுபடுத்துவதில் இக் காலக்கூறுகள் பயன்படுகின்றன. இன்றைய நாவலாசிரியர்கள் 19ஆம் நூற்றாண்டு உரைநடையில் எழுத முடியாது. அது போல் 19ஆம் நூற்றாண்டு நாவலாசிரியர்கள் இன்றைய உரைநடையில் எழுதி இருக்க முடியாது. (ஆயினும் சில எழுத்தாளர்கள் வெவ்வேறு நோக்கங்களினாலும் மனப்பான்மைகளினாலும் இறந்தகால மொழிநடையைப் பயன்படுத்துவதுண்டு. முடியரசன், 'பூங்கொடி' காவியத்தை சிலப்பதிகாரம், மணிமேகலை மொழிநடையில் எழுதினார். எஸ்.பொன்னுத்துரையின் 'நெறி' என்ற கதை, பந்த நூல் மூலமும் உரையும் என்பன இடைக்கால உரையாசிரியர்களின் மொழிநடைப் பாணியில் எழுதப்பட்டன. இத்தகையன கால முரண்கள் என்பதோடு மிகச் சிறுபான்மை முயற்சியுமாகும்.)

மேலே குறிப்பிட்ட மூன்று பிரிவுகளும் ஒரு தொகுதியாக அமைவன. ஏனெனில், இவை பெரும்பாலும் ஒருவரின் சித்தத்துக்குக் கட்டுப்படாதவை. ஒவ்வொருவரும் பெரும்பாலும் பின்பற்றியே ஆகவேண்டியவை.

4. மொழிச் சாதனம்

மொழிச் சாதனமும் சில அடிப்படையான வேறுபாடுகளைக் கொண்டிருக்கின்றது. இது இருவகையான மொழி மாற்றங்களைக் கருதுகின்றது.

1. பேச்சுக்கும் எழுத்துக்கும் இடையே உள்ள வேறுபாடு : எல்லா மொழிகளிலும் பேச்சுமொழியும் எழுத்து மொழியும் சில அடிப்படையான வேறுபாடுகளைக் கொண்டிருக்கின்றன. இது ஊடகம் எனப்படுகின்றது.
2. தனிமொழிக்கும் உரையாடலுக்கும் இடையே உள்ள வேறுபாடு : தனிமொழியும் உரையாடலும் சில அடிப்படையான மொழிவேறுபாடுகளைக் கொண்டுள்ளன. பிறிதொருவர் பங்குபற்றுதல் அல்லது பங்குபற்றாமையினால் அது நிகழ்கின்றது.

5. துறை

சமயப்பிரசங்கம், விஞ்ஞானம், சட்டம், விளம்பரம், நேர்முக வர்ணனை, செய்தியறிக்கை போன்ற ஒவ்வொரு துறைக்கும் உரிய வகைமொழிகள் சிற்சில வேறுபாடுகளைக் கொண்டுள்ளன. இவை அந்தந்தத் துறைகளுக்கே உரிய சொற்தொகுதியையும் சில இலக்கணக் கூறுகளையும் கொண்டிருக்கும். உதாரணமாக, ஒரு நேர்முக வர்ணனை எப்பொழுதும் நிகழ்கால, தொடர் நிகழ்கால வினைகளை அதிகம் பயன்படுத்தும். குத்துச்சண்டை, கிறிக்கற் போட்டி பற்றிய நேர்முக வர்ணனை அவ்வவற்றுக்குரிய சில விசேட கலைச் சொற்தொகுதிகளைப் பயன்படுத்தும்.

6. சமூகப் படிநிலை

பேச்சில் அல்லது எழுத்தில் பங்குபற்றுபவனுடைய சமூகப் படிநிலை அல்லது சமூக உறவுநிலைக்கேற்பவும் மொழிவேறுபாடுகள் ஏற்படுகின்றன. உதாரணமாக, தாய், காதலி, நண்பன், மேலதிகாரி, பத்திரிகை ஆசிரியர் போன்றோருக்கு எழுதப்படும் கடிதங்கள் அமைப்பிலும் மொழிப் பிரயோகத்திலும் வேறுபாட்டைக் கொண்டிருக்கும். சமூக உறவுநிலை இம்மொழி வேறுபாட்டை நிர்ணயிக்கின்றது.

7. வடிவம்

ஒரு செய்தியைக் கூறுவதற்காகத் தேர்ந்தெடுக்கும் வடிவம் மொழியில் வேறுபாட்டைத் தோற்றுவிக்கும் : உதாரணமாக, கடிதம், தபாலட்டை, தந்தி ஆகிய வடிவங்களுள் ஒன்றைத் தேர்ந்தெடுக்கும்போது அது மொழியமைப்பிலும் மாற்றத்தை

ஏற்படுத்துகின்றது. ஒரு சிறுகதையைத் தன்மையில் அல்லது படர்க்கையில் அல்லது கடித ரூபத்தில் அல்லது நனவோட்ட மாகச் சொல்ல முனைகையில் மொழி வேறுபாடு ஏற்படு கின்றது.

8. தனித்துவம்

ஒரு மொழியில் தனியாட்களுக்கிடையே காணப்படும் வேறுபாட்டை இது குறிக்கும், மரபுரீதியான வகை மொழி யின் அமைப்புக்குள்ளேயே ஒரு தனியாள் தனிப் பாதிப்புத் தரக்கூடிய தனித்துவமான சில மொழியியல் கூறுகளைப் பயன்படுத்த முடியும். இதற்கும் நாம் முன்னர் குறிப்பிட்ட தற்போக்குக்கும் வேறுபாடு உண்டு. தற்போக்குக் கூறுகள் ஒரு தனியாளின் சித்தத்துக்கு அப்பாற்பட்டவை; பிரக்ஞை பூர்வம் அற்றவை. ஆனால் தனித்துவக் கூறுகள் பிரக்ஞை பூர்வமாகப் பயன்படுத்தப்படுபவை. அதனால் அவை நடை யியல் முக்கியத்துவம் வாய்ந்தவை.

பரந்த பொருளில், இத்தகைய மொழிவேறுபாடுகளையே மொழியியலாளர் நடை என்று கூறுவர். இவ்வகையில், நடைக்கு வரைவிலக்கணம் கூறுவதனால், ஒரு குறிப்பிட்ட மொழிப்பிரயோகத்துக்கும் பிறிதொரு மொழிப் பிரயோகத் துக்கும் இடையே உள்ள வேறுபாடுதான் நடை எனலாம். வேறுபாடுகள் இல்லாவிட்டால் நடை என்பதொன்று இருக்க முடியாது. இவ்வேறுபாடுகள் பற்றிய ஆய்வே நடையியல் எனப்படும். இவ்வகையில் நடையியல் மொழியியலோடு நெருங்கிய தொடர்பு கொண்டுள்ளது. மொழியியல் ஆய்வின் முடிவில் இருந்தே நடையியல் ஆய்வு தொடங்குகின்றது எனலாம். மொழியியல் மொழியை விஞ்ஞானபூர்வமாக ஆராயும் ஒரு துறையாகும். நடையியல் மொழிவேறுபாடு களின் சில குறிப்பிட்ட அம்சங்களை ஆராய்கின்றது. டேவிட் கிறிஸ்ரல் நடையியலின் நோக்கத்தைப் பின்வருமாறு தொகுத்துக் கூறுகின்றார். “எல்லாச் சந்தர்ப்பத்திலும் பயன் படுத்தப்படுகின்ற பொதுவான மொழியியல் கூறுகளில் இருந்து, சில வகையான சமூக சந்தர்ப்பங்களுடன் கட்டுப் பட்டுள்ள கூறுகளை இனங்கண்டு கொள்வதும், வேறு பதிலீடு களுக்குப் பதிலாக ஏன் அக்கூறுகள் பயன்படுத்தப்படுகின்றன என்பதை விளக்குவதும், அத்தகைய கூறுகளை, சமூக சந்தர்ப் பங்களில் அவற்றின் செயற்பாடுகளை அடிப்படையாகக் கொண்டு வகைகளாகப் பாகுபடுத்துவதும் என்று கூறலாம்.”[9]

நடைபற்றிய வழமையான கருத்தில் இருந்து இது பெரிதும் வேறுபடுகின்றது. பொதுவாக ஓர் ஆசிரியனின்

நடைபற்றிய ஆய்வு என்று பேசும்போது அவன் பயன்படுத்தியுள்ள மொழியின் சகல அம்சங்களையும் பற்றிய ஆய்வாக அது கருதப்படுவதில்லை. பதிலாக, பிற ஆசிரியர்களில் இருந்து அவனை வேறுபடுத்த உதவுகின்ற – அவனுக்கே சிறப்பாக உரிய – மொழியியல் கூறுகளைத் தனியாகப் பிரித்து வரையறுத்து விவாதிக்கும் முயற்சியை மட்டுமே அது கருதியது.[10] இது நடையைத் தனியார் வேறுபாடாகக் கருதியதின் விளைவே எனலாம். ஆனால் நவீன நடையியல் அல்லது பொது நடையியல், மொழியின் எல்லாவகையான வேறுபாடுகளையும் கருத்தில் கொள்ளுகின்றது. இலக்கிய நடையியல் *(Literary Stylistics)* பொது நடையியலின் ஒரு பிரிவாகவே உள்ளது.

பிற வகைமொழிகளைப் போலவே இலக்கிய மொழியும் ஒரு வகைமொழியாகும். ஆயினும் இயல்பாகவே இலக்கிய நடைபற்றிய ஆய்வு பிற வகைமொழிகளின் நடைபற்றிய ஆய்வில் இருந்து பெரிதும் வேறுபடுகின்றது; அதிக சிக்கல்களையும் கொண்டுள்ளது. ஒரு நேர்முக வர்ணனையின் மொழிநடை அல்லது ஒரு கோயில் பிரசங்கத்தின் மொழி நடை பற்றி ஆராய்வதற்கும், ஒரு இலக்கியப் படைப்பின் மொழிநடைபற்றி ஆராய்வதற்கும் வேறுபாடு உண்டு. காரணம், பிற வகைமொழிகளைப்போல் வரையறுத்துக் கூறக் கூடிய மொழியியல் கூறுகள் எதற்கும் இலக்கியமொழி கட்டுப்பட்டதல்ல. இலக்கியம் என்பது பல்வேறுபட்ட வடிவ வேறுபாடுகளைக் கொண்ட ஒரு படைப்புத் தொகுதியைக் குறிக்கின்றது. சாதாரண உரையாடற்பாங்கான நாடகங்களில் இருந்து, மிகவும் இறுக்கமான மொழியமைப்புக்கொண்ட கவிதை வரை இலக்கியத்துள் அடக்கப்படுகின்றன. இலக்கிய மொழிக்குரிய சில விசேட அம்சங்களை நாம் பின்வருமாறு தொகுத்துக் கூறலாம் :

1. தனித்துவக் கூறுகள் பெருவழக்காக இடம் பெறும் உரிமை.

2. வடிவரீதியான அதிகபட்ச நெகிழ்ச்சிக்குரிய சாத்தியப்பாடு. உதாரணமாக ஒரு சிறுகதையைப் பல்வேறு முறைகளில் நாம் எழுதலாம்.

3. ஒரு குறிப்பிட்ட பாதிப்பை ஏற்படுத்துவதற்காக எவ்வகை மொழியைப் பயன்படுத்தவும், எந்த ஒரு மொழியியல் மரபை எடுத்தாளவும் உள்ள சாத்தியப்பாடு. புனைகதைகளைப் பொறுத்தவரை இது இன்றியமையாத பண்பாகவும் உள்ளது.

இலக்கியம் முழுமொத்தமான மனித அனுபவத்தை உள்ளடக்குவதாகையால் முழுமொத்தமான மொழி வேறுபாடுகளையும் அது உள்ளடக்க முயல்கின்றது. அநேக இலக்கியப் படைப்புக்கள் வேறுபட்ட வகைமொழிகளை ஒன்றாக இணைக்கின்றன. ஆகவே ஓர் இலக்கிய நடைபற்றிய ஆய்வு ஓர் ஆசிரியனின் தனித்துவக் கூறுகளை நோக்குவதோடு மட்டுமன்றி அதற்கு அப்பாலும் செல்ல வேண்டியுள்ளது என்பதை நாம் மனம்கொள்ள வேண்டும்.

ஒரு குறிப்பிட்ட மொழிப் பிரயோகத்தில் அல்லது குறிப்பிட்ட ஓர் இலக்கியப் படைப்பில் நடையியற் கூறுகளை இனங்காண்பது எப்படி? இதுவரை ஒரு விவரண அடிப்படையிலன்றி மதிப்பீட்டு முறையில், மேலெழுந்தவாரியாக, அகநிலைப்பட்ட ரீதியிலேயே நடைபற்றிய கருத்துக்கள் தெரிவிக்கப்பட்டு வந்துள்ளன. குறிப்பிட்ட மொழிப்பிரயோகத்தில் ஒரு குறிப்பிட்ட பாதிப்பு உள்ளடங்கி இருக்கின்றதா என்ற கேள்விக்குப் பெரும்பாலும் சொந்த உணர்வை அல்லது மனப்பதிவை அடிப்படையாகக் கொண்டே பலரும் விடை கூறுகின்றனர். இதை நாம் அகநிலை மனப்பதிவுவாதம் *(subjective impressionism)* எனலாம். இத்தகைய அகநிலை மனப்பதிவுவாதத்தையே பலர் தமது நடையியல் அளவுகோலாகக் கொள்கின்றனர். எழில்முதல்வன் தனது 'நாவல் இலக்கியம்' என்னும் நூலிலே கூறுவது கவனிக்கத்தக்கது. "நடையைப் பொறுத்தவரை நாம் என்னதான் பகுத்தும் வகுத்தும் விளக்க முயன்றாலும் அம்முறை கடைசியில் பயனற்றதாகவே முடிகின்றது. சரியாகச் சொன்னால் எழுத்து நடை என்பது உணர்ச்சியால் மட்டுமே உணரத்தக்கது. மனப்பதிவு முறையில்தான் *(impressionistic)* அதனை மதிப்பீடு செய்து இது இத்தன்மைத்து என்று காட்ட முடியும். அதுவே சரியான முறையும் ஆகும்."[11] அறிவு ஐயவாதம் இங்கு வெளிப்படையாகவே தெரிகின்றது. எழில்முதல்வனின் இக்கருத்து அவரது சொந்தக் கருத்து மட்டுமன்று, மனப்பதிவு வாதிகளின் பொதுக் கருத்தும் இதுவே. மனப்பதிவை அடிப்படையாகக் கொண்டு ஒருவர் முற்றிலும் தற்சார்பான, கருத்துரூபமான, திட்டவட்டம் அற்ற அபிப்பிராயங்களையே கூறமுடியும். எழில்முதல்வனே அதற்கு நல்ல உதாரணம். ராஜமையர், அகிலன், கல்கி போன்றோரின் நடைபற்றிக் குறிப்பிடுகையில், கவித்துவ நடை, பெருமித நடை, எளிய இனிய நடை, உணர்ச்சி நாதத்தை மீட்டுகின்ற இனிய நடை, வனப்பும் இளமையும் நிறைந்த நடை[12] போன்ற தெளிவும் திட்டமும் அற்ற தற்சார்பான கருத்துக்களையே அவர் கூறுகின்றார். பெருமிதம், எளிமை, இனிமை, வனப்பு,

இளமை போன்ற அடைமொழிகள் ஒரு குறிப்பிட்ட நடை பற்றிய உண்மைகளை உணர்த்துவதற்குப் பயன் அற்றனவாக உள்ளன. ஒரு நடையிலே இளமையையும் முதுமையையும் எவ்வாறு நாம் விளங்கிக் கொள்வது? முற்றிலும் மனப்பதிவு வாதத்தை அடிப்படையாகக் கொண்ட ஒரு நடைபற்றிய கூற்று தெளிவானதாகவோ ஏற்றுக்கொள்ளக் கூடியதாகவோ இருக்காது. மனப்பதிவுவாத ரீதியான ஒரு கூற்று அதற்கு எதிரான பிறிதொரு கூற்று வரும்வரைதான் திருப்தியானதாக இருக்கும். சொந்த, தனிப்பட்ட அபிப்பிராயம்தான் ஒரே ஒரு அடிப்படையாக இருப்பின் விவாதம் தீர்க்க முடியாத பிரச்சினையாகிவிடும். உதாரணமாக, கல்கியின் நடைபற்றிய இரு கூற்றுக்களைப் பார்ப்போம்.

அகிலன் பின்வருமாறு கூறுகின்றார்: "இவருடைய (கல்கியின்) தனி நடையில் வாழ்க்கையைச் சுவைத்து அனுப விக்கும் ஒரு ருசியுண்டு, தென்றலின் மெல்லிய சுகம் உண்டு, மாலைநேர வானத்தின் வர்ண ஜாலங்கள் உண்டு. இவர் நம்மை அறியாமலேயே நம்முடைய தோள்மேல் கைபோட்டு தம்மிடம் இழுத்துக்கொண்டு, நம்மிடம் சிரிக்கச் சிரிக்கக் கதைசொல்லி விடுவார்."[13] கைலாசபதி கல்கியின் நடைபற்றிப் பின்வருமாறு கூறுகின்றார்: "கல்கி என்றுமே நடைச்சிறப் பிற்குப் பாராட்டப்பட்டவர் அல்லர். சுருக்கமாகக் கூறுவ தாயின் தற்புதுமையும் சிருஷ்டித்திறனும் அற்ற ஓர் உரை நடையைக் கருவியாகக் கொண்டு மாமூலான அடிக்கருத்துக் களைக் *(themes)* கதைப் புணர்ப்பிலே பயன்படுத்தி, பொது வாக ஏற்றுக் கொள்ளப்படும் சராசரித் தமிழில், மரியாதை யான இல்லங்களில் குடும்பத்தோடு படிக்கத்தக்க கதைகளை எழுதினார் கல்கி."[14]

இவ்விரு கூற்றுக்களும் ஒன்றுக்கொன்று எதிர்நிலையில் நிற்கின்றன என்பது தெளிவு. இவற்றுள் எது சரி? இரு கூற்றுக் களுள் ஏதாவது ஒன்று தன் முடிவுக்கான விவரண அடிப் படையைக் கொண்டுள்ளதா? சர்ச்சைக்குரிய இவ் அபிப் பிராயங்களைத் தீர்த்து வைப்பது எப்படி? பிரச்சினைக்கு மூலமான தரவுகளை மொழியியல் ரீதியில் பரிசீலிப்பதன் மூலம் மட்டுமே தீர்த்துவைக்க முடியும். ஆகவே பிரச்சினைக் குரிய மொழிவகையின் உள்ளார்ந்த இயல்பு பற்றிய அறிவும், மொழியியல் பகுப்பாய்வும் அவசியமாகும். 'மரபு ரீதியான விமரிசனத்தின் மனச்சார்பான பொதுக் கூற்றுக்களைவிட, மிகவும் திட்டமான, எல்லாவற்றையும் உள்ளடக்கிய, புறநிலை யான, நடைபற்றிய விவரண முறை ஒன்றை விருத்தி செய்வது நவீன நடையியலின் நோக்கங்களுள் ஒன்றாக' இருப்பதால்[15] இத்தகைய பகுப்பாய்வின் மூலமே வெளிப்டையாகத் துலக்க

மாகத் தெரிவனவற்றை மட்டுமன்றி, நுட்பமான நடையியல் கூறுகளையும் நாம் கண்டறிய முடியும்.

மொழியியலாளர்கள் மொழியைப் பல நிலைகளில் கூறுபடுத்தி ஆராய்கின்றனர். முதலாவது ஒலிநிலை அல்லது எழுத்துநிலை. இதனை நாம் இரு கூறுபடுத்தலாம்.

1. ஒலியியல் நிலை அல்லது எழுத்தியல் நிலை *(phonetic level / graphetic level)*

2. ஒலியனியல் நிலை அல்லது எழுத்தனியல் நிலை *(phonological level / graphological level)*

இரண்டாவது இலக்கண நிலை *(grammatical level):* உருபன் இயல் *(morphology)*, வாக்கிய இயல் *(syntax)* ஆகிய இருநிலைகளை இது உள்ளடக்குகின்றது. சொல்லமைப்பு, சொற்தொடர் அமைப்பு, வாக்கிய அமைப்பு ஆகியன இந்நிலையில் ஆராயப்படுகின்றன. மூன்றாவது சொல்லியல் நிலை *(lexical level)*, சொற்தொகுதி பற்றிய விபரங்கள் இதில் ஆராயப்படுகின்றன. நான்காவது சொற்பொருளியல் நிலை *(semantic level)*, சொற்பொருள் அமைப்பு பற்றிய விபரங்கள் இத்தலைப்பில் ஆராயப்படுகின்றன.

மேற்குறிப்பிட்ட ஒவ்வொரு நிலையிலும் நடையியல் முக்கியத்துவம் உடைய வேறுபாடுகளை நாம் அவதானிக்க முடியும். ஒரு குறிப்பிட்ட படைப்பில் அதன் எல்லா நிலை களிலும் காணப்படும் இத்தகைய வேறுபாடுகளைத் தொகுத்து நோக்கி அதன் நடையியல் தன்மைகளை நாம் விவரித்துக் கூறமுடியும். உதாரணமாக, ஒலிநிலையில் அல்லது எழுத்து நிலையில் ஒரு படைப்பின் நடையியல் அம்சங்கள் சிலவற்றை நாம் இனங்காண முடியும். உரைநடையும் செய்யுள் நடையும் ஒலி அமைப்பிலேயே வேறுபடுகின்றன. ஒத்திசை, யாப்பு, இசையமைதி ஆகியன ஒலிநிலையிலேயே ஆராயத்தக்கன. லா. ச. ரா. வின் கதைகளில் பெருமளவு இடம் பெறும் வடமொழிச் சொற்கள் தமிழுக்கு அந்நியமான அவற்றின் ஒலியமைப்புடன் அவ்வாறே இடம்பெறுகையில் (உதாரணம்: த்வனி, தபஸ், கிரஹணம், பிரமசர்யன்) அவை ஒலிநிலையில் நடையியல் முக்கியத்துவம் பெறுகின்றன. அச்சிடப்படும் இலக்கியங்களில் எழுத்து நிலையிலேயும் சில நடையியல் வேறுபாடுகளை நாம் காணலாம். எழுத்து ஒருமையை விரும்பும் சில எழுத்துச் சீர்திருத்தவாதிகள் மரபுரீதியான எழுத்து வடிவங்களில் சில மாற்றங்களைச் செய்கின்றனர். சில தி.மு.க. பத்திரிகைகளிலும் சாலை இளந்திரையனின் ‘அறிவியக்கம்’ ஏட்டிலும் காலை, தாவினான் போன்ற சொல்

அமைப்புக்களைக் காணலாம். இவை மொழியியல் புறம் பானவை (*extra linguistics*) எனினும், குறிப்பிட்ட ஆசிரியனின் மனப்போக்கை வெளிக்காட்டுவன; அவ்வகையில் நடையியல் முக்கியத்துவம் உடையன. எழுத்துக்கள் அச்சிடப்படும் நிறம், அளவு, அமைப்பு ஆகியன பொருளோடு தொடர்பு கொள் ளும் பட்சத்தில் நடையியல் முக்கியத்துவம் பெறுகின்றன. உதாரணமாக, புதுக்கவிஞர்கள் சிலர்,

றி   படி   நீ
ஏ   இ   க்   ண்
ற   கட்   டு
ங்   டு
கி

போன்ற சொற்களை அவற்றின் பொருளுக்கு ஏற்பப் பிரித்து அச்சிடும்போது அவை நடையியல் முக்கியத்துவம் பெறு கின்றன. இவ்வாறே இலக்கண, சொல்லியல், சொற்பொரு ளியல் நிலைகளில் அவ்வவற்றுக்குரிய நடையியல் கூறுகள் ஆராயப்படுகின்றன. தனித்தமிழ் நடை, செந்தமிழ் நடை, மணிப்பிரவாள நடை போன்ற தொடர்கள் சொல்லியல் வேறுபாட்டையே அடிப்படையாகக் கொண்டுள்ளன என் பதும் இங்கு குறிப்பிடத்தக்கது. உவமை, உருவகம், குறியீடு, படிமம், சிலேடை, கிண்டல் போன்ற வெளிப்பாட்டு அம்சங் கள் சொற்பொருளியல் நிலையில் ஆராயப்படுகின்றன.

வெவ்வேறு மொழி நிலைகளுக்குரிய நடையியல் கூறு களைக் கண்டறிவதில் இரு கொள்கைகள் செயற்படுகின்றன. ஒன்று, ஒரு மொழியின் எல்லா வகைமொழிகளுக்கும் உரிய பொதுக் கூறுகள் உள்ளன என்பது. மற்றது, ஒவ்வொரு வகை மொழிக்கும் உரிய சிறப்புக் கூறுகள் உள்ளன என்பது. பொதுக் கூறுகளை நாம் பொதுமை (*norm*) என்று அழைக் கலாம். சிறப்புக் கூறுகளை நாம் விலகல் (*deviation*) என்று அழைக்கலாம். இவ்விலகல்களே நடையியல் முக்கியத்துவம் உடையன என்று நாம் இதுவரை பார்த்தோம். பொதுமைகள் கூட அவற்றின் பயில் வழக்கு (*frequency of occurrence*), பரம்பல் (*distribution*) ஆகியவற்றின் அடிப்படையில் நடையியல் முக்கியத்துவம் பெறமுடியும் என்பதையும் நாம் மனம் கொள்ள வேண்டும்.

சாமுவேல் லெவின் விலகலை இருவகையாகப் பிரிப்பர்:

1. அளவு விலகல் (*quantitative deviation*): அதாவது ஒரு குறிப்பிட்ட மொழியியற்கூறு அதிகமாகப் பயின்று வருவதை இது குறிக்கும். உதாரணமாக, ஜானகிராமனின்

நாவல்களில் சிறுவாக்கியங்கள், வினைதொக்கிய வாக்கியங்கள் ஆகியவற்றின் பெருவழக்கு; ஒரே பந்தியில் வினா அடுக்கு அல்லது உவமை அடுக்கு அல்லது ஒரு குறிப்பிட்ட வினை அடுக்கு திரும்பத்திரும்ப வருவது போன்றவை அளவு விலகலாகும். ஜானகிராமனின் நடையை இவையே பெரும்பாலும் இலக்கணப் படுத்துகின்றன எனலாம்.

2. தன்மை விலகல் *(qualitative deviation)*: ஒலியனியல், இலக்கண ரீதியான வேறுபாட்டை இது குறிக்கும். சி.சு. செல்லப்பா, "எழுத்துவில் வரும் கட்டுரைகள் எழுத்துவின் கருத்துக்கள் ஆகா" என்று எழுதுகையில் எழுத்துவில், எழுத்துவின் போன்ற புணர்ச்சிநிலைப் பிரயோகங்கள் தன்மை விலகல் ஆகும். மு.வ. தனது நாவல் உரையாடல்களில் ஏன்' பா, ஏன்' மா, இல்லை' மா, வேண்டாம்' மா, வாப்' பா, என்று அம்மா, அப்பா போன்ற சொற்களைக் குறுக்கி மேலே ஒரு கால்மாத்திரை இட்டு எழுதுவது, அல்லது உயர் குடும்பப் பெண்களைச் சுட்டும் வினைகளில் அள் விகுதிக்குப் பதிலாக அர் விகுதி சேர்த்து 'தேன்மொழி வந்தார்' என்பதுபோல் எழுதுவது எல்லாம் தன்மை விலகலாகும். 'பேரின்ப உணர்ச்சியை வளர்க்கச் சிற்பித்தவை தானா கோவில்கள்?', 'கண்களிலே நீர் அருவிக்கொண்டிருந்தது', 'உதட்டின் விளிம்பிலே ஓர் ஏளனப் புன்னகை அருவிக் கொண்டிருந்தது' போன்ற மௌனியின் வாக்கியங்களில் வரும் சிற்பித்தவை, அருவிக்கொண்டிருந்தது முதலிய வினைப் பிரயோகங்களும் தன்மை விலகலுக்கு உதாரணங்களாகும். ஒரு தன்மை விலகல் பெருவழக்காக இடம் பெறும்பொழுது அதுவே அளவு விலகலாகவும் அமையலாம்.

இவ்வாறு நடையியலாளர், தரப்பட்ட விடயத்தை அல்லது படைப்பைப் பல்வேறு மொழியியல் நிலைகளில் பொதுமை விலகல் அடிப்படையில் ஆராய்கின்றனர். ஒவ்வொரு நிலைக்கும் உரிய நடையியல் முக்கியத்துவம் உடைய கூறுகளைக் குறிக்கின்றனர். ஒரு படைப்பு இவ்வகையில் ஆராயப்படும்பொழுது அதன் நடையியல் தன்மை பற்றிய கூற்றுக்களைச் சுலபமாக மதிப்பிட முடியும். நடையியல் ரீதியில் முக்கியத்துவம் உடைய கூறுகள் ஒரு படைப்பில் வேறுபட்ட அளவிலும் தன்மையிலும் இடம் பெற்றிருக்கும். இரண்டு கூறுகளில் ஒன்று, ஒரு படைப்பில் இருமுறை மட்டும் வரலாம்; மற்றது முப்பது முறை வரலாம். அல்லது ஒரு கூறு, ஒரு வகைமொழியில் மட்டுமே எப்போதும்

இடம் பெறலாம். அதுபோல் ஒரு கூறு, பல அல்லது எல்லா வகைமொழிகளிலும் வெவ்வேறு அளவில் இடம்பெற லாம். அத்தகைய வேறுபாடுகளும் கவனிக்கப்படுகின்றன. இது தவிர நடையியல் முக்கியத்துவத்தின் படிமுறையைக் காட்டுவதற்கு வேறு வழி இல்லை.[17] இவ்வாறு ஒரு ஆக்கத்தை ஆராய்ந்து முடித்துவிட்டோமானால் அதனுடைய முழுமை யான நடையியல் சித்திரத்தைப் பற்றிக் கூறுவதற்குரிய நிலையில் நாம் இருப்போம். நடையியலாளர்கள் சிலர் இவற்றோடு தங்கள் பணி முடிந்துவிட்டது என்று கருது கின்றனர். ஒரு குறிப்பிட்ட நடையைப்பற்றி மதிப்பீடு செய்வது விமர்சகனின் பணி என்று அவர்கள் ஒதுங்கிவிடுகின்றார்கள்.

இதுவரை நாம் நோக்கியதில் இருந்து இலக்கியத்துறையில் நடையியல் அதிக பயன்பாடு உடையது என்பதை அறியலாம். இலக்கிய ஆய்வுகளில் நடையியல் அதிகம் சக்திவாய்ந்த ஒரு பிரிவு என்கிறார் ரொடறோவ்.[18] ஓர் இலக்கியப் படைப் பின் குறிப்பிடத்தக்க பண்புகளை நடையியல் முறைகளால் மட்டுமே விளக்க முடியும். ஆகையால், அது இலக்கியப் புலமையின் இன்றியமையாப் பகுதியாய் அமைந்திருக்கும்.[19]

இலக்கிய நடையியலில் ஐரோப்பிய அறிஞர்கள், குறிப்பாக பிரான்ஸ், ஜேர்மன் நாட்டு அறிஞர்கள்தான் முதலில் அதிகம் கவனம் செலுத்தினர். தமிழைப் பொறுத்தவரை யாப்பியல், அணியியல், ஆய்வே நடையியல் ஆய்வாக நெடுங்காலமாக நிலவிவந்துள்ளது. முதலாம் உலக யுத்தத்தின்பின் ஐரோப்பா வில் இலக்கிய நடையியல் பெரிதும் வளர்ச்சி அடைந்தது. இலக்கிய வரலாற்றுக்கும் மொழி ஆய்வுக்கும் இடையே ஐரோப்பாவில் நிலவிய பெரிய இடைவெளியை நிரப்பும் நோக்காக அது வளர்ச்சி அடைந்தது என்று கூறப்படுகின்றது. நவீன நடையியலின் தந்தையாகக் கருதப்படும் லியோ ஸ்பிற்சர் தனது 'மொழியியலும் இலக்கிய வரலாறும்' என்னும் கட்டுரையில் நடையியல், மொழியியலுக்கும் இலக்கிய வரலாற்றுக்கும் இடையே உள்ள இடைவெளியை நிரப்பக் கூடும் என்று தான் கருதுவதாகக் கூறுகின்றார்.[20]

கடந்த சில தசாப்தங்களாக மொழியியல் துரிதமாக வளர்ச்சியடைந்து வந்ததன் காரணமாக நடையியலும் பல அபிவிருத்திகளைப் பெற்றுள்ளது. இலக்கிய நடைபற்றிய ஆய்வில் மொழியியலின் பங்குபற்றி அறிஞர்களிடையே அபிப்பிராய பேதங்கள் இருப்பினும், மொழியியல் மிக அடிப்படையான பங்களிப்புகளைச் செய்துள்ளது என்பதில் அபிப்பிராய பேதம் இல்லை. இலக்கிய நடைபற்றி அகநிலைப் பாங்கான கூற்றுக்களைக் கூறுவதில் இருந்து விடுபட்டு,

அதைப் புறநிலையாக ஆராய்ந்து விவரிப்பதே மொழியியல் சார்பான இலக்கிய நடையியலின் முக்கிய நோக்கமாகும். நடையியல், அடிப்படையில் விவரண ரீதியானதாக இருப்ப தால் அது ஒருபோதும் முற்றிலும் பூரணமான இலக்கிய விமரிசன முறையாக மாறமுடியாது என்று சிலர் கருதுவர்.[21] அது உண்மையே. நடையியலுக்கும் விமர்சனத்துக்கும் இடையே ஓர் அடிப்படையான வேறுபாடு உள்ளது. நடை யியல், விவரிப்பதையே இறுதிக் குறிக்கோளாகக் கொண்டுள் ளது; விமரிசனம் மதிப்பீட்டை அடிப்படையாகக் கொண்டுள் ளது. ஆனால் ஒரு விஞ்ஞானபூர்வமான விவரணத்தை அடிப்படையாகக் கொள்ளாத மனப்பதிவு ரீதியான மதிப்பீடு அதிக குறைபாடு உடையதாக இருக்கும் என்பதில் ஐயமில்லை. அவ்வகையில் இலக்கிய விமரிசகன் நடையியலில் இருந்து பெற்றுக் கொள்வதற்கு அதிகம் உள்ளன.

விமரிசகனுக்கு மட்டும்ன்றி படைப்பாளிக்கும் நடை யியல் பயன் உடையதா என்ற கேள்வி எழலாம். நிச்சயம் உண்டு. ஓர் இலக்கியப் படைப்பாளி மொழியை ஊடகமாகக் கொண்டவன் என்ற வகையில் தனது ஊடகத்தின் இயல்பைச் சரியாகப் புரிந்துகொள்வதற்கு அது அவனுக்கு உதவ முடியும். எழுத்தாளன் தனது படைப்புகள் மூலம் மக்களுடன் தொடர்புகொள்கின்றான். அவர்களை அவன் புரிந்துகொள்ள வும், அவனது படைப்பை அவர்கள் புரிந்துகொள்ளவும் வேண்டும். அதுவே ஒரு வெற்றிகரமான படைப்பின் அடிப் படையாகவும் இருக்கும். ஆனால் இத்தகைய ஒரு நிலைக்கு மொழியின் வடிவம், அதன் தொழிற்பாடு, சமூகத்தில் அதன் இடம், அதன் ஆற்றல் என்பன பற்றிய மிகக் கூர்மையான பிரக்ஞை தேவையாகும். நடையியல் இத்தகைய பிரக்ஞையைப் படைப்பாளிக்கு ஊட்ட முடியும்.

மொழியின் பொது நோக்கத்தில் இருந்து விலகிச் செல் லும் சில படைப்பாளிகளும் உளர். செய்தித் தொடர்பே மொழியின் பொது நோக்கமாகும். சொல்பவனும் கேட்பவ னும், எழுதுபவனும் படிப்பவனும் என்று இருவர் எப்போதும் உளர். இருவருக்கும் பொதுவான சங்கேதங்கள் *(code)* பயன் படுத்தப்படும்போதே செய்தித் தொடர்பு சாத்தியமாகும். இலக்கியத்தைப் பொறுத்தவரை இதுவே பொதுமையும் ஆகும். ஆனால், தனக்கு மட்டும் பேசுவது அல்லது தனக்காக மட்டும் எழுதுவது என்று வருகையில் பொதுச் சங்கேதங் களின் பயன்பாடு அவசியம் அற்றதாகின்றது. ஒரு படைப் பாளி தனக்காக மட்டும் படைக்கையில் அவன் பொதுமை விலகல் ஆகின்றான். அவனது மொழியும் பொதுமை விலகலா கின்றது. தனக்கு மட்டும் பொருள் தரக்கூடிய தற்போக்கான

தனித்துவக் கூறுகளை (*idiosyncratic features*) மிகப் பெருமளவு அவன் பயன்படுத்துகின்றான். ஆனால், அது அச்சு வடிவில் சந்தைக்கு வருகையில் அதில் பொதுச் சங்கேதங்கள் குறைவாக இருப்பதால் வாசகன் அதை விளங்கிக் கொள்வதில் இடர் உறுகின்றான். சில படைப்பாளிகளின் படைப்புகள் விளங்கு வதில்லை என்ற குற்றச்சாட்டு இதில் இருந்தே எழுகின்றது. தற்போக்கான தனித்துவக் கூறுகளை ஒரு மொழி எந்த அளவு அனுமதிக்கும் என்ற பிரச்சினையை இது அடிப்படை யாகக் கொண்டுள்ளது. ஒரு படைப்புக்கும், மொழிக்கும், சமூகத்துக்கும் இடையே உள்ள பரஸ்பர உறவைச் சில படைப்பாளிகள் கருத்தில் எடுக்கத் தவறுவதால்தான் அவர் கள் சமூகத்தால் விளங்கிக்கொள்ளப்படாது போகின்றார்கள். லா.ச.ரா., மௌனி போன்றவர்களுக்கு எதிராக இக் குற்றச் சாட்டே சுமத்தப்படுகின்றது. புதுக்கவிதையாளர் பலர் இக்குற்றச்சாட்டுக்கு ஆளாகினர். ஒரு படைப்பு ஏற்றுக்கொள் ளப்படாமல் இருப்பதைவிட விளங்கிக் கொள்ளப்படாமல் இருப்பது அனுதாபத்துக்குரியது. நடையியல் இவற்றுக்கு ஒரு பரிகாரமாக அமையலாம்.

('ஆக்க இலக்கியமும் அறிவியலும்' என்ற தலைப்பில், யாழ்ப்பாணப் பல்கலைக்கழகத் தமிழ்த்துறை 1977இல் நடத்திய கருத்தரங்குத் தொடரில் இக்கட்டுரை முதலில் வாசிக்கப் பட்டது. அதே தலைப்பில் வெளிவந்த கருத்தரங்கக் கட்டுரைத் தொகுதியிலும் இடம் பெற்றது.)

அடிக்குறிப்பு

1. David Lodge, *Language of Fiction,* Columbia University Press, 1966, P. 51
2. Middieton Murry, *Problems of Style*, Oxford, 1949, P. 8
3. David Crystal & Derek Devy, *Investigating English Style*, London - 1966, P .8
4. எஸ். பொன்னுத்துரை, 'வீ', அரசு வெளியீடு *1966*, பக். *7*
5. தருமு சிவராமு, 'எழுத்து', ஏப்ரல் *1960*, பக். *97*
6. Stephen Ullman - 'Stylistics and Semantics' in *Literary Style- A Symposium*, Ed. Seymour Chatman. Oxford, 1971, P. 133
7. Nils E Rik Enkvist. 'The place of style in some Linguistic Theory', ibid. P. 47
8. Crystal D. & Devy D. P. 66

9. அதே நூல் பக். 9

10. அதே நூல் பக். 10

11. மா. இராமலிங்கம், எம்.ஏ. (எழில்முதல்வன்) 'நாவல் இலக்கியம்', தமிழ்ப் புத்தகாலயம், 1972, பக். 164

12. அதே நூல் பக். 165–167

13. அகிலன், 'கதைக்கலை', பாரி தமிழ்ப்பண்ணை, சென்னை, 1972, பக். 132

14. க. கைலாசபதி, 'தமிழ் நாவல் இலக்கியம்', பாரி நிலையம் 1968, பக். 98

15. David Lodge, P. 52

16. Tzvetan Todorove, in Literary Stylistics P. 31

17. David Crystal & Derek Devy, P. 22

18. Tzvetan Todorove, P. 29

19. ரெனி வெல்லாக், ஆஸ்டின் வாரன், 'இலக்கியக் கொள்கை', பாரி நிலையம், 1966, பக். 269

21. David Lodge P. 52

21. அதே நூல் பக். 55

பத்தொன்பதாம் நூற்றாண்டு நவீன உரைநடை இயக்கமும் ஆறுமுக நாவலரும்

1. முன்னுரை

தமிழ் உரைநடை வரலாற்றிலே ஆறுமுக நாவலரின் பங்கும் பணியும் பற்றி ஆராய்வதே இக்கட்டுரையின் நோக்கமாகும். 18ஆம், 19ஆம் நூற்றாண்டுகளில், பழந் தமிழ் உரைநடையிலிருந்து பெரிதும் வேறுபட்ட நவீன தமிழ் உரைநடை தோன்றியமைக்கான காரணங்களும் நவீன உரைநடை இயக்கத்தின் பொதுப்பண்புகளும், அதன் பின்னணியில் ஆறுமுக நாவலரின் உரைநடை யில் காணப்படும் தனித் தன்மைகளும் இக்கட்டுரையில் ஓரளவு விரிவாக ஆராயப்படுகின்றன.

2. பழந்தமிழ் உரைநடை

தமிழ் மொழிக்கு ஒரு தொன்மையான உரை நடைப் பாரம்பரியம் உண்டு என்பதைத் தமிழ் உரை நடை வரலாற்று ஆசிரியர்கள் சுட்டிக்காட்டுவர். தமிழின் பழைய இலக்கண நூலாகிய தொல்காப்பியத்திலே உரைநடை நூல்கள் பற்றிய குறிப்புகள் காணப்படுகின் றன. நான்கு வகையான உரைநடை நூல்கள் பற்றித் தொல்காப்பியர் குறிப்பிடுகின்றார் (தொல். செய்யுள் 171). இத்தகைய உரைநடை வகைகளுக்கு இப்போது நம்மிடையே உதாரணங்கள் இல்லை எனினும், சிலப்பதி காரத்திலே செய்யுள் ஓசைமிக்க 'பாட்டிடை வைத்த' உரைநடைப்பகுதிகள் சிலவற்றை நாம் காண்கின்றோம் சங்கப் பாடல்கள் தொகுக்கப்பட்ட காலத்தில் (கி.பி. 3ஆம் நூற்றாண்டு அளவில்) அப்பாடல்கள் பலவற் றின் திணை, துறை பற்றிக் கொடுக்கப்பட்ட விளக்கக் குறிப்புக்கள் செய்யுள் ஓசையில் இருந்து பெரிதும்

விடுபட்ட உரைநடையில் அமைந்திருக்கின்றன. எனினும் இவை சிறு குறிப்புக்களாகவே காணப்படுகின்றன. செய்யுள் ஓசையில் இருந்து விடுபட்ட விரிவான உரைநடை முயற்சியை எட்டாம் நூற்றாண்டில் இருந்தே நாம் காண்கின்றோம். இக்காலப் பகுதியில் எழுந்ததாகக் கருதப்படும் ‘இறையனார் களவியல் உரை’யில் இருந்து பின்வரும் பகுதியை இதற்கு உதாரணமாகக் காட்டலாம்.

> அரசனும் எதிர் சென்று, என்னை; நூற்குப் பொருள் கண்டீரோ! என, அது காணுமாறு எமக்கோர் காரணி கனைத் தரல் வேண்டும் என, போமின்? நுமக்கோர் காரணிகனை நான் எங்ஙனம் நாடுவேன், நீயிர் நாற்பத் தொன்பதின்மர் ஆயிற்று, நுமக்கு நிகராவார் ஒருவர் இன்மையினன்றே! என்று அரசன் சொல்லப்போந்து …

இறையனார் களவியலுரையிலே செய்யுள் ஓசையை ஒட்டிய உரைநடைப் பகுதிகள் பல காணப்படினும் மேற் காட்டிய பகுதியிலே உரைநடை செய்யுள் ஓசையில் இருந்து முற்றிலும் வேறுபட்டுச் செல்வதைக் காணமுடிகின்றது. களவியல் உரையை அடியொற்றி இளம்பூரணர் முதல் நச்சினார்க்கினியர் வரை அதாவது 10ஆம் நூற்றாண்டு முதல் 17ஆம் நூற்றாண்டு வரை பல்வேறு உரையாசிரியர்கள்மூலம் தமிழ் உரைநடை வளர்ச்சியடைந்து வந்துள்ளது. இவ்வாறு இடைக்காலத்தில் வளர்ச்சியடைந்த தமிழ் உரைநடைக்கு உதாரணமாக 14ஆம் அல்லது 15ஆம் நூற்றாண்டைச் சேர்ந்த வராகக் கருதப்படும் நாச்சினார்க்கினியரின் கலித்தொகை உரையில் இருந்து பின்வரும் பகுதியைக் காட்டலாம்.

> இதன் கண்ணே, இவள்தன் பெண்டன்மையாற் கூறத் தகாதது கூறக்கேட்ட யாம், உலக வொழுக்கத்தை யறிந்து இவளை உடன் கொண்டு செல்வோமாயின் இவள் தண்ணீர் பெறாத அருந் துயரம் நமக்கு மிக்க வருத்தத்தைத் தருமாதலின் இவடன்னை உடன் கொண்டு சேறல் எவ்வாற்றாலும் தகாதென்றும் யாம் அன்பு பெருகுமாறு சூழ்ந்த காரியத்தினை இவள் அன்பு அறும்படி சூழ்ந்தேமாகக் கருதி இறக்குமாறு கூறினாரென்றும் உட்கொண்டு, இனி இவளை ஆற்று வித்துப் பிரிவேமெனச் செலவழுங்கினமை தோன்ற நிற்றலின் வேறுமொரு பொருள் தோன்றி நின்றது.

மேற்காட்டிய உரைநடைப்பகுதி முன்னர் எடுத்துக் காட்டப் பட்ட களவியல் உரைப்பகுதியில் இருந்து அதிகம் வேறுபட்ட தல்ல என்பது வெளிப்படை. கால நீட்சி அதிகமாய் இருப் பினும் உரைநடையிலே அதிக மாற்றங்கள் நிகழாதிருந்தமை

கவனிக்கத் தக்கது. இவ்வாறு தொல்காப்பியர் காலம் முதல் உரையாசிரியர் காலம் வரை வளர்ச்சியடைந்த பழந்தமிழ் உரைநடை சில பொதுப் பண்புகளைக் கொண்டிருந்தது.

முதலாவதாக, அது முற்றிலும் இலக்கிய வழக்குச் சார்ந்த தாக, பேச்சு வழக்கில் இருந்து முற்றிலும் வேறுபட்ட புலமை நெறி சார்ந்ததாக, அந்த வகையில் செயற்கையான உரைநடை யாக அமைந்தது. பெரும்பாலும் மிக நீண்ட, சிக்கலான வாக்கிய அமைப்பைக் கொண்டிருந்தது. (எனினும் இதே காலப்பகுதியில் கல்வெட்டுகளில் பயன்படுத்தப்பட்ட உரை நடை இதில் இருந்து வேறுபட்டு ஓரளவு பேச்சு வழக்குச் சார்ந்ததாக அமைந்திருப்பதையும் நாம் இங்கு மனங்கொள்ள வேண்டும். ஆயினும், அது உயர் இலக்கிய மரபுக்குப் புறம் பானதாகவே இருந்து வந்தது.)

இரண்டாவதாக, பழந்தமிழ் உரைநடையின் பயன்பாட் டெல்லை மிகச் சுருங்கியதாக இருந்தது. அதாவது, இலக்கண, இலக்கிய நூல்களுக்கு உரை எழுதுவதற்கும், கல்வெட்டுப் போன்ற சில ஆவணங்களுக்குமே உரைநடை பயன்படுத்தப் பட்டது. இலக்கியம், இலக்கணம், தத்துவம், வைத்தியம், சோதிடம் போன்ற சகல துறைகளைச் சார்ந்த நூல்களும் செய்யுள் நடையிலேயே எழுதப்பட்டன. அவ்வகையில் செய்யுளே பிரதான பொது ஊடகமாக அமைய, உரைநடை ஒரு துணைச் சாதனமாகவே பயன்பட்டு வந்தது. உரைநடை யின் பரந்துபட்ட பொதுப் பயன்பாட்டுக்கான சமூகத் தேவை அதுவரை ஏற்படாமையினால் அது பன்முகப்பட்டு வளர்ச்சியடைய முடியாதிருந்தது.

3. நவீன உரைநடையின் தோற்றம்

ஐரோப்பியரின் வருகையைத் தொடர்ந்து 18 ஆம், 19 ஆம் நூற்றாண்டுகளிலே தமிழ்ச் சமூகத்தில் ஏற்பட்ட சமூக, பொருளாதார, அரசியல் மாற்றங்கள் இதுகாலவரை பயன்படுத்தப்பட்டு வந்த செய்யுளினாலோ அல்லது உரை யாசிரியர் வழி வந்த பழைய உரைநடையினாலோ நிறை வேற்றப்பட முடியாத, புதிய மொழித் தேவைகளைத் தோற்று வித்தன. இதனால் இப்புதிய தேவைகளை நிறைவேற்ற வல்ல புதிய தமிழ் உரைநடை தோன்ற வேண்டி ஏற்பட்டது. இச்சமூக, மொழித் தேவைகளே உரைநடையின் பயன்பாட்டு எல்லையை விரிவுபடுத்தி, உரைநடையையே பிரதான மொழி ஊடகமாக மாற்றி, அதன் பன்முகப்பட்ட வளர்ச்சிக்கு வழிகோலின. தமிழிலே இவ்வாறு புதிய உரைநடையைத் தோற்றுவித்த காரணிகளை கமில் சுவலபிலை (1978) அடி யொற்றி நாம் பின்வருமாறு சுருக்கிக் கூறலாம்.

(1) புதிய அரசியல், பொருளாதார அமைப்பின் நிருவாகத் தேவை

பல்வேறு துறைகளையும் உள்ளடக்கிய அரசு நிருவாகத் துக்காகவும், வர்த்தக – தொழில்துறை நிருவாகத்துக்காகவும் பல்வேறு வகையான பதிவுகள், பட்டியல்கள், கணக்கேடுகள், அட்டவணைகள், கடிதத் தொடர்புகள் போன்றவற்றை வைத்துக்கொள்ள வேண்டிய பரந்துபட்ட தேவை முன் எப்போதையும்விட 18ஆம், 19ஆம் நூற்றாண்டுகளில் தோன்றிய புதிய சமூகச் சூழ்நிலை காரணமாக ஏற்பட்டது. இத்தேவை களைச் செய்யுளினாலோ, பழைய உரைநடையாலோ நிறை வேற்ற முடியாது என்பது வெளிப்படை. இதன் காரணமாக புதிய உரைநடை வளர்ச்சியுற நேர்ந்தது.

(2) கிறிஸ்தவ மதப் பிரசாரமும் எதிர்ப் பிரசாரமும்

18ஆம், 19ஆம் நூற்றாண்டுகளிலே கிறிஸ்தவ மதப் பிரசாரமும், கிறிஸ்தவ மதமாற்றமும் மிகப் பரந்த அளவில் நடைபெற்றன. ஐரோப்பியப் பாதிரிமாரும் சுதேச கிறிஸ்தவர் களும் இதில் தீவிரமாக ஈடுபட்டனர். இதன் எதிர் விளைவாக சுதேச மத விழிப்புணர்வு ஏற்பட்டது. கிறிஸ்தவத்துக்கு எதி ராகச் சைவ சமயத்தைப் பாதுகாக்கும் இயக்கம் தீவிரப்பட் டது. இலங்கையிலே ஆறுமுக நாவலர் இதில் பிரதான பாத்திரம் வகித்தார். கிறிஸ்தவர்களும் சரி, கிறிஸ்தவ எதிர்ப் பாளர்களும் சரி பரந்துபட்ட பொதுமக்களை நோக்கியே தங்கள் பிரசாரத்தை நடத்தவேண்டி இருந்ததால் எல்லோ ருக்கும் விளங்கக்கூடிய இலகுவான மொழிநடையைக் கையாள வேண்டிய அவசியம் ஏற்பட்டது. புதிய உரைநடை வளர் வதற்கு இதுவும் ஓர் உந்து சக்தியாயிற்று.

(3) அச்சு யந்திரங்களின் வருகை

16ஆம், 17ஆம் நூற்றாண்டுகளிலேயே தமிழில் அச்சிட்ட நூல்கள் வெளிவரத் தொடங்கிவிட்டன எனினும், 19ஆம் நூற்றாண்டில்தான் அச்சிட்ட நூல்கள் தமிழில் பெருமளவில் வெளிவரத் தொடங்கின. இந்திய அரசாங்கம் 1835ஆம் ஆண்டில் கொண்டுவந்த ஒரு சட்டத்தின் மூலம் சுதேசிகள் சொந்தமாக அச்சகங்கள் நிறுவும் வாய்ப்பு ஏற்பட்டது. அதற்குமுன் கிறிஸ்தவ மிசனரிகளுக்கே அச்சகங்கள் சொந்த மாக இருந்தன. 1835க்குப் பிறகு சுதேசிகளின் அச்சகங்கள் பெருகின. 1860ஆம் ஆண்டுவரை சென்னையிலும் இலங்கை யிலும் சுமார் எழுபது அச்சகங்கள் பிரசுர வேலைகள் செய்தன எனத் தெரிகிறது. புதிய உரைநடையின் தோற்றத் துக்கும் வளர்ச்சிக்கும் இவை முக்கிய பங்காற்றின.

(4) பத்திரிகைகளின் தோற்றம்

அச்சகங்களின் வளர்ச்சியோடு பத்திரிகைகளின் வளர்ச்சியும் ஏககாலத்தில் நிகழ்ந்தது. 1831ஆம் ஆண்டில் 'தமிழ்ப் பத்திரிகை' என்ற பெயரில் ஒரு மாத இதழ் வெளிவந்தது. 1831 முதல் 1880 வரையுள்ள ஐம்பது ஆண்டுகளில் சுமார் 46 வார, மாத, காலாண்டு இதழ்கள் சென்னையில் வெளிவந்தன. 1880க்கும் 1900க்கும் இடைப்பட்ட இருபது ஆண்டுகளில் மட்டும் சுமார் அறுபது தமிழ்த் தினசரிகளும் காலாண்டு இதழ்களும் தோன்றின (கமில் சுவலபில், 1978:271). பெருமளவில் வெளிவந்த இப்பத்திரிகைகள் மக்களோடு நேரடியாகச் செய்தித் தொடர்பு கொள்ள வேண்டியிருந்ததால் எளிமையான உரைநடை தோன்றி வளர்வதற்கு அவையும் காரணமாக அமைந்தன.

இவ்வாறு ஒன்றுடன் ஒன்று தொடர்புடைய பல்வேறு காரணிகளால், கல்வியறிவு உடையவர்கள் மட்டுமன்றி, குறைந்த படிப்பறிவு உள்ளவர்களும், வாசித்து விளங்கத்தக்க படிப்பறிவு இல்லாதவர்களும்கூட மற்றவர்கள் படிக்கக் கேட்டு விளங்கிக் கொள்ளத்தக்க – இலகுவான உரைநடை ஒன்று உருவாக வேண்டும் என்ற பிரக்ஞை 18ஆம் நூற்றாண்டிலே அரும்பி 19ஆம் நூற்றாண்டிலே பரவலாகியது. 20ஆம் நூற்றாண்டிலே பாரதி காலம்வரைகூட இப்பிரக்ஞை நிலை பெற்றது. ஆகவே, இதனை ஒரு பிரக்ஞைபூர்வமான நவீன உரைநடை இயக்கம் என வருணித்தல் தகும். இவ்வியக்கப் பின்னணியிலேதான் நாவலரின் உரைநடை முயற்சிகளை நாம் அணுக வேண்டும்.

4. நவீன உரைநடைக் கொள்கையும் நாவலரும்

ஆறுமுக நாவலர் (1822 – 1879) 19ஆம் நூற்றாண்டு உரைநடை இயக்கத்திலே முக்கியமான இடம்பெறுபவர். 'தற்கால உரைநடையின் தந்தை' என்றும், 'வசனநடை கைவந்த வல்லாளர்' என்றும், 'வழங்குநடை வசனநடை எனப் பயிற்றி வைத்த ஆசான்' என்றும் தமிழ் அறிஞர்களால் போற்றப்படுபவர். கிறிஸ்தவமய மாக்கலின் தீவிர எதிர்ப்பாளரான நாவலர், சைவ சமயத்தின் தூய்மையை நிலை நிறுத்துவதற்காகவே தன் வாழ்நாளை அர்ப்பணித்தவர். நாவலரது உரைநடை முயற்சிகள் அவரது சமயப் பணியின் உபவிளைவுகளுள் ஒன்றேயாகும். சொந்தமாக ஒரு அச்சகத்தை நிறுவியதோடு, ஏராளமான நூல்களையும் பிரசுரங்களையும் அவர் வெளியிட்டார். பத்திரிகை ஒன்றை அவர் நடத்தாத போதிலும் 'இலங்கை நேசன்', 'உதயதாரகை' போன்ற பத்திரிகைகளுக்கு அடிக்கடி எழுதியவர். இவ்வகையிலே வெளிவந்த இவரது உரைநடை ஆக்கங்கள் மிகப்பல.

நாவலரது உரைநடை ஆக்கங்கள் எல்லாம் பெரும் பாலும் கற்றறிந்த சிறு உயர் குழாத்தினருக்காக அன்றி, பரந்துபட்ட பொதுமக்களை மனங்கொண்டே எழுதப்பட்டவை. 'யாழ்ப்பாணத்துச் சனங்களே, யாழ்ப்பாணத்துச் சைவ சமயிகளே' என்ற தொடர்களை நாவலர் அடிக்கடி பயன் படுத்துகின்றார். 'வெகுசனத்துரோகம்' என்ற கட்டுரையிலே வெகுசனம் என்ற சொல்லைப் பயன்படுத்துகின்றார். தனது எழுத்துக்கள் சாதாரண படிப்பறிவற்ற பெருந்தொகையானவர் களைச் சென்றடைய வேண்டும் என்ற நோக்கம் நாவலருக்கு இருந்ததை இவை காட்டுகின்றன. ஆகவே, சாதாரணர்களும் படித்து விளங்கக் கூடிய முறையில் தனது வசன நடையை அமைக்க வேண்டிய தேவை அவருக்கு இருந்தது. அத்தகைய ஒரு வசன நடையையே அவர் பிரக்ஞைபூர்வமாகப் பயன் படுத்த முயன்றார். 'திருத்தொண்டர் பெரியபுராண வசன நூலு'க்கு எழுதிய முகவுரையில் தனது உரைநடைக் கொள்கை பற்றி நாவலர் பின்வருமாறு கூறுகிறார்.

> "...இவ்வகைப்பட்ட பெருஞ்சிறப்பினதாகிய அந்நூலா னது பத்திய ரூபமாய் இருத்தலால் நிகண்டு கற்று இலக்கியவாராய்ச்சி செய்து இலக்கண நூல்களிலே பயின்ற வித்துவான்களுக்கேயன்றி மற்றவர்களுக்குச் சிறிதும் பயன்படாமையாலும், அவ் வித்துவான்களுக் கும் நோய் கவலை முதலிய ஏதுக்களால் விவேகங் கிளராக்காலத்துப் பயன்படாமையாலும், நிறைந்த கல்வியுடைய வித்துவான்களும் குறைந்த கல்வியுடைய பிறரும் ஆகிய யாவரும் எக்காலத்தும் எளிதில் வாசித்து உணரும் பொருட்டும் கல்வியில்லாத ஆடவர்களும் பெண்களும் பிறரைக் கொண்டு வாசிப்பித்து உணரும் பொருட்டும் ... அதனைப் பெரும்பான்மையும் இயற் சொற்களும் சிறுபான்மை ஆவசிகமாகிய திரிசொற்கள் வடசொற்களும் பிரயோகிக்கப்படும் கத்தியரூபமாகச் செய்து வாசிப்பவர்களுக்கே எளிதிலே பொருள் விளங் கும்படி பெரும்பான்மையும் சந்திவிகாரங்களின்றி, அச்சிற் பதிப்பித்தேன் (ஆறுமுக நாவலர், *1950 : 3*).

இந்த மேற்கோளிலே செய்யுள் நூல்களைவிட வசன நூல்களின் முக்கியத்துவமும் அவசியமும் வலியுறுத்திக் கூறப் படுகின்றது. அத்துடன் புதிய உரைநடையின் மூன்று முக்கிய பண்புகளும் சுட்டிக்காட்டப்படுகின்றன.

1. கல்வியறிவுடைய வித்துவான்கள், கல்வியறிவு குறைந் தவர்கள், கல்வியறிவு இல்லாதவர்கள் ஆகிய யாவருக் கும் எளிதில் பொருள் விளங்குவது.

2. பெரும்பாலும் இயற் சொற்களைக் கொண்டிருப்பது; அவசியமான இடத்து மட்டும் திரிசொற்களும் வட சொற்களும் கலப்பது.

3. பெரும்பாலும் சந்திவிகாரங்கள் இன்றி இருப்பது.

மேற்காட்டிய நவீன உரைநடைப் பண்புகளும் உரைநடை பற்றிய புதிய கொள்கையும் ஆறுமுக நாவலருக்கு மட்டும் உரியதல்ல என்பதையும் நாம் இங்கு மனம்கொள்ள வேண்டும். 18ஆம், 19ஆம் நூற்றாண்டுகளில் நவீன உரைநடை இயக்கத்தில் ஈடுபட்டிருந்த அறிஞர்கள் பலரிடம் நாம் இப்பிரக்ஞையைக் காண்கின்றோம். உதாரணமாக, நாவலரின் சம காலத்தவரான விசாகப் பெருமாள் ஐயர் 1852இல் தான் எழுதிய 'பாலபோத இலக்கணம்' என்னும் நூலுக்கு எழுதிய பாயிரத்திலே புதிய, எளிய உரைநடையின் முக்கியத்துவம் பற்றிக் கல்வியியல் நோக்கில் பின்வருமாறு கூறியுள்ளார்:

> இலக்கண, இலக்கிய, கணித, பூகோள, ககோளாதி நூல்களையெல்லாம் இக்காலத்து இத்தேசத்தை யாளுகின்ற இங்கிலீஸ்காரர்களும், அவர்கள் வசிக்கும் கண்டத்திலுள்ள ஏனையோர்களும் செய்யுளில் இயற்றிக் கற்பிப்பதை விட்டு வசனங்களிலே தெளியுற இயற்றிச் சிறுவர்களுக்குக் கற்பித்துக்கொண்டு வருகின்றனர். அதனால் அக்கண்டத்தில் வாழும் சிறுவர்கள் சில நாட்களிலே பல நூல்களைக் கற்றுப் பல விஷயங்களையும் உணர்ந்து பல தொழில்களையும் இயற்றும் திறமுடையராகின்றனர்.
>
> இத்தேசத்தார் அந்நூல்களை யெல்லாம் செய்யுளிலே செய்து அவற்றிற்குத் திரிசொற்களால் உரையியற்றிச் சிறுவர்க்குக் கற்பித்து வருகின்றனர். இவ்வாறு செய்யுளில் இயற்றப்பட்ட நூல்கள், நிகண்டு முதலிய கருவி நூல்களைக் கற்றன்றிக் கற்கப்படாவாம். ஆகவே அவற்றுள் ஒரு நூலைக் கற்பதற்கு நெடுநாள் செல்லுகின்றது. செல்லவே பல நூல்களைக் கற்றுணர்ந்து எத்தொழில்களையுஞ் செய்யத் தக்கவர்களாவது அரிதாம்.
>
> இதனால் இந்நாட்டுச் சிறுவர்கள் தங்கள் வாழ்நாட்கள் வீழ்நாட்படாமற் சில நாட்களில் அப்பல நூல்களையும் கற்றறிந்து எத்தொழிலையும் செய்யத்தக்க வல்லமை அடைவதற்கு அந்நூல்களையெல்லாம் உலகவழக்கியற் சொற்களால் உரை வசனமாகத் தெளிவுறச் செய்து கல்விச்சாலைகளிலே உபயோகமுறும்படி செய்தல் நன்று.

இம்மேற்கோளிலே புதிய உரைநடையின் அவசியமும், அது உலக வழக்குச் சொற்களைக் கொண்டு தெளிவாக அமைதல் வேண்டும் என்பதும் வலியுறுத்தப்படுகின்றது. விசாகப் பெருமாள் ஐயரைப் போலவே நாவலரின் சமகாலத் தவரும், நாவலருக்குப் பிறகும் சுமார் இருபது ஆண்டுகள் வாழ்ந்தவரும், பத்திரிகை ஆசிரியரும், ஈழத்தின் முதலாவது நாவலாசிரியராகக் கருதப்படுபவருமான அறிஞர் சித்தி லெவ்வை (1838 – 1898) அவர்களும் உரைநடை பற்றி இத்தகைய கருத்தையே கொண்டிருந்தார். "இக்காலத்திலும் அதிகப் பிரயாசப்பட்டு இலக்கண இலக்கியங்களை வாசித்துத் தேர்ந்தவர்களும் அப்படியே பாடல்களைப் பாடுகின்றார்கள். அவைகளெல்லாம் வித்துவான்களுக்கு உபயோகமாயிருக்கும். ஆதலால் யாவருக்கும் விளங்கக் கூடிய வசன நடையாய்ப் புத்தகங்களைச் செய்வது மிகக் குறைவாயிருக்கின்றது. பாஷை யானது தம்முடைய கருத்திலே தோன்றிய பொருளைப் பிறருக்கு விளக்குதலாகும்" என்றும், "எல்லாரும் விளங்கத்தக்க இலேசான சொற்களைப் பிரயோகிப்பதே மிகவும் அரிதாகும்" என்றும் அவர் தனது 'முஸ்லீம் நேசன்' பத்திரிகையில் எழுதினார். நாவலரின் சமகாலத்தவர்கள் மட்டுமன்றி நாவல ருக்கு முற்பட்ட 18ஆம் நூற்றாண்டு அறிஞர்களும் உரைநடை பற்றி இத்தகைய கருத்தையே கொண்டிருந்தனர். 18ஆம் நூற்றாண்டின் இறுதியில் எழுதப்பட்டு, 1849இல் அச்சிடப் பட்ட 'சிலுவைப் பாதையின் ஞானமுயற்சி' என்னும் நூலுக்கு அதன் ஆசிரியரான ஞானப்பிரகாச சுவாமிகள் எழுதிய பாயிரத்திலே தனது நூலில் கையாளப்பட்டுள்ள உரைநடை பற்றிப் பின்வருமாறு குறிப்பிடுகின்றார்.

> இப்புத்தகத்தை யாவருமெளிதில் வாசித்துணர வேண்டி இலக்கண விதிப்படி எழுத்துக்களும் சொற்களும் மிகுந்த புணர்ச்சி விகாரங்களின்றிச் செந்தமிழுடன் கொடுந்தமிழ் மொழிகளுஞ் சில வாக்கியங்களிலொ ருமையிற் பன்மையும் பன்மையிலொருமையும் பிரயோகிக்கப்பட்டிருக்கின்றன.
>
> (மேற்கோள் பரமசிவானந்தம் 1966 – 174).

ஞானப்பிரகாச சுவாமிகளின் மேற்காட்டிய கூற்றிலே அவரது உரைநடைக் கொள்கையின் நான்கு அம்சங்கள் காணப்படுகின்றன.

1. யாவரும் எளிதில் வாசித்துணரக் கூடியதாய் இருத்தல்
2. மிகுந்த புணர்ச்சி விகாரங்கள் இல்லாதிருத்தல்
3. செந்தமிழுடன் கொடுந்தமிழும் கலந்திருத்தல்

4. சில வாக்கியங்கள் இலக்கண விதிகளையும் மீறி அமைதல்.

18ஆம், 19ஆம் நூற்றாண்டுகளிலே தமிழுக்கு ஒரு புதிய உயிரைக் கொடுத்த ஐரோப்பியத் தமிழ் அறிஞர்களும் இத்தகைய கருத்தையே கொண்டிருந்தனர் என்பது பொது மக்களுக்காக அவர்கள் எழுதிய உரைநடை நூல்களை அவதானிக்கும்போது தெரிகின்றது. பரந்துபட்ட பொதுசனங் களை முன்னிட்டு எழுதும்போது இத்தகைய மொழிக் கொள்கையைக் கடைப்பிடித்தல் யாருக்கும் தவிர்க்க முடியாத தாகின்றது என்பதையே இது உணர்த்துகின்றது.

இதுவரை நோக்கியதில் இருந்து ஆறுமுக நாவலர் எல்லாருக்கும் எளிதில் விளங்கத்தக்க, பெரும்பாலும் இயற் சொற்களிலமைந்த, பெரிதும் சந்தி விகாரங்கள் அற்ற ஒரு புதிய உரைநடையை உருவாக்குவதில் பிரக்ஞைபூர்வமாக ஈடுபட்டார் என்பதும், எனினும், இது நாவலரின் சிறப்புப் பண்பு மட்டுமன்றி அன்றைய புதிய உரைநடை இயக்கத்தில் ஈடுபட்டவர்களின் பொதுப்பண்பாகவும் இருந்தது என்பதும் தெளிவாகின்றது.

5. நாவலரின் இலக்கணத் தூய்மை வாதம்

19ஆம் நூற்றாண்டில் உருவாகிய புதிய உரைநடையின் பொதுவான போக்கையே ஆறுமுக நாவலரும் பிரதிபலித்தார் எனினும், புதிய உரைநடையை உருவாக்க உழைத்த முன்னோ டிகள் பெரும்பாலோரில் இருந்து ஒரு முக்கியமான அம்சத் தில் இவர் வேறுபடுகின்றார். அதாவது, மற்றவர்கள் போலன்றி நாவலர் இலக்கணத் தூய்மைக்கு அதிக அழுத்தம் கொடுத் தவராவர்.

இலக்கணத் தூய்மை என்பது மரபுவழி வந்த இலக்கணக் கொள்கையை வழுவாது கடைப்பிடித்தலையும், மொழி அமைப்பில் ஏற்படும் புதிய மாற்றங்களையும், புதிய வழக்காறு களையும் நிராகரிப்பதையும் குறிக்கும். குறிப்பாகச் சொல்வ தானால், எழுத்து வழக்கில் பேச்சு வழக்கின் செல்வாக்கை முற்றிலும் ஒதுக்குவதோடு பேச்சுவழக்கையும் எழுத்துவழக்கை யொட்டி அமைத்துக்கொள்ள வலியுறுத்துவதைக் குறிக்கும்.

இலக்கிய வழக்கும் பேச்சுவழக்கும் இலக்கணரீதியாகப் பல அம்சங்களில் வேறுபடுகின்றன. தொல்காப்பியர் முதல் நன்னூலார் வரை இலக்கிய வழக்கையே முதன்மையாகக் கொண்டு அதன் இலக்கண விதிகளையே வகுத்துக் கூறினர். உரையாசிரியர்களும் அவற்றையே பேணிவந்தனர். இலக்கிய வழக்கு செந்தமிழ் என்றும், பேச்சுவழக்கு கொடுந்தமிழ் என்றும் கருதப்பட்டது. பேச்சுவழக்குச் சொற்கள் பல திசைச்

சொற்கள் என்ற பெயரில் உயர் இலக்கிய வழக்கில் இடம் பெற்ற போதிலும் அதன் இலக்கணக் கூறுகள் அங்கீகரிக்கப் படவில்லை. இவ்வகையில் பேச்சுவழக்கின் இலக்கண அமைதியை ஒதுக்குவதையே நாம் இலக்கணத் தூய்மை எனலாம். வேறு வகையில் சொல்வதானால் இலக்கணத் தூய்மை என்பது செந்தமிழ் மரபினை அல்லது உயர் இலக்கிய மரபினைப் பேணுவதே எனலாம்.

இங்கு நாம் இலக்கணத் தூய்மை என்ற கருத்தை மொழித் தூய்மை என்ற கருத்தில் இருந்து வேறுபடுத்தி நோக்க வேண்டும். மொழித்தூய்மை என்பது பொதுவாக சுயமொழிக் கூறுகளை மட்டும் பயன்படுத்துவதைக் குறிக்கும். பிறமொழிச் சொற்கள் கலவாது தனித்தமிழ்ச் சொற்களிலேயே எழுத வேண்டும் என்பது மொழித்தூய்மையின் பாற்படும். நாவலர் இத்தகைய மொழித் தூய்மைவாதியல்லர். அவரது காலத்துப் பிற ஆசிரியர்களைப் போலவே வட மொழிச் சொற்களைத் தாராளமாகக் கையாண்டவர்.

“சமஸ்கிருதம் தமிழ் என்னும் இரண்டு பாஷைக்கும் முதலாசிரியர் சிவபெருமான்... சமஸ்கிருதமும் தமிழும் சிவபெருமானாலும் இருடிகளாலும் அருளிச் செய்யப்பட்ட இலக்கண நூல்களை உடைமையாலும், ஆன்றோர்களால் தழுவப்பட்டமையாலும் தம்முள் சமத்துவம் உடையனவே யாம்” என எழுதியவர் அவர் (ஆறுமுக நாவலர், *1969 : 185 – 188*). அதனால் சமஸ்கிருதச் சொற்களைக் கலந்து எழுதுவதில் அவருக்கு எவ்வித ஆட்சேபமும் இருக்கவில்லை. அது போலவே ஆங்கிலச் சொற்களையும் நாவலர் தாராள மாகக் கையாண்டுள்ளார். சமூக, அரசியல் விவகாரம் பற்றிய அவரது எழுத்துக்களில் ஆங்கிலச் சொற்கள் பல பயின்று வரக்காணலாம். ‘சமயம் சமயம்’, ‘இது நல்ல சமயம்’, ‘வெகுசனத் துரோகம்’ முதலிய கட்டுரைகளிலே ஆங்கிலச் சொற்கள் கலந்த உரைநடையைக் காணலாம்.

> ஆக்டிங் கவர்னர், ஆபீசுகள், இங்கிலிசுகாரர், உவைன், எக்சாமினர், எடிற்றர், ஏசண்டு, கம்மிற்றி, கலக்டர், கலீசு, கவர்ண்மெண்டு, கம்மிஷனர், கிறிமினல், கிளார்க்குகள், கொலோனியல் கோடு, சுப்பிறிங்கோடு, டிஸ்திரிக் கோடு, சிவில், பிறக்கிறாசி, மெம்பர், மிஷன், ஹிப்போட்டு, றேட்டு, ஜூரிமார்

முதலிய சொற்களை இதற்கு உதாரணமாகக் காட்டலாம். ஆங்கிலச் சொற்கள் அதிகம் பயின்று வரும் நாவலரின் உரைநடைக்கு உதாரணமாகப் பின்வரும் பகுதியைக் காட்ட லாம்.

வெகுசன சம்மதம் பற்றி புறவின்சியல் கோட்டுக் கம்மிற்றி மெம்பராயிருக்கின்ற பரம்பரை உயர் மூலப் பிரபுவாகிய குமாரசூரியருடைய சகலன் ... இங்கிலீசு வாக்கியத் தொடையிலே சமர்த்தர், டிஸ்ரிறிக் கோட்டுக் கம்மிற்றி மெம்பருள் ஒருவர் ... (ஆறுமுக நாவலர், 1954; 166).

இவ்வகையிலே ஆறுமுக நாவலர் ஒரு மொழித் தூய்மை வாதியல்லர் என்பது தெளிவு. மொழித்தூய்மை வாதம் அவரது காலத்துக்குரியதல்ல. அது இந்த நூற்றாண்டின் தொடக்க காலத்து நிகழ்வாகும். ஆனால் நாவலர் மொழித் தூய்மைக்குப் பதிலாக இலக்கணத் தூய்மையையே வலியுறுத்தினார். பேச்சிலும் எழுத்திலும் இலக்கணத் தூய்மை கடைப் பிடிக்கப்பட வேண்டும் என்பதே அவரது கொள்கையாகும். "தமிழ் கற்கப்புகும் சைவசமயிகள் முன்னர்ப் பாலபாடங் களைப் படித்துக்கொண்டு இலக்கணச் சுருக்கத்தைக் கற்றறிந்து இயன்றவரை பிழையில்லாமல் எழுதவும் பேசவும் பழகுக" எனத் 'தமிழ்ப்புலமை' என்னும் கட்டுரையிலே நாவலர் எழுதுகின்றார் (ஆறுமுக நாவலர் 1954 : 26). "இலக்கண நூலாவது உயர்ந்தோர் வழக்கத்தையுஞ் செய்யுள் வழக்கத் தையும் அறிந்து விதிப்படி எழுதுதற்கும் பேசுதற்கும் கருவி யாகிய நூலாம்" என இலக்கண நூலுக்கு அவர் வரைவிலக் கணமும் கூறுகின்றார் (ஆறுமுக நாவலர் 1970 : 1). "வைதாலும் வழுவின்றி வைவார்" என நாவலர் பற்றி வழங்கும் கூற்றும் அவரது இலக்கணத் தூய்மை நோக்கைப் புலப்படுத்துகின்றது. இவ்விலக்கணத் தூய்மை நோக்கின் அடிப்படையிலே, தன் காலத்து ஆசிரியர்கள் சிலர், மரபு ரீதியான இலக்கண விதிகளுக்குப் புறம்பாகப் பேச்சு வழக்கின் செல்வாக்குக்கு உட்பட்டு எழுதியவற்றை நாவலர் காரசாரமாகக் கண்டித் திருப்பதையும் நாம் காண்கின்றோம்.

தம்பையா பிள்ளை என்பவர் பாடிப் பதிப்பித்த 'குமார நாயக அலங்காரம்' என்ற நூலைக் கண்டித்து எழுதிய கட்டுரை ஒன்றிலே தம்பையா பிள்ளையை விளித்து நாவலர் பின்வருமாறு கேள்விக்கணை தொடுக்கின்றார்.

1. 'தம்பையாப் பிள்ளை', தம்பைய நாவலன்; 'தம்பைய கவிஞன்' என்பன இருபெயரொட்டுப் பண்புத் தொகை களன்றோ? இவைகளுள்ளே நிலை மொழி யாது? தம்பையாவா? தம்பையனோ? தம்பையாவாயின், 'தம்பைய நாவலன்', 'தம்பைய கவிஞன்' என்று புணர்ந்த தெப்படி? 'தம்பையனாயின்' 'தம்பையாப் பிள்ளை' என்று புணர்ந்ததெப்படி? ஆகார வீற்று ஐயா வென்பது

விளியுருபேற்ற பெயரா? உருபேலாது தன்னியல்பினின்ற பெயரா? உருபேற்ற பெயரும் பின் மொழியுங்கூடி இருபெயரொட்டுப் பண்புத் தொகையாகுமா? 'ஆழ்வார்ப் பிள்ளை' என்னும் புணர்ச்சிக்கு விதி என்னை?"

2 "சுப்பிரமணிய பிள்ளையவர்கள் குமாரன் தம்பையா பிள்ளயவர்கள் என்றிட்டுக் கொண்டீரே, 'குமாரன்' என்னும் ஒருமைப் பெயரோடு 'அவர்கள்' என்னும் பன்மைப் பெயர் புணர்ந்த தெப்படி?" (ஆறுமுக நாவலர் : 1954 : 25).

நாவலர் எழுப்பும் இக்கேள்விகள் அவரது இறுக்கமான இலக்கணத் தூய்மை நோக்கை நன்கு வெளிப்படுத்துகின்றன. குமாரன் ... அவர்கள் போன்ற வழக்குகள் இன்று ஏற்றுக் கொள்ளப்பட்ட பொது வழக்காகிவிட்டதையும் நாம் காண் கிறோம்.

இதுபோன்றே 'போலியருட்பா மறுப்பு' என்னும் கட்டுரை யிலே இராமலிங்க சுவாமிகள் பதிப்பித்த 'ஒழிவிலொடுக்க உரை'யிலே காணப்படும் வழுக்கள் என நாவலர் ஒரு நீண்ட பட்டியலைத் தருகின்றார். அவற்றில் சிலவற்றை மட்டும் இங்கு சுட்டிக் காட்டலாம்.

> சுழுமுனையைச் சுழிமுனையென்றும், சொப்பனத்தைச் சொற்பனமென்றும்... கேட்க வென்பதைக் கேழ்க்க வென்றும் ... தோன்றிய விருதுகால மென்பதைத் தோன்றப்பட்ட விருதுகாலமென்றும், நூல் கேட்டலை நூற்கேட்டலென்றும், நூற்களறிவிக்க மாட்டா வென்பதை நூல்களறிவிக்க மாட்டாதென்றும் ... அத்தமயனத்தை அத்தமானம் என்றும், அவைகளறியா வென்பதை அவைகளறியாதென்றும் ... நேதிகளை தலை நியதி களைதலென்றும், தொடையைத் துடையென்றும், ஆகவென்னும் வினையெச்சங்களை ஆயென்றும் பதிப்பித்திருக்கின்றாரே, இன்னும் அப் புத்தகப் பிழை களை எடுத்துச் சொல்லப்புகின் மணற் சோற்றிற் கல்லாராயப் புகுதல் போலும். அப்புத்தகத்தில் பல விடங்களில் பெயரெச்சங்களை முற்றெனக் கொண்டு முற்றுக்குறி கொடுத்து வரிமுடிவு செய்து அவை கொள்ளும் பெயர்களை வேற்றுவரிக்கு முதலாகக் கொண்டு தொடங்கியிருக்கிறாரே இவ்வியல்புடைய வரா ஓதா துணர்ந்தவர். (ஆறுமுக நாவலர், 1954 : 97).

மேற்காட்டிய கூற்றுக்களிலும் நாவலரின் இலக்கணத் தூய்மை நோக்கு நன்கு புலப்படுகின்றது. இராமலிங்க சுவாமிகளின்

பதிப்பில் நாவலர் வழு எனக் கூறுவனவெல்லாம் வழுவல்ல என்று கூறுவதற்கு நான் இங்கு முயலவில்லை. ஆனால், அவர் வழு எனக் கூறுவனவற்றுட் பல பேச்சு வழக்கில் பயின்று வருவன என்பதே நாம் இங்கு முக்கியமாகக் கவனிக்க வேண்டியது. நாவலரின் இலக்கணக் கோட்பாட்டில் பேச்சு வழக்குக்கு இடம் இல்லை.

> உரை நடையிலே அன்றாடப் பேச்சு வழக்கு வடிவங்களையும் சொற்களையும் பயன்படுத்துவதற்கு ஆறுமுக நாவலர் திட்டவட்டமாக எதிரானவர். அந்த வகையிலே, இறுகிய, வளைந்து கொடுக்காத, ஒருவகையில் செயற்கையான தமிழ் உரைநடை வகை ஒன்று இன்று வரைகூட நிலைத்திருப்பதற்கு அவரும் ஓரளவுக்குப் பொறுப்பாளியாக இருக்கிறார்

என இது தொடர்பாக கமில் சுவலபில் *(1973 ; 259)* கூறுவதும் இங்கு மனம் கொள்ளத்தக்கது.

*17*ஆம், *18*ஆம் நூற்றாண்டுகளிலே, சாதாரண பொதுமக்களை மனங்கொண்டு புதிய உரைநடையை உருவாக்க உழைத்த நவீன தமிழ் உரைநடையின் முதல் முயற்சியாளர்களான தத்துவ போதக சுவாமிகள், சீகன் பால்கு ஐயர், வீரமாமுனிவர் போன்ற ஐரோப்பியத் தமிழறிஞர்கள் சாதாரண சனங்களுக்காகத் தாங்கள் எழுதிய உரைநடையை 'இலக்கணத் தூய்மை' பேணாது பெரிதும், பேச்சு வழக்குச் சார்ந்ததாகவே அமைக்க முயன்றார்கள். இதுபற்றி பேராசிரியர் வி.செல்வநாயகம் *(7951 : 78)* கூறுவது இங்கு கவனிக்கத் தக்கது.

> பேச்சு வழக்கில் உள்ள மொழியை ஆதாரமாகக் கொண்டு எழுகின்ற நடை எதுவோ அதுதான் சிறந்தது என்பதை அவர்கள் நன்கு அறிந்திருந்தனர். அதனால் பொதுமக்கள் பேசும் தமிழில் உள்ள சொற்களையும் இலக்கண அமைதிகளையும் பயன்படுத்தித் தமிழுக்கு ஒரு புதிய நடையிலே தம் கருத்துக்களை வெளியிடத் தொடங்கினர்.

இத்தகைய உரைநடைக்கு உதாரணமாக *17*ஆம் நூற்றாண்டிலே தமிழ் நாட்டில் வந்து வாழ்ந்த தத்துவ போதக சுவாமிகளின் உரைநடைப் பகுதி ஒன்றைக் காட்டலாம்.

> குரு : இரண்டாஞ் சல்லாபத்திலே நம்மாலே உபதேசிக்கப்பட்டதெல்லாம் நன்றாய்த் தெளிஞ்சாயானால் இப்பாலும் அறிய வேண்டியதை சங்கோசப்படாமல் கேழ்ப்பாயாக.

சீஷன் : பராபர வஸ்துவினிடத்திலே படைப்புண்ட புத்திக்குள்ளே அடங்காத சத்தியங்கள் உண்டென்றும், அப்படிப்பட்ட அடங்காத சத்தியங்களை அறிய வேண்டினதாயிருக்கு மென்றும் அருளிச் செய்தீர். பிரத்தியக்ஷ தெரிசனத்தினாலே யானாலும் (அனுமான தெரிசனத்தினாலே யானாலும்) அதுக்களைப் புத்தி யானது சென்று புடிக்கக் கூடாமலிருக்கச் செய்தே, அதுகளை யெந்தக் காரணத்தினாலே அறியலாம். (மேற்கோள் : பரம சிவானந்தம் 1960 : 42).

மேற்காட்டிய பகுதியிலே சில பிழைகள் இருப்பினும் பேச்சுவழக்கின் செல்வாக்கை நாம் தெளிவாகக் காண்கின் றோம். 18ஆம் நூற்றாண்டிலே வீரமாமுனிவர் எழுதிய பரமார்த்த குரு கதையும் இத்தகைய உரைநடை முயற்சிக்குச் சிறந்த உதாரணமாகும். கற்றறிந்தோர்க்காக உயர் இலக்கிய நடையில் பல நூல்களை எழுதிய வீரமாமுனிவர் தமிழ் பயிலத் தொடங்குவோரை மனங்கொண்டு பரமார்த்த குரு கதையை இலக்கணத் தூய்மையை மீறி பேச்சு வழக்கை ஒட்டியே எழுதினார். இதற்கு உதாரணமாகப் பின்வரும் பகுதியைக் காட்டலாம்.

ஒரு நாய் திருடின ஆட்டுக்கறிக் கண்டத்தை வாயிலே கவ்விக்கொண்டு நடுவாற்றிலே நீந்திப் போகையில் ஆறு கபடாகத் தண்ணீரிலே வேறொரு பெரிய மாங்கிஷத்துண்டைக் காட்டினதாம். நாயோ வென் றால் ஒரு கபடில்லாமல், தான் கண்டது பெரிதாகத் தோன்றினதினாலே கவ்வியிருந்த துண்டை விட்டுப் பெரியதைக் கவ்வ முழுகினபோது அதுவு மிதுவும் போச்சுது; நாயும் வெறுமனே ஊருக்குச் சென்ற தென்றான்.

(மேற்கோள் : சோசபு சுந்தரராசு 1973 : 78)

ஞானப்பிரகாச சுவாமிகளும் செந்தமிழோடு கொடுந் தமிழ் கலந்த 'இலக்கண நெகிழ்ச்சியுடைய' உரைநடை ஒன்றையே கையாண்டார் என்பதையும் ஏற்கனவே பார்த்தோம்.

18ஆம் நூற்றாண்டிலே, கற்றோர் மரபில் இருந்து முற் றிலும் விலகிய, சாதாரணப் பேச்சு வழக்கை நேரடியாகப் பிரதிபலிக்கும் எளிமையான உரைநடை முயற்சியொன் றையும் நாம் காண்கின்றோம், பிரான்சியரின் காலனியாக இருந்த பாண்டிச்சேரியில் முக்கிய பதவி வகித்த ஆனந்தரங்கம் பிள்ளையின் (1709 – 1761) தினக்குறிப்பிலே காணப்படும் உரைநடை இத்தகையது.

காலமே தரங்கம்பாடி சின்னத்துரை பேர்விளங்கன் வந்தான். ஆள் கழுக்கு மழுக்கென்று மணலிலெ பிடுங்கியெடுத்த வள்ளிக் கிழங்காட்டமாயிருக்கிறான். முகம் பரந்த முகமாய் ஆன வாகனனாய் இருக்கிறான். அவன் சென்னப் பட்டணத்துக்குப் போயிருந்து வந்த வன். மீனாட்சியம்மை சத்திரத்திலே வந்து சொல்லி யனுப்பினான்.

ஆனந்தரங்கம் பிள்ளையின் மேற்காட்டிய உரைநடைப் பகுதி முற்றிலும் பேச்சு வழக்குச் சார்ந்தது என்பது வெளிப் படை. ஆயினும் இத்தகைய பேச்சு மொழிசார்ந்த உரைநடைப் போக்கு ஆறுமுக நாவலர் போன்ற கற்றறிந்த சுதேச உயர் குழாத்தினர் மத்தியில் செல்வாக்குப் பெற முடியவில்லை. அவர்கள் செந்தமிழ் மரபு சார்ந்த உயர் இலக்கிய நடையையே பெரிதும் போற்றினர். இந்த வரம்புக்குள் நின்றே நாவலர் தமது உரைநடையில் காலத்துக்கேற்ற சில புதிய மாற்றங் களைப் புகுத்தினார்.

நாவலர் போன்ற சமூக உயர்குழாத்தினர், புதிய தமிழ் உரைநடையின் முதல் முயற்சியாளர்களான ஐரோப்பியரின் மரபைப் பின்பற்றி, பேச்சு மொழிசார்ந்த தமிழ் உரைநடை யொன்றை அமைக்க முயன்றிருந்தால் இன்று தமிழ் உரை நடையின் சரித்திரமே வேறாக இருந்திருக்கலாம். பேச்சுக்கும் எழுத்துக்கும் இடையே இன்று நிலைபெற்றிருக்கின்ற நீண்ட இடைவெளி சுருங்கியிருக்கலாம். ஆனால், இவ்விடை வெளியைச் சுருக்க மிகப்பரந்துபட்ட வெகுசன இயக்கங்களில் ஈடுபட்ட பிற்காலத்தவர்களே குரல் கொடுத்தனர். மகாகவி பாரதியார் இவ்வகையிலே முக்கியமாகக் குறிப்பிடத்தக்கவர். வசன நடை பற்றிய தனது கொள்கையை அவர் பின்வருமாறு வெளியிடுகின்றார்:

தமிழில் வசன நடை இப்போதுதான் பிறந்து பல வருஷமாகவில்லை. தொட்டில் பழக்கம் சுடுகாடு மட்டும். ஆதலால் இப்போதே நமது வசனம் உலகத்தில் எந்தப் பாஷையைக் காட்டிலும் தெளிவாக இருக்கும் படி முயற்சிகள் செய்ய வேண்டும். கூடியவரை பேசுவது போலவே எழுவதுதான் உத்தமமென்பது என்னுடைய கட்சி. எந்த விஷயம் எழுதினாலும் சரி, ஒரு கதை அல்லது தர்க்கம், ஒரு சாஸ்திரம், ஒரு பத்திரிகை விஷயம் எதை எழுதினாலும் வார்த்தை சொல்லுகிற மாதிரியாகவே அமைந்துவிட்டால் நல்லது (பாரதியார் 1964 : 142).

பாரதியின் இக்கொள்கை பூரணமாக சாதனையாகா விடினும் தமிழ்ப் புனைகதைகள் மூலம் அது ஒரு அளவுக்குச் சாத்தியமாகியே வந்துள்ளது. ஆயினும், இலக்கணத் தூய்மை வாதத்தின் செல்வாக்கு இன்னமும் அழுத்தமாகவே உள்ளது.

6. நாவலரின் உரைநடை

ஆறுமுக நாவலரின் பொதுவான உரைநடைக் கொள்கை பற்றி இதுவரை நோக்கினோம். எல்லாருக்கும் எளிதில் பொருள் விளங்கக் கூடிய, பேச்சு வழக்கில் இருந்து முற்றிலும் வேறுபட்ட, தூய உயர் இலக்கிய மொழி நடை ஒன்றையே நாவலர் போற்றினார் என்பதைப் பார்த்தோம். இதன் அடிப்படையில் அமைந்த அவரது உரைநடை ஆக்கங்களை இனி வகைப்படுத்தி நோக்கலாம். அளவினாலும் தன்மை யினாலும் முக்கிய கவனத்துக்குரிய நாவலரது உரைநடை ஆக்கங்களை நாம் பின்வருமாறு நான்கு தொகுதிகளில் வகுத்து நோக்கலாம்.

1. இலக்கிய, இலக்கண நூல்களுக்கு எழுதிய உரைகள்:

   இவ்வகையில் திருமுருகாற்றுப்படை உரை, நன்னூற் காண்டிகை உரை போன்றவை அடங்கும்.

2. இடைக்காலப் புராண இலக்கியங்களின் உரைநடை ஆக்கங்கள் : இவ்வகையில் திருவிளையாடற் புராண வசனம், பெரியபுராண வசனம் முதலியவை அடங்கும்.

3. கல்வி சார்ந்த உரைநடை நூல்கள் :

   பாலபாடம், இலக்கண வினாவிடை, சைவ வினா விடை முதலியவை இப்பிரிவுள் அடங்கும்.

4. சமய, சமூகக் கண்டனப் பிரசுரங்கள் :

   யாழ்ப்பாணச் சமயநிலை, போலியருட்பா மறுப்பு, நல்லறிவுச் சுடர் கொளுத்தல், நல்லூர்க் கந்தசாமி கோயில் போன்ற, பிரபந்தத்திரட்டில் இடம் பெற்றுள்ள ஆக்கங்கள் இப்பிரிவுகள் அடங்கும்.

மேற்காட்டிய உரைநடை ஆக்கங்களில் பொருள் வேறு பாட்டுக்கு ஏற்ப அவற்றின் தன்மையிலும் நாம் வேறுபாடு களைக் காணலாம். இலக்கண, இலக்கிய நூல்களுக்கு எழுதப் பட்ட உரைகள் ஓரளவுக்குப் பழைய உரையாசிரியர்களின் மொழிநடையை ஒத்ததாகவே காணப்படுகின்றன. நன்னூல் காண்டிகை உரையில் வரும் கீழ்க்காணும் பகுதியை இதற்கு உதாரணமாகத் தரலாம்.

"ஈங்கே என்ற மிகையால் வருதி என இகரவிகுதி நிகழ்காலங் காட்டுதலையும் பெயரெச்ச வினையெச் சங்களில் இடைநிலையின்றி விகுதி காலங்காட்டுதலை யும் அமைத்துக் கொள்க. பகுதி விகுதி என்னுஞ் சூத்திர முதல் இச்சூத்திரம் வரையும் பகுபதங்களை மேலோர் முடித்தவாறு முடித்துக் காட்டினமையால், முடித்துக் காட்டலென்னுமுத்தி. முன்னைத் தமிழ் நூல்களில் இல்லாதவைகளை இவ்வாசிரியர் தாமே பகாப்பதம் பகுபதமென முன்னே நாட்டி இச் சூத் திரம் வரையும் அவைகளுக்கு இலக்கணங்கூறி நிறுத் தினமையால் தாஅனாட்டித் தனது நிறுப்பென்னு மதம்" *(ஆறுமுக நாவலர். 1978 : 119–120).*

புராண வசன நூல்களிலே இதிலிருந்து சற்று வேறுபட்ட பிறிதொரு வகையான உரைநடையைக் காண்கின்றோம். இவை புராண நிகழ்ச்சிகளைக் கதையாகக் கூறுவன. இக் கதைக்கூற்று, நிகழ்ச்சிகளை முன்னே இருப்பவர்களுக்கு எடுத்துரைக்கும் முறையில் அமைந்துள்ளது. "இனி அறுபத்து நான்கு திருவிளையாடல்களையும் சொல்வோம் கேளுங்கள்" என்றே நாவலர் தனது திருவிளையாடற் புராண வசனத்தைத் தொடங்குகின்றார். இவ்வகையில் இவ்வசன நூல்களின் மொழிநடையும் எடுத்துரைப்பாங்கானதாகவே உள்ளது. இத்தகைய உரைநடைக்குத் திருவிளையாடற் புராணத்திலே வரும் பின்வரும் பகுதியை உதாரணமாகக் காட்டலாம்.

முனிவர்களே, கேளுங்கள், விசுவாவசு என்னும் பெய ருடைய ஒரு வித்தியாதரன் வித்தியாவதி என்னும் ஒரு பெண்ணைப் பெற்றான். அவள் உமாதேவியிடத்து மிக்க அன்புடையவளாகி, தன் பிதாவை வணங்கி ஐயா, அடியேன் உமாதேவியை வழிபட்டு உய்ய வேண்டும் என்றாள். விசுவாவசு உமாதேவியினுடைய மந்திரத்தை அவளுக்கு உபதேசித்தான். அவள் பிதாவை நோக்கி, உமாதேவியை வழிபடுவதற்குச் சிறந்த புண்ணியத் தலம் யாது என்று வினவ, அவன் அவளை நோக்கி, பூமியிலே மதுரையெனப் பெயர் கொண்ட சிவதலம் உண்டு. அது பூலோக சிவலோகம் எனப் படும். அதுவே துவாத சாந்த தலம் என்றான் *(ஆறுமுக நாவலர். 1933 : 45).*

மேற்காட்டிய உரைநடைப் பகுதியிலே ஒரு வரலாற்றை எடுத்துரைக்கும் பண்பே *(narrative)* காணப்படுகின்றது. நிகழ்ச்சிகளையும் விபரங்களையும் உணர்ச்சிபூர்வமாக, நுட்பமாக விவரித்துச் செல்லும் விபரணப்பண்பு *(descrip-*

tive) வளர்ச்சி அடையாத 19ஆம் நூற்றாண்டிலே இத்தகைய எடுத்துரைப்பாங்கான உரைநடையே பெருவழக்காக இருந்தது. கோயில், மேடைப் பிரசங்கங்களுக்கும் இத்தகைய உரையே பயன்படுத்தப்பட்டது. இத்தகைய எடுத்துரைப்பாங்கை நாவலரது உரைநடையின் பொதுப் பண்பாகவும் நாம் கருதலாம். உணர்ச்சிபூர்வமான விபரணப்பாங்கான உரை நடையினை 19ஆம் நூற்றாண்டில் மிக அபூர்வமாகவே நாம் காண்கிறோம். சி. வை. தாமோதரம் பிள்ளையின் கலித்தொகை பதிப்புரையிலே இருந்து (1887) பின்வரும் பகுதியை அன்றைய விபரணப் பாங்கான உரைநடைக்கு உதாரணமாகக் காட்டலாம்.

> ஏடு எடுக்கும்போது ஓரஞ்சொரிகிறது. கட்டு அவிழ்க்கும்போது இதழ் முறிகிறது. ஒற்றை புரட்டும்போது துண்டு துண்டாய்ப் பறக்கிறது. இனி எழுத்துக்களோ வென்றால் வாலுந் தலையுமின்றி நாலுபுறமும் பாணக் கலப்பை மறுத்து மறுத்து உழுது கிடக்கிறது . . . எத்தனையோ திவ்ய மதுர கிரந்தங்கள் காலாந்தரத்தில் ஒன்றன்பின் ஒன்றாய் அழிகின்றன."

அரிய இலக்கியங்கள் தேடுவாரற்று அழியும் நிலை கண்டு கவலையோடும் ஆதங்கத்தோடும் அவற்றின் உண்மை நிலையை தாமோதரம் பிள்ளை சித்திரித்துக் காட்டும் இவ் வுரைநடைப் பகுதியிலே உணர்ச்சியோடு கூடிய விபரணத் தன்மையைக் காண்கின்றோம். இத்தகைய விபரணத் தன்மை இந்த நூற்றாண்டிலே ஏற்பட்ட புனைகதைகளின் பன்முகப் பட்ட வளர்ச்சியோடுதான் தமிழ் உரைநடையில் நிலை பெற்றது என்பதையும் நாம் மனங்கொள்ள வேண்டும். நாவலரிடம் இத்தகைய விபரணப்பாங்கை நாம் காண முடியாதது வியப்பல்ல.

கல்வித்துறை சார்ந்த நூல்களிலே நாவலர் கையாண்ட உரைநடை பிறவற்றில் இருந்து பிறிதொரு வகையில் வேறு படுகின்றது. 'பாலபாடம்', 'இலக்கண வினா விடை', 'சைவ வினா விடை' போன்ற நூல்கள் மாணவர்களுக்கு மொழி அறிவையும் சமய ஒழுக்க நெறிகளையும் புகட்டும் நோக்குடன் எழுதப்பட்டவை. இவை இளம் மாணவர்களை மனம் கொண்டு எழுதப்பட்ட காரணத்தினால், ஒப்பீட்டளவில் நாவலரின் ஏனைய நூல்களைவிட இவற்றிலே எளிமை அதிகம் எனலாம். சிறு சிறு வாக்கியங்களும், பொது வழக்கில் உள்ள சொற்களும் இந்நூல்களிலே அதிகம் பயின்று வருகின்றன. இதுவே இந்நூல்களில் கையாளப்பட்டுள்ள உரைநடையின் அமைப்பு ரீதியான எளிமைக்குக் காரணமாக அமைகின்றது.

> கடவுள் என்றும் உள்ளவர்; அவருக்குப் பிறப்பும் இறப்பும் இல்லை. அவர் எங்கும் நிறைந்தவர்; அவர் இல்லாத இடம் இல்லை. அவர் எல்லாம் அறிந்தவர்; அவர் அறியாதது ஒன்றும் இல்லை. அவரது அறிவு இயற்கை அறிவு, ஒருவர் அறிவிக்க அறிபவர் அல்லர், அவர் எல்லாம் வல்லவர், அவரால் இயலாத கருமம் ஒன்றும் இல்லை. அவர் அளவிடப் படாத ஆனந்த முடையவர். தம்முடைய அநுபவத்தின் பொருட்டு வேறென்றையும் வேண்டுபவரல்லர் (ஆறுமுக நாவலர் *1969 : 1*).

தெளிவான அமைப்புடைய சிறிய வாக்கியங்களுக்கு நாவலரின் மேற்காட்டிய உரைநடைப் பகுதி சிறந்த உதாரணமாக உள்ளது. நாவலரின் உரைநடைபற்றி எழுதியோர், நாவலர் தமிழ் உரைநடையில் இரண்டு புதுமைகளைப் புகுத்தினார் என்பர். ஒன்று, சந்தி பிரித்து எழுதியமை; மற்றது, பழைய உரையாசிரியர்களின் மரபைப் பின்பற்றி மிக நீண்ட தொடர் வாக்கியங்களை எழுதுவதற்குப் பதிலாகத் தெளிவான சிறுசிறு வாக்கியங்களைப் பயன்படுத்தியமை (கமில் சுவலபில், *1973 : 59*; செல்வநாயகம் *1957 – 98*).

சந்தி பிரித்து எழுதுதல் நாவலரின் எல்லா உரைநடை நூல்களிலும் பொதுவாகக் காணப்படும் பண்பாகும். ஆனால், சிறு சிறு வாக்கியங்களைப் பயன்படுத்துவதை நாம் அவ்வாறு கருதமுடியாது. நாவலரது உரைநடை நூல்களை வாசிக்கும் போது பல சந்தர்ப்பங்களிலே நீண்டு செல்லும் தொடர் வாக்கியங்களை நாம் காணலாம். திருத்தொண்டர் பெரிய புராண வசனத்தின் தொடக்க வாக்கியமே மிக நீண்டதாகும். "அனிதி மல முத்தராய்..." என்று தொடங்கி "வீற்றிருந் தருளுவர்" என முடியும் இவ்வாக்கியம் அச்சிலே முப்பத்தாறு வரிகளில் அமைந்துள்ளது. நூற்றி எண்பது சொற்களால் ஆனது. இதை ஒத்த நீண்ட தொடர் வாக்கியங்கள் பலவற்றை நாம் பெரியபுராண வசனத்திலே காணலாம். பழைய உரையாசிரியர் மரபைப் பின்பற்றும் இத்தகைய நீண்டு செல்லும் தொடர் வசனங்களை வெவ்வேறு அளவுகளில் நாவலரின் ஏனைய உரைநடை ஆக்கங்களிலும் பரக்கக் காணலாம். ஆயினும் மாணவர்களுக்காக அவர் எழுதிய பாலபாடங்களிலே சிறப்பாகச் சிறுசிறு வாக்கியத் தொடர்களையே நாம் காண்கின்றோம். அவரது கண்டன நூல்களிலும் இப் பண்பு பெருமளவில் காணப்படுகின்றது. நாவலரிடம் மட்டுமன்றி 18ஆம், 19ஆம் நூற்றாண்டுகளில் புதிய உரைநடை எழுதத் தொடங்கிய வேறு சிலரிடமும் இத்தகைய சிறு

வாக்கியங்களைக் கொண்ட உரைநடைப் போக்கினை நாம் ஓரளவு காண்கின்றோம். ஏற்கனவே மேற்கோள் காட்டிய தாமோதரம் பிள்ளையின் உரைநடை இத்தகைய சிறு வாக்கியத் தொடர்களாலேயே அமைந்துள்ளது. கால்டுவெல் ஐயரது *(1714 – 1761)* 'நற்கருணைத் தியான மாலை' என்னும் நூலிலே பின்வரும் உரைநடைப்பகுதி வருகின்றது.

> தேவ நற்கருணை வாங்கும் போதெல்லாம் இப்புத்தகத்தில் அடங்கியிருக்கிற செபத்தியானங்கள் ஒவ்வொன்றையும் முறையாய் வாசிக்க வேண்டுமென்று நினைக்க வேண்டாம். ஒரு மாதத்தில் சில தியானங்களையும் அடுத்த மாதத்தில் மற்றுஞ் சில தியானங்களையும் வாசித்தால் எப்போதும் எழுப்புதல் உண்டாக ஏதுவாக இருக்கும். இப்புத்தகம் உதவியேயன்றித் தடையல்ல, மாலையேயன்றி விலங்கல்ல.
>
> *(மேற்கோள் : மயிலை சீனிவேங்கடசாமி 1936 : 112 – 113)*

இவ்வுரைநடைப் பகுதியிலே சந்தி பிரித்து எழுதுதல், சிறு வாக்கிய அமைப்பு, எளிமை, தெளிவு ஆகிய புதிய உரை நடைப் பண்புகளையெல்லாம் காண்கின்றோம். 18ஆம் நூற்றாண்டிலே அரும்பிய இப்பண்புகள் 19ஆம் நூற்றாண்டிலே நாவலரிடம் பெருமளவில் முனைப்பாக வெளிப்படுகின்றன. அதனாலேயே நாவலரின் உரைநடை முக்கியத்துவம் பெறுகின்றது எனலாம்.

இதுவரை நாவலரின் உரைநடைபற்றி நாம் நோக்கியவையெல்லாம் பொதுவாக வடிவரீதியான அம்சங்களே. சந்தி பிரித்தல், இயற்சொற்களைக் கையாளல், சிறு வாக்கியங்களைப் பயன்படுத்தல், இலக்கணத் தூய்மை பேணல் போன்ற வடிவ அமைதி மட்டும் நாவலரின் உரைநடையை மதிப்பிடப் போதுமானவையல்ல. சொல்லும் விசயம், சொல்லப்படும் முறை, உணர்ச்சிக் கலப்பு, ஆளுமை வெளிப்பாடு போன்ற பல்வேறு பொருள் அமைப்பு சார்ந்த அம்சங்களும் கவனத்துக்கு உரியவையாகும். உரைநடையின் ஜீவனை நாம் இவற்றிலேயே காணமுடியும். இவ்வகையிலே நாம் இதுவரை பார்த்த நாவலரின் நூல்களில் பயன்படுத்தப்பட்டுள்ள உரைநடை உயிர்த்துடிப்பு உடையது எனக் கூறமுடியாது. நாவலரின் உரைநடைபற்றி கமில் சுவலபில், *(1973 : 259)* கூறுவதும் இங்கு கவனிக்கத்தக்கது. "தமிழ் உரைநடையில் அவர் புகுத்திய பாரிய மாற்றங்களுக்காகவும், தமிழ் மறுமலர்ச்சி எழுத்தாளர்களுக்கு அவர் வழி திறந்து விட்டமைக்காகவும் அவர்

மதிப்புக்கும் பாராட்டுக்கும் உரியவராவர்" என நாவலர் பற்றிக் கூறும் கமில் சுவலபில், "இன்று நாம் அவருடைய உரைநடையை, வறண்ட, வித்துவப்பாங்கான, சலிப்பூட்டு கின்ற, வர்ணங்கள் அற்ற, கட்டு திட்டங்கள் நிறைந்த உரைநடை என வர்ணிக்க முடியும்" என்றும் கூறுகின்றார்.

நாவலரின் உரைநடை பற்றிய கமில் சுவலபிலின் இம் மதிப்பீடு பொதுவாக ஏற்கத்தக்கதெனினும் நாவலரின் கண்டன நூல்களைப் பொறுத்தவரை முற்றிலும் பொருந்து வதாகக் கருத முடியாது. இக்கண்டன நூல்களிலேயே நாவலரின் தனி ஆளுமை முழு அளவில் வெளிப்படுவதை நாம் காண்கின்றோம். கிண்டலும், கேலியும், கோபமும் வெளிப்படுவதைக் காண்கின்றோம். தகுந்தது எது; தகாதது எது என்று வலியுறுத்திக் கூறுகின்ற, ஒன்றை ஆதரித்து மற்றதை வன்மையாக நிராகரிக்கின்ற அதிகாரத்துவத்தை நாம் இவற்றில் காண்கின்றோம். இந்த அதிகாரத்துவம் நாவலரின் கண்டன உரைநடையின் முக்கிய பண்புகளுள் ஒன்றாகும். இதை நாம் அதிகார மொழிநடை *(commanding style)* என்றும் அழைக்கலாம். கல்வி நோக்கில் அமைந்த பால பாடங்களில் உபதேசமாகவும், கட்டளையாகவும் ஆங்காங்கே காணப்படும் இப்பண்பு கண்டன நூல்களில் ஆங்காரமாக வெளிப்படுகின்றது. கண்டனம் அல்லது கருத்துரை யாரை நோக்கிக் கூறப்படுகின்றதோ, அவர்களை விளித்தே நாவலர் பெரும்பாலும் தொடங்குகின்றார்.

> இலங்கை நேசன் பத்திராதிபரே, தம்பையாப்பிள் ளையே, நரசிங்கபுரம் வீராசாமி முதலியாரே, நாட்டுக் கோட்டைச் செட்டிமார்களே, ஓ, யாழ்ப்பாணத்துச் சனங்களே, கோப்பாய் சபாபதிப்பிள்ளையே, கந்தர் மடப் பிரபுவே, யாழ்ப்பாணத்துச் சைவ சமயிகளே

போன்ற விளிப்புத் தொடர்களே இவற்றின் அதிகாரத் தோரணையையும் பிரசங்க பாணியையும் புலப்படுத்துவன வாக உள்ளன. நாவலரின் விருப்பு வெறுப்புகளும் தன்முனைப் பும் இவற்றில் வெளிப்படுகின்றன. நாவலரின் ஏனைய உரைநடை ஆக்கங்களில் இல்லாத உயிர்த்துடிப்பும் தான் கலந்த தன்மையும் இவற்றிலேயே காணப்படுகின்றன. இந்தத் 'தான் கலந்த தன்மை' தமிழ் உரைநடைக்கு மிகவும் புதிதாகும். தமிழ் உரைநடை வரலாற்றிலே முதன் முதலாக ஒரு தனி ஆளுமையின் வெளிப்பாட்டை நாம் இவற்றில்தான் காண் கின்றோம். நாவலரின் மொத்தமான உரைநடை ஆக்கங் களிலே இது ஒரு சிறு பகுதி எனினும், நாவலர் மூலம் தமிழ் உரைநடை அடைந்த பேறு என நாம் இதனையே

கருதலாம். இத்தகைய உரைநடைப் பகுதிகளுக்குச் சில உதாரணங்களை இனிப் பார்க்கலாம்.

1. பாதிரிமார்கள் இத்தேசத்துச் சில பாலியர்களைக் குருமார்களாக்கி றெவறெண்டுப் பட்டங் கொடுத்து விட்டார்கள். இங்கே நெல் அரிசி முதலியவை யெல் லாம் ஒறுக்க ஒறுக்க றெவறெண்டுப் பட்ட மொன்றே மலிந்தது. இந்தச் சுதேச குருமார்கள் இங்கிலீசும் செவ்வையாக அறியார்கள்; தமிழுஞ் செவ்வையாக அறியார்கள்; கிறிஸ்து சமயமும் அறியார்கள்; சைவ சமயமும் அறியார்கள்; தங்களிடத்தே யாராயினும் மதவிஷயத்தைக் குறித்துச் செய்யும் ஆட்சேபங்களுக்குச் சமாதானஞ் சொல்ல வகையறியாத இவர்கள் யார் மனசைத் திருப்ப மாட்டுவார்கள். (‘யாழ்ப்பாணச் சமயநிலை’)

2. பரமசிவனுடைய ஐந்து முகங்களுள்ளே, ஈசான முகம் ஊர்த்துவ முகமென்று சொல்லியிருக்கிறதே! ஊர்த்துவ முகமாவது அண்ணார்ந்து கிடக்கிற முகமாமே அப்படி யானால் அபிஷேகம் பண்ணும்பொழுது தீர்த்தம் மூக்கினுள்ளே போமே! போனால் சுவாமிக்கு சலதோ ஷங்கொள்ளுமே! இதற்கு யாது பண்ணலாம் என்கிற அஞ்ஞான சிரோமணிகளுஞ் சைவசமய குருமாராம்! (‘யாழ்ப்பாணச் சமயநிலை’)

3. உங்கள் சைவ குருமாருக்கு என்ன வேலை! நீங்கள் வருந்திச் சம்பாதித்துக் கொடுக்கக் கொடுக்க அவர்கள் எளிதில் வாங்கி உண்டுடுத்துக் கொண்டு வெட்கஞ் சிறிதுமில்லாமல் மாப்பிள்ளை மாடுகள் போலத் திரி கிறார்களே! (‘யாழ்ப்பாணச் சமயநிலை’)

4. நாவலரவர்களைப் பரீக்ஷிக்கும் பொருட்டு இராமா யணத்தில் ஓர் செய்யுள் வரைந்தீர் சபாசு! ‘சபாசு’ நீரா வித்துவான்களைப் பரீக்ஷித்துத் தரங்குறித்துப் பட்டங்கொடுக்க புகுந்தீர்! கெட்டி! கெட்டி!!! தான் கிடப்பது குட்டிகைச் சுவர், கனாக்கண்டது மச்சு மாளிகையா? (‘நல்லறிவுச் சுடர்கொளுத்தல்’)

5. ஐயையோ! வீராசாமி முதலியாரே! நீர் வயசினாலே மிக முதிர்ந்து விட்டீர். தேகமோ அனித்தியம். இப்பிறவி தப்பினா லெப்பிறவி வாய்க்குமோ; யாது வருமோ தெரியாதே. ஆதலினாலே, நீர் சத்துருக்களை நிந்தித் தலையும் பஞ்சபாசத் தடையோடு கூடிய பசுக்களாலே செய்யப்பட்ட பசு நூல்களைப் பாராட்டிப் பொருள்

கோடலையும் ஒழித்துவிட்டு எடுத்த தேகம் விழுவதற்கு முன்னே கடவுளையும் மெய்யடியார்களையும் வழி பட்டு அடங்கி யொழுகி நற்கதி பெற்றுய்யக்கடவீர். ('நல்லறிவுச் சுடர் கொளுத்தல்')

மேற்காட்டிய உரைநடைப் பகுதிகளிலே கிண்டல், கேலி, ஆத்திரம் போன்ற பண்புகள் சிறப்பாக வெளிப்பாடு பெற்றுள்ளதைக் காணலாம். மாப்பிள்ளை மாடு, தான் கிடப்பது குட்டிகைச் சுவர் கனாக் காண்பது மச்சு மாளிகை ஆகிய மரபுத் தொடர், பழமொழிகளைப் பொருத்தமாகப் பயன்படுத்தி நாவலர் தனது கோபத்தையும் ஏளனத்தையும் வெளிப்படுத்துவது கவனிக்கத்தக்கது. இது போன்றே சபாசு சபாசு, கெட்டி கெட்டி போன்ற இரட்டைத் தொடர்களை உணர்ச்சி வெளிப்பாட்டு வடிவங்களாக நாவலர் அடிக்கடி கையாள்கின்றார். 'நாவலர் பிரபந்தத் திரட்'டிலே இத்தகைய தொடர்கள் அநேகம் உள்ளன. இவ்வகையிலே மற்றவற்றுடன் ஒப்பிடுகையில் நாவலரின் கண்டன உரைநடை வெறும் செய்தித் தொடர்புக் கருவியாக மட்டுமன்றி, ஆளுமை வெளிப்பாட்டுக் கருவியாகவும் அமைந்துள்ளது எனலாம்.

இறுதியாகச் சொல்வதானால் நாவலர் தமிழ் உரை நடை வரலாற்றிலே ஒரு சந்தி எனலாம். உரையாசிரியர் வழிவந்த பழைய உரைநடைக்கும், நாம் பயன்படுத்தும் இன்றைய உரைநடைக்கும் இடையே அவர் இருக்கிறார். இன்றைய உரைநடை பல்வேறுபட்ட காரணிகளால் இந்த நூற்றாண்டிலே பன்முகப்பட்ட வளர்ச்சியைப் பெற்றுள்ளது. இன்றைய உரைநடை வளர்ச்சியிலே நவீன புனைகதை இலக்கியங்களுக்கு மிக முக்கியமான பங்கு உண்டு. நாவலர் மறைந்த 1879ஆம் ஆண்டிலேதான் முதல் தமிழ் நாவலும் வெளிவந்தது என்பது குறிப்பிடத் தகுந்த முக்கியத்துவம் உடையது. நாவலர் விட்ட இடத்தில் இருந்து புதிய மரபு ஒன்று தொடங்குவதை அது குறிக்கின்றது. 19ஆம் நூற்றாண் டிலே நாவலர் காலம் வரை வளர்ச்சியடைந்திருந்த உரை நடையை அடிப்படையாகக் கொண்டே முதல் தமிழ் நாவல் தோன்றியது எனினும், தமிழ் உரைநடைப் பரிணாமத்தின் பிறிதொரு கட்டத்தை அது காட்டுகின்றது. நாவலர் விட்ட இடத்தில் இருந்து நாவல் இலக்கியம் தமிழ் உரைநடையை வெகுதூரம் கொண்டு சென்றது. நாவலர் மறைந்த நூற்றாண் டும், நாவல் பிறந்த நூற்றாண்டும் ஒன்றாக நினைவுகூரப் படுவது தமிழ் உரைநடை வளர்ச்சிச் சங்கிலியிலே ஆறுமுக நாவலர் ஒரு கணுவாக இருக்கின்றார் என்பதையே உணர்த்து கின்றது எனலாம்.

(இக்கட்டுரை 1979இல் யாழ்ப்பாணப் பல்கலைக்கழகத் தமிழ்த்துறை நடத்திய நாவலர் நூற்றாண்டு நினைவுக் கருத் தரங்கில் முதலில் படிக்கப்பட்டது. பின்னர் மொழியியல், தொகுதி II, இதழ் 1–4 1988 இதழில் வெளிவந்தது.)

உசாத்துணை நூல்கள்

ஆறுமுக நாவலர் (1933) 'திருவிளையாடற் புராண வசனம்'. வித்தியானுபாலன அச்சகம், சென்னை.

ஆறுமுக நாவலர் (1950) 'திருத்தொண்டர் பெரியபுராண வசனம்' (17ஆம் பதிப்பு), வித்தியானுபாலன அச்சகம், சென்னை.

ஆறுமுக நாவலர் (1954) 'பிரபந்தத் திரட்டு', வித்தியானுபாலன அச்சகம், சென்னை.

ஆறுமுக நாவலர் (1969) 'பாலபாடம்' (நான்காம் புத்தகம்), வித்தியானுபாலன அச்சகம், சென்னை.

ஆறுமுக நாவலர் (1970) 'இலக்கணச் சுருக்கம்', வித்தியானுபாலன அச்சகம், சென்னை.

ஆறுமுக நாவலர் (1978) 'நன்னூல் காண்டிகை உரை' முதற்பாகம் (எழுத்ததிகாரம்), வித்தியானுபாலன அச்சகம், சென்னை.

சுப்பிரமணிய பாரதியார் (1964) 'பாரதியார் கட்டுரைகள்', அருணா பதிப்பகம், சென்னை.

செல்வநாயகம் வி. (1957) 'தமிழ் உரைநடை வரலாறு', சென்னை.

சோசபு சுந்தரராசு சூ. (1973) 'உரைநடைத்திறன்', எழிலரசுப் பதிப்பகம், பாளையங்கோட்டை.

பரமசிவானந்தம், அ.மு. (1966) '19ஆம் நூற்றாண்டில் தமிழ் உரைநடை வளர்ச்சி', தமிழ் எழுத்தாளர் கூட்டுறவுச் சங்கம், சென்னை.

வேங்கடசாமி, மயிலை, சீனி. (1936) 'கிறிஸ்தவமும் தமிழும்', சென்னை.

Kamil Zvelebil (1973) *The Smile of Murugan: On Tamil Literature of South India*, Leidon, E.J. Brill.

தமிழ் நாவலும் புனைகதை மொழியும்

நாவல் இலக்கியத்துக்கும் உரைநடை வளர்ச்சிக்கும் இடையே உள்ள பரஸ்பர உறவு பற்றிய இரண்டு முக்கிய அம்சங்களைச் சுட்டிக் காட்டலாம் என்று நினைக்கின்றேன். முதலாவது அம்சம், நாவல் இலக்கியம் தோன்றுவதற்கு முன்னர், அதன் தோற்றத்துக்கு முன்தேவையாக உரைநடை வளர்ச்சியடைய வேண்டி இருந்தமை; இரண்டாவது அம்சம், நாவல் இலக்கியத்தின் உள்ளார்ந்த, பன்முகப்பட்ட வளர்ச்சி உரைநடையைத் துரிதமாக வளர்ச்சியடையச் செய்தமை.

எந்த மொழியிலும் நாவல் இலக்கியம் தோன்றுவதற்குமுன், அதற்கு முன்தேவையாக உரைநடை வளர்ச்சியடைய வேண்டி இருந்தது என்பதை இலக்கிய வரலாறு அறிந்த யாவரும் அறிவர். உரைநடை வளர்ச்சியும், உரைநடை வளர்ச்சிக்கு அடிப்படையாக இருந்த சமூகக் காரணிகளுமே நாவல் இலக்கியத்தின் தோற்றத்துக்குக் காரணமாக அமைந்தன. தமிழ் மொழியும் இதற்கு விலக்கு அல்ல. 18ஆம், 19ஆம் நூற்றாண்டுகளிலேயே தமிழில் நவீன உரைநடை தோன்றி வளர்ந்தது. அதன் முன்பும் தமிழில் உரைநடை இருந்தது எனினும், அது பொதுப் பயன்பாட்டுக்கு உரியதாக இருக்கவில்லை. பழைய இலக்கியங்களுக்கு உரை எழுதுவதற்கும், கல்வெட்டுப் போன்ற சில ஆவணங்களுக்குமே உரைநடை பயன்படுத்தப்பட்டது. உரைநடையின் பொதுப்பயன்பாட்டுக்கான சமூகத் தேவை அப்போது இருக்கவில்லை. அதனால், உரைநடை வளர்ச்சியடையவில்லை. ஐரோப்பியர்களின் வருகையும், அவர்கள் மூலம் தமிழ்ச் சமூகத்தில் ஏற்பட்ட அரசியல், சமூக, பொருளாதார,

கலாச்சார மாற்றங்களும் நவீன உரைநடையின் தோற்றத்துக்கும் வளர்ச்சிக்கும் அடிப்படையாக அமைந்தன. சுருக்கமாகச் சொல்வதானால் புதிதாக வளர்ச்சியடைந்து வந்த முதலாளித்துவ சமூக அமைப்பின் தேவையும், அதன் இயல்புகளுமே நவீன உரைநடையின் தோற்றத்துக்கும் வளர்ச்சிக்கும் காரணிகளாக இருந்தன எனலாம்.

இவ்வாறு 19ஆம் நூற்றாண்டில் வளர்ச்சியடைந்த நவீன தமிழ் உரைநடை பெரும்பாலும் பண்டைய உரையாசிரியர்களின் உரைநடையையே தனது வளர்ச்சிக்கான மூலமாகக் கொண்டிருந்தது என்பதும் குறிப்பிடத்தக்கது. வித்துவச் செறிவான, மரபுரீதியான, அறிவுத் துறைக்குரிய உரைநடையாக இது அமைந்தது. ஆறுமுக நாவலர், சூரிய நாராயண சாஸ்திரியார் போன்றவர்கள் இத்தகைய உரைநடையின் சிறந்த பிரதிநிதிகளாவர். இவர்களின் உரைநடை பேச்சுமொழியில் இருந்து முற்றிலும் விலகிய, இலக்கிய வழக்கோடு முற்றிலும் நெருங்கியதாக அமைந்தது. 18ஆம் 19ஆம் நூற்றாண்டுகளில் அருணாசலக் கவிராயர், கோபாலக்கிருஷ்ண பாரதியார் முதலியவர்கள் இறுக்கமான தமிழ்ச் செய்யுள் நடையைத் தளர்த்தி, பேச்சுமொழியோடு இணைந்த வெகுஜன ரஞ்சகமான செய்யுள் நடை ஒன்றை உருவாக்கியதுபோல வெகுஜன ரஞ்சகமான உரைநடை ஒன்று இக்காலத்தில் உருவாகி இருக்கவில்லை. பதிலாக இக்கால உரைநடை இலகுவானதாக இருந்த அதேவேளை கல்வித்துறைக்குரிய வித்துவச் சார்பானதாகவே அமைந்தது எனலாம். இத்தகைய உரைநடைச் சூழலிலேதான் முதல் தமிழ் நாவல் தோன்றியது.

நூறு ஆண்டுகளுக்கு முன்னர், 1879ஆம் ஆண்டு வெளிவந்த முதலாவது தமிழ் நாவலான 'பிரதாப முதலியார் சரித்திரம்' பின்வருமாறு தொடங்குகின்றது:

> இந்த தேசம் இங்கிலீஷ் துரைத்தனத்தார் சுவாதீனமாகிச் சில காலத்திற்குப் பின்பு சத்தியபுரி என்னும் ஊரிலே தொண்டைமண்டல முதலிமார் குலத்திலே நான் பிறந்தேன். என் பாட்டனாராகிய ஏகாம்பர முதலியார் இந்தத் தேசத்தை ஆண்ட நவாபுகளிடத்தில் திவான் உத்தியோகஞ் செய்து அளவற்ற திரவியங்களையும் பூஸ்திதிகளையும் சம்பாதித்தார். என் பாட்டனார் படித்ததும், அவருக்குத் திவான் உத்தியோகங் கிடைத்ததும், எல்லாம் அதிசயிக்கத் தக்க விஷயமானதால் அதை நான் கேள்விப்பட்ட பிரகாரம் விவரிக்கிறேன்.
>
> என் பாட்டனார் சம்பளம் கொடுத்துப் படிக்க நிர்வாகம் அற்றவராயிருந்தபடியால், அவர் சில

உபாத்தியாயர்களை அடுத்து அவர்கள் ஏவின வேலைகளைச் செய்து, கல்வி கற்றுக்கொண்டார். அவர் கல்வியில் பூரண பாண்டித்தியம் அடைந்து, யௌவன புருஷனாயிருக்கும்போது, ஒரு நாள் ஒரு துலுக்கன் குதிரையின் மேல் ஏறிக்கொண்டு, சத்தியபுரிச் சாலை மார்க்கமாகச் சவாரி போனன். அவனுடைய குதிரை எதையோ கண்டு வெருண்டு, மார்க்கத்தை விட்டுக் காட்டிலும் மேட்டிலும் ஓடி, அவனைக் கீழே தள்ளிவிட்டது. அவன் காயப்பட்டு பிரக்ஞாபங்கமாய் விழுந்த இடத்திலே பிரேதம்போலக் கிடந்தான். அப்போது அவ்விடத்தில் இருந்தவர்கள், "அவன் யாரோ பக்கிரி. அவனைத் தொட்டால் ஜாதிப் பிரஷ்டத்துவம் உண்டாகும்" என்று சொல்லிக் கொண்டு, அப்பால் விலகிப் போய்விட்டார்கள். என் பாட்டனார் மட்டும் "அவன் யாராய் இருந்தாலும் ஆபத்து வேளையில் உதவ வேண்டும்" என்று நினைத்து அவனைத் தூக்கி மடிமேல் வைத்துக் கொண்டு, அவனுடைய காயங்களைக் கட்டி, அவன் மூர்ச்சை தெளியும் படியான பக்குவங்களைச் செய்தார். அவன் மூர்ச்சை தெளிந்து எழுந்தவுடனே என் பாட்டனாரைப் பார்த்து, "நீர் செய்த உபகாரத் துக்கு, ஏழைப் பக்கிரியாகிய நான் என்ன பிரதி உபகாரம் செய்யப் போகிறேன்?" என்று பலவாறாக ஸ்தோத்திரஞ் செய்தான் ..."

'பிரதாப முதலியார் சரித்திரம்' வெளிவந்து பத்து ஆண்டு களுக்குள் 1885ஆம் ஆண்டு இலங்கையின் முதலாவது தமிழ் நாவல் வெளிவந்தது. இலங்கையின் முதல் நாவலான, அறிஞர் சித்திலெவ்வை அவர்கள் எழுதிய 'அசன்பே கதை' பின்வரு மாறு தொடங்குகின்றது.

"கல்வி செல்வங்களிலே மிகச் சிறந்து விளங்கா நின்ற மிசுறு தேசத்தின் இராஜதானியாகிய காயீரென்னும் பட்டணத்திலே செய்யது 'பாக்ஷா' என்பவர் இராச்சிய பரிபாலனம் செய்யும் காலத்தில், அந்த 'பாக்ஷா'வினு டைய மாளிகைக்குச் சமீபமான ஓர் அலங்காரமுள்ள மாளிகையில் யூசுபு பாக்ஷா என்பவரொருவர் இருந் தார். அவர் ராஜ வம்சத்தைச் சேர்ந்தவர். மஹா பாக்கியவந்தர். கதீவுடைய மந்திரிமார்களிலொருவர். மதம் பிடித்த யானையை நடத்தும் பாகன் அதை நயபயத்தினால் நல்வழி நடத்துவதுபோல் அரசன் கோபித்தாலும் அவனை விட்டகலாது அப்போது

வேண்டும் யுக்தி புத்திகளை யிடித்திடித்துப் புகலிடும் தொழிலை விடாமலிருப்பவர். நேரான காரியங்களில் சோராத துணிவுள்ளவர். பின்னே வரும் கருமங்களை முன்னே அறிந்து தெரிவிக்கும் மூதறிவுடையவர். காலமும் இடமும் ஏற்ற கருவியும் தெரிந்தவர். பிரஜை களெல்லாம் தமது திறமை முதலிய நற்குணங்களைப் புகழப் பெற்றவர்; ஆங்கிலேயர், பிரான்ஸியர்கள் முதலிய ஐரோப்பியர்களெல்லாம் தமது விவேக நுட்பத்தை வியந்து பாராட்டும்படி யதிகாரஞ் செலுத்துபவர்.”

நூறு ஆண்டுகளுக்கு முன்பு வெளிவந்த நமது முதல் தமிழ் நாவல்களிலிருந்து எடுக்கப்பட்ட இப்பகுதிகள் 19ஆம் நூற்றாண்டுத் தமிழ் உரைநடையை நன்கு பிரதிபலிக்கின்றன. பண்டைய உரையாசிரியர்கள் வழிவந்த கல்வித் துறை சார்ந்த உரைநடைப் பாங்கை நாம் இதில் காணலாம். முதல் தமிழ் நாவலாசிரியர்களான வேதநாயகம் பிள்ளையும் சரி, சித்திலெவ்வையும் சரி அன்றாட வாழ்க்கையை நேர் நின்று அவதானித்து யதார்த்தபூர்வமாகப் பிரதிபலித்த கலை ஞர்கள் அல்லர். கமில் சுவலபில் (1973 : 281) சொல்வதுபோல் வேதநாயகம் பிள்ளை ஒரு படைப்பாளி என்பதைவிட ஒரு அறிவாளி, சீர்திருத்தவாதி என்பதே மிகப் பொருத்த மானது. அறிஞர் சித்திலெவ்வையும் இத்தகையவரே. அதனால் அவர்களின் உரைநடை வித்துவச் சார்பானதாக அமைந்ததில் ஆச்சரியம் இல்லை.

3

வாழ்க்கையை நுணுகி அவதானித்து, சித்திரிக்க முயன்ற யதார்த்தபூர்வமான நாவல்களின் தோற்றத்துடனேதான் கற்பனைப் புனைகதைக்குரிய வளமான உரைநடையும் தோன்றி வளர்ச்சியடைந்தது. இவ்வகையில் 19ஆம் நூற்றாண் டின் இறுதியில் கற்பனைப் புனைகதைக்குரிய உரைநடை ஒன்றைத் தோற்றுவித்தவர்களில் ராஜமையர், மாதவையா ஆகியோர் குறிப்பிடத் தகுந்தவர்கள். ‘கமலாம்பாள் சரித்திர’ மும், ‘பத்மாவதி சரித்திர’மும் ‘இலக்கண சுத்தமான’ ஆரம்ப காலத் தமிழ் நாவல்கள் என்று இன்றும் மதிக்கப்படுகின்றன. இவை இரண்டுமே வாழ்க்கையை யதார்த்தபூர்வமாகச் சித்தி ரிக்க முயன்ற முதல் முயற்சிகளாகும். அவ்வகையில் அன்றைய உரைநடையில் அவை கணிசமான பாதிப்பைச் செலுத்தின. ராஜமையர், மாதவையா ஆகியோரின் உரைநடையும் அடிப் படையில் உரையாசிரியர்கள் வழிவந்த வித்துவ மரபுடன்

வேர் கொண்டுள்ளது எனினும், குறிப்பிடத்தகுந்த அளவு புதுமையையும் பெற்றுள்ளன. ராஜமையரின் உரைநடை பற்றி கமில் சுவலபில் *(1973 : 282)* பின்வருமாறு கூறுகின்றார்:

> அவரது உரைநடை பெருமளவு சமஸ்கிருதமயப்பட்டுள்ளது. அவரைப் பொறுத்தவரை சமஸ்கிருதமயமாக்கல் தவிர்க்க முடியாதது. அவர் பிராமணர்களைப் பற்றியே எழுதியதால் அதைத் தவிர்த்தல் இயல்பற்றதாகவும் இருந்திருக்கும். மறுபுறத்தில் அவர் தனது உரையாடல்களில் கணிசமான அளவு பேச்சுவழக்குகளைப் புகுத்தியுள்ளார். மிகவும் சமஸ்கிருதமயமாக்கப்பட்ட, பேச்சுவழக்குக் கலந்த, சம்பிரதாயபூர்வமற்ற உரையாடல் கலந்த மொழி ராஜமையரின் படைப்பில் சிறப்பாகத் தொழிற்படுகின்றது. அதுமட்டுமன்றி நவீன பிராமணத் தமிழ் எழுத்தாளர் பலருக்கு அது ஒரு முன்மாதிரியாகவும் அமைந்துள்ளது.

மாதவையாவும் பேச்சு வழக்குக் கலந்த உரையாடல்களைக் கையாண்டு தனது உரைநடையை ஜனரஞ்சகப்படுத்த முயன்றார். 18ஆம் நூற்றாண்டில் ஆனந்தரங்கம்பிள்ளை தனது டயரிக் குறிப்புக்களில், பேச்சுவழக்கை ஒட்டிய சம்பிரதாயபூர்வமற்ற உரைநடை ஒன்றைக் கையாண்டார் எனினும், சம்பிரதாயபூர்வமற்ற உரையாடல்களை உள்ளடக்கிய யதார்த்தபூர்வமான நாவல்கள் தோன்றியதும் அத்தகைய உரைநடை பெருவழக்காகுவது தவிர்க்க முடியாததாகிவிட்டது. நாவலின் பண்பு உரைநடையின் பண்பை நிர்ணயிக்கின்றது என்பதை இதிலிருந்து அறியலாம்.

தமிழ் நாவல்களைக் கதை சொல்லும் பண்பை ஒட்டி இருவகையாகப் பாகுபடுத்தலாம் போல் தோன்றுகின்றது. பொதுவாக ஆரம்பகால நாவல்கள் எல்லாம் எடுத்துரைப் பாங்கானவையாக *(narrative)* அமைந்துள்ளன. நாடோடிக் கதைப் பாணி அல்லது பாட்டிக்கதைப் பாணிக்கும் அவற்றுக்கும் இடையே பல ஒற்றுமைகள் இருப்பதை நாம் காணலாம். இப்பண்பு இன்றைய நாவல்கள் பலவற்றிலும்கூட வெவ்வேறு அளவில் காணப்படுகின்றது எனினும், ஆரம்பகால நாவல்களில் அது பிரதான பண்பு ஆகும். இதனால் ஆரம்பகால நாவல்களின் உரைநடையும் எடுத்துரைப்பாங்கானதாக அமைந்துள்ளது. ஆனால், காலப் போக்கில் தமிழ் நாவல் எடுத்துரைப்பாங்கில் இருந்து படிப்படியாக விபரணப்பாங்கானதாக *(descriptive)* மாறி வந்துள்ளது. இன்றைய நாவல்களின் பிரதான பண்பு விபரணப்பாங்கு எனலாம். நாவலின் சுற்றுச் சூழலையும், பாத்திரங்களின்

அக உணர்வுகளையும் துளாவிச் சென்று நுட்ப விபரங்களையும் விடாமல் விபரிப்பது இன்றைய நாவல்களின் அடிப்படைப் பண்பாகும். இதனால் இன்றைய நாவல்களின் உரைநடையும் எடுத்துரைப்பாங்கில் இருந்து விபரணப்பாங்கானதாக மாறியுள்ளது.

நாவல்களின் பண்பு மாறும்போது அதன் மொழியும் மாறுவது தவிர்க்க இயலாததாகும். முதல் தமிழ் நாவல் தோன்றி 90 வருடங்களுக்குப் பிறகு 1966ஆம் ஆண்டு வெளி வந்த ஜானகிராமனின் 'அம்மா வந்தாள்' நாவலின் தொடக்கப் பந்தியை வேதநாயகம் பிள்ளை, மாதவையா போன்ற முதல் தமிழ் நாவலாசிரியர்களின் உரைநடையுடன் ஒப்பு நோக்கினால் இவ்வுண்மை விளங்கும். ஒரு நூற்றாண்டு காலத் தமிழ் நாவல் வளர்ச்சியுடன் நமது உரைநடையும் எவ்வாறு வனப்பும் செழுமையும் பெற்று வளர்ந்திருக்கின்றது என்பதையும் கண்டறியலாம். 'அம்மா வந்தாள்' நாவல் பின்வருமாறு தொடங்குகின்றது.

> *சரஸ்வதி பூஜையன்று புத்தகம் படிக்கக் கூடாது என்பார்கள். ஆனால் அன்று ஒரு நாளும் இல்லாத திருநாளாக புத்தகத்தின் மேல்வருகிற ஆசை! கீழே கிடக்கிற – பல்பொடி மடிக்கிற காகிதத்தையாவது எடுத்துப் படிக்க வேண்டும் என்ற மோகம்! அப்படி ஒரு மோகம் அல்லவா பிறந்திருக்கிறது இன்று இந்தக் காவேரி மீது!*
>
> அப்படியும் சொல்வதற்கில்லை என்று திருத்திக் கொண்டான் அப்பு. காணாததைக் கண்டுவிட்டாற் போல காவேரியை இப்பொழுது பார்த்துக்கொண்டு உட்கார்ந்திருக்கிறோம். ஆனால் பதினாறு வருடமாக, பொழுது விடிந்தால் பொழுது சாய்ந்தால் காண்கிற காவேரிதான் இது. இந்த ஊருக்கு வந்த நாளில் இருந்து, அரையில் மூன்று முழு ஈரிழைத் துண்டும், தலையில் எஸ்கட்டுப் பின்னலுமாக அப்பாவோடு இங்கு வந்த நாள் முதல் இந்தக் காவேரியைப் பார்த்துக் கொண்டுதான் இருக்கிறோம். அன்று பாடசாலையில் சேர்ப்பதற்காக அவனை அழைத்து வந்தார் அப்பா. ரயிலில் இருவரும் வந்தார்கள். இரவு முழுவதும் பயணம். திருச்சி ஜங்ஷனில் வண்டி மாறி, மறுபடியும் ஒரு நான்கு மணிநேரம் பயணம். சுடச்சுட வெளுப்பு வெயில் ஏறிய நேரத்தில், ஸ்டேசனில் இறங்கினார்கள். ஒரு மைல் ரயில் பாதையை ஒட்டிய சாலையில் நடந்தார்கள். கிராமத்தில் நுழைந்தார்கள். பாட

சாலையில் சேர்ந்தாயிற்று. இரவு கூடவே படுத்திருந்தார் அப்பா – அவனுக்குப் பக்கத்திலேயே வெகுநேரம் வரை அவன் கையையும் முதுகையும் தடவிக் கொடுத்துக்கொண்டே இருந்தார்.

விடியற் காலையில் எழுந்து இந்தக் காவேரிக்கு, இதே துறைக்குத்தான் அழைத்து வந்தார். குயில் கூவிற்று. அக்காக் குருவி கத்திற்று. 'நீ . . . சோவ்' என்றும் ஒரு குருவி கத்திற்று. காவேரி முழுவதும் வெள்ளம் மோதிமோதி, பெரிய பாம்பு மூச்சுவிட்டுப் புரள்வதுபோல் நகர்ந்தது. யானை நகர்ந்து கொடுப்பது போல் இருந்தது. மிரண்டு கரையிலே நின்ற குழந்தையைக் கையைப் பிடித்து முழங்கால் தண்ணீரில் நிறுத்திக் குளிப்பாட்டி விட்டார் அப்பா. பிறகு வேட்டியைத் துவைத்துக் கொடுத்தார். கௌபீனத்தைக் கசக்கிக் கொடுத்தார். தலையில் அம்மா பின்னிக் கட்டிவிட்ட 'எஸ்' கட்டு கலையாமலே குளித்துவிட்டு 'உஹ¬, உஹ¬, உஹ®' என்று உதடு நடுங்க கையிரண்டும் கூப்ப, சில்லுப்பில் சிலிர்த்துக்கொண்டே, நிர்வாணமாக, மீன் கொத்தி ஒன்று தண்ணீருக்குள் செங்குத்தாகப் பாய்ந்து முழுகிச் சிலுப்புவதைப் பார்த்துக்கொண்டே நின்றான் அவன். சிலுப்பி விட்டு, அலகில் எதையோ கவ்விக் கொண்டு நீர் மட்டத்துக்கு மேலேயே, தவளைக் கல் வீசினாற் போல தொட்டும் தொடாததுமாகப் பறந்துபோயிற்று மீன் குத்தி 'சடப்' –

ஜானகிராமனின் இவ்வுரைநடைப் பகுதி விபரணப் பாங்கானதாக, படம்பிடித்துக் காட்டுவதாக அமைந்துள்ளது. ஒரு காலைப் பொழுதில் காவேரிக்கரையில் தகப்பனும் மகனும் குளித்து நிற்கும் காட்சியை, அதன் சுற்றுச் சூழலோடு ஒரு திரைப்படம் போல் நம் கண்முன் கொண்டுவருகிறார் ஜானகிராமன். ஆரம்பகால நாவல்களுக்கும் இன்றைய நாவல்களுக்கும் இடையே கதை கூறும் பாணியில் உள்ள அடிப்படைப் பண்பு வேறுபாடு என்று இதையே நான் குறிப்பிட்டேன். இப்பண்பு வேறுபாடு உரைநடையின் வாக்கிய அமைப்பைப் பெரிதும் பாதித்துள்ளது. ஆரம்ப கால நாவலாசிரியர்கள் பயன்படுத்திய, உரையாசிரியர்கள் வழிவந்த வித்துவச் செறிவான நடையில் இருந்து விடுபட்டு, இன்றைய ஆய்வறிவுத் துறைக்குரிய உரைநடையில் இருந்தும் விடுபட்டு புனைகதைகளுக்கே உரிய சுயேச்சையான உரைநடை ஒன்று உருவாவதற்கு இன்றைய நாவல்களின் விபரணப்பண்பு வழிகோலியுள்ளது.

இன்றைய நாவல்களுக்குரிய இவ்விபரணப் பண்பின் சில அம்சங்களை ஆரம்ப கால நாவல்களிலும் நாம் சிறிதளவு காணலாம். அந்த அளவுக்கு அவை உரைநடையையும் பாதித்துள்ளன. ராஜமையரின் 'கமலாம்பாள் சரித்திர'த்தின் சில பகுதிகளை இதற்கு உதாரணமாகக் காட்டலாம். அது பின்வருமாறு தொடங்குகின்றது.

> மதுரை ஜில்லாவில் சிறுகுளம் என்ற ஒரு கிராமம் உண்டு. அந்தக் கிராமத்தின் நடுத் தெருவின் மத்தியில் 'பெரிய வீடு' என்று பெயருள்ள ஒரு வீடு இருந்தது. அந்த வீட்டில் கூடத்துக்கு அடுத்த ஓர் அறையில் கீழே ஒரு கோரைப்பாய் விரித்து, அதன் மேல் ஒரு திண்டு போட்டுச் சாய்ந்துகொண்டு ஒருவர் படுத்திருந்தார். அவர் நித்திரை தெளிந்து எழுந்திருந்த வுடன், "ஆ சம்போ சங்கரா" என்று இரண்டு தடவை உரக்கக் கொட்டாவி விட்டுவிட்டு, காலைச் சொரிந்து கொண்டு, "அடியே, அடியே" என்று கூவினார். அப்பொழுது கூடத்தில் ரவிக்கை தைத்துக்கொண் டிருந்த அவர் மனைவி, இவர் குரல் காதில் கேட்ட வுடன் இரண்டுமுறை இருமிவிட்டு மௌனமாய் இருந்தாள்.

ராஜமையரின் இவ்வுரைநடைப் பகுதி விபரணத்தன்மை உடையது என்பது வெளிப்படை. முதல் இரு நாவல்களில் போல் அல்லாமல் இது சிறு சிறு வாக்கியங்களாலும் அமைந் துள்ளது. ஆயினும், இன்றைய நாவல்களுடன் பரிச்சயம் உள்ள ஒருவர் இதை இன்றைய உரைநடை என்று கூற முன்வரார். காரணம், இவ்வுரைநடையின் வாக்கிய அமைப்பு எனலாம். இப்பந்தி ஐந்து வாக்கியங்களைக் கொண்டுள்ளது எனினும், அவை சுயேச்சையான வாக்கியங்களல்ல. ஒவ் வொரு வாக்கியமும் மற்ற வாக்கியத்துடன் இணைப்பிடைச் சொற்களினால் சங்கிலிப் பின்னல்போல் தொடுக்கப்பட் டுள்ளது. மதுரை ஜில்லாவில் . . . ஒரு கிராமம் உண்டு. அந்தக் கிராமத்தில் . . . . ஒரு வீடு இருந்தது. அந்த வீட்டில் . . . ஒருவர் படுத்திருந்தார். அவர் . . . "அடியே அடியே" என்று கூவினார். அப்பொழுது . . . என்று முழுப்பந்தியும் ஒரு தொடர் வாக்கியமாகவே அமைந்துவிட்டது. இது 19ஆம் நூற்றாண்டு உரைநடையின் ஒரு பிரதான பண்பாகும். இதற்கு மாற்றாக இன்றைய நாவல்களின் நுட்பமான விபரணத் தன்மைக்கும், அதன் பெறுபேறாக வளர்ச்சியடைந்த இன்றைய உரைநடையின் சுயேச்சையான வாக்கிய அமைதிக் கும் பிறிதொரு எடுத்துக்காட்டாக ஆர். சண்முகசுந்தரத்தின்

‘அறுவடை’ என்ற நாவலில் இருந்து ஒரு பந்தியைத் தரலாம். அறுவடை இவ்வாறு தொடங்குகின்றது:

> பருத்திச் செடிகள் பூவும் பிஞ்சும் காய்களுடன் குலுங்கி நின்றன. தோட்டம் முழுவதும் பருத்தியும் சோளமும் பயிர் செய்யப்பட்டிருந்தன. கிணற்று மேட்டிலிருந்து பார்த்தால் பூமி தாழ்வாகப் போய் வேலியில் முடிவதைப் பார்க்கலாம். கிணற்று மேட்டில் இருந்து வாய்க்கால் ஓரத்தில் இரு மருங்கிலும் தென்னம் பிள்ளைகள் வைத்துப் பயிராக்கப்பட்டிருந்தது. கிணற்று மேட்டிற்கு வடபுறமாக மாட்டுத் தொண்டுப் பட்டி இருந்தது. நான்கு பக்கமும் கிழுவமுள் வேலி பலமாகக் காட்சியளித்தது. வேலிக்குக் காவலாகச் சுற்றிலும் கொஞ்சம் இடம்விட்டு மலங்கிழுவமரம் செழிப்பாக வளர்ந்திருந்தது. தொண்டுப்பட்டிக்குக் கீழ்ப்புறமாக கொஞ்ச தூரம் தள்ளித்தான் வீடும் அதைச் சுற்றி மதிற்சுவரும் எழுப்பப்பட்டிருந்தன. தூரத்திலிருந்து பார்த்தால் மதிற்சுவர் ஒரு பெட்டிபோலத் தோற்ற மளிக்கும்.

இப்பந்தியில் ஒவ்வொரு வாக்கியமும் சங்கிலித் தொட ராகவன்றி சுயேச்சையாக நின்று ஒருகாட்சியைப் படம்பிடிக் கின்றது. முழுப் பந்தியும் சேர்ந்து அந்த வீட்டையும் சுற்றுப் புறத்தையும் பற்றிய ஒரு சித்திரத்தை – படிமத்தைத் – தரு கின்றது.

4

இதுவரை எமது ஆரம்பகால நாவல்களின் உரை நடைக்கும் இன்றைய நாவல்களின் உரைநடைக்கும் இடையே உள்ள ஒரு முக்கியமான வேறுபாட்டைப் பார்த்தோம். ஆரம்பகால உரைநடை எடுத்துரைப்பாங்கானதாக இருக்க, இன்றைய உரைநடை விபரணப்பாங்கானதாக இருக்கின்றது என்றும், நமது நாவல்களின் கதை கூறும் தன்மையில் ஏற்பட்ட மாற்றமே இத்தகைய வளர்ச்சிக்கு அடிப்படையாக இருந்தது என்றும் பார்த்தோம்.

நமது நாவல்கள் கதை கூறும் தன்மையில் மட்டுமன்றி களம், உள்ளடக்கம், உத்திமுறை போன்ற பல்வேறு அம்சங் களிலும் பன்முகப்பட்ட வளர்ச்சியை அடைந்திருக்கின்றன. நாவல் இலக்கியத்தின் இப்பன்முக வளர்ச்சி உரைநடையிலும் பன்முக வளர்ச்சியை ஏற்படுத்தி இருப்பதை நாம் அவ தானிக்க முடிகின்றது. பொருள், இடப்பரப்பு ஆகியவற்றின்

அடிப்படையில் இன்றைய நமது நாவல்களை இருபெரும் பிரிவாக வகைப்படுத்தலாம்.

(1) வரலாற்றுக் கற்பனையை அல்லது கற்பனை வரலாற்றை அடிப்படையாகக் கொண்ட நாவல்கள். இவையே வரலாற்று நாவல்கள் என்றும் அழைக்கப்படுகின்றன. இத்தகைய நாவல்களில் இன்றைய நடைமுறை வாழ்க்கையோடு எவ்வித தொடர்பும் அற்ற, பண்டைய காலச் சூழலில் அமைந்த, மிகை உணர்ச்சிப்பாங்கான கற்பனை வாழ்வு சித்திரிக்கப்படுகின்றது. இதனால், நாவலின் பண்பைவிட பழைய காவியப்பண்புகள் இவற்றில் முனைப்பாகத் தெரிகின்றன. பழைய கலாச்சாரம், பழைய அனுபவங்கள் ஆகியவற்றை வியந்துரைப்பதை நோக்கமாகக் கொண்ட இந்நாவல்களின் மொழியும், நடைமுறைப் பயன்பாட்டுக்குப் புறம்பான, கற்பனைப்பண்பு மிகுந்த, செந்நெறிபாங்கானதாக அமைவது தவிர்க்க முடியாததாகின்றது. கல்கி, அகிலன், பார்த்தசாரதி, சாண்டில்யன் போன்றவர்களின் இத்தகைய கதைகளில் காவியப்பாங்கான உரைநடையை நாம் காணலாம். தவிரவும், எடுத்துரைப்பாங்கான 19ஆம் நூற்றாண்டு உரைநடையுடன் இவை நேரடியான உறவு கொண்டிருப்பதையும் காணலாம். கல்கியின் புகழ்பெற்ற 'பொன்னியின் செல்வன்' தொடக்க வரிகளை இதற்கு உதாரணமாகத் தரலாம்.

> ஆதி அந்தமில்லாத கால வெள்ளத்தில் கற்பனை ஓடத்தில் ஏறி நம்முடன் சிறிதுநேரம் பிரயாணம் செய்யுமாறு நேயர்களை அழைக்கிறோம். வினாடிக்கு ஒரு நூற்றாண்டு வீதம் எளிதில் கடந்து இன்றைக்குத் தொள்ளாயிரத்து எண்பத்திரண்டு ஆண்டுகளுக்கு முந்திய காலத்துக்குச் செல்வோமாக.
>
> தொண்டை நாட்டுக்கும் சோழநாட்டுக்கும் இடையில் உள்ள திருமுனைப்பாடி நாட்டின் தென்பகுதியில், தில்லைச் சிற்றம்பலத்துக்கு மேற்கே இரண்டுகாத தூரத்தில் அலைகடல் போன்ற ஓர் ஏரி விரிந்து பரந்து கிடக்கிறது. அதற்கு வீரநாராயண ஏரி என்று பெயர். அது தெற்கு வடக்கில் ஒன்றரைக் காத நீளமும், கிழக்கு மேற்கில் அரைக்காத தூரமும் உள்ளது. காலப்போக்கில் அதன் பெயர் சிதைந்து இந்நாளில் வீரானத்து ஏரி என்ற பெயரில் வழங்கி வருகிறது.

வேதநாயகம் பிள்ளையின் உரைநடைக்கும் இதற்கும் அதிக வேறுபாடு இல்லை என்பதை அறிவதற்கு நாம் அதிகம் சிரமப்பட வேண்டியதில்லை.

(2) இரண்டாவது வகை, சமூக வாழ்க்கையை அடிப்படை யாகக் கொண்ட நாவல்கள். இந்நாவல்களை அவற்றின் இயல்பை அடிப்படையாகக்கொண்டு மேலும் இருவகை யாகப் பாகுபடுத்தலாம். ஒன்று, யதார்த்த நாவல்கள், மற்றது, போலி யதார்த்த நாவல்கள்.

மிகை உணர்ச்சிப் பாங்கான சமுதாயக் கற்பனைக் கதைகளையே போலி யதார்த்தம் என்ற சொல் குறிக்கின்றது. வரலாற்றுக் கற்பனை அல்லது கற்பனை வரலாற்றுக் கதை களை எழுதும் ஆசிரியர்களே இத்தகைய நாவல்களையும் எழுதுகின்றார்கள். அகிலனின் 'வேங்கையின் மைந்த'னும், 'பாவை விளக்கு'ம்; நா. பார்த்தசாரதியின் 'மணிபல்லவ'மும், 'குறிஞ்சி மலரும்' பண்பு அடிப்படையில் அதிகம் வேறுபட் டவையல்ல. ஆகவே, இவற்றின் உரைநடையிலும் அதிகம் வேறுபாடு காணப்படுவதில்லை. இவர்களின் சமூகக் கற் பனைக் கதைகளிலும் வரலாற்றுக் கற்பனைக் கதைகளில் கையாளப்பட்ட அதே காவியப்பாங்கான உரைநடையே காணப்படுகின்றது. இவர்கள் அமைக்கும் உரையாடல், வரலாற்றுக் கற்பனைக் கதைகளில் முற்றிலும் செந்நெறிப்பாங் கான இலக்கியத் தமிழிலும், சமூகக் கற்பனைக் கதைகளில் சிறிதளவு விகற்பம் அடைந்த இலக்கியத் தமிழிலும் அமைந் திருப்பதை அவதானிக்கலாம். குறிப்பாக எந்த ஒரு கிளை மொழியையும் இவர்கள் தம் பாத்திரங்களின் உரையாடல் களில் கலப்பதில்லை. இவர்களது கதாபாத்திரங்கள் மத்திய தரவர்க்கக் கல்வியாளர்களே என்று இதற்குச் சமாதானம் கூறலாம். ஆயினும், அவர்கள் யதார்த்தமான *(real)* மத்தியதர வர்க்கத்தவராக இல்லாமல், இலட்சியமயப்படுத்தப்பட்ட வர்களாக *(idial)* இருக்கிறார்கள். தமிழில் மத்தியதரவர்க்கக் கிளைமொழி என்று ஒன்றைத் திட்டமாகப் பாகுபடுத்த முடியாது. ஒவ்வொரு மத்தியதரவர்க்கத்தவரும் தனது பிரதேச, சமூகக் கிளைமொழியையே பெரிதும் பயன்படுத்துகின்றார் என்பதையும் நாம் மனம்கொள்ள வேண்டும். போலி யதார்த்த நாவலாசிரியர்கள் இந்த உண்மையைப் புறக்கணித்துவிடுகின் றார்கள். இக் காரணங்களால் இப் போலி யதார்த்த நாவல் களும் வரலாற்றுக் கற்பனை நாவல்களைப் போன்றே, இன்றைய உரைநடை வளர்ச்சியில் விசேட பங்களிப்புகளைச் செய்ய முடியவில்லை.

இன்றைய உரைநடை வளர்ச்சியில் சமூக யதார்த்த நாவல்களே அதிகம் பங்காற்றி உள்ளன எனலாம். இட வேறுபாட்டை ஒட்டி இவ்வகை நாவல்களை நாம் மேலும் இருவகையாகப் பாகுபடுத்தலாம். ஒன்று, கிராம வாழ்வைச் சித்திரிப்பவை, மற்றது, நகர வாழ்வைச் சித்திரிப்பவை.

தமிழில் சிறந்த நாவல்கள் என்று கருதப்படுபவை எல்லாம் ஏதோ ஒரு வகையில் கிராம வாழ்க்கையைச் சித்திரிப்பனவாக இருப்பதை நாம் காணலாம். எண்பது வீதமான தமிழ் மக்கள் இன்னும் கிராமங்களிலேயே வாழ்வதால், தொடக்க காலத்தில் இருந்து தமிழ் நாவல்களின் பிரதான கருப்பொருள் கிராம வாழ்வாக இருப்பது தவிர்க்க முடியாததாகிவிட்டது. கிராம வாழ்வை யதார்த்த நெறியில் நாவலில் சித்திரிக்க முயலும்போது கிராமிய மக்களின் வழக்குமொழி உரைநடையில் வந்து கலப்பது தவிர்க்க முடியாததாகும். அந்த வகையில் தமிழின் பல்வேறு பிரதேசக் கிளைமொழிகளும் சமூகக் கிளைமொழிகளும் நமது உரைநடையை வளப்படுத்தி உள்ளன. இக்கிளைமொழிக் கலப்பு உரையாடல்களில் மட்டுமன்றி விபரணங்களிலும் கணிசமாக நிகழ்ந்துள்ளதை நாம் அவதானிக்கலாம். நீல பத்மநாபனின் 'தலைமுறைகள்', ஹெப்சிபா ஜேசுதாசனின் 'புத்தம்வீடு', சுந்தர ராமசாமியின் 'ஒரு புளியமரத்தின் கதை', சண்முகசுந்தரத்தின் 'அறுவடை', சின்னப்பபாரதியின் 'தாகம்', டானியலின் 'பஞ்சமர்', எஸ்.பொ.வின் 'சடங்கு', செ. கணேசலிங்கனின் 'நீண்ட பயணம்' முதலிய நாவல்களை மேலோட்டமாகப் பார்ப்பவர்கள்கூட, தமிழின் வெவ்வேறு கிளைமொழிகள் நாவலின் உரையாடல், விபரணம் ஆகிய இரு துறைகளிலும் சுவறி இருப்பதைக் காணமுடியும். பல்வேறு கிளைமொழிகளில் வழங்கும் வழக்குச் சொற்களும் உவமைத் தொடர்களும், மரபுத் தொடர்களும், விசேட பிரயோகங்களும் விபரணத்தில் கலந்து தமிழ் உரைநடையைப் பேச்சுத் தமிழுக்கு நெருக்கமாகக் கொண்டு வந்துள்ளன.

ராஜமையரின் நாவலில் இருந்து இன்றுவரை இப்போக்கு வளர்ச்சியடைந்து வருவதை நாம் காணலாம். "உடனே அவர் அவளை இறுகத் தழுவிக்கொண்டு பக்ஷணங்களைக் கணக்குப் பார்க்கப் புகுந்தார்" என்று ராஜமையர் எழுதுகையில் கணக்குப் பார்த்தல் என்ற மரபுத் தொடர் உரைநடையில் புகுந்துவிடுகின்றது. இன்றைய நாவல்களில் இப்போக்கின் பெருவழக்கு உதாரணமாக எஸ்.பொன்னுத்துரையின் (1971 : 39–40) 'சடங்கு' நாவலில் இருந்து சில வாக்கியங்களைத் தருவது பொருந்தும்.

1. 'தாயைத் தின்னியான' செந்தில்நாதன், வீட்டுக்கு அயலிலுள்ள மிஷனறித் தமிழ்ப் பள்ளிக்கூடமொன்றில் 'தவண்டை' அடித்துக்கொண்டிருந்தார்.

2. பின்னர் அங்கேயே 'அடுகிடை படுகிடையாக'க் கிடக்க ஆரம்பித்தார்.

3. அந்தவேலை இந்தவேலை என்று 'ஆலாப்பறந்த' பின்னர் . . .

4. தற்காலிக ஊழியனாக நாலுவருடம் 'மட்டையடித்த' பின்னர் . . .

5. கிளவி 'புள்ளிபோட்டுவைத்திருந்த' பெரிய இடத்துச் சம்பந்தங்களுக்குத் தடையாக இருந்தது.

உரைநடையில் பேச்சுவழக்கையும் இலக்கிய வழக்கையும் பிரக்ஞைபூர்வமாக முதல்முதல் ஒன்றிணைக்க முயன்றவர் பாரதியே. "பேசுவதுபோல் எழுத வேண்டும்" என்பதே தனது கட்சி என்று அவர் கூறினார். நாவல், சிறுகதை ஆகிய புனைகதை இலக்கியத்தின் பன்முகப்பட்ட வளர்ச்சியே அதைக் காரியசாத்தியமாக்கி வருகின்றது எனலாம்.

கிராம வாழ்வை அடிப்படையாகக் கொண்ட நாவல்கள் போலன்றி, கடந்த பத்தாண்டுகளாகத் தமிழில் தோன்றி வளர்ந்துவரும் மத்தியதர வர்க்க ஆய்வறிவாளர்களின் வாழ்வைப் பின்னணியாகக்கொண்ட நகர்ப்புற நாவல்கள் வேறு ஒரு வாழ்க்கைப் புலத்தைச் சித்திரிக்கின்றன. இத்தகைய நாவல்கள் தமிழில் சிலவே உள்ளன. எனினும், அவற்றின் மூலம் ஆங்கிலச் செல்வாக்குடைய உரைநடைப்பாணி ஒன்று அறிமுகப்படுத்தப்பட்டுள்ளதை நாம் அவதானிக்க முடிகின்றது. சிலவேளை இந்நாவல்களின் உரையாடல்கள் ஆங்கிலக் கலப்புடையவையாக உள்ளன. சிலவேளை ஆங்கில உரையாடலின் மொழிபெயர்ப்பாக உள்ளன. இவ்வகை நாவல்களுக்கு இந்திரா பார்த்தசாரதியின் 'தந்திரபூமி', 'சுதந்திரபூமி', 'திரைகளுக்கு அப்பால்', ஜெயகாந்தனின் 'பாரிஸுக்குப் போ' முதலானவற்றை உதாரணம் காட்டலாம். இவை தமிழ் உரைநடையில் ஏற்படுத்திய பாதிப்பு சிறுபான்மையானது எனினும் முக்கியமானதாகும்.

5

நாவல் இலக்கியத்தின் பன்முகப்பட்ட வளர்ச்சியில் உத்திமுறையில் ஏற்பட்ட வளர்ச்சியும் ஒன்றாகும். உத்தி என்பது நாவலின் கதைப் பொருளை நகர்த்திச் செல்லும் முறையாகும். உத்திமுறைகளைப் பொதுவாக நான்கு பிரிவுக்குள் அடக்கலாம். (1) நாவலாசிரியனே கதை கூறுவது. (2) கதாபாத்திரங்களின் தற்கூற்றாய் அமைவது. (3) ஒரு குறிப்பிட்ட பாத்திரத்தின் நினைவுகள் மூலம் கதை நகர்த்தப்படுவது. (4) இவை எல்லாம் கலந்து வருவது. இத்தகைய

உத்திமுறைகள் நாவலின் மொழிநடையில் குறிப்பிடத் தகுந்த பாதிப்பைச் செலுத்துகின்றன. அதிலும் குறிப்பாக ஒரு பாத்திரத்தின் வாயிலாகக் கதை சொல்லப்படுவதும், நினை வோட்டமாகக் கதை சொல்லப்படுவதும் முக்கிய கவனத்துக் குரியதாகும்.

தமிழின் முதல் நாவலே கதாநாயகனின் சுயசரிதைப் பாங்கான நாவலாகும்.

வேதநாயகம்பிள்ளை தனது கதாநாயகனின் சுயசரி தையை இலக்கிய வழக்கிலேயே கூறிச்செல்கின்றார். ஆயினும், ஒரு குறிப்பிட்ட பாத்திரத்தின் தற்கூற்றாய் கதை சொல்லப் படும்போது அப்பாத்திரம் பயன்படுத்தும் மொழி எத்தகைய தாக இருக்க வேண்டும் என்பது ஒரு கோட்பாட்டுப் பிரச் சினையாக இருந்துவந்துள்ளது.

யதார்த்தவாதிகள் அப்பாத்திரத்தின் இயல்புக்கேற்ப மொழி அமைய வேண்டும் என்பர். இவ்வகையில், நாவல் முழுவதையும் அப்பாத்திரத்தின் இயல்பான பேச்சுவழக்கை ஒட்டி அமைப்பர். தமிழில் அத்தகைய நாவல்கள் சில வெளிவந்துள்ளன. குறிப்பாக ஜானகிராமனின் 'மரப்பசு', ஜெயகாந்தனின் 'சிலநேரங்களில் சில மனிதர்கள்' ஆகிய வற்றைக் கூறலாம். ஜெயகாந்தனின் நாவல் பெரும்பகுதி கங்காவின் வாய் மொழியாகவும் சிறுபகுதி ஆசிரியர் கூற்றாக வும் அமைந்தது.

உத்திக் கலப்பு நாவல்களே தமிழில் அதிகம் எனலாம். இத்தகைய நாவல்கள் மூலம் பேச்சுமொழிப் பாங்கான உரைநடை ஒன்று வளர்ச்சியடைந்துள்ளது. இத்தகைய உரை நடைக்கு உதாரணமாக ஜெயகாந்தனின் *(1973 : 17)* 'சில நேரங்களில் சில மனிதர்க'ளிலிருந்து பின்வரும் பகுதியைக் காட்டலாம்.

> வெளியில் மழைபெய்யறது. பஸ் திரும்பறச்சே எல்லாரும் ஒருத்தர் மேலே ஒருத்தர் சாயறா. எனக்கு முன்னாடி நின்னுண்டிருக்கானே அவன் வேணும்னே அழுத்திண்டு என்மேலே சாயறான். எனக்கு நன்னாத் தெரியறது. வேணும்னுதானே சாயறான் . . . என்ன பண்றது? பொண்ணாப் பொறந்துட்டு நாங்களும் ஆம்பளைக்குச் சமானம்னு படிக்கறதுக்கும் சம்பாதிக் கறதுக்கும் வெளியிலே புறப்பட்டுட்டா இதையெல் லாம் தாங்கிக்கத்தான் வேணும்.

ஆயினும், இப்போக்குக்கு எதிரானவர்களும் உண்டு. பேச்சுவழக்கு உரையாடல்களில் மட்டுமே பயன்படுத்தப்பட

லாம் என்று அவர்கள் கூறுவர். நமது ஆரம்பகால நாவலாசிரியரான மாதவையா (1958 : 3) பின்வருமாறு கூறுகிறார்:

> கிரந்தத்தின் இடையிடையே கீழ்த்தரப் பாத்திரங்கள் பேச நேரும் பொழுது, இலக்கண வழுச் செறிந்த அவர் வாய்மொழிகளை அவ்வண்ணமே எழுதுவது வழக்கமாயினும் கிரந்த கர்த்தா நேரில் கூறும் வரலாறுகள் வழுவின்றி இருத்தல் வேண்டும். கல்வித் தேர்ச்சியில்லாரும் பயன் பெறும்படி எழுதப்படும் கிரந்தமாதலின் எவ்வளவு இலேசான நடையில் எழுதப்படினும் நலமே. ஆயின் எளிதிற் பொருள் தெளிதல் கருதி இலக்கண வழுக்களோடு எழுதப்படின், படிப்பவருள் இலக்கணம் பயின்றார் வெறுப்பையும், அப்பயிற்சியில்லார் – அவர்களுள் முக்கியமாய் இவ்விதக் கதைகளைப் பெரும்பாலும் வாசிப்போராகிய இலக்கணமறியாப் பெண்பாலர் – வழுக்களை அறியமாட்டாராய் மயக்கத்தை அடைவராதலின், நன்நடையில் எழுதுவதே தகுதியாம்.

நாவலாசிரியர் கதை கூறும் உத்தியை முன்னிட்டே மாதவையா இக்கருத்தைக் கூறுகிறார் எனினும், அதுவே ஒரு பொதுக் கொள்கையாகவும் இருந்துவந்தது. மாதவையாவின் இக்கூற்று இலக்கணத்தூய்மைக் கொள்கையை அடிப்படையாகக்கொண்டது என்பது தெளிவு. இலக்கணத் தூய்மைக்குப் பதிலாக, பேச்சுமொழி ஆற்றலற்றது என்ற அடிப்படையில் எதிர்ப்புத் தெரிவிப்பவர்களும் உண்டு. பிரபல இத்தாலிய நாவலாசிரியரான அல்பேட்டோ மொறாவியா 'ரோம் நகரப் பெண்' என்ற ஒரு நாவலை எழுதினார். கதாநாயகியே தன் கதை கூறும் சுயசரிதைப் பாங்கான நாவல் அது. நாவலின் கதாநாயகி அட்றியானா ரோம் நகரத்துச் சேரியில் வாழும் கல்வியறிவற்ற சாதாரண ஒரு விபச்சாரி. ஆயினும், மொறாவியா உயர் இலக்கிய நடையில் தன் நாவலை அமைத்தார். அதற்கான காரணத்தைத் தன் நாவலுக்கு எழுதிய முன்னுரையில் அவர் பின்வருமாறு கூறுகின்றார்:

> ஒரு சாதாரண கல்வியறிவற்ற பெண் தன் கதையைச் சொல்வதற்கு நான் பயன்படுத்திய திருத்தமான இலக்கிய நடையைக் கையாண்டிருக்க முடியாது என்று சில வாசகர்கள் எதிர்ப்புத் தெரிவிக்கக் கூடும். உண்மையில் தொடக்கத்தில் இருந்தே இது எனக்கு ஒரு பிரச்சினையாக இருந்தது. நான் தெரிவு செய்து கொண்ட கதாபாத்திரத்தின் கற்பனைச் சுயசரிதையைச் சித்திரிக்க எனக்கு இரண்டு வழி இருந்தது. அட்றியானாவின் அதே வர்க்கத்தைச் சேர்ந்த, அதே

தொழிலைச் செய்கின்ற ஒரு பெண்ணுக்குரிய, ஒரு வரையறுக்கப்பட்ட தொகையான உணர்ச்சிகளுக்கும், நிகழ்ச்சிகளுக்கும் அதிகமாக வெளிப்படுத்தும் ஆற்ற லற்ற, திருந்தாத, வறிய, யதார்த்தமான பேச்சுமொழி நடையை நான் தெரிந்திருக்கலாம். அல்லது எனது பிற நூல்களில் நான் பயன்படுத்திய, எனது வழமை யான நடையில் எனது கதாபாத்திரங்களை நான் பேசவைத்திருக்கலாம். நான் இரண்டு காரணங்களுக் காக இரண்டாவதையே தெரிவு செய்தேன். முதலாவது, எனது கதாபாத்திரங்களை நான் மாற்றியதால் எனது நடையையும் மாற்ற வேண்டிய எந்த அவசியமும் இருப்பதாக எனக்குத் தெரியவில்லை. இரண்டாவது, இலக்கியமொழி பேச்சு மொழியைவிட எப்போதும் உண்மையானதாகவும், கவித்துவ ரீதியான வெளிப் பாட்டுத் திறன் உடையதாகவும் இருக்கின்றது. அட்றி யானா போன்ற பெண்கள் அட்றியானாபோல் பேச மாட்டார்கள் என்பதை நான் மறுக்க முடியாது. அவள் வெளிப்படுத்தும் உணர்ச்சிகளையும் கருத்துக் களையும்கூட அவர்கள் வெளிப்படுத்துவதில்லை. இருப்பினும் அட்றியானா போன்ற பெண்கள் தங் களுக்கு உள, மொழி ஆற்றல் இருந்தால் எதை வெளிப்படுத்துவார்களோ அவ்வுணர்வுகளையும் கருத்துக்களையுமே நான் அவள் மூலம் வெளிப்படுத்தி யுள்ளேன். *(Moravia, 1960 : 5).*

பேச்சுமொழியின் ஆற்றல் குறைவே தான் இலக்கிய மொழியைத் தேர்ந்ததற்குக் காரணம் என்று மொறாவியா கூறுகின்றார். இலக்கணத் தூய்மைக் கொள்கை எவ்வாறு தவறுடையதோ அவ்வாறே ஆற்றல் குறைவு பற்றிய கொள்கை யும் தவறுடையது என்று நாம் வாதிக்க முடியும். குறிப்பிட்ட சேரிப் பேச்சுமொழியைப் பயன்படுத்தும் ஆற்றல் தனக்கில்லை என்று மொறாவியா கூறியிருந்தால் சரியாக இருந்திருக்கும். மொழியாற்றல், அறிவு, உள ஆற்றலுடன் சார்பு நிலைப்பட் டது. ஒருவன் தனது உள வளர்ச்சி, அறிவாற்றல் ஆகிய வற்றுக்கேற்ற மொழியாற்றலைக் கொண்டிருப்பான் என்பது ஒரு பொதுக் கொள்கை. எந்த ஒரு சமூகக் குழுவின் கிளை மொழியும் அதன் கலாச்சார வாழ்வைப் பூரணமாகப் பிரதிபலிக்கக் கூடியதாகவே இருக்கும். அட்றியானா போன்ற உளவளர்ச்சியும் அனுபவச் செறிவும் உடைய பெண் நகர்ப் புறச் சேரிகளில் வாழ்வது அசாத்தியமும் அல்ல.

தற்காலத்தில் இத்தகைய கருத்துகள் வலு இழந்து போயின என்றே கூற வேண்டும். பாத்திரங்களின் நினை

வோட்டமாக அல்லது நனவோடை உத்தியைப் பயன்படுத்தி எழுதும் நாவல்களிலும் பேச்சுமொழிப் பாங்கான உரைநடை பயன்படுத்தப்படுகின்றது. சி.சு. செல்லப்பாவின் 'ஜீவனாம்சம்' இதற்கு நல்ல எடுத்துக்காட்டு.

6

தமிழ் நாவலின் பன்முகப்பட்ட வளர்ச்சியில் அகநோக்கு வாதமும் குறிப்பிடத்தகுந்த ஒன்றாகும். இவ்வக நோக்கு வாதத்தின் உச்சத்தை லா.ச.ராவின் 'புத்ர', 'அபிதா' ஆகிய வற்றில் காணலாம். இந்நாவல்களின் பிரதான உலகம் உணர் வுலகமே ஆகும். வழக்கமாக நாவல்களில் காணப்படும் நிகழ்ச்சித் தொடர்கள், பாத்திரங்களின் இயக்கங்கள் மறைந்து, வார்த்தைகளுக்கு அகப்படாத உணர்வு உலகமே அவற்றின் இடத்தை நிறைத்திருக்கும். நிகழ்ச்சிகளுக்கு அப்பாலான உணர்வுகள் கருத்துரூபமானவையாகவே *(abstract)* இருக்கும். அவற்றைச் சொற்களில் கொண்டு வரும்போது உரைநடையே கருத்து ரூபமாகிவிடுகின்றது. லா.ச.ராவின் வார்த்தைகளில் சொன்னால் பாஷையே பரிபாஷையாகிவிடுகின்றது. லா.ச.ரா வின் 'அபிதா'வில் இருந்து பின்வரும் பகுதி *(பக். 126, 127)* இதற்குச் சிறந்த உதாரணமாகும்:

> "இதென்ன, ப்ரக்ஞையுடன் புதுப் பிறவியின் பயங் கரம், ஆச்சர்யம், தோலுரிப்பு, அழல் நடுவில் ஸ்புடம், தபோக்னியின் கானல் நடுக்கம், கண்ணிருட்டு, விடியிருள், பிறந்த மனதோடு பிறந்த மேனியின் விடுதலை, காலமாய் உடலின் சருமத்வாரங்களை, நெஞ்சின் சல்லடைக் கண்களை அடைத்துக் கொண் டிருந்த அழுக்குகளின் எரிப்பில், பழைய வேகத்தை மீண்டும் பெற்ற புத்துணர்வில், ஜீவநதியின் மறு ஓட்டம், ஆதாரஸ்ருதியின் தைரியமான, கம்பீரமான மீட்டலின் சுடர் தெறிக்கும் சொடசொடப்பு, காண் டீபத்தின் டாங்காரத்தில் உடல் பூரா, உணர்வு பூரா, மனம் பூரா ஜல் ஜல் ஜல் சிலம்பொலி.
>
> கண்ணைக் கசக்கி இமை சிமிழ் திறந்ததும்
> கண்கரிப்புடன் திரையும் கழன்று விழுந்து
> சித்திரத்துக்குக் கண்திறந்த
> விழிப்பு.
>
> என்னைச் சூழ்ந்து கக்கும் வென்னீரின் ஆவியினின்று
> என் புதுத் துல்லியத்தில் புறப்படுகிறேன்.
>
> உலையிலிருந்து விக்ரகம்.

வென்னீரின் ஆவி கலைகையில், புலனுக்குப் பிதுங்கு வது, பளிங்கிலடித்தாற் போன்று, நெருக்கமாய் நின்ற இருபாதங்கள். அங்கிருந்து முழங்காலை நோக்கி விழியேறுகையில், பிடிப்பான கண்ட சதையின் வெண் சந்தனப் பளிச்சில் பச்சை நரம்பின் ஓட்டம் கொடி பிரிகிறது.

அம்பா! உன் பாத கமலங்கள் எனக்கு மட்டும் தரிசனமா?

அப்பிடியானால் நீ உண்டா?
உன்பாதங்கள் தந்த தைரியத்தில்
உன்முகம் நோக்கி என் பார்வை எழுகின்றது.
ஓ, உன்முகம் அபிதாவா?
உடல்பூரா, மனம்பூரா நிறைந்த சிலம்பொலி,
உலகத்தின் ஆதி
மகளின் சிரிப்பா?

அபிதா, இப்போது என் பார்வையில், நீ
உலகத்தின் ஆதிமகளாயின், நீ நீராட்டுவித்த
ஞானஸ்தானத்தில் நான் ஆதிமகன்.

இவ்வுரைநடைப் பகுதியில் இருண்மை கோலோச்சு வதைக் காணமுடிகின்றது. அதிர்ஷ்டவசமாக இத்தகைய அகஉலக நாவல்போக்கு தமிழில் அதிகம் வளர்ச்சியடைய வில்லை.

நாவல் இலக்கியத்தின் பன்முகப்பட்ட வளர்ச்சி தமிழ் உரைநடையில் பன்முகப்பட்ட வளர்ச்சியை ஏற்படுத்தியது போல், பல்வேறு நாவலாசிரியர்கள் பல்வேறு வண்ணமான உரைநடையைக் கையாண்டு தமிழ் உரைநடையை மிகுதியும் வளப்படுத்தியுள்ளார்கள் என்பதையும் நாம் இது தொடர்பில் கவனிக்க வேண்டும். ஜானகிராமன், ஜெயகாந்தன், அசோக மித்திரன், மு. வரதராசன், லா.ச.ராமாமிருதம், சுந்தர ராமசாமி போன்றவர்கள் துலக்கமாகத் தெரியும் தனித்துவமான மொழி நடை முத்திரைகளை உரைநடையில் பதித்துள்ளார்கள். இவை தனியாக ஆராயத்தக்கன.

7

ஆரம்பத்தில் உரையாசிரியர் வழிவந்த வித்துவப் பாங் கான உரைநடையில் இருந்து தோன்றிய நாவல் இலக்கியம் தன் வளர்ச்சிப் போக்கில் பழைய மரபில் இருந்து முற்றாக வேரறுத்துக்கொண்டு தனக்கே உரிய உரைநடை ஒன்றை எவ்வாறு வளர்த்துக்கொண்டது என்பது பற்றி இதுவரை

பார்த்தோம். இவ்வகையில் இன்றைய உரைநடையைப் பண்பு அடிப்படையில் நாம் இரு கூறுபடுத்தலாம். ஒன்று, முற்றிலும் ஆய்வறிவுத் துறைக்குரிய தூய இலக்கியவழக்கு நடை; மற்றது, கற்பனைப் புனைகதைக்குரிய கலப்பு உரைநடை. இவ்விரு வகை உரைநடைகளும் பயன்படுத்தும் சொற்தொகுதி, வாக்கிய அமைப்பு ஆகியவற்றில் பெரிதும் வேறுபடுகின்றன. இங்கு கற்பனைப் புனைகதைக்குரிய உரைநடையின் பொதுப் பண்புகள் சிலவற்றை மட்டும் நான் திரட்டிக் கூற முனைகிறேன்.

1. நாவலின் உரைநடை எல்லாவிதமான வகைமொழி களையும் கிளைமொழிகளையும் உள்ளடக்குகின்றது. இவ்வகையில் இலக்கிய வழக்கை மட்டுமன்றி எல்லா வகையான வழக்குமொழிச் சொற்கள், சொற்தொடர் கள், மரபுத் தொடர்கள், உவமைத் தொடர்கள் முதலிய வற்றை வரையறை இன்றி ஏற்றுக்கொள்கின்றது.

2. குறியீடுகள், படிமங்கள், சிலேடைகள், அடுக்கு மொழி கள், ஒலிக்குறிப்புச் சொற்கள் போன்ற மொழிக்கூறு களைத் தாராளமாகக் கையாள்கின்றது.

3. அளவில் சிறிய வாக்கியங்களையும் தனிவாக்கியங் களையும் பெருவழக்காகக் கொள்கின்றது. உதாரணம்: "சிவசுவைச் சற்று நிமிர்ந்துதான் பார்க்க வேண்டும். அவன் அத்தனை உயரம். உடல், இரட்டை நாடி இல்லை; ஒற்றை நாடியுமில்லை. மொழுமொழுவென்று பூசினாற் போலிருக்கும். நிறம் மாநிறத்துக்குச் சற்றுக் கூடுதல். பெரிய தலை. ஆனால் அழகான தலை. செதுக்கினால் போன்ற நீள மூக்கு. கண்ணும் பெரிய கண். தலையில் லேசாக அலையிட்ட கிராப்பு." ('அம்மா வந்தாள்', பக். 107)

4. அடுக்கி உரைத்தல் புனைகதைக்குரிய உரைநடையின் ஒரு விசேட பண்பு எனலாம். அடுக்கி உரைத்தலுக்குப் பின்வரும் பந்தியை உதாரணமாகத் தரலாம்.

   "அவன் நாக்கில் இல்லை நான். அவன் கையில் செய்கிற வேலையில் இருந்தேன். அவன் பண்ணுகிற சமையலின் ருசியில் இருந்தேன். சுந்தரம் மாதிரி நறுக்கு மினுக்கு ஆசாமிகளிடம் அவன் காட்டுகிற மௌன முரட்டுத்தனத்தில் இருந்தேன். இன்புளூன்ஸா வந்து நான் கிடந்தால், என்னமோ நான் சாகக் கிடக்கிற மாதிரி அவன் பக்கத்தில் உட்கார்ந்துகொண்டு மாட்டு முழி நிறைய கிலேசத்தைச் சுமந்து எங்கோ சூன்யத்தைப் பார்த்து உட்காந்திருக்கிற வெளிப்பில் இருந்தேன்.

அவன் வாங்கிக் கொண்டு வருகிற பூவில் இருந்தேன். என் புடவைகளை மடித்து வைக்கிற கரிசனத்திலும் நறுவிசிலும் இருந்தேன்." ('மரப்பசு', பக். 162)

5. வினைதொக்கிய வாக்கியங்கள் புனைகதையின் உரை நடைக்குரிய தனிப்பண்பு ஆகும். பின் வரும் பந்தியை உதாரணமாகத் தரலாம்.

"பெரியப்பா வீட்டுக்கு எதிரே குளம். நாலுபக்கமும் தெருக்கள். எதிர்க்கரையில் ஒரு கோவில். வீட்டுக்கு இரண்டு திண்ணை. மேலே ஒன்று. கீழே ஒன்று. கீழ்த் திண்ணையோரமாக சட்டமடித்திருக்கும். அதைப் பிடித்துக்கொண்டு நின்றால் பொழுது பறக்கும். எத் தனை சத்தங்கள். காய்கறிக்காரிகள் கூவல், கழுகின் கூவல், நரையான், மடையனின் க்ராச்சு, ஸ்டேஷனுக்குப் போகிற வண்டிச் சலங்கைகள், ஓயாமல் துணிதுவைக்கிற சத்தம். இரவு வந்துவிட்டால் மற்ற மூன்று கரைகளில் நிற்கும் விளக்கு வரிசையின் ஒளிகள் நீரில் நீண்டு ஆடிஆடித் ததும்பும் நெளியல்." ('மரப்பசு', பக். 30)

மேற்காட்டிய அம்சங்கள் ஆய்வறிவுத் துறைக்குரிய உரைநடையில் முற்றிலும் இடம்பெறுவதில்லை என்று கூற முடியாது. ஆயினும், அவை மிகக் குறைவாகவே இடம்பெறு கின்றன. புனைகதையின் விபரண இயல்பும் முழுமொத்த மான மனித அனுபவங்களை அது உள்ளடக்கமாகக் கொள் வதும் அதன் உரைநடையை ஆய்வறிவுத்துறையின் உரைநடை யிலிருந்து வேறுபடுத்திவிட்டது. இது ஒரு நூற்றாண்டுகாலப் புனைகதை வளர்ச்சியின் பேறு ஆகும்.

(குறிப்பு: இக்கட்டுரை யாழ்ப்பாணப் பல்கலைக்கழகம் 1976 இல் நடத்திய தமிழ் நாவல் நூற்றாண்டு விழாவையொட்டி எழுதப்பட்டது. இதன் சுருக்கம் 'தமிழ் நாவலும் உரைநடை வளர்ச்சியும்' என்ற தலைப்பில் 1976 டிசம்பரில் இலங்கை வானொலியில் ஒலிபரப்பப்பட்டது. அதுவே பின்னர் 'தமிழ் நாவலும் புனைகதை மொழியும்' என்ற தலைப்பில் 'நுட்பம்' (1981) சஞ்சிகையில் பிரசுரிக்கப்பட்டு, எனது 'திறனாய்வுக் கட்டுரைகள்' (1986) தொகுதியிலும் இடம்பெற்றது. மூலக் கட்டுரை அதன் முழுவடிவில் இப்போதே முதல்முறையாகப் பிரசுரமாகின்றது.)

பயன்பட்ட நூல்கள்

கல்கி (1971) 'பொன்னியின் செல்வன்', மங்கள நூலகம், சென்னை.

சண்முகசுந்தரம், ஆர். (1960) 'அறுவடை', வேல் புத்தக நிலையம், சென்னை.

சித்திலெவ்வை மரைக்கார், எம்.சி. *(1974)* 'அசன்பே சரித்திரம்', சென்னை.

சுப்பிரமணியபாரதி, *(1964)* 'பாரதியார் கட்டுரைகள்', அருணா பதிப்பகம், மதுரை.

பொன்னுத்துரை, எஸ். *(1971)* 'சடங்கு', அரசு வெளியீடு, கொழும்பு.

மாதவையா *(1958)* 'பத்மாவதி சரித்திரம்', த லிட்டில் ப்ளவர் கம்பனி, சென்னை.

ராமாமிருதம், லா.ச. *(1970)* 'அபிதா', வாசகர் வட்டம், சென்னை.

ராஜமையர் *(1962)* 'கமலாம்பாள் சரித்திரம்', ராமன் பிறஸ், சென்னை.

வேதநாயகம்பிள்ளை, மயூரம் *(1957)* 'பிரதாப முதலியார் சரித்திரம்', சக்தி வெளியீடு, சென்னை.

ஜானகிராமன், தி. *(1966)* 'அம்மா வந்தாள்', வாசகர் வட்டம், சென்னை.

ஜானகிராமன், தி. *(1975)* 'மரப்பசு', மீனாட்சி புத்தக நிலையம், மதுரை.

ஜெயகாந்தன் *(1973)* 'சிலநேரங்களில் சிலமனிதர்கள்', மீனாட்சி புத்தக நிலையம், சென்னை.

Alberto Moravia (1960) *The Woman of Rome*, Penguin, London.

Zvelebil, Kamil (1972) *The Smile of Murugan: On Tamil Literature of South India*, Leiden E.J. Brill.

ஈழத்துத் தமிழ் நாவல்களில் மொழி

"தமிழ் நாட்டு வாசகர்களாகிய நமக்கு இந்த நாவலை வேகமாகப் படித்துக்கொண்டு போய்விட முடியாது. ஆனால் அதே சமயம் பொருள் விளங்காத பல சொற்கள் உள்ளன என்றும் சொல்வதற்கில்லை. இதில் யாழ்ப்பாணத் தின் தனித்தன்மை, அந்தத் தமிழின் தனித்தன்மை, மக்களின் தனித்தன்மை, ஆசிரியரின் தனித்தன்மை இவ்வளவும் இருக்கின்றன. இங்கிலாந்தில் உள்ள வர்கள் எழுதும் ஆங்கில நாவல் அமெரிக்கரின் ஆங்கில நாவலைப்போல இராது. இந்த வேறு பாட்டைக் கற்றோர் கண்டு இன்புற முடியும். அவ்வாறே தமிழ் நாட்டார் தங்கள் உடன் பிறந்தார்களான யாழ்ப்பாணத்து மக்களின் ஒரு பகுதியினரை அவர்களது சூழ்நிலையில் காண இது துணை செய்கின்றது".[1]

ஈழத்து நாவலாசிரியர் செ. கணேசலிங்கனின் 'நீண்டபயணம்' என்னும் நாவலுக்கு எழுதிய முன் னுரையில் அகிலன் மேற்கண்டவாறு குறிப்பிட்டுள்ளார். சில ஆண்டுகளுக்கு முன்னர் ஈழத்துப் படைப்புகளுக்கு அடிக்குறிப்பு வேண்டும் என்று கி.வா. ஜகந்நாதன் கூறியதையும் இது தொடர்பாக இங்கு நினைவுகூர்வது பொருந்தும். இக்கூற்றுக்கள் எல்லாம் ஈழத்துப் புனை கதைகளில் கையாளப்படும் மொழி தமிழ் நாட்டாரின் மொழியில் இருந்து பெரிதும் வேறுபடுகின்றது என் பதைத் தெளிவுபடுத்துகின்றன. இந்த வேறுபாட்டின் அடிப்படைகளையும், ஈழத்து நாவல்களில் கையாளப் படும் மொழியின் சில தனிப் பண்புகளையும் இக் கட்டுரையில் சுட்டிக் காட்டலாம் என்று நினைக்கின்றேன்.

முதலில் நாவலுக்கும் மொழிக்கும் இடையே உள்ள உறவு பற்றிச் சுருக்கமாக நோக்கலாம்.

பிற மொழிகளைப்போல் தமிழ்மொழி என்பதும் ஒரு கருத்துப் பொருளாகும். இதுதான் தமிழ் என்று நாம் ஒன்றைத் திட்டவட்டமாகக் குறிப்பிட்டுச் சொல்ல முடியாது. அது பல்வேறு வகைமொழிகளின் *(Varieties of Language)* ஒரு தொகுதியைக் கொண்டுள்ளது. வெவ்வேறு காலப்பகுதியில் வெவ்வேறு வகையான தமிழ் பேசவும் எழுதவும்பட்டு வந்துள்ளது. அதே போல், பேச்சுத் தமிழும் எழுத்துத் தமிழும் அடிப்படையான வேறுபாடுகள் பலவற்றைக் கொண்டுள்ளன. பேச்சுத் தமிழ் இடத்துக்கிடமும் சமூகத்துக்குச் சமூகமும் அதிகம் வேறுபடுகின்றது. ஒவ்வொரு தனியாளும் பேசும் தமிழும் மற்றவர் பேசும் தமிழில் இருந்து சில அம்சங்களில் வேறுபடுகின்றது. இவை தவிர வெவ்வேறு சமூக சந்தர்ப்பங்களிலும் வெவ்வேறு சமூக உறவுகளிலும் வெவ்வேறு வகையான தமிழை நாம் பயன்படுத்துகின்றோம். உதாரணமாக மேடையில் பேசும்போதும் மேலதிகாரிகளுடன் பேசும்போதும் பெற்றோர்களுடன் பேசும்போதும் மனைவியுடன் பேசும்போதும் பணியாட்களுடன் பேசும்போதும் நாம் ஒரே வகையான தமிழைப் பயன்படுத்துவதில்லை. அலுவலகக் கடிதமும் சொந்தக் கடிதமும் ஒரே வகையான மொழி நடையில் எழுதப்படுவதில்லை. ஒரு கோயில் பிரசங்கமும், ஒரு நேர்முக வருணனையும் சம்பிரதாயபூர்வமற்ற ஓர் உரையாடலும் ஒரே வகையான தமிழில் அமைவதில்லை. இவை ஒவ்வொன்றும் வெவ்வேறு வகைமொழியாகும்.

நாவல் முழுமொத்தமான மனித அனுபவத்தையும் வாழ்க்கை முறைகளையும் வெளிப்படுத்தக்கூடிய ஓர் இலக்கிய வடிவமாகும். காலம், இடம், சமூகம், தனிமனிதன், சமூக உறவுகள் ஆகியவை நாவலின் அடித்தளமாகும். ஆகவே, நாவலின் மொழி ஏதோ ஒரு குறிப்பிட்ட வகை மொழியாக அமைவது சாத்தியம் அல்ல. பதிலாகக் காலம், இடம், சமூகம், தனிமனிதன், சமூக உறவுகள் ஆகியவற்றுக்கேற்ப வேறுபடும் எல்லாவித வகைமொழிகளையும் அது உள்ளடக்குகின்றது. இவ்வகையில் இலக்கிய வழக்கை மட்டுமன்றி எல்லாவகையான பேச்சுவழக்குகளையும், எல்லாவகையான மொழிப் பிரயோகங்களையும் நாவல் வரையறை இன்றிக் கையாள்கின்றது. சுருக்கமாகச் சொல்வதானால் நாவலுக்குப் புறம்பான மொழிப் பிரயோகங்கள் எவையும் இல்லை எனலாம். ஏனெனில் நாவலுக்குப் புறம்பான வாழ்க்கை அனுபவங்கள் எவையும் இல்லை. அவ்வகையில், மொழியும் வாழ்வும் நாவலுடன் இரண்டறக் கலந்துள்ளன. ஆகவே,

நாவலின் மொழி முழு மொத்தமான மொழிப் பயன்பாட்டையும் உள்ளடக்குவது தவிர்க்கமுடியாததாகின்றது.

2

நாவலுக்கும் மொழிக்கும் இடையே உள்ள உறவுபற்றி மேலே சுருக்கமாகக் குறிப்பிட்டேன். இக்கருத்தின் அடிப்படையில் ஈழத்து நாவல்களின் மொழி வேறுபாட்டை நாம் புரிந்துகொள்வது சுலபம். ஈழத்து நாவல், ஈழத்து மக்களின் வாழ்க்கைப் புலத்தை அடிப்படையாகக் கொண்டது. ஆகவே, ஈழத்து மக்களுக்கே உரிய விசேட மொழி அம்சங்கள் ஈழத்து நாவல்களில் இடம்பெறுவது தவிர்க்க முடியாதது. ஈழத்துத் தமிழ், இந்தியத் தமிழில் இருந்து அதிகபட்சம் வேறுபடுகின்றது என்பது நாம் எல்லோரும் அறிந்த ஒன்று. ஈழத்தவர்களின் பேச்சைச் செவிமடுக்க நேரும் தமிழ்நாட்டினர், "நீங்கள் மலையாளமா" என்று கேட்பது சாதாரண நிகழ்ச்சியாகும். பேச்சுவழக்கில் மட்டுமன்றி எழுத்து வழக்கிலும் இருநாட்டுத் தமிழும் வேறுபடுவதை நாம் அவதானிக்க முடியும். பேச்சுவழக்கில் உள்ள வேறுபாடு மொழியின் எல்லா நிலைகளிலும் விரவி உள்ளது. அதாவது, ஒலியன் நிலை *(Phonological Level)*, இலக்கண நிலை *(Grammatical level)*, சொற்தொகுதி *(Lexical level)*, சொற் பொருளியல் *(Semantic level)*, வாக்கியம் *(Syntax)* முதலிய நிலைகளில் இந்த வேறுபாடு உண்டு. எழுத்துவழக்கில் சொற் தொகுதி, சொற்பொருளியல் ஆகிய நிலைகளிலேயே இந்த வேறுபாடு அதிகம் உள்ளது எனலாம். நாவலைப் பொறுத்த வரை எழுத்து வழக்கில் பேச்சுவழக்கின் செல்வாக்கு அதிகம் காணப்படுவதனால் எழுத்து வழக்கிலும் இந்த வேறுபாடு அதிகரித்துச் செல்வதைக் காணலாம்.

எந்த ஒரு நாவலிலும் உரையாடல், விபரணம் என்னும் இரண்டு முக்கிய அம்சங்கள் உள்ளன. ஈழத்து நாவல்களின் மொழி தமிழ் நாட்டு நாவல்களின் மொழியில் இருந்து அதிகம் வேறுபடுவது உரையாடல்களிலேயே ஆகும். ஈழத்து – இந்தியக் கிளை மொழிகளுக்கிடையே உள்ள வேறுபாடுகளை நாம் இங்கு காணலாம். செ. கணேசலிங்கனின் 'நீண்ட பயணம்' நாவலில் இருந்து சில மொழிப் பிரயோகங்களை உதாரணமாகத் தரலாம்.[2]

1. *கொப்பர் கோச்சி இல்லையா?*
2. *கோவிலுக்குப் போட்டினம்.*
3. *நீ கேட்டுப் பாக்காதையன்.*

4. பேசி முற்றுக் கொண்டுவா. அச்சவாரமாக நூறு ரூபா தாறன்.

5. பறைபள்ளுகளெல்லாம் எறிதாவணி போடத்தொடங்கி விட்டுதுகள். அவளவையின்ரை நடையென்ன ஒய்யார மென்ன?

6. நீ தொழிலாலை வரேல்லை எண்டு வீட்டிலை சொல்லிச்சினம்.

7. இது என்னத்தைப் போதும். கள்ளுவிலையும் கூடின தாலை இப்பெல்லாம் கள்ளில்லாமல் சீனி சக்கரை யிலேயே வடிக்கத் தொடங்கிவிட்டினம். தரத்தை ஆர் இப்ப கேக்கினம். விலையைத்தான் கேக்கினம்.

8. அய்யா எங்கை?

9. படம் பார்க்கப் போலை போட்டார்.

10. ஏனுங்களுக்கு அதை? இது பொய்யா?

11. அப்ப ஆற்றை சோறு திண்டியள்.

12. நீ கட்டாங்காலியாய் உங்கினை திரியிறதொண்டும் எனக்குத் தெரியாதெண்டு நினைக்காதை.

மேற்காட்டிய உரையாடல் பகுதிகளில் வரும் இலக்கண, சொல்தொகுதி, சொற்பொருளியல், வாக்கிய நிலை அம்சங் கள் பல, யாழ்ப்பாணக் கிளைமொழிக்கு மட்டும் சிறப்பாக உரியன. தமிழ்நாட்டினர் இவற்றுள் பலவற்றைப் புரிந்து கொள்வார்கள் என்று நாம் எதிர்பார்க்க முடியாது. நாவலின் உரையாடலில் மட்டுமன்றி, விபரணத்திலும் ஈழத்துப் பேச்சு வழக்கின் செல்வாக்கை ஈழத்து நாவல்களில் அதிகம் காண லாம். ஈழத்துப் பேச்சுவழக்குச் சொற்களும், சொற்தொடர் களும், மரபுத் தொடர்களும், போத்துக்கீஸ், டச்சு, சிங்களம் முதலிய மொழிகளில் இருந்து கடன் வாங்கிய சொற்களும், ஈழத்தவர்களின் சடங்கு சம்பிரதாயங்களில் வழங்கும் பண் பாட்டுச் சொற்தொகுதியும், தொழில்துறை, அரசுத்துறைச் சொற்களும் நாவல் விபரணத்தில் கலந்து ஈழத்து நாவல்களின் விபரண நடையைத் தனித்துவப்படுத்துகின்றன. செ. கணேச லிங்கனின் 'நீண்ட பயணம்', எஸ். பொன்னுத்துரையின் 'சடங்கு' ஆகிய நாவல்களில் இருந்து பின்வரும் பகுதிகளை உதாரணமாகத் தரலாம்[3].

1. செல்லத்துரையன் பதில் சொல்லிக் கொண்டே இயனக் கூடும் ஏறுபட்டி தளநாரும் கையிலே ஆட ஒழுங்கையை நோக்கி நடந்தான்.

2. கிழவியர், குமரிகள், குழந்தைகளின் அசுமாத்தமே குடிசைகளில் இருந்தன.

3. செம்பாட்டுக் கலட்டி நிலத்தில்.

4. கோப்பியைக் குடித்தபடியே பொச்சரித்தான்.

5. அவர் நித்திரையால் எழுந்ததுமே தண்ணீரில் முகம் கழுவுபவர் என்று ஊர் முழுவதும் பெயர்.

6. தாயைத் தின்னியான செந்தில்நாதன் வீட்டுக்கு அயலில் உள்ள மிஷனரித் தமிழ்ப் பள்ளிக்கூட மொன்றில் தவண்டை அடித்துக் கொண்டிருந்தார்.

7. பின்னர் அங்கேயே அடுகிடை படுகிடையாக கிடக்க ஆரம்பித்தார்.

8. முகம் முறிக்கக் கூடாதவர்கள் வற்புறுத்தி எடுக்கச் சொன்னால் அருக்கணி காட்டி கண்ணுக்கு விடுறாப் போலை எப்பன் பாவிப்பார்.

9. ஆத்திகேட்டுக்காகச் செல்லப்பாக்கிய ஆச்சி தேங்காய்ச் சொட்டுடன் குடித்ததுபோக எஞ்சியிருக்கும் கஞ்சி . . .

10. செந்தில்நாதன் கிணற்றடிப் பக்கம் போகின்றார். தோளிற் போட்டிருந்த சாறனைக் கதிகாலிற் போட்டு விட்டு இரண்டு பட்டைத் தண்ணீர் மேலிலே ஊற்று கின்றார். அப்பொழுதுதான் துலா உலாஞ்சுவதைக் கவனிக்கின்றார். ஆடுகாலில் ஏறி கதிகால் கொப்புகள் இரண்டினைப் பிடித்துக் கொண்டு துலாவியே தன்னு டைய முதுகைச் சாய்த்து மூலம்புறப்படத் தக்கதாக நாலு முக்கு முக்கித் துலாவைச் சரிசெய்து கீழே இறங்குகிறார்.

மேற்காட்டிய உதாரணங்கள் மூலம் ஈழத்துப் பேச்சுத் தமிழின் வழக்குச் சொற்களும் உவமைத் தொடர்களும் மரபுத் தொடர்களும் விசேட பிரயோகங்களும் நாவல் விபரணத்தில் கலந்து உரைநடையைப் பேச்சுத் தமிழுக்கு நெருக்கமாகக் கொண்டு வந்துள்ளதை அவதானிக்க முடியும். 'பஞ்சமர்' (கே. டானியல்), 'நீண்ட பயணம்' (செ. கணேச லிங்கன்), 'சடங்கு' (எஸ். பொன்னுத்துரை), 'சொந்தக்காரன்' (யோ. பெனடிக்ற்பாலன்), 'வாடைக்காற்று' (செங்கை ஆழியான்) போன்ற நாவல்களை மேலோட்டமாகப் பார்ப் பவர்கள்கூட ஈழத்துப் பேச்சு வழக்கு இந்நாவல்களின் உரையாடல், விபரணம் ஆகிய இரு துறைகளில் நன்கு சுவறி இருப்பதைக் காணமுடியும். ஆயினும் ஈழத்து நாவல்

களில் பேச்சுத் தமிழின் செல்வாக்கு மிகப் பிற்காலத்திலேயே ஏற்படத் தொடங்கியது எனலாம். ஆரம்பகால ஈழத்து நாவலாசிரியர்கள் பேச்சுத் தமிழைப் பிரக்ஞைபூர்வமாகத் தவிர்த்துள்ளார்கள் போல் தோன்றுகின்றது.

3

ஈழத்தின் முதலாவது நாவலாகக் கருதப்படும் 19ஆம் நூற்றாண்டின் இறுதியில் வெளிவந்த (1885) 'அசன்பே கதை' முதல் 1960ஆம் ஆண்டுகள் வரை வெளிவந்த நூற்றுக்கணக் கான நாவல்களில் மிகச் சிலவற்றில் மட்டுமே பேச்சு மொழிக் கலப்பு சிறுபான்மை காணப்படுகின்றது. நமது ஆரம்பகால நாவலாசிரியர்கள் பாத்திர உரையாடலில் பேச்சுத் தமிழைக் கையாள்வதில் மாதவையாவின் மொழிக் கொள்கையையே பின்பற்றி உள்ளார்கள்.

> கிரந்தத்தின் இடையிடையே கீழ்த்தரப் பாத்திரங்கள் பேச நேரும் பொழுது, இலக்கண வழுச்செறிந்த அவர் வாய்மொழிகளை அவ்வண்ணமே எழுதுவது வழக்கமாயினும் கிரந்தகர்த்தா நேரில் கூறும் வரலாறு கள் வழுவின்றி இருக்கவேண்டும் என்பது மாதவையா வின் கொள்கையாகும்.[4]

இதன்படி நாவலின் முக்கிய பாத்திரங்களின் பேச்சும், ஆசிரியர் கூற்றும் இலக்கிய நடையிலேயே அமைய வேண்டும். சமீப காலம் வரை நமது நாடக மேடைகளிலேயும் இக்கொள் கையே கடைப்பிடிக்கப்பட்டு வந்தது. நகைச்சுவைக்காக மட்டுமே பேச்சுமொழி மேடையில் கையாளப்பட்டுவந்தது. பேச்சு வழக்கு எழுத்து வழக்கைவிட மதிப்பில் குறைந்தது, கொச்சையானது, இலக்கண வழு நிறைந்தது என்ற பிழை யான கருத்தே இதன் அடிப்படையாகும். தங்கள் நாவல்களில் பேச்சு வழக்கை ஓரளவு கலந்த ஆரம்பகால ஈழத்து நாவலா சிரியர்களான சாள்ஸ் ஸ்ரிக்னி ('தேம்பா மலர்' 1929, 'ஞானபூரணி' 1933), சி.வை. சின்னப்பபிள்ளை ('வீரசிங்கன் கதை' 1905) போன்றோர் இந்த மொழித் தூய்மைவாதத்தையே தங்கள் நாவலில் கையாண்டுள்ளனர் என்பதை கலாபரமேஸ் வரன் ('மல்லிகை', டிசம்பர் 1976), நா. சுப்பிரமணியம் ('மல்லிகை' ஜனவரி 1977) ஆகியோர் எடுத்துக் காட்டியுள்ளனர். நமது ஆரம்பகால நாவலாசிரியர்கள் தங்கள் பாத்திர உரை யாடல்களில் இலக்கண சுத்தமான தூய இலக்கிய வழக்கு நடையைப் பயன்படுத்தியமைக்கு எடுத்துக்காட்டாக சுமார் ஐம்பது ஆண்டுகளின் முன் வெளிவந்த 'கோபால நேசரத்தி

னம்', 'இராஜேந்திர சுந்தரி' ஆகிய இரண்டு நாவல்களில் இருந்து பின்வரும் பகுதிகளை நோக்கலாம்.

1. பெண்ணாய்ப் பிறந்த ஒருத்தி எவருடனும் பேசத்தகாத இந்த விஷயத்தை உங்களிடம் வாய்திறந்து பேசத் தொடங்கிய நான் இடையில் விடாது முற்றமுடியப் பேசிவிடுவது உசிதமென்று நினைக்கிறேன். நீங்கள் இங்கே வரத்தொடங்கிய நாட்களில் நான் என் மனதில் இப்படியாக ஏதும் எண்ணம் வைத்திருந்தவளல்லேன். கொடிகள் சமீபத்தில் நிற்கும் மரத்திற் படருமென்றபடி நாளடைவில் என்சிந்தை என்னை அறியாமலே உங்களிடம் சென்றுவிட்டது.[5]

2. அம்மா! தங்களின் பெயர் சீதாலெக்ஷிமி அல்லவா? தங்களை எங்கேயோ பார்த்ததுபோல் தோன்றுகின்றதே.

   ஆம் ஐயா! என்பெயர்தான் சீதாலெக்ஷிமி. நான் தங்களையறியமாட்டேன். ஆனால் தாங்கள் என்னைக் கண்டிருக்கலாம்.

   ஆம்! தாங்கள் இலங்கை செல்ல உத்தேசித்திருக்கிறீர் களா? அவ்விதமாயின் தாங்கள் யாதொரு துணையு மின்றி இவ்விதம் தனிமையாகச் செல்லலாமா?

   ஆம்! நான் இலங்கைக்கே செல்கிறேன். எனக்கு யாதொரு துணையும் அவசியம் இல்லை.[6]

ஈழத்து நாவல்களின் உரையாடல்களில் மொழித் தூய்மை வாதம் 1950ஆம் ஆண்டுகள் வரை இறுக்கமாகக் கடைப் பிடிக்கப்பட்டுள்ளது. 1959ஆம் ஆண்டு வெளிவந்த இன்றைய எழுத்தாளரான வ.அ.இராசரத்தினத்தின் 'கொழுகொம்பு' நாவலை இப்போக்கைப் பிரதிபலிக்கும் பிந்திய உதாரண மாகக் காட்டலாம். இந்நாவலில் ஆங்காங்கே 'உன்ரை' என்பது போன்ற சில சொற்களைத் தவிர பேச்சுமொழி முற்றாகத் தவிர்க்கப்பட்டுள்ளது. உதாரணமாகப் பின்வரும் பகுதியைத் தரலாம்.

> கடைசியாக அவன் பிரிந்துவரும் பொழுதுகூடக் கனகம் கேட்டாள்.
>
> "ஏன் அத்தான் அவசரமாகப் போகிறீர்கள்?"
>
> "நேரமாகிவிட்டது. போகத்தானே வேண்டும்" என்றான் அவன்.
>
> "ஏன் வீண்சாட்டுச் சொல்கிறீர்கள்? இங்கே இருப் பதற்கு விருப்பமில்லை என்று சொல்லுங்களேன்?" என்றாள் கனகம்.

"இன்றைக்கு மட்டுமா இங்கே இருக்கிறவன்? நாளைக்கும் வரத்தானே வேண்டும்?" என்று விட்டுத்தான் வந்தான் நடராஜன்?[7]

1960ஆம் ஆண்டுகளில் இலங்கையில் வளர்ச்சியடைந்த தேசிய இலக்கிய இயக்கமும், இலக்கியத்தில் யதார்த்தவாதத்தின் செல்வாக்கும் மொழித் தூய்மைவாதத்தின் ஆதிக்கத்தை முறியடித்து மக்களின் வழக்கு மொழியை இலக்கிய அரங்குக்குக் கொண்டுவந்தன. இக்காலப் பகுதியில் மக்கள் தமிழை இழிசனர் வழக்கு என்று கூறி ஒதுக்க முயன்ற பண்டித மரபினரை எதிர்த்து இயக்கபூர்வமான சர்ச்சைகளும் நடைபெற்றன. இவற்றின் விளைவாக, குறிப்பாக 1965ஆம் ஆண்டின் பின் தோன்றிய நாவல்கள் பேச்சுத் தமிழை அதிகம் கையாளத் தொடங்கின. இன்று பொதுவாக மொழித்தூய்மைவாதத்தின் அடிப்படையில் நாவலில் பேச்சுமொழியை எதிர்ப்போர் இல்லை எனலாம். பதிலாக மரபு ரீதியான இலக்கணக் கல்விக்கு எதிரான, விஞ்ஞான பூர்வமான மொழியியல் செல்வாக்குக்கு உட்பட்ட மொழி ஆசிரியர்களும், விமர்சகர்களும் நாவலில் பேச்சு வழக்கை ஆராய்வதில் அதிக அக்கறை காட்டுகின்றனர்.

4

1960ஆம் ஆண்டின் பின் வெளிவந்த ஈழத்து நாவல்கள் அனைத்தும் பேச்சு மொழியைக் கையாண்டுள்ளன என்று கருதக்கூடாது. ஒரு நாவலில் பேச்சுமொழி இடம் பெறுவது அந்நாவலின் பண்பைப் பொறுத்தது; நாவலாசிரியனின் கலைநோக்கைப் பொறுத்தது. ஈழத்து நாவல்களைப் பண்படிப்படையில் பின்வருமாறு பாகுபடுத்தலாம்.

1. வரலாற்றுக் கற்பனை அல்லது கற்பனை வரலாற்றை அடிப்படையாகக் கொண்டவை.
2. இன்றைய சமூக நிகழ்வுகளைப் பின்னணியாகக் கொண்ட சமூகக் கற்பனைப் புனைவுகள்.

   சமூகக் கற்பனைப் புனைவுகளை (1) யதார்த்தம், (2) போலி யதார்த்தம், (3) மிகை யதார்த்தம் என்று மேலும் மூன்று வகைப்படுத்தலாம்.

வரலாற்றுக் கற்பனையை அல்லது கற்பனை வரலாற்றை அடிப்படையாகக் கொண்ட நாவல்களே வரலாற்று நாவல்கள் என்றும் அழைக்கப்படுகின்றன. இத்தகைய நாவல்களில் பண்டைக்காலச் சூழலில் அமைந்த, மிகை உணர்ச்சிப் பாங்கான கற்பனை வாழ்வு சித்திரிக்கப்படுகின்றது. இதனால்

நாவலின் பண்பைவிட பழைய காவியப் பண்புகள் இவற்றில் முனைப்பாகத் தெரிகின்றன. பழைய கலாச்சாரம், பழைய வாழ்க்கை முறை, பழைய அனுபவங்கள் ஆகியவற்றை வியந்துரைப்பதை நோக்கமாகக் கொண்ட இந்நாவல்களின் மொழியும் இன்றைய வழக்கு மொழிக்குப் புறம்பான செந் நெறிப்பாங்கானதாக அமைவது தவிர்க்க முடியாததாகின்றது. கல்கி, அகிலன், பார்த்தசாரதி, சாண்டில்யன் போன்றவர் களின் இத்தகைய கதைகளில் காவியப்பாங்கான உரை நடையை நாம் காணலாம். ஈழத்தில் இத்தகைய வரலாற்றுக் கற்பனை நாவல்கள் மிகக்குறைவே. ஈழத்தில் இத்தகைய வரலாற்றுக் கற்பனைக் கதைகளை எழுதும் நாவலாசிரியர்கள் தமிழகத்து நாவலாசிரியர்களைப் போல் செந்நெறிப்பாங்கான, தூய, இலக்கிய வழக்கு நடையையே பயன்படுத்துகின்றனர். அண்மையில் வெளிவந்த வ.அ. இராஜரத்தினத்தின் 'கிரௌஞ்சப் பறவைகள்' இதற்கு நல்ல உதாரணமாகும்.

சமூக நாவல்களைப் போலி யதார்த்தம், மிகை யதார்த் தம், யதார்த்தம் என்று மூன்று வகையாக நான் பாகுபடுத்தி னேன். போலி யதார்த்தம் என்பதன் மூலம் மிகை உணர்ச்சிப் பாங்கான சமுதாயக் கற்பனைக் கதைகளை நான் குறிக்கின் றேன். தமிழ் நாட்டில் வரலாற்று நாவல்களை எழுதும் நாவலாசிரியர்களே இத்தகைய நாவல்களையும் அதிகம் எழுதுகின்றனர். அகிலனின் 'வேங்கையின் மைந்த'னும், 'பாவை விளக்கு'ம், நா. பார்த்தசாரதியின் 'மணிபல்லவ'மும், 'குறிஞ்சி மலரு'ம் பண்பு அடிப்படையில் அதிகம் வேறுபட் டவை அல்ல. இத்தகைய நாவல்களில் கற்பனையான ஒரு வாழ்வு சிருஷ்டிக்கப்படுவதுடன் யதார்த்தமான வாழ்க்கைப் பிரச்சினைகள் கற்பனா ரீதியில் நோக்கவும் படுகின்றன. பழைய பண்பாட்டு மதிப்புகளின் அடிப்படையில் பிரச்சினை களுக்குத் தீர்வு காணவும் படுகின்றன. மு.வ.வின் நாவல்களும் இத்தகையனவே. இத்தகைய நாவல்களுடன் மர்மக் கதை களையும், சாகசக் கதைகளையும் போலி யதார்த்தம் என்ற பிரிவுள் நாம் சேர்த்துக் கொள்ளலாம். இத்தகைய நாவல்கள் உரையாடலில் பேச்சு வழக்கைக் கையாள்வதில்லை. இன் றைய பத்திரிகை நடையை ஒத்த எளிய, பெரும்பாலும் தூய இலக்கிய நடையையே இவை கையாள்கின்றன. கே.வி.எஸ். வாஸ் (ரஜனி), நா.பாலேஸ்வரி, மணிவாணன் போன்றோரின் நாவல்களில் இத்தகைய மொழியை நாம் அவதானிக்கலாம். எடுத்துக்காட்டாக மணிவாணனின் 'யுகசந்தி' நாவலில் இருந்து பின்வரும் உரையாடலைத் தரலாம். மு.வ.வின் நடையை இவர் பின்பற்றுவதாகத் தெரி கின்றது.

"கனகம்."

"வாருங்க அக்கா."

"அம்மா எப்படியம்மா இருக்கின்றார்?"

"இன்னும் அதே நிலைதான் அக்கா. சாப்பாடுகூடச் சரியாயில்லை. இருந்திருந்துவிட்டுத் தன்பாட்டுக்கு ஒப்பாரி வைத்து அழுகிறார். அம்மா அழுவதைப் பார்த்துப் பரமேசும் கண்ணீர் விடுகின்றாள்."

"பரமேஸ் குழந்தைதானே அம்மா, அவளுக்கு என்ன தெரியும்? நாட்களாக எல்லாம் சரியாய்விடும்."[8]

யதார்த்தமான வாழ்க்கைப் பிரச்சினைகளையும் வர்க்கப் போராட்டங்களையும் மிகை உணர்ச்சிப் பாங்கில் சித்திரிக்கும் நாவல்களையே மிகை யதார்த்த நாவல்கள் என்று நான் குறிப்பிடுகின்றேன். போலி யதார்த்த நாவலுக்கும் இவற்றுக்கும் இடையே உள்ள வேறுபாடு அவை வாழ்க்கையை நோக்கும் முறையிலேயே இருக்கின்றது. மிகை யதார்த்த நாவல்களுக்கு இளங்கீரனின் நாவல்கள் நல்ல உதாரணமாகக் கொள்ளத்தக்கன. இளங்கீரன் தனது நாவல்களைப் பத்திரிகைத் தொடர் கதைகளாக எழுதியதும் இத்தகைய மிகை உணர்ச்சிப் பாங்கான கதைப் பின்னலுக்கு ஒரு காரணமாக இருக்கலாம். இளங்கீரன் பேச்சு மொழியைத் தன் நாவல்களில் கையாள்வதில்லை. பதிலாகத் தராதரத் தமிழில் உரையாடல்களையும் விபரணங்களையும் அமைக்கின்றார். பாத்திரங்களின் உரையாடல் சமூக அநீதிகளை எதிர்க்கும் பிரசங்க பாணியான செயற்கையான உரையாடலாக அமைவதும் இவரது நாவல்களில் அடிக்கடி நிகழ்வதுண்டு. 'நீதியே நீ கேள்' நாவலில் இருந்து பின்வரும் பகுதியை உதாரணமாகத் தரலாம்.

ஆயிஷா அன்சாரியை ஆச்சரியத்துடன் பார்த்தாள்.

"கவலைப்படாமல் இருக்க முடியுமா? நீ ஆண் பிள்ளை. இந்த ஊர்ப்பேச்சு உன்னை ஒன்றும் செய்யாது. ஆனால் பத்மினியின் வாழ்க்கை பாழாகி விடுமே" என்றாள்.

"நல்லவர்களை நடுச் சந்தியில் இழுத்துவிடுகின்ற ஒரு கூட்டம் சமுதாயத்தில் எப்போதும் இருந்து கொண்டே இருக்கும். அவர்களுக்கு இப்படியான வதந்தியைக் கிளப்பிவிடுவது பொழுதுபோக்கு. அதற்காக நாம் கவலைப்பட்டுக் கொண்டிருக்க முடியுமா?"

"குடும்பத்தைக் கெடுக்கும் கூட்டத்தாருக்குப் பொழுது போக்காய் இருக்கலாம். ஆனால் நம் குடும்பத்துக்கும் பத்மினியின் குடும்பத்துக்கும் மானம் போய்விடுமே."

"பொய்யான செய்தியால் மானம் போவதாய் இருந்தால் பரவாயில்லை அம்மா . . .! அதற்காகப் பத்மினியோடு பழகாமல் இருக்கமுடியுமா? நானும் பத்மினியும் ஒருவரை ஒருவர் நேசிக்கிறோம். ஆனால், அது காதலல்ல. சகோதர வாஞ்சை, ஊருக்கும் உலகத்துக்கும் இந்த சகோதர அன்பு பிடிக்காவிட்டால் உலுத்தர்களின் பொய் வதந்திகளை நம்பிக்கொண்டிருக்கட்டும். அதற்காக நான் கவலைப்படப்போவதும் இல்லை. எங்களுடைய சகோதர நட்பை வெட்டிவிடப் போவதும் இல்லை." [9]

ஈழத்து முஸ்லீம்கள் தாயை அம்மா என்று அழைப்பதில்லை. உம்மா என்றே அழைப்பர். இந்தச் சமூக வேறுபாட்டு அம்சத்தைக்கூட தன் மொழிப் பிரயோகத்தில் இளங்கீரன் ஏற்றுக்கொள்ளவில்லை. பாத்திரங்களின் இயல்புக்கும் சூழலுக்கும் ஏற்ப உரையாடலையும் மொழியையும் கையாளாது தன் எண்ணங்களைப் பாத்திரங்கள் மூலம் பேசவைக்கும் முயற்சியினாலேயே உரையாடல் இவ்வாறு செயற்கையாகப் போகின்றது. வெவ்வேறு சமூக உறவுகளில் மொழி வேறுபடுவதை இவ்வாசிரியர் கருத்தில் கொள்ளவில்லை என்று தெரிகின்றது. மேற்காட்டிய உரையாடலும் மொழிப் பிரயோகமும் ஒரு தாய்க்கும் மகனுக்கும் இடையே நடக்கும் சாதாரண உரையாடலுக்குப் புறம்பானவை என்பது வெளிப்படை. கணேசலிங்கனின் சில நாவல்களிலும் இத்தகைய மிகையதார்த்தப் பண்பைக் காணமுடியும். கணேசலிங்கன் பாத்திர உரையாடல்களில் பேச்சு மொழியைக் கையாண்ட போதிலும் சில வேளை பாத்திரங்களின் பேச்சு அவற்றின் இயல்பு மீறியதாக அமைந்துவிடுகின்றது. உதாரணமாக, 'போர்க்கோல'த்தில் இருந்து பின்வரும் பகுதியைக் காட்டலாம். ஆனந்தனைத் தான் சுட்டுக்கொன்ற விதம்பற்றி அன்னம் இலட்சுமணனிடம் பின்வருமாறு விபரிக்கின்றாள். அன்னம் என்ற பாத்திரமே சில அம்சங்களில் மிகை யதார்த்தப் பண்புடைய பாத்திரமாகும்.

கோவிலிலை அபிஷேகம், தகப்பனும் தாயும் போன பிறகும் என்னை வீட்டுக்குப் போய்விடாது வேலை செய்துகொண்டு நிற்கும்படி சொல்லி வைச்சிருந்தான். அவர்கள் போனதும் தான் கோவிலுக்குப் போகப் புறப்படுவதற்காக வருவது போலை வீட்டை வந்து

வாசல் படலையைப் பூட்டினான். பக்கத்து வீட்டுச் செல்லம்மாவின் படலையைக் கட்டினான். என்னை அறைக்குள்ளே கட்டிலில் இருக்கச் செய்து விட்டு அறையை உள்ளே பூட்டினான். துப்பல் வத்தும் நேரம் இருக்காது எல்லாம் புகழ்ந்து புலம்பிவிட்டு இளைச்ச நாய் போலை கண்ணையும் மூடிக்கொண்டு மெத்தை மேலே சுருண்டுகிடந்தான். தலைமாட்டிலை கைத்துவக்கை அவன் எப்பவும் வைச்சிருக்கிறது எனக்குத் தெரியும். அப்பிடியே எடுத்துக் கொண்டு இரண்டு தடவை தலையில் வெடிவச்சபோது அவ னுக்குத் தெரியாது. கனாக்கண்டவன் போலை 'என்ன என்ன' என்று சொல்லி முழிக்கிறதுக்கிடையிலை நெஞ்சிலையும் வயிற்றிலையும் வெடி வைச்சிட்டன். கத்தமுடியாமல் கட்டிலிலை கிடந்து துடிச்சான். விழுந்து கிடந்த கையுக்கை கைத்துவக்கைச் செருகிப் போட்டு கதவைத் திறந்து மெதுவாகச் சாத்திவிட்டு, கிணற்றடிப் பக்கமாக இறங்கி, அடுத்த காணி வழியாக வந்து, ஒழுங்கையில் ஏறி நான் இங்கை வந்திட்டன்.[10]

மேற்காட்டிய அன்னத்தின் பேச்சு, கணேசலிங்கனின் விபரணை நடையில் இருந்து அதிகம் வேறுபட்டதல்ல என்பது வெளிப்படை. கணேசலிங்கனே அன்னத்தின் ஊடாக இங்கு பேசுகிறார். அவ்வகையில் இதுவும் மிகை யதார்த்தப் பண்புடையதாகும். இதே நாவலில் அன்னத்தின் நினைவோட் டங்களாக வரும் சில பகுதிகள் தூய இலக்கிய நடையிலும் அமைந்துள்ளன.

வரலாற்று நாவல், போலி யதார்த்த நாவல், மிகை யதார்த்த நாவல் ஆகியவற்றில் அன்றி யதார்த்த நாவல்களி லேயே பேச்சு மொழி பிரக்ஞைபூர்வமாகவும் திருத்தமாகவும் கையாளப்படுகின்றது. சமூக யதார்த்த நாவல்களில் பேச்சு மொழி இடம் பெறுவது தவிர்க்க முடியாத அவசியத் தேவையாகவும் உள்ளது. பாத்திரங்களின் உண்மையான மொழியைக் கையாள்வது வாழ்க்கையை உண்மைபூர்வமாகச் சித்திரிப்பதன் ஓர் அம்சமாகும். யதார்த்தவாதத்தின் வருகை யுடனேயே ஈழத்து நாவல்களில் பேச்சுமொழி இடம்பெறத் தொடங்கியது என்பதை நான் குறிப்பிட்டேன். அதற்குரிய உதாரணங்களையும் நோக்கினேன். எனினும் ஈழத்துச் சமூக நாவல்களை யதார்த்தம், போலி யதார்த்தம், மிகை யதார்த்தம் என்று பாகுபடுத்துவது முற்றிலும் சரியானது என்று சொல்லு வதற்கில்லை. யதார்த்த நாவலுக்கு உதாரணம் காட்டக்கூடிய வற்றிலேயே போலி யதார்த்த, மிகை யதார்த்தப் பண்புகள்

உள்ளன. ஈழத்து நாவல்களில் யதார்த்தவாதம் 'இலக்கணசுத்த மாக' இடம் பெற்றிருக்கின்றது என்று கூறமுடியாது. எனினும், நாவலின் மொழி ஆய்வைப் பொறுத்தவரை இப்பிரிவு உபயோகமானதாக அமையலாம்.

5

ஈழத்து நாவல்களின் மொழியை வரலாற்று ரீதியாக நோக்குவதும் பயனுடையதாக அமையும். 19ஆம் நூற்றாண் டின் இறுதியில், முதல் தமிழ் நாவல் தோன்றியபோது அதன் தோற்றத்துக்குப் பின்னணியாக நவீன உரைநடை ஒன்றும் வளர்ச்சியடைந்திருந்தது. இவ்வாறு 19ஆம் நூற்றாண் டில் வளர்ச்சியடைந்த நவீன உரைநடை பெரும்பாலும் பண்டைய உரையாசிரியர்களின் உரைநடையையே தனது வளர்ச்சிக்கான ஊற்று மூலமாகக் கொண்டிருந்தது என்பதும் குறிப்பிடத்தக்கது. வித்துவச்சார்பான, மரபு ரீதியான, அறிவுத் துறைக்குரிய உரைநடையாக அது அமைந்தது. ஆறுமுக நாவலர், உ.வே. சாமிநாதையர் போன்றவர்கள் இத்தகைய உரைநடையின் சிறந்த பிரதிநிதிகளாவர். இவர்களின் உரை நடை பேச்சு மொழியில் இருந்து முற்றிலும் விலகிய இலக்கிய வழக்கு நடையாகவே அமைந்தது. 18ஆம், 19ஆம் நூற்றாண்டு களில் அருணாசலக் கவிராயர், கோபாலகிருஷ்ண பாரதியார் முதலியவர்கள் இறுக்கமான தமிழ்ச் செய்யுள் நடையைத் தளர்த்தி பேச்சு மொழியோடு இணைந்த வெகுஜனரஞ் சகமான செய்யுள் நடை ஒன்றை உருவாக்கியதுபோல் வெகுஜனரஞ்சகமான உரைநடை ஒன்று இக்காலப் பகுதியில் உருவாகி இருக்கவில்லை. இத்தகைய உரைநடைச் சூழலில் தான் ஈழத்தில் முதல் தமிழ் நாவல் தோன்றியது. 1885இல் வெளிவந்த ஈழத்து முதல் நாவலான 'அசன்பே கதை' பின்வருமாறு தொடங்குகின்றது.

> கல்வி செல்வங்களிலேயே மிகச்சிறந்து விளங்கா நின்ற மிசுறு தேசத்தின் இராஜதானியாகிய காயிரென் னும் பட்டணத்திலேயே செய்யிது பாக்ஷா என்பவர் இராச்சிய பரிபாலனம் செய்யும் காலத்தில், அந்த பாக்ஷாவினுடைய மாளிகைக்குச் சமீபமான ஓர் அலங்காரமுள்ள மாளிகையில் யூசுபுபாக்ஷா என்பவ ரொருவர் இருந்தார். அவர் ராஜ வம்சத்தைச் சேர்ந் தவர். மஹா பாக்கியவந்தர். கதீவுடைய மந்திரிமார் களிலொருவர். மதம் பிடித்த யானையை நடத்தும் பாகன் அதை நயபயத்தினால் நல்வழி நடத்துவது போல அரசன் கோபித்தாலும் அவனை விட்டகலாது

அவ்வப்போது வேண்டும் யுக்தி புத்திகளை யிடித் திடித்துப் புகட்டும் தொழிலை விடாமலிருப்பவர். நேரான காரியங்களில் சோராத துணிவுள்ளவர். பின்னே வருங்கருமங்களை முன்னே அறிந்து தெரி விக்கும் மூதறிவுடையவர். காலமும் இடமும் ஏற்ற கருவியும் தெரிந்தவர். பிரஜைகளெல்லாம் தமது திறமை முதலிய நற்குணங்களைப் புகழப் பெற்றவர். ஆங்கிலேயர், பிரான்ஸியர் முதலிய ஐரோப்பியர் களெல்லாம் தமது விவேக நுட்பத்தை வியந்து பாராட் டும்படி யதிகாரஞ் செலுத்துபவர்.[11]

சுமார் நூறு ஆண்டுகளுக்கு முன் வெளி வந்த ஈழத்து முதல் நாவலில் இருந்து எடுக்கப்பட்ட இப்பகுதி 19ஆம் நூற்றாண்டு உரைநடையை நன்கு பிரதிபலிக்கின்றது எனலாம். அக்காலப் பகுதிக்குரிய சொல்லாட்சியையும் வாக்கிய அமைப்புக்களையும் இதில் காணலாம். அத்தோடு பண்டைய உரையாசிரியர்கள் வழி வந்த கல்வித்துறை சார்ந்த உரைநடைப் பாங்கையும் நாம் இதில் அவதானிக் கலாம். அறிஞர் சித்திலெவ்வை அன்றாட வாழ்க்கையை நேர்நின்று அவதானித்து யதார்த்தபூர்வமாகப் பிரதிபலித்த கலைஞர் அல்லர். சித்திலெவ்வை ஒரு படைப்பாளி என்பதை விட ஒரு அறிவாளி, சீர்திருத்தவாதி, சமூக சேவகர் என்பதே மிகப் பொருந்தும். ஆகவே அவரது உரைநடை வித்துவச் சார்பானதாக அமைந்ததில் ஆச்சரியம் இல்லை. மேலும் அவரது படைப்பை நாவல் என்பதைவிட 'ரோமன்ஸ்' என்பதே பொருந்தும்.

தமிழ்நாட்டு ஆரம்ப நாவலாசிரியர்களான ராஜமையர், மாதவையாபோல் தற்புதுமையும் ஆக்கு திறனும் கொண்ட யதார்த்தவாதிகள் யாரும் ஆரம்பகால ஈழத்து நாவல் உலகில் காணப்படவில்லை. அதனால் நெடுங்காலமாக ஈழத்து நாவலின் மொழி ஓரளவு வித்துவச் சார்பானதாக அறிவுத் துறைக்குரியதாகவே இருந்து வந்துள்ளது. 1927இல் வெளி வந்த 'கோபாலநேசரத்தின'த்தில் வரும் பின்வரும் பகுதி, முதல் நாவல் தோன்றி 30 வருடத்திற்குப் பிறகும் நாவலின் மொழியில் அதிகம் வேறுபாடின்மையைக் காட்டும்.

கோபாலன் மூன்று வயதுக் குழந்தையாக இருக்கும் போதே அவனுடைய பிதா இறந்து போயினர். தாயாகிய வள்ளியம்மை தன் கணவனைப் பறி கொடுத்துவிட்டதற்குப் பெரிதும் வருந்தினள். இவர்கள் பெரிதும் முட்டுப்பாடுடையவர்கள்; அன்றடித்து அன்று வாயிலிடும் வழக்கத்தை உடையவர்களாக

> ஒருவாறு காலங்கழித்தமையினால் புருஷனிறந்த துயர் வள்ளியம்மையின் உள்ளத்தைப் பெரிதும் உபாதித்தது. பாவம், அவள் என் செய்வாள்? பராயமுற்ற பிள்ளை யாகக் கோபாலன் இருந்தாலுங் காரியமில்லை. அவ னும் நான் முன்னே சொன்னபடியே மூன்று வயதுக் குழந்தை. தன் புருஷனை நினைத்து தாய் அழுவதைப் பார்க்கும்போது பிள்ளையாகிய கோபாலனும் அழத் தொடங்கியமையினால், பெற்ற தாயானவள் அவன் சமூகத்தில் அழுவதை விடுத்து, இராக்காலத்திலே தன் பத்தாவை நினைத்து மனங்கரைந்து கண்ணீர் சொரிவாள்.[12]

இப்பந்தியிலும் வித்துவச் சார்பான அறிவுத்துறைக்குரிய மொழிநடையையே நாம் காண்கிறோம். கற்பனைப் புனை கதைக்குரிய வளமான மொழிநடை ஒன்று மிகப் பிற்காலத் திலேயே ஈழத்து நாவல்களில் வளர்ச்சியடைந்தது. வாழ்க் கையை நுணுகி அவதானித்து சித்திரிக்க முயன்ற யதார்த்த பூர்வமான நாவல்களின் தோற்றத்துடனேதான் அத்தகைய உரைநடை ஒன்றும் இங்கு வளர்ச்சியடைந்தது எனலாம்.

பொதுவாக நாவலின் பண்பே அதன் மொழிநடையின் இயல்பையும் நிர்ணயிக்கின்றது எனலாம். தமிழ் நாவல்களைக் கதை சொல்லும் பண்பை ஒட்டி இருவகையாகப் பாகுபடுத் தலாம் போல் தோன்றுகிறது. பொதுவாக ஆரம்ப கால நாவல்கள் எல்லாம் எடுத்துரைப்பாங்கானதாக (narrative) அமைந்துள்ளன. நாடோடிக் கதைப்பாணி அல்லது பாட்டி கதைப் பாணிக்கும் அவற்றுக்குமிடையே பல ஒற்றுமைகள் இருப்பதை நாம் காணலாம். இப்பண்பு இன்றைய நாவல்கள் பலவற்றிலும்கூட வெவ்வேறு அளவில் காணப்படுகின்றது. எனினும், ஆரம்பகால நாவல்களில் இதுவே பிரதான பண்பு ஆகும். இதனால் ஆரம்பகால நாவல்களின் மொழியும் எடுத்துரைப்பாங்கானதாக அமைந்துள்ளது. அதாவது ஆசிரியரே நேர்நின்று சொல்லிச் செல்வதுபோல் ஆசிரியரின் குரலாகவே அமைந்துள்ளது. அது வித்துவச் சார்பானதாக அமைவதற்கு இதுவும் ஒரு காரணமாகும். ஆனால் காலப் போக்கில் தமிழ் நாவல் எடுத்துரைப்பாங்கில் இருந்து படிப் படியாக விபரணப்பாங்கானதாக (descriptive) மாறிவந்துள் ளது. இன்றைய நாவல்களின் பிரதான பண்பு விபரணப்பாங்கு எனலாம். நாவலின் சுற்றுச்சூழலையும் பாத்திரங்களின் இயக்கங்கள், அக உணர்வுகள் ஆகியவற்றையும் துளாவிச் சென்று நுட்ப விபரங்களையும் விடாமல் விபரிப்பது இன் றைய நாவல்களின் அடிப்படைப் பண்பாகும். இதனால்

இன்றைய நாவல்களின் மொழி நடையும் எடுத்துரைப்பாங்கில் இருந்து விபரணப்பாங்கானதாக மாறி உள்ளது. நாவல்களின் பண்பு மாறும்போது அதன் மொழியும் மாறுவது தவிர்க்க இயலாததாகும். ஜானகிராமன், அசோகமித்திரன், நீல பத்மநாபன் போன்ற தமிழ்நாட்டு நாவலாசிரியர்களிடம் துலக்கமாகக் காணும் இவ்விபரணப்பண்பு ஈழத்து நாவல் களிலும் கணிசமாகக் காணப்படுகின்றது. 'வாடைக்காற்று' நாவலில் இருந்து ஒரு பகுதியை இங்கு உதாரணமாகத் தரலாம்.

> *கௌத்தி ஓடையில் தெளிவான நீரைக் கலக்கியபடி விருத்தாசலம் நடந்து சென்றான். உப்புப் படர்ந்த நீர்த்தரை கால்கள் பட்டதும் கலங்கியது. அவனுடைய கண்கள் ஓடையின் இரு மருங்கும் ஆவலோடு எதையோ தேடித்தேடி சோர்ந்துவிட்டன. ஒரு கூழக் கடாவைக்கூடக் காணோம். சிறு கொக்குகளும் மீன் கொத்திகளும் குருவிகளும் ஆளரவம் கேட்டுக் குர லெழுப்பியவாறு விர்ரென்று பறந்தன. ஆட்காட்டிக் குருவி ஒன்று விருத்தாசலத்தின் தலையைச் சுற்றிச் சுற்றிச் சத்தமிட்டவாறு சிறகடித்து வட்டமிட்டது. நீர் குடித்துக்கொண்டிருந்த பழுப்பு நிற முயல்கள் இரண்டு அவனைக் கண்டதும் பற்றைக்குள் தாவி மறைந்தன.*[13]

செங்கை ஆழியானின் இப்பகுதி விபரணப்பாங்கானதாக, படம் பிடித்துக் காட்டுவதாக அமைந்துள்ளது. காட்சிப் படிமங்களைக் கண்முன் கொண்டுவர முயல்கின்றது. ஆரம்ப கால நாவல்களுக்கும் இன்றைய நாவல்களுக்கும் இடையே கதை கூறும் பாணியில் உள்ள அடிப்படைப் பண்பு வேறுபாடு என்று இதையே நான் குறிப்பிட்டேன். 'அசன்பே கதை', 'கோபாலநேசரத்தினம்' ஆகியவற்றில் இருந்து ஏற்கனவே நான் உதாரணம் காட்டிய பகுதிகளுடன் இதை ஒப்புநோக் கினால் இந்த வேறுபாடு தெளிவாகப் புலப்படும். இப்பண்பு வேறுபாடு மொழிநடையைப் பெரிதும் பாதித்துள்ளது. ஆரம்ப கால நாவலாசிரியர்கள் பயன்படுத்திய, உரையாசிரியர்கள் வழி வந்த வித்துவச் செறிவான நடையில் இருந்தும், இன்றைய அறிவுத் துறைக்குரிய உரைநடையில் இருந்தும் விடுபட்டு புனைகதைக்கே உரிய சுயேச்சையான உரைநடை ஒன்று உருவாகுவதற்கு இன்றைய நாவல்களின் இவ்விபரணப்பண்பே வழிகோலியது எனலாம்.

ஆரம்பத்தில் உரையாசிரியர்கள் வழிவந்த வித்துவப்பாங் கான உரைநடையில் இருந்து தோன்றிய நாவல் இலக்கியம் தன் வளர்ச்சிப் போக்கில் பழைய மரபில் இருந்து முற்றாக

வேரறுத்துக்கொண்டு தனக்கே உரிய மொழிநடை ஒன்றை வளர்த்துக் கொண்டது. இவ்வகையில் இன்றைய உரை நடையைப் பண்பு அடிப்படையில் நாம் இரு கூறுபடுத்தலாம். ஒன்று, முற்றிலும் அறிவுத்துறைக்குரிய தூய இலக்கிய வழக்கு நடை. மற்றது, கற்பனைப் புனைகதைக்குரிய கலப்பு உரை நடை. இவ்விரு வகை உரைநடைகளும் பயன்படுத்தும் சொற்தொகுதி, வாக்கிய அமைப்பு முதலியவற்றில் பெரிதும் வேறுபடுகின்றன. ஈழத்து நாவல்களும் கற்பனைப் புனை கதைக்குரிய இக்கலப்பு மொழி நடையையே பயன்படுத்து கின்றன. இக்கலப்பு உரைநடையின் பொதுப் பண்புகளைப் பின்வருமாறு தொகுத்துக் கூறலாம்.

1. நாவலின் மொழி தூய இலக்கிய வழக்கை மட்டுமன்றி எல்லா வகையான கிளைமொழிகளையும் வகைமொழி களையும் உள்ளடக்குகின்றது.
2. குறியீடுகள், படிமங்கள், சிலேடைகள், அடுக்குமொழி கள், ஒலிக் குறிப்புச் சொற்கள், உவமைத் தொடர்கள், மரபுத் தொடர்கள் போன்ற கற்பனைக்குரிய மொழிக் கூறுகளை வரையறை இன்றிக் கையாள்கின்றது.
3. அளவில் சிறிய வாக்கியங்களையும், தனி வாக்கியங் களையும் பெருவழக்காகக் கையாள்கின்றது.
4. வினைதொக்கிய வாக்கியங்களைப் பெருவழக்காகக் கையாள்கின்றது.

(இக்கட்டுரை 1976இல் யாழ்ப்பாணப் பல்கலைக்கழகத் தமிழ்த் துறை நடத்திய தமிழ் நாவல் நூற்றாண்டு விழாக் கருத்தரங்கில் படிக்கப்பட்டது.)

அடிக்குறிப்புகள்

1. செ. கணேசலிங்கன், 'நீண்ட பயணம்', பாரி புத்தக நிலையம், சென்னை 1965 – பக். 3, 4.
2. அதே நூல் – பக். 14, 38, 47, 51, 69, 85, 174, 179, 181, 182.
3. அதே நூல் – பக். 6, 24, 26.

   எஸ்.பொன்னுத்துரை, 'சடங்கு', அரசு வெளியீடு, 1971 – பக். 39, 46, 60, 61.
4. அ. மாதவையா, 'பத்மாவதி சரித்திரம்', தி லிட்டில் ப்ளவர் கம்பெனி, சென்னை 1958 – பக். 3.

5. ம.வெ. திருஞானசம்பந்தபிள்ளை – 'கோபாலநேசரத்தினம்', 1927 – பக். 20.

6. ப.மு.ரா. முத்துச்சாமி ரெட்டியார் – 'இராஜேந்திர சுந்தரி' அல்லது 'தியாகச் செல்வனின் தீரச்செயல்', 1934 – பக். 32.

7. வ.அ. இராசரத்தினம் – 'கொழு கொம்பு', ஜோதி அச்சகம், யாழ்ப்பாணம். 1959 – பக். 13.

8. மணிவாணன் – 'யுகசந்தி', விரகேசரி வெளியீடு, 1972 – பக். 1.

9. இளங்கீரன் – 'நீதியே நீ கேள்', பாரி நிலையம், சென்னை, 1962 – பக். 150.

10. செ.கணேசலிங்கன் – 'போர்க்கோலம்', பாரிநிலையம், சென்னை, 1962 – பக். 241.

11. சித்திலெவ்வை – 'அசன்பே கதை', இஸ்லாமிய தமிழ் இலக்கியக் கழகம், திருச்சிராப்பள்ளி, 1974 – பக். 1.

12. 'கோபாலநேசரத்தினம்' – பக். 1.

13. செங்கை ஆழியான் – 'வாடைக்காற்று', வீரகேசரி வெளியீடு, 1973 – பக். 61.

பாரதியும் நவீனத்துவமும்

முதலில் நவீனத்துவம் என்றால் என்ன என்பதை வரையறுத்துக் கொள்வது பயனுடையது. ஆங்கிலத்திலே இது தொடர்பாக *modernity, modernism, modernization* ஆகிய பதங்கள் உள்ளன. இவற்றை முறையே நவீனத் துவம், நவீனவாதம், நவீனமயமாக்கல் எனத் தமிழிலே பெயர்த்துக் கூறலாம். இவற்றுக்கிடையே பொருட்பரப் பில் அடிப்படையான வேறுபாடுகள் உள்ளன. எனினும், தற்காலத்துக்குரியது, புதியது என்ற பொருள்தரும் *(modern)* என்னும் சொல்லடியாகவே இவை பிறந்துள் ளன. அவ்வகையிலே இவற்றுக்கிடையே ஒரு பொது வான பொருள் ஒற்றுமையினையும் நாம் காணலாம். வழிவழி வந்த மரபில் இருந்து மாறுபட்டு, புதுமையைச் சார்ந்து நிற்றல் அல்லது புதுமையை நாடிச் செல்லல் என்பது இவை உணர்த்தும் பொதுப் பொருள் எனலாம். ஆயினும் நவீனத்துவம் *(modernity)* என்பது சமூக, அரசியல், பொருளாதார, பண்பாட்டு அம்சங்கள் எல்லாவற்றையும் உள்ளடக்கும் ஒரு வளர்ச்சி நிலையைச் சுட்டுகின்றது.

நவீனத்துவத்தின் பிரதான பண்புகளாகப் பின்வரு வனவற்றை வகுத்துக் கூறுவர்.[1]

1. பொருளாதாரத்தில் சுயநிறைவான வளர்ச்சி அல்லது குறைந்தபட்சம் உற்பத்தி, நுகர்வு ஆகிய இரண்டிலும் கிரமமான அதிகரிப்புக்குப் போதுமான வளர்ச்சி.

2. ஆட்சி நிருவாகத்தில் பொதுஜனப் பங்குபற்றுதல் அல்லது குறைந்தபட்சம் ஆட்சி மாற்றங்களை

வரையறுப்பதிலும், தெரிவு செய்வதிலும் ஜனநாயகப் பிரதிநிதித்துவம்.

3. கலாசாரத்தில் சமயச்சார்பற்ற, அறிவு சார்ந்த நியமங்களின் வியாபகம்.

4. சமூக அசைவியக்கத்தின் அதிகரிப்பு. இது பௌதீக, சமூக உள இயக்கத்தில் தனிமனித சுதந்திரத்தைக் குறிக்கும்.

நவீனமயமாக்கம் (*modernization*) என்பது மரபுசார்ந்த அம்சங்களை இத்தகைய நவீனத்துவ அளவுகோல்களுக்கேற்ப மாற்றியமைத்தலைக் குறிக்கும். ஆனால் நவீனவாதம் (*modernism*) என்பது, குறிப்பாக ஐரோப்பாவில் 18ஆம் நூற்றாண்டின் பிறகு மதம், கலை இலக்கியம் ஆகிய துறைகளில் செயற்பட்ட ஒரு இயக்கமாகும். சமூக விஞ்ஞானக் கலைக் களஞ்சியம், "மரபுரீதியானவற்றைப் புதுமைக்குக் கீழ்ப்படுத்துகின்றதும், நிலைபேறடைந்த, சம்பிரதாயபூர்வமானவற்றை இன்றையத் தேவை நிர்ப்பந்தங்களுக்கேற்ப இணக்கப்படுத்துகின்றதுமான ஒரு மனப்போக்காகும்" என நவீனவாதத்தை விபரிக்கின்றது. "இந்த மனப்போக்கின் செயல்முறைத் தாக்கம் பழமை பேணுவதாக அல்லது புரட்சிகரமானதாக இருக்கலாம். பழமையை அழியாது காப்பாற்றுவதற்காக அதைப் புதுமையுடன் இணக்கப்படுத்தும்போது அது பழமை பேணுவதாகின்றது; புதுமையின் நிமித்தம் பழமையை நிராகரிக்கும் போது அது புரட்சிகரமானதாகின்றது. மதங்களைப் பொறுத்த வரை நவீனவாதத்தின் பழமைபேண் வகையைக் காணலாம்" என்றும், "கலைகளில் நவீன வாதத்தின் புரட்சிகரமான வகையைக் காணலாம்" என்றும் அது மேலும் கூறுகின்றது.[2] பாரதியின் நவீனத்துவம் பற்றி ஆராய்கையில் நவீனவாதத்தின் சில அம்சங்களையும் கருத்தில் கொள்ளுதல் பயனுடையது. ஆயினும் முதலாளித்துவத்தின் முதிர்ச்சிக் கட்டத்தில் தோன்றிய சிம்பலிசம், இமேஜிசம், சர்ரியலிசம் போன்ற நவீனவாத இலக்கிய இயக்கங்களுடன் பாரதியைத் தொடர்புறுத்தி நோக்குதல் பொருந்தாது.

2

நவீனத்துவம் என்பது தொடர்ந்து நடைபெறும் ஒரு வளர்ச்சி நிலையாகும். எனினும், முதலாளித்துவ சமூக அமைப்பின் தோற்றத்துடனேதான் நவீனத்துவம் பற்றிய பிரச்சினைகள் முதலில் தோன்றுகின்றன என்பதை வரலாறு காட்டுகின்றது. வளர்ச்சியடைந்து வரும் முதலாளித்துவப் பொருளாதார அடித்தளம், தன் வளர்ச்சிக்கு உதவும் வகையிலே சமூக, சமய, அரசியல், பண்பாட்டு நிறுவனங்களை

மாற்றியமைக்க வேண்டிய தேவை நிர்ப்பந்தங்களைத் தோற்று விக்கின்றது. இந்த மாற்றம் பாரம்பரிய நிலப்பிரபுத்துவ நிறுவனங்களின் அமைப்பில் இருந்து பெரிதும் வேறுபட்ட தாகும். மத நிறுவனங்களுக்கும், மத மூட நம்பிக்கைகளுக்கும் எதிரான விஞ்ஞான மனப்பாங்கு, தனிமனித சுதந்திரம், அரசியலில் ஜனநாயகக் கோட்பாடு, மக்களிடையே சமத் துவம், பெண்களுக்குச் சம உரிமை, கலை இலக்கியத்தில் சமயச் சார்பின்மை, புதிய கலை இலக்கிய வடிவங்களின் தோற்றம் முதலியவை இவ்வாறு முதலாளித்துவ சமூக அமைப்பு உருவாக்கிய நவீனத்துவம் சார்ந்த அம்சங்களாகும். இவை நிலப்பிரபுத்துவப் பண்பாட்டுக்கு எதிரானவை. அந்த வகையிலே முதலாளித்துவ வளர்ச்சிக் கட்டம் – இதுவே மறுமலர்ச்சி யுகம் என்றும் அழைக்கப்படுகின்றது – எவ்வளவு குரூரமானதாக இருந்தபோதிலும் முற்போக்கானதாகும். பிரடெறிக் ஏங்கெல்ஸ் இக் காலகட்ட மாற்றங்களைப் பற்றிக் குறிப்பிடுகையில், “இதுவரை மனிதகுலம் அனுபவத்தில் கண்டவற்றில் இதுவே ஆகப் பெரிய மகத்தான முற்போக்குப் புரட்சியாகும்” என்று விபரித்தார்.[3] எனினும், முதலாளித் துவத்தின் பிந்திய வளர்ச்சி அதிநவீனத்துவ கலாச்சாரச் சீரழிவுகளுக்கே இட்டுச் சென்றுள்ளதை நாம் அறிவோம்.

இந்தியா போன்ற காலனித்துவ நாடுகளிலே முதலாளித் துவ வளர்ச்சி, இயல்பான வளர்ச்சி விதிகளின் அடிப்படை யில் ஏற்பட்டதல்ல. அது ஏகாதிபத்தியத் தலையீட்டினால் திணிக்கப்பட்டதாகும். அந்த வகையிலே இந் நாடுகளின் நவீனத்துவம் சார்ந்த இயக்கங்கள் சிலவேளை முற்றிலும் பழமை பேணுவதாக, சிலவேளை முற்றிலும் மேற்கத்தைய மயமாதலை நாடுவதாக அல்லது நிலப்பிரபுத்துவப் பண் பாட்டு அம்சங்களை மட்டுமன்றி ஏகாதிபத்தியப் பண்பாட்டு அம்சங்களையும் எதிர்ப்பதாக அமைந்தன என்பதை நாம் இங்கு மனங்கொள்ள வேண்டும்.

19ஆம் நூற்றாண்டின் நடுப்பகுதியிலிருந்து இந்தியாவிலே நவீனத்துவம் சார்ந்த இயக்கங்கள் செயற்படத் தொடங்கியதை அறிகின்றோம். ஆரம்பத்தில் இவை சமய, சமூக சீர்திருத்த இயக்கங்களாகவே இருந்தன. பிரம்மசமாஜம் (1828), ஆர்ய சமாஜம் (1925), இராமகிருஷ்ண மிஷன் (1886), இந்து இலக்கிய சங்கம் (1820), இந்து முற்போக்கு அபிவிருத்திச் சங்கம் (1852), திருவல்லிக்கேணி இலக்கியச் சங்கம் (1852) போன்ற இயக்கங்கள் வட இந்தியாவிலும் தமிழ் நாட்டிலும் அமைக்கப் பட்டன. இந்த இயக்கங்கள் எல்லாம் வெவ்வேறு அளவிலே இந்தியப் பண்பாட்டை நவீனப்படுத்த உழைத்தன.

இவ்வியக்கங்களைப் பற்றிக் கூறுகையில், “பத்தொன்பதாம் நூற்றாண்டிலே தோன்றிய இயக்கங்கள் புதிய அரசியல் இயக்கங்களுக்குத் தேவைப்பட்ட கலாச்சாரப் புரட்சியை நிகழ்த்திக் கொடுத்தன. ஆட்சியாளரின் அரசியல், நிருவாக சட்டத்துறைகளில் இந்த இயக்கங்களின் காரணமாகப் பல மாறுதல்கள் செய்யப்பட்டன. இந்திய தேசிய இயக்கமும், சமூக சீர்திருத்த இயக்கமும் நாடு தழுவிய விரிந்த களத்தைக் கண்டன” என்கிறார் பெ.சு. மணி.[4]

ஆயினும், 19ஆம் நூற்றாண்டின் நடுப்பகுதியிலிருந்து தமிழ் நாட்டில் தோன்றிய ஆரம்பகால நவீன சிந்தனையாளர்கள் பெரும்பாலும் ஏதோ ஒருவகையில் பழமையை நிலைநிறுத்த முயலும் நோக்குடையவர்களாகவே காணப்படுகின்றனர். நமது ஆரம்பகால நவீன படைப்பிலக்கியகாரர் இதற்கு நல்ல உதாரணமாகக் காணப்படுகின்றனர். ஐரோப்பாவிலே நவீன சமூகத்தின் சின்னங்களுள் ஒன்றாகத் தோன்றிய நாவல் இலக்கியத்தை முதல் முதல் தமிழுக்கு அறிமுகப் படுத்திய எமது ஆரம்பகால நாவலாசிரியர்கள் பற்றி பேராசிரியர் க. கைலாசபதி கூறுவது இங்கு மனங்கொள்ளத்தக்கது. “அறவியலை வற்புறுத்திய ஆரம்பகால நாவலாசிரியர்கள் பெரும்பாலான இந்திய சமூக சீர்திருத்தவாதிகள் போக்கிற் கேற்ப, புத்தம் புதிய தத்துவம் எதையும் வேண்டிற்றிலர். தொன்று தொட்டுவரும் ஆசாரங்களிற் படிந்துள்ள தூசுதும்பு துடைத்துச் சுத்தம் செய்தால் போதும் என்றே எண்ணினர்” என்பது அவர் கருத்து.[5]

க.நா. சுப்ரமணியம் கூறுவதுபோல, “பழமை மாறிப் புதுமை நம் வாழ்விலே இடம்பெறுவதையே” நமது ஆரம்பகால நாவலாசிரியர்கள் சித்திரித்துள்ள போதிலும், சாராம்சத்தில் அவர்கள் பழமையின் சார்பிலேயே நின்றார்கள். பண்டித நடேச சாஸ்திரியின் ‘தீனதயாளு’ நாவல்பற்றி எழுதுகையில், “பழமையில் நம்பிக்கை வைத்து பழைய மாதிரியே குடித்தனத்தை ஒரே குடும்பமாகச் செய்து வரத் தீனதயாளு படாதபாடுபடுகிறான். ஆசிரியரின் அனுதாபம் பூராவும் கதாநாயகனிடமே இருக்கின்றது என்பது பக்கம் பக்கமாகத் தெளிவாகின்றதே தவிர அவன் இப்படி அரும்பாடுபடுவது அனாவசியம் என்று அவர் ஒரு இடத்திலும் சொல்லவில்லை” என க.நா.சு. கூறுகிறார்.[6] தி. ம. பொன்னுச்சாமிப்பிள்ளை, தனது ‘ஞானாம்பிகை’ நாவலுக்கு எழுதிய முன்னுரையிலே, “எமது தேசத்தில் வைதீக மார்க்கம் தளிர்த்தோங்குவதற்கு ஒரு முகாந்திரம் ஏற்படும் என்பதும் இக்கதைகளை எழுதுவதில் யான் ஒரு புடை கொண்டிருக்கும் உட்கருத்து” என்று குறிப்பிடுகிறார்.[7]

தமிழில் முதல் நாவலாசிரியரும், பெண்களின் கல்வி முன்னேற்றத்தின் அவசியத்தை வலியுறுத்தி 1869ஆம் ஆண்டி லேயே 'பெண்கல்வி' என்ற பெயரில் நூல் எழுதியவருமான வேதநாயகம்பிள்ளை பெண்களின் சமூக அந்தஸ்துப்பற்றிய பிரச்சினையிலே மரபுவழிச் சிந்தனைப் போக்கில் உறுதியாக இருக்கிறார். 'பெண்கல்வி' என்ற தனது நூலிலே, "உடல் ஆற்றலிலும், அறிவிலும், நாட்டுச் செயல்களை நடப்பிக்கும் திறமையிலும், குடும்பப் பாதுகாப்பிலும் மிக வல்லவர்களான ஆடவர்களே தலைமைக்கும் தகுதியானவர்களாதலால், மாதர்கள் தெய்வத்துக்குப் படிந்து நடப்பதுபோல் ஆடவர் களுக்கும் படிந்து நடக்க வேண்டும் என்பது மறைமொழியாய் இருக்கின்றது" என்றும், "மேலும் முதலில் பெண்ணானவள் முன்னர் தீவினை செய்து ஆடவனையும் கெடுத்தவள் ஆதலால், அவள்மேல் ஆடவன் முறைமை செலுத்தவும், அந்த ஆட்சிக்கு அவள் உட்பட்டிருக்கவும், பிள்ளைப்பேறு முதலிய துன்பங்களை நுகரவும் தெய்வ கட்டளை பெற்றுக் கொண்டவளாயிருப்பதால் அவள் எவ்வளவு படித்தாலும் ஆடவனுக்கு அடங்கி நடக்க வேண்டியவளே" என்றும் திட்டவட்டமாகக் கூறுகின்றார்.[8] நமது ஆரம்பகால நவீனத் துவம் பெரிதும் பழமையைச் சார்ந்தே இருந்தது என்பதற்கு இதைவிட வேறு உதாரணங்கள் தேவையில்லை.

3

20ஆம் நூற்றாண்டின் தொடக்கத்திலிருந்து இந்திய தேசிய விடுதலைப் போராட்டம் தீவிர வடிவம் பெற்றது. அரசியல் பொருளாதார விடுதலையோடு கூடிய பூரண சமூக விடுதலை இதன் குறிக்கோளாகியது. இதன் அடிப்படை யிலே நவீனத்துவம் பற்றிய நோக்கிலே புரட்சிகரமான அபிவிருத்திகள் ஏற்பட்டன. இக்காலகட்டத்திலேதான் தமிழகத்திலே பாரதி, தன்காலத்தில் வாழ்ந்த பிற எல்லாரைக் காட்டிலும் புரட்சிகரமான நவீன சிந்தனையாளனாக மலர்ச்சி யடைந்தான். பாரதியின் நவீனத்துவம் பற்றிய நோக்கு, நான் ஏற்கெனவே கூறியது போன்று சமூக, அரசியல், பொருளாதார, பண்பாட்டு அம்சங்கள் எல்லாவற்றையும் உள்ளடக்குவது. அந்த வகையில் ஒரு முழுமையான பார் வையைத் தருவது.

ஆயினும், பாரதியிடம்கூட தன் காலத்துப் பிற தேசிய வாதிகளிடம் காணப்பட்டது போன்று, தங்கள் பழைய நாகரிகம் பற்றிய பெருமிதம் வேரூன்றி இருப்பதைக் காண லாம். முன்னர் நாடு திகழ்ந்த பெருமை பற்றிப் பாரதியார் பல இடங்களிலே பேசுகின்றார். "ஐரோப்பாவிலும், ஆசியா

விலும் பிற இடங்களிலும் காணப்படும் நாகரிகங்களுக் கெல்லாம் முந்தியதும், பெரும்பான்மை மூலாதாரமுமாக நிற்பதும் ஆர்ய நாகரிகம். அதாவது பழைய சமஸ்கிருத நூல்களிலே சித்திரிக்கப்பட்டு விளங்குவது. இந்த ஆர்ய நாகரிகத்துக்குச் சமமான பழமை கொண்டது தமிழரது நாகரிகம் என்று கருதுவதற்குப் பலவிதமான ஸாக்ஷ்யங்களிருக் கின்றன. ஆரியரும் தமிழரும் உலகத்தில் முதல்முதலாக உயர்ந்த நாகரிகப் பதவி பெற்ற ஜாதியார். இங்ஙனம் முதல் முதலாக நாகரிகம் பெற்ற இவ்விரண்டு வகுப்பினரும் மிகப் பழைய நாட்களிலேயே ஹிந்து மதம் என்ற கயிற்றால் கட்டுண்டு ஒரே கூட்டத்தாராகிய செய்தி பூமண்டலத்தின் சரித்திரத்திலேயே மிக விஷேஷமும் நலமும் பொருந்திய செய்திகளில் ஒன்றாகக் கணித்தற்குரியது" என பாரதியார் 'தமிழ்நாட்டு மாதருக்கு' என்ற கட்டுரையிலே எழுதுகின்றார்.[9]

ஆயினும், இத்தகைய பழம் பெருமை தேசிய விடுதலைப் போராட்ட காலத்திலே செயற்பாட்டு முக்கியத்துவம் உடைய தாக இருந்ததையும் நாம் மனங்கொள்ள வேண்டும். பலம் பொருந்திய பிரித்தானிய ஏகாதிபத்தியத்தை எதிர்ப்பதற்கு இது ஒரு மனோபலத்தைக் கொடுத்தது, பாரதியைப் பொறுத்த வரை, "ஆரியரும் தமிழருமே உலகில் முதல் முதலாக உயர்ந்த நாகரீகப் பதவிபெற்ற ஜாதியார்" என்ற கருத்து நவீன ஐரோப்பிய நாகரீகத்தின் முற்போக்கான அம்சங்களையும் உதறித்தள்ளும் பிற்போக்குப் பழமை வாதமாக மாறவில்லை என்பதுதான் நம் கவனத்துக்குரியது.

நவீன ஐரோப்பிய நாகரீகத்தின் வளமான அம்சங்கள் பற்றிப் பல இடங்களில் பாரதி புகழ்ந்து பேசுவதைப் பார்க் கின்றோம். பாரதி தனது 'தமிழ்ச்சாதி' என்ற கவிதையில் சுட்டிக்காட்டுவது போல, நிலப்பிரபுத்துவ முறைமையில் இருந்து இந்தியச் சமூகம் தீவிர மாற்றத்துக்குள்ளாகிக் கொண்டிருந்த கால கட்டத்திலே, ஐரோப்பிய நாகரீகத்தினை அவ்வாறே பேணாவிட்டால் தமிழ்ச்சாதி அழிந்துவிடும் என்போரின் கருத்தையோ, அல்லது மூதாதையரின் வழிமுறை களை அப்படியே தழுவினால்தான் தமிழர்க்கு உய்வுண்டு என்போரின் கருத்தையோ பாரதி ஏற்றுக் கொள்ளவில்லை. இரண்டின் கலப்பிலே இந்தியப் பண்பாடு புதிய வலுப்பெறும் என்றே அவன் கருதினான். 'தமிழ்நாட்டு மாதருக்கு' என்ற கட்டுரையிலே பாரதி இதுபற்றி விரிவாகப் பேசுவதைக் காணலாம்.

> சகோதரிகளே, நீங்கள் ஐரோப்பிய நாகரீகத்தின் சேர்க்கையைக் குறித்துச் சிறிதும் வருத்தப்படவேண்

டாம். அது நமக்குத் துணை. அது நாம் அஞ்சுவதற்குரிய பிசாசன்று. வெவ்வேறு வகைப்பட்ட இரண்டு நாகரீகங்கள் வந்து கூடும்போது அவற்றுள் ஒன்று மிகவும் வலியதாகவும் மற்றொன்று மிகவும் பலவீனமானதாகவும் இருக்குமாயின், வலியது வலிமையற்றதை இருந்த இடம் தெரியாமல் விழுங்கிவிடும். வலிமையற்ற நாகரீகத்துக்குரிய பாஷையும், மதமும் முக்கியத் தன்மையற்ற புது ஆசாரங்கள் மாத்திரமேயன்றி விவாகமுறை முதலிய முக்கிய ஆசாரங்களும் அழிந்து மறைகின்றன. அந்த நாகரீகத்தைக் காத்துவந்த ஜனங்கள் பலமுடைய நாகரிகத்தின் பாஷை, மதம் முதலியவற்றைக் கைக்கொள்கிறார்கள். பிலிப்பைன் தீவில் அமெரிக்க நாகரீகம் இவ்வகை வெற்றியடைந்திருக்கின்றது. ஆனால், நம்முடைய ஹிந்து நாகரீகம் இங்ஙனம் சக்தியற்ற வஸ்துவன்று. பிற நாகரீகங்களுடன் கலப்பதினால் இதற்குச் சேதம் நேருமென்று நாம் சிறிதேனும் கவலைப்படவேண்டிய அவசியமில்லை. உலகத்திலுள்ள நாகரீகங்கள் எல்லாவற்றிலும் நம்முடைய நாகரீகம் அதிக சக்தியுடையது. இது மற்றெந்த நாகரீகத்தையும் விழுங்கி ஜீரணித்துக்கொள்ளும் சக்தி வாய்ந்தது. ஆதலால் ஐரோப்பிய நாகரீகத்தின் கலப்பில் இருந்து ஹிந்து தர்மம் தன் உண்மையியல்பு மாறாதிருப்பது மட்டுமேயன்றி முன்னைக் காட்டிலும் அதிக சக்தியும் ஒளியும் பெற்று விளங்குகின்றது. இந்த விசயத்தை நம்முடைய மாதர்கள் நன்றாக உணர்ந்து கொண்டாலன்றி, இவர்களுடைய ஸ்வதர்மரக்ஷணம் நன்கு நடைபெறாது. ஐரோப்பிய நாகரீகத்தின் புறத்தோற்றங்களிலே ஆட்சேபத்துக்கிடமான அம்சங்கள் பலவும் இருக்கின்றன என்பதில் சந்தேகமில்லை. ஆனால், இஃது வியக்கத்தக்கதொரு செய்தியல்ல. நமது ஸநாதன ஹிந்து தர்மத்தின் புறநடைகளிலே கூடப் பல வெறுக்கத்தக்க அம்சங்கள் வந்து கலந்துதான் கிடக்கின்றன. அதுபற்றி ஐரோப்பிய நாகரீகத்தையே வெறுத்தல் சால மிகப்பெரிய பேதமையாம். நம்முடைய ஹிந்து தர்மமாகிய வேத தர்மத்துக்கு ஐரோப்பிய நாகரீகம் தனது தத்துவ நிலையில் விரோதமானதன்று. அதன் உள்நிலை நான் மேலே குறிப்பிட்டபடி நமது ஹிந்து தர்மத்துக்குப் பெருந்துணையாக அமைந்திருக்கின்றது.

பாரதியின் இக்கூற்றுகள்[10] பாரதியைப் பொறுத்தவரை நவீனத்துவம் என்பது முற்றிலும் மேற்கத்தைய மயமாதல்

அல்ல என்பதையே தெளிவுபடுத்துகின்றன. ஹிந்து தர்மத்தின் அடித்தளத்தில் நின்றுகொண்டே அவன் நவீன ஐரோப்பிய நாகரீகத்தை உள்வாங்கிக் கொண்டான்.

ஆயினும், ஹிந்து மதம்பற்றிய பாரதியின் நோக்கிலே ஸநாதனப் போக்குக்குப் பதிலாக அறிவுவாதத்தின் செயற் பாட்டையே அதிகம் காண்கின்றோம். பாரதியைப் பொறுத்த வரை மதம் ஆன்ம ஈடேற்றத்துக்கான, அல்லது மோட்சத்துக் கான ஒரு வழியல்ல.

செத்த பிறகு சிவலோகம் வைகுந்தம்
சேர்ந்திடலாம் என்றே எண்ணி இருப்பார்
பித்த மனிதர் அவர் சொல்லும் சாத்திரம்
பேயுரையாம் என்றிங் கூதடா சங்கம்

என்று பாடியவன் பாரதி. சடங்குகள், ஆசார, அனுஷ்டா னங்கள் ஆகியவற்றை மதத்தில் இருந்து வேறுபடுத்திப் பார்ப் பது பாரதியின் நோக்கு.

> ஆசாரங்களும் பழக்கங்களும் சில சமயங்களில் மதக் கொள்கைகளை ஆதாரமாகக் கொண்டிருக்கக் கூடும். யதேச்சையாகவும், அங்ஙனமின்றி வெறுமே அர்த்த மில்லாமலும் தோன்றி நடைபெறவும் கூடும். குடுமி வைத்துக் கொள்ளும் மாதிரிகள், இவை போன்ற சரீர அலங்கார சம்பந்தமான வழக்கங்களை நமது நாட்டில் மதக் கொள்கையுடன் பிணைத்து ஸ்மிருதி களிலே அவற்றைக் குறித்துச் சட்டம்போடத் தொடங் கினார்கள். இந்தப் பரிதாபகரமான தவறுதல் ஆதிகால முதல் மற்ற நாடுகளிலும் ஏற்பட்டு வந்திருக்கின்றது

என்று பாரதி எழுதியுள்ளான்.[11] பாரதி பூணூலை அறுத் தெறிந்ததை இங்கு நாம் நினைவுகூரலாம்.

மதத்தைப் பழமையான வழியில் இருந்து மீட்டு சமூக வாழ்வுடன் இணைக்கும் போக்கினையும் நாம் பாரதியிடம் காண்கின்றோம். இங்கும் அறிவுவாதமே செயற்படுகின்றது. வாழ்க்கையை நிராகரிக்கும் துறவு மார்க்கத்தையும், மடங் களின் ஆதிக்கத்தையும் பற்றி பாரதி பின்வருமாறு கூறுகிறான்.

> பெண்டுபிள்ளைகளையும் சுற்றத்தாரையும், இனத்தா ரையும், நாட்டாரையும் துறந்து செல்பவன் கடவுளு டைய இயற்கை விதிகளைத் துறந்து செல்வோன்; வலிமையில்லாமல் அங்ஙனம் செல்கிறான். குடும் பத்தை விடுவோன் கடவுளைத் துறக்க முயற்சிபண்ணு கிறான். பௌத்த மதமே துறவு நெறியை உலகத்தில் புகுத்திற்று. அதற்கு முன் அங்கங்கே சிலசில மனிதர்

துறவிகளாகவும், சிலசில இடங்களில் சிலர் துறவிக் கூட்டத்தாராகவும் இருந்தனர் . . . துறவிகளின் மடங்களை இத்தனை தாராளமாகவும், இத்தனை வலிமையுடையனவாகவும் செய்ய வழிகாட்டியது பௌத்த மதம். எங்கே பார்த்தாலும் இந்தியாவை அம்மதம் ஒரே சந்நியாசி வெள்ளமாகச் சமைத்துவிட்டது. பாரத தேசத்தை அந்த மதம் ஒரு பெரிய மடமாக்கி விட்டது. ராஜா, மந்திரி, குடிபடை எல்லாம் மடத்துக்குச் சார்பிடங்கள். துறவிகளுக்கு சரியான போஜனம் முதலிய உபசாரங்கள் நடத்துவது மனித நாகரிகத்தின் உயர் நோக்கமாகக் கருதப்பட்டது. துறவிகள்தான் முக்கியமான ஜனங்கள். மற்ற ஜனங்கள் எல்லாரும் அவர்களுக்குப் பரிவாரம். மடந்தான் பிரதானம்; ராஜ்யம் அதற்குச் சாதனம் . . . பிற்காலத்தில் பௌத்த வழியைத் தழுவி, பலமான மடஸ்தாபனங்கள் செய்த ரோமன் கத்தோலிக்க மதத்திலும், குருக்களுடைய சக்தி மிஞ்சிப்போய் மனித நாகரீகத்துக்குப் பேராபத்து விளையும் போலிருந்தது. அதை ஐரோப்பிய தேசத்தார்கள் பல புரட்சிகளாலும், பெருங் கலகங்களாலும், யுத்தங்களாலும் எதிர்த்து வென்றனர். அது முதல் மடாதிபதிகளுக்கு ராஜ்யத்தின் மீதிருந்த செல்வாக்கும் அதிகாரமும் நாளுக்கு நாள் குறைந்துகொண்டே வருகின்றன.[12]

மதச்சார்பற்ற அரசு, சமூக வாழ்க்கையில் மடங்களின் ஆதிக்கம் ஆகியவை பற்றிய பாரதியின் நவீன கருத்தோட்டத்தை நாம் இங்கு காண்கின்றோம்.

ஊழ்வினை அல்லது புனர்ஜன்மம் பற்றிய பாரதியின் கண்ணோட்டத்திலும் இத்தகைய அறிவுவாதத்தின் செயற்பாட்டைக் காணலாம். பாரதி அதுபற்றிப் பின்வருமாறு கூறுகிறான்.

புனர்ஜென்மக் கொள்கை பூர்வ புராணங்களிலேயே இருந்தது. பௌத்த மதம் அக்கொள்கையை, அறிஞர் கண்டு நகைக்கத்தக்கபடியாக, வரம்பு மீறி வற்புறுத்திற்று. பிற்கால ஹிந்து மதத்தில் அக்கொள்கை அளவுக்கு மிஞ்சி, நிரார்த்தமாக ஏறிப்போய் இப்போது ஹிந்து நம்பிக்கையிலுள்ள குறைகளில் ஒன்றாக இயல்கின்றது. சாதாரணமாக ஒருவனுக்குத் தலைநோவு வந்தாலும்கூட அதற்குக் காரணம் முதல்நாள் பசியில்லாமல் உண்டதோ, அளவுமீறித் தூக்கம் விழித்ததோ, மிகக் குளிர்ந்த அல்லது அசுத்தமான நீரில்

ஸ்நானம் செய்ததோ? என்பதை ஆராயும் முன்பாகவே, அது பூர்வஜன்மத்தின் கர்மப்பயன் என்று ஹிந்துக்களிலே பாமரர் கருதக்கூடிய நிலைமை வந்துவிட்டது, உலக வியாபார நிலைமையையும், பொருள் வழங்கும் முறைகளையும் மனித தந்திரத்தால் மாற்றிவிடலாம் என்பதும், அங்ஙனம் மாற்றுமிடத்தே செல்வ மிகுதியாலும், செல்வக் குறைவாலும், மனிதர்களுக்குள்ளே ஏற்படும் கஷ்டங்களையும், அவமானங்களையும், பசிகளையும், மரணங்களையும் நீக்கிவிடக்கூடும் என்பதும் தற்காலத்து ஹிந்துக்களிலே பலருக்குத் தோன்றவே இடமில்லை. பிறர் சொல்லிய போதிலும் அது அவர்களுக்கு அர்த்தமாவது சிரமம். ஏனென்றால் பணவிசயத்தில் ஏற்பட்ட பயங்கரமான பேதங்களையும், தாரதம்மியங்களையும், பாரபக்ஷங்களையும் கண்டு அதற்கு நிவக்ஷணம் தேட வழி தெரியாத இடத்திலே தான், பெரும்பாலும் இந்தப் பூர்வஜன்ம கர்ம விஷயம் விசேஷமாகப் பிரஸ்தாபத்துக்கு வருகின்றது. அற்பாயுள் – நீண்ட ஆயுள், நோய் – நோய் இன்மை, அழகு – அழகின்மை, பாடத் தெரிதல் – பாடத் தெரியாமை, படிப்புத் தெரிதல் – அது தெரியாமை முதலிய எல்லா பேதங்களுக்கும் பூர்வஜன்மத்தின் புண்ணிய பாவச் செயல்களையே முகாந்திரமாகக் காட்டினார்கள் எனினும், பணவிசயமான வேறுபாடுகளே இவையெல்லாவற்றையும் காட்டிலும் மனிதர்களுக்கு உள்ளக் கொதிப்பையும், நம்பிக்கைக் கேட்டையும் விளைத்து அவர்களை இந்த ஜன்மத்தின் துக்கங்களுக்குப் பூர்வ ஜன்மத்திலே காரணந்தேடுவதும் அடுத்த ஜன்மத்திலே பரிகாரம் தேடுவதுமாகிய வினோத தொழிலிலே தூண்டின.

எனவே இந்தப் பூர்வஜன்ம சித்தாந்தத்தைப் பௌத்த மதம் நமது தேசத்தில் ஊர்ஜிதப்படுத்தியது பற்றி நாம் அதற்கு அதிக நன்றி செலுத்த இடமில்லை.[13]

மதத்திலே அறிவுக்குப் புறம்பான அம்சங்களை இவ்வாறு ஒதுக்கியதுபோல் சமூக நீதிக்குப் புறம்பான அம்சங்களையும் பாரதி நிராகரிக்கின்றான்.

சூத்திர னுக்கொரு நீதி – தண்டச்
சோறுண்ணும் பார்ப்புக்கு வேறொரு நீதி
சாத்திரம் சொல்லிடு மாயின் – அது
சாத்திரமன்று சதி என்று கண்டோம்

என்பது பாரதி வாக்கு. இவ்வாறு சநாதன இந்து மதத்திலே அறிவுவாதத்தைப் புகுத்தியது பாரதியின் நவீனத்துவத்தின்

ஒரு அம்சமேயாகும். ஆயினும், அதே வேளை, அறிவுவாதத்துக்குப் புறம்பான தீவிர இந்துமதப் பற்றும், இந்து மேலாதிக்க உணர்வும் பாரதியிடம் வேர் கொண்டிருப்பதையும் நாம் காண்கின்றோம். ஏற்கெனவே நான் காட்டிய சில மேற்கோள்களிலும் இந்த உணர்வு வெளிப்படுவதைக் காணலாம். வேறு பல இடங்களிலும் பாரதியின் இந்த உணர்வு புலப்படுகின்றது. உதாரணமாகத் தமிழ்ப் பெண்கள் கிறிஸ்தவப் பாடசாலையில் படிக்கச் சேர்ந்தமை பற்றி எழுதுகையில் பாரதி பின்வருமாறு ஆதங்கப்படுகிறான்.

“ஐயோ! இத்தனை வருஷங்களாக ‘பெண்கல்வி வேண்டும்’ ‘பெண்கல்வி வேண்டும்’ என்று கூச்சலிட்டதெல்லாம், நமது பெண்கள் பாதிரிப் பள்ளிக் கூடத்துக்குப் போய் ‘பைபிள்’ வாசித்துக்கொண்டு வரும் பொருட்டாகத்தானா? வருங்காலத்தில் இந்தப் பெண்களா தாய்மாராகி நமது ஜாதிக்கு *(Nation)* காப்புத் தெய்வங்களாக இருக்கப்போகிறார்கள்?”[14] இந்த ஆதங்கம் மேலாதிக்க உணர்வின் வெளிப்பாடுதான். இதனால்தான், “உலகத்திலே உள்ள ஜாதியார்களிலே ஹிந்து ஜாதி அறிவுத் திறமையில் மேம்பட்டது” என பாரதியால் கூற முடிந்திருக்கின்றது.[15] “ஆஹா! ஸ்வாமி விவேகானந்தரைப் போல பத்துப்பேர் இருந்தால் இன்னும் ஒரு வருஷத்துக்குள் ஹிந்து தர்மத்தின் வெற்றிக் கொடியை உலகெங்கும் நாட்டலாம்”[16] என்றும், “இந்த ஸமயத்தில் மனுஷ்ய ஸமூகம் அழிந்து போகாமல் அதைக் காப்பாற்றி நல்ல வழியிலே சேர்க்கக்கூடிய ஜாதியார் நம்மைத் தவிர வேறு யாருமில்லை” என்றும், ஆகவே ஹிந்து தர்மத்தைப் பரப்ப “வெளிநாடுகளுக்கு நூற்றுக்கணக்கான பிரசங்கிகளை அனுப்பும்படி, ராஜாக்களையும், ஜமீந்தார்களையும், செட்டியார்களையும், மடாதிபதிகளையும் பிரார்த்தனை செய்கிறேன்”[17] என்றும் பாரதி எழுதுவது இத்தகைய ஹிந்து மேலாதிக்க உணர்வினால்தான். மதத்துறையிலே நவீனவாதம் பழமை பேணுவதாக அமைகின்றது என்று நான் முன்பு கூறியது பாரதியைப் பொறுத்தவரையிலும்கூட உண்மை என்பதை, நாம் இங்கு காண்கின்றோம். மதத்தைப் பொறுத்தவரை புராதன ஹிந்து தர்மத்தை நிலை நிறுத்துவதற்காகவே, பாரதி அதை நவீனத்துவத்துடன், அறிவுவாதத்துடன் இணக்கப்படுத்த முனைகிறான் என்பதை நாம் புரிந்துகொள்ள முடியும்.

4

மதத் துறையைவிட மொழித் துறையிலே பாரதியின் நவீனத்துவ நோக்கு புரட்சிகரமானதாக இருப்பதைக் காணலாம். எனினும், தமிழின் தோற்றம், தொன்மை, வலிமை,

இனிமை போன்றவற்றைப் பற்றி பாரதி ஆங்காங்கே கூறியுள்ள சில கருத்துக்கள் அறிவுக்குப் புறம்பான, பொதுஜன ஐதீகங் களை *(popular myth)* அடியொற்றியதாக இருப்பதைக் காண் கின்றோம். உதாரணமாக, "ஆதியில் பரமசிவனால் படைப் புற்ற மூலப்பாஷைகள் வடமொழி என்று சொல்லப்படும் சமஸ்கிருதமும் தமிழுமேயாம்" என்று பண்டைத் தமிழர் சொல்லியிருக்கும் வார்த்தை வெறுமனே புராணக் கற்பனை யன்று "தக்க சரித்திர ஆதாரங்களுடையது" [18] என்று பாரதி கூறுவதைக் காட்டலாம். இதையே,

ஆதிசிவன் பெற்றுவிட்டான் – என்னை
ஆரிய மைந்தன் அகத்தியன் என்றோர்
வேதியன் கண்டு மகிழ்ந்தே – நிறை
மேவும் இலக்கணம் செய்து கொடுத்தான்

என்று கவிதையிலும் பாடுகிறான். இவ்விசயத்திலே சூரிய நாராயணசாஸ்திரியார் பாரதியைவிட அறிவுபூர்வமாக இருப்பதைக் காண்கின்றோம். அவர் தனது 'தமிழ்மொழி வரலாறு' என்ற நூலிலே "தமிழ் நூலாசிரியர் பலரும், இக்காலத்திலும் ஆங்கில நூற்பயிற்சியில்லாத நண்பருட் சிலரும் தமிழ் மொழியும் வட மொழியும் தேவ பாஷை களென்றும், இவ்விரண்டும் முறையே அகத்தியனார்க்கும், பாணினியார்க்கும் சிவபெருமானால் உபதேசிக்கப்பட்டன என்றும் கூறாநிற்பர்" எனக் கூறுகின்றார்.[19] ஆயினும் சிறந்த ஆங்கில நூற்பயிற்சியுள்ள பாரதி இந்த ஐதீகத்துக்குச் சரித்திர ஆதாரங்கள் இருப்பதாக அடித்துச் சொல்வது மிகவும் அபத்தமாகவே அமைகின்றது. "எனக்கு நாலைந்து பாஷை களிலே பழக்கமுண்டு. இவற்றிலே தமிழைப்போல் வலிமையும் திறமையும், உள்ளத் தொடர்பும் உடைய பார்ஷை வேறொன்று மில்லை" [20] என பாரதி கூறுவதும் இதைப் போன்றதுதான். இவை அகநிலைச் சார்பான, அறிவுக்குப் புறம்பான கருத்து கள். ஒவ்வொருவனுக்கும் அவனது மொழி சிறந்ததாக இருப்பதில் ஆச்சரியமில்லை.

பாரதி மொழிபற்றி இத்தகைய சில ஐதீகங்களைக் கொண்டிருந்த போதிலும் தமிழ்மொழியை நவீன தேவை களுக்கேற்ப நவீன மயமாக்கும் அவனது சிந்தனைப் போக் கிலே இவை செயற்பாட்டு முக்கியத்துவம் எதையும் செலுத்த வில்லை என்பது நமக்கு மகிழ்ச்சியூட்டும் செய்தியாகும். தமிழை நவீனப்படுத்துவதில் பாரதி தீவிர ஆர்வம் காட்டி னான். ஏனைய துறைகளில் பாரதியிடம் இருந்ததுபோல் மொழிபற்றியும் ஓர் இயக்கவியல் நோக்கை நாம் பாரதியிடம் காண்கின்றோம். மொழியை ஒரு மாறும் சாதனமாகவே பாரதி காண்கிறான். "நெடுங்காலத்துக்கு முன்பே எழுதப்

பட்ட நூல்கள் அக்காலத்துப் பாஷையை தழுவியவை. காலம் மாற மாற பாஷை மாறிக் கொண்டுபோகின்றது. பழைய பதங்கள் மாறிப் புதிய பதங்கள் உண்டாகின்றன. புலவர் அந்தந்தக் காலத்து ஜனங்களுக்குத் தெளிவாகத் தெரியக்கூடிய பதங்களையே வழங்க வேண்டும்" என 'புனர் ஜன்மம்' என்ற கட்டுரையில் பாரதி கூறுகிறான்.[21]

பாரதியின் மேற்காட்டிய கூற்றிலே இரண்டு அம்சங்கள் உள்ளன. ஒன்று, காலம் மாற மாற மொழி மாறுகின்றது என்பது; மற்றது, புதிய மாற்றத்துக்கேற்ப புதிய மொழி வழக்கைக் கையாள வேண்டும் என்பது. இந்த இரண்டாவது அம்சம் முதலாவது அம்சத்தின் விளைவாகும். அதாவது, மொழியில் ஏற்படும் மாற்றங்கள் தவிர்க்கமுடியாதவை, அவசியமானவை என்பதைப் புரிந்துகொண்டால்தான் புதுமைகளைப் புகுத்துவது பற்றிச் சிந்திக்கமுடியும். பாரதி யிடம் நாம் இந்த இரு பண்புகளையும் காண்கிறோம். பொதுவாக மொழி மாற்றம், மொழி வளர்ச்சி பற்றிய பாரதியின் சிந்தனைகளிலே நவீன விஞ்ஞான நோக்கு அடிப்படையாக உள்ளது.

மொழி வளர்ச்சி சமுதாய வளர்ச்சியிலே தங்கியுள்ளது என்ற அடிப்படை உண்மையை பாரதி புரிந்துகொண்டிருந் தான், 'தமிழ்ப் பாஷைக்கு உள்ள குறைகள்' என்ற கட்டுரை யிலே இதுபற்றி பாரதி விபரமாக எழுதுகின்றான்.

> மனுஷ பாஷைகள் மனுஷ வாழ்க்கையோடு ஒட்டி உடன் வளர்ந்த பொருட்கள் அல்லவோ? தலைமுறை தலைமுறையாய் எத்தனையோ நூற்றாண்டுகளாக ஒரு நாட்டார் பேசி வரும் பாஷை அவர்களின் உயிரோடு ஒன்றிவிடுகின்றது. மனித அறிவு வளர்ச்சிக்கு பாஷை ஒரு கண்ணாடி. ஒரு நாட்டில் அறிவு வளர்ந்து கொண்டு வரவர அந்நாட்டின் பாஷையும் விசால மடைந்து வருகின்றது . . . தமிழ் நாட்டிலே பொதுஜனங் களுக்கு எழுதப்படிக்கத் தெரிவதுகூட அருமையாய் இருக்கின்றது. வயிற்றுப் பிழைப்பே பெரிய கஷ்டமா யிருக்கிறது. ராஜாங்கத்தார் பொதுஜனக் கல்விக்கு மிகவும் வெட்கக் கேடான சிறு தொகை செலவிடு கிறார்கள். சிறுபான்மையோருக்குத் தரப்படும் கல்வி கூட அவர்களைக் குமாஸ்தாக்களாக்க வேண்டும் என்ற எண்ணத்துடன் கொடுக்கப்படுவதேயன்றி வேறு எவ்விதமான பெருந் தொழிலுக்கும் தகுதியாக்க அன்று. எனவே இந்நாட்டார் பொதுவாக மிகவும் அறிவு சுருங்கிப்போய் இருக்கிறார்கள். இதற்குப்

பாஷை என்ன செய்யும்? நீராவியினால் ஓட்டப்படும் ரயில் வண்டி இந்தியாவில் வழக்கமாயிருக்கிறது. இப்போது பொதுஜனங்கள் அதற்கு வார்த்தை ஏற் படுத்திக் கொள்ளாமலா இருக்கிறார்கள்? மின்சார சக்தியால் தந்தி ஏற்படுத்தப்பட்டிருக்கிறது. அதற்குத் தமிழ் வார்த்தை உண்டாக்கிக் கொள்ளவில்லையா? கோவணம் இல்லாத நிர்வாண தேசத்தாரின் பாஷை யிலே பட்டு அங்கவஸ்திரத்துக்குப் பெயர் கிடையா தென்றால் அதற்கு அவர்களுடைய பாஷைமேல் என்ன குற்றம் இருக்கிறது? துணியைக் கொண்டு கொடுத்து வழக்கப்படுத்தினால் முறையே வார்த்தை களும் உண்டாக்கிக் கொள்வார்கள். தமிழ் நாட்டிலே தொழில் வகைப்பாடும் ஆலோசனை மிகுதியும் ஏற்பட் டால் தமிழ்ப் பாஷை அன்றைக்கே வளர்ந்து விடும்.[22]

தமிழ்நாட்டிலே கைத்தொழில் வளர்ச்சியும், அதை ஒட்டி வாழ்க்கை அமைப்பிலும், சிந்தனையிலும், புதிய மலர்ச்சியும் ஏற்படும்போது தமிழ்மொழியும் தானே வளர்ச்சி யடையும் என்பதே இங்கு பாரதி கூறுவதன் சாராம்சமாகும். மொழி வளர்ச்சியின் அடிப்படை பற்றிய பாரதியின் இக் கருத்துக்கள் முழுச் சமூக முன்னேற்றம் பற்றிய அவனது சிந்தனையின் வெளிப்பாடாகும் என்பது தெளிவு.

பாரதியின் மொழிச் சிந்தனைகள் பற்றி நான் எழுதி யுள்ள கட்டுரையொன்றிலே தமிழை நவீனப்படுத்துவது பற்றிய பாரதியின் நோக்கினை விரிவாக விபரித்துள்ளேன். இங்கு அவற்றைச் சுருக்கமாக விளக்க முயல்கின்றேன்.

1. தாய்மொழியைக் கல்வி மொழியாக்குவது மொழியின் நவீனத்துவ வளர்ச்சிக்கு அவசியம் என்பது பாரதியின் திடமான கருத்து. 'தேசியக் கல்வி' என்ற கட்டுரையிலும், தாகூர் எழுதி, பாரதி மொழிபெயர்த்த 'கல்வி கற்பிக்கும் பாஷை' என்னும் கட்டுரையிலும் இதுபற்றி விரிவாகப் பேசப்படுகின்றது. "தேச பாஷையே பிரதானம் என்பது தேசியக்கல்வியின் ஆதாரக்கொள்கை. இதை மறந்து விடக்கூடாது. தேசபாஷையை விருத்தி செய்யும் நோக் கத்துடன் தொடங்கப்படுகின்ற இந்த முயற்சிக்கு நாம் தமிழ் நாட்டிலிருந்து பூரண சகாயத்தை எதிர்பார்க்க வேண்டுமானால், இந்த முயற்சிக்கு தமிழ்ப் பாஷையே முதற் கருவியாக ஏற்படுத்தப்படும் என்பதை தம்பட்டம் அறிவிக்க வேண்டும்" என்று பாரதி எழுதியுள்ளான்.
2. தமிழைக் கல்வி மொழியாக்குவதோடு கலை, விஞ் ஞானம் ஆகிய எல்லாப் பாடங்களும் தாய்மொழி

யிலேயே கற்பிக்கப்படவேண்டும் என்பதும் பாரதியின் கருத்தாய் இருந்தது. இதன் பொருட்டு ஐரோப்பிய மொழிகளில் உள்ள விஞ்ஞானம் சம்பந்தமான நூல் களைத் தமிழில் மொழிபெயர்க்க வேண்டும் என்றும் அவன் கருதினான்.

மொழிபெயர்ப்பிலே இரண்டு பிரதான பிரச்சனைகள் உள்ளன. ஒன்று, கலைச்சொல்லாக்கம்; மற்றது, பிற மொழிப் பெயர்களைத் தமிழில் எழுதுதல். இவை யிரண்டும் மொழி வளர்ச்சியோடு சம்பந்தப்பட்ட முக்கிய அம்சங்களாகும். இவ்விரு அம்சங்கள் பற்றியும் பாரதியிடம் திட்டவட்டமான சில கருத்துக்கள் இருந் தன. கலைச் சொல்லாக்கத்தின் அவசியத்தைப் பாரதி நன்கு உணர்ந்திருந்தான். "கூடியவரை சாஸ்திர பரி பாஷையை நிச்சயப்படுத்தி வைத்தால் பிறகு மொழி பெயர்ப்புத் தொடங்குவோர்க்கு அதிக சிரமம் இராது" என அவன் எழுதினான்.[24] தேசம் முழுவதிலும் கலைச் சொல்லாக்கத்தில் ஓர் ஒருமைப்பாடு நிலவ வேண்டும் என்பதும் பாரதியின் கருத்தாய் இருந்தது. இதன் பொருட்டுச் சமஸ்கிருத மொழியைக் கலைச் சொல் லாக்கத்தின் பொதுமொழியாகக் கொள்ளலாம் என் பதும் பாரதியின் கருத்தாகும். இதுபற்றிப் 'பரிபாஷை சேகரிக்க ஒருபாயம்' என்னும் தலைப்பில் பின்வரும் குறிப்பொன்றைப் பாரதி எழுதியுள்ளான். "ஶ்ரீ காசி யிலே நாகரிகப் பிரசாரணி சபையார் ஐரோப்பிய சங்கேதங்களையெல்லாம் எளிய சமஸ்கிருத பதங்களில் போட்டு மிகப் பெரியதோர் அகராதி உண்டாக்கி வருகிறார்கள். இந்தச் சொற்களை வேண்டியவரை, இயன்றவரை தேசபாஷைகள் எல்லாவற்றிலும் ஏக காலத்தில் கைக்கொண்டு வழங்கலாம். ஐரோப்பாவில் எல்லாப் பாஷைகளும் இவ்விதமாகவே லத்தீன், யவன பரிபாஷைகளைக் கைக்கொண்டிருக்கின்றன. இவ்வாறு செய்தால் நமது தேச பாஷைகளில் சங்கேத ஒற்றுமை ஏற்படும். அதனால் சாஸ்திரப்பயிர் தேசம் முழுவதிலும் வளர்ந்தோங்கி வருதல் எளிதாகும்"[25] என்பது பாரதி கருத்து.

மொழிபெயர்க்கையில் அல்லது சுயமாக எழுதுகையில் பிறமொழிப் பெயர்களைப் பொறுத்தவரை அவற்றைத் தமிழில் எவ்வாறு எழுதுவது என்பது பற்றிய கருத்து வேறுபாடு கள் இன்றுவரை நிலவுகின்றன. தமிழின் பாரம்பரிய ஒலி யமைப்பைச் சிதைவின்றிப் பேணவேண்டும் என்பதே மொழிப்

பழமைவாதிகளின் கொள்கையாகும். இவர்கள் ஸ்பெயினை, சுபானியா என்றும், ஷேக்ஸ்பியரை செகப்பிரியர் என்றும், ஹஜ்ஜு என்பதைக் கச்சு என்றும் எழுதவேண்டும் என்பர். பாரதி இதற்கு முற்றிலும் மாறுபட்ட கருத்தோட்டத்தைக் கொண்டிருந்தான். பிறமொழிச் சொற்களை ஒலிச் சிதைவின்றித் தமிழில் எழுதவேண்டும் என்பது பாரதியின் நிலைப்பாடாகும். தமிழில் வழக்கில் உள்ள எழுத்துக்களைக் கொண்டு, பிறமொழிச் சொற்களை ஒலிச் சிதைவின்றி எழுத முடியாது. ஆகையால் அதன் பொருட்டுப் புதிய குறியீடுகளை ஆக்கவேண்டும் என்று கருதியது மட்டுமன்றி, தானே சில புதிய குறியீடுகளையும் ஆக்கியுள்ளதாகவும் பாரதி எழுதியுள்ளான். அவ்வகையில் தமிழ் எழுத்துச் சீர்திருத்த இயக்கத்தின் முன்னோடியாகவும் நாம் பாரதியைக் காண்கின்றோம். 1915ஆம் ஆண்டு 'ஞானபாநு' என்னும் பத்திரிகையில், பாரதி எழுதிய 'தமிழில் எழுத்துக் குறை' என்னும் கட்டுரை இவ்வகையில் முக்கியமானது. அதில் உள்ள சில கருத்துக்கள் பின்வருமாறு:

> நமது பத்திரிகைகளில் ஐரோப்பாவில் உள்ள நகரங்கள், மக்கள் முதலியவற்றின் பெயர்களைப் பார்க்கும்போது கண் கூசுகின்றது. அதைத் தமிழ் மாத்திரம் அறிந்த தமிழர் எப்படி வாசிப்பார்கள் என்பதை நினைக்கும் போதே காது கூசுகின்றது . . . இங்கிலீஷ் அக்ஷரத்தில் ப்ரெஞ், அரபி, பார்ஸி, ஸமஸ்கிருதம் முதலிய பாஷைகளின் பதங்கள் சிலவற்றை எழுதுவதற்கு இங்கிலீஷ் அரிச்சுவடி இடங்கொடாததைக் கருதிச் சில புதிய குறிகள் ஏற்படுத்திக் கொண்டிருக்கிறார்கள். எல்லா ஐரோப்பிய பாஷைகளுமே அன்னிய பாஷைகளிலுள்ள விசேஷ உச்சரிப்புகளுக்கு இணங்கும்படி சில தனிக்குறிகள் ஏற்பாடு செய்து வைத்துக் கொண்டிருக்கின்றன. நாமும் அப்படியே சில விசேஷ குறிகள் ஏற்பாடு செய்து கொள்ளுதல் அவசியமாகும் . . . இதனால் எழுத்தின் வடிவத்தில் யாருக்கும் சந்தேகம் நேரிடாது. இந்த எளிய வழியை அனுசரித்து நமது தமிழ்மொழி விசாலமடைய வேண்டும் என்பதே என்னுடைய விருப்பம்.[26]

ஆயினும், பாரதி கருதுவதுபோல பிறமொழிச் சொற்கள் எல்லாவற்றையும், பிறமொழியாளர் உச்சரிப்பது போன்றே ஒலிச் சிதைவின்றி எழுதவேண்டும் என்பதை நாம் முற்றிலும் ஏற்றுக்கொள்ளத் தேவையில்லை. பொதுவாக மொழிகள் பிறமொழிச் சொற்களைத் தம் ஒலி இயல்புக்கு

ஏற்றவாறே கடன் வாங்குகின்றன. ஆங்கிலம் தமிழ்ச் சொற்களை எவ்வாறு கடன் வாங்கியுள்ளது என்பதையே நாம் உதாரணமாகக் கொள்ளலாம். தமிழ் என்பதை *Tamil* என்றே ஆங்கிலத்தில் உச்சரிக்கிறார்கள், எழுதுகிறார்கள். எனினும் நவீன தேவைகளுக்கேற்பத் தமிழ் வரிவடிவத்திலே மாற்றங்களும் புதிய குறியீடுகளும் தேவை என்பதில் ஐயம் இல்லை. இதை முன்கூட்டியே பாரதி உணர்ந்து செயற்பட்டான் என்பது அவனது நவீனத்துவ உணர்வையே காட்டுகின்றது.

5

இலக்கியத்துறையிலே பாரதியின் நவீனத்துவ நோக்கு பரவலாக அறியப்பட்ட ஒன்றாகும். குறிப்பாக, தமிழ்க் கவிதையைப் பொறுத்தவரையிலே தமிழ் இலக்கிய வரலாற்றில் முதல் முதலாக அதை நவீன யுகத்துக்கு இழுத்து வந்தவன் பாரதிதான். பாரதிக்கு முந்திய கவிதை முற்றிலும் நிலப் பிரபுத்துவ வாழ்க்கை உள்ளடக்கத்தைக் கொண்டதாக, பெரிதும் சமயச் சார்பானதாகவே இருந்தது. கடவுள், பக்தி, கோயில் என்ற வட்டத்தையே சுற்றி வந்தது. சுருக்கமாகச் சொன்னால் மனிதனின் ஆன்மீக வாழ்வு பற்றியதாக அது இருந்தது எனலாம். ஓரளவு அரசர்கள், பெருமக்கள் பற்றியதாகவும் இருந்தது.

பாரதிதான் முதல் முதல் சாதாரண மக்களின் சமூக வாழ்வைக் கவிதையில் கொண்டுவந்தான். அரசியல், பொருளாதார, சமூகப் பிரச்சினைகளைக் கவிதையில் கையாண்டான். பாரதிமூலம்தான் தமிழ்க் கவிதை சமூகச் சார்புடையதாக மாறிற்று. இவ்வாறு கூறுகையில் பாரதி கவிதையில் ஆன்மீகத்துக்கு முக்கியத்துவம் கொடுக்கவில்லை என்று நான் கருதுவதாகப் பொருள்கொள்ளத் தேவையில்லை. ஆயினும், பாரதியின் இன்றைய முக்கியத்துவத்துக்கு அவனது ஆன்மீக நோக்குக் காரணமேயல்ல. பாரதியைவிட மாபெரும் ஆன்மீகக் கவிஞர்களைத் தமிழ்க் கவிதை மரபில் நாம் காண்கின்றோம். ஆனால், ஆன்மீகத்தையும் சமூக வாழ்வையும் ஒன்றிணைத்ததில்தான் பாரதியின் முக்கியத்துவம் இருக்கின்றது. அவனது ஆன்மீக உணர்வும்கூட சமூக நாட்டத்தை அடிப்படையாகக் கொண்டே அமைகின்றது. ‘வல்லமை தாராயோ இந்த மானிலம் பயனுற வாழ்வதற்கே’ என்றுதான் அவன் சக்தியிடம் வரம் கேட்கிறான். இவ்வாறு கவிதையில் பாரதி தொடக்கி வைத்த சமூகச் சார்புதான் நவீன மரபாகும். அதுதான் இன்றுவரை தொடர்கின்றது; இனியும் தொடரக்கூடியது. பாரதியின் நவீனத்துவத்தின் பிரதான அடிப்படையும் அதுதான்.

பொருள் அடிப்படையில் தமிழ்க் கவிதையை நவீனப் படுத்தியது போல, தமிழ்க் கவிதை வடிவத்தையும் நவீனப் படுத்தியவன் பாரதி. விநாயகர் நான்மணி மாலை, பாரத மாதா திருப்பள்ளி எழுச்சி போன்ற இடைக்காலப் பிரபந்த வகைகளை பாரதி கையாண்டுள்ளதை மறுப்பதற்கில்லை. ஆயினும் அவற்றிலும் புதிய உள்ளடக்கமே புகுத்தப்பட் டுள்ளமை மனங்கொள்ளத் தக்கது. பழமைக்குள் புதுமையைப் புகுத்துவதாக நாம் இதை விளங்கிக் கொள்ளலாம். முற்றிலும் புதிய உள்ளடக்கத்துக்கேற்ற புதிய தன்னுணர்ச்சிக் கவிதை வடிவம் பாரதி மூலமே தமிழுக்கு அறிமுகமாகின்றது. ஷெல்லி போன்ற ஐரோப்பிய புனைவியல்வாதக் கவிஞர்களை உள்வாங்கிக்கொண்டு பாரதி அதனைத் தமிழில் புதிதாகத் தந்துள்ளான். ‘குயில்பாட்டு’, ‘பாஞ்சாலி சபதம்’, ‘சுயசரிதை’ போன்ற, தமிழ்க்கவிதை வரலாற்றில் முற்றிலும் புதிய வடிவ பரிசோதனைகளையும் நாம் பாரதியிடம் காண்கின்றோம். பாரதிக்குப் பின்வந்த கவிஞர்களிலே அவனது இத்தகைய பரிசோதனைகள் பெரும் பாதிப்புகளை ஏற்படுத்தியுள்ளன.

கவிதையின் மொழிப் பயன்பாட்டிலும் – யாப்பு வடிவம், மொழிநடை ஆகியவற்றில் – பாரதி புகுத்திய புதுமைகள் முக்கியமானவை. இங்கு எளிமையும், ஜனரஞ்சகமும் பாரதி யின் மூலமந்திரமாகும். இடைக்காலக் கவிதை பற்றி எழுது கையில் பாரதி பின்வருமாறு குறிப்பிடுகின்றான்:

> நமது கவிதையிலே ஆனந்தம் குறையத் தொடங்கிற்று. ருசி குறைந்தது. கரடு முரடான கல்லும், கள்ளி முள்ளும்போன்ற பாதை நம் கவிகளுக்கு நல்ல பாதை யாகத் தோன்றலாயிற்று. கவிராயர் ‘கண்’ என்பதைச் சக்கு என்று சொல்லத் தொடங்கினார். ரசம் குறைந் தது, சக்கை அதிகப்பட்டது. உண்மை குறைந்தது, பின்னல் திறமைகள் அதிகப்பட்டன . . . அருமையான உள்ளக் காட்சிகளை எளிமை கொண்ட நடையிலே எழுதுவது நல்ல கவிதை. ஆனால் சென்ற சில நூற் றாண்டுகளாக, புலவர்களும் சாமியார்களும் சேர்ந்து வெகு சாதாரண விஷயங்களை அலௌகீக, அந்தகார நடையில் எழுதுவதுதான் உயர்ந்த கல்வித் திறமை என்று தீர்மானஞ் செய்துகொண்டார்கள்.[27]

பாரதி கூறுவது போல் இவ்வாறு புலவர்களும் சாமியார் களும் செய்துகொண்ட இத்தீர்மானத்துக்கு விரோதமாகச் செயற்பட்டவன் பாரதி.

> எளிய பதங்கள், எளிய நடை, எளிதில் அறிந்து கொள்ளக்கூடிய சந்தம், பொதுஜனங்கள் விரும்பும்

> மெட்டு, இவற்றினையுடைய காவியம் ஒன்று தற்காலத்திலே செய்து தருவோன் நமது தாய்மொழிக்குப் புதிய உயிர் தருவோனாகிறான்[28]

என்றும் பாரதி இதுபற்றி எழுதியுள்ளது யாவரும் அறிந்ததே. தன் எளிமைக் கோட்பாட்டின் அடிப்படையில் பாரதி உருவாக்கிய நவீன படைப்புகள் தமிழுக்குப் புதிய உயிர் கொடுத்தன என்பதில் ஐயமில்லை.

ஆயினும், எளிமையின் உருவாக்கத்துக்குரிய முழுப் பெருமையும் பாரதிக்கு மட்டுமே உரியதல்ல. 18ஆம், 19ஆம் நூற்றாண்டுகளில் அருணாசலக் கவிராயர், கோபால கிருஷ்ண பாரதியார் போன்றோர் பாரதிக்குப் பாதை சமைத்துக் கொடுத்தவர்கள் எனலாம். ஆனால், அவர்கள் வளர்த்த ஜனரஞ்சகமான எளிய செய்யுள் நடைக்கு சமுதாயச் சார்பான புதிய உள்ளடக்கத்தைக் கொடுத்தவன் பாரதி. அதனால் எளிமை ஒரு புதிய பரிணாமம் பெற்றது எனலாம்.

இவ்வாறு கவிதையைப் பொறுத்தவரை, புதிய உள்ளடக்கம், வடிவப் பரிசோதனை, உயிர்த் துடிப்பான மொழியைப் பயன்படுத்துதல் போன்ற அம்சங்களில் நவீன வாதத்தின் புரட்சிகரமான அம்சங்களை நாம் பாரதியிடம் காண்கின்றோம். எனினும், உரைநடை இலக்கியத்தைப் பொறுத்தவரை சிறுகதை, நாவல் போன்ற நவீன வடிவங்கள் பற்றிய வடிவப் பிரக்ஞை பாரதியிடம் இருந்ததாகத் தெரியவில்லை. பாரதியின் கதைகளை நாவல் என்றோ, சிறுகதை என்றோ பாகுபடுத்தாமல் புனைகதை என்று குறிப்பிடுவதே பொருத்தமானது. இத்துறைகளிலே தாகூருக்கு இருந்த வடிவப் பிரக்ஞையும், பரிசோதனை நாட்டமும், தாகூரின் சில சிறுகதைகளை மொழிபெயர்த்த பாரதியாரிடம் இருக்கவில்லை என்பது மனங்கொள்ளத்தக்கது. புனைகதைத் துறையைப் பொறுத்தவரை தமிழ் இலக்கியம் பாரதியிடம் இருந்து நவீன பலத்தைப் பெறவில்லை என்றே கூறவேண்டும்.

இது எவ்வாறாயினும், ஒட்டுமொத்தமாகப் பார்க்கும்போது, சமூக, அரசியல், பொருளாதார, பண்பாட்டுத் துறைகளில் பாரதி தீவிரமான நவீன சிந்தனைப் போக்கைப் பிரதிபலித்தவன் என்பதிலும், பாரதியின் மூலமே நாம் ஓர் நவீன யுகத்துள் பிரவேசிக்கின்றோம் என்பதிலும் ஐயமில்லை. பழமையில் இருந்து புதுமைக்கு மாறும் காலகட்டத்தின் நடுவழியிலே தமிழ்ச் சமூகத்தில் தோன்றிய ஒரு மாபெரும் நவீன சிந்தனையாளனாக, படைப்பாளியாக பாரதியை நாம் காண்கின்றோம். அந்தவகையிலே அவன் ஒரு யுக புருஷனாகின்றான்.

(இக்கட்டுரை யாழ்ப்பாணம் தேசிய கலை இலக்கியப் பேரவையினால் 1982இல் மாதம்தோறும் நடத்தப் பெற்ற பாரதி நூற்றாண்டுக் கருத்தரங்குத் தொடரில் படிக்கப்பட்டது. இக்கருத்தரங்குக் கட்டுரைகள் 'பாரதி பன்முகப்பார்வை' (யாழ்ப்பாணம் 1984) என்ற நூலாக வெளிவந்துள்ளன.)

அடிக்குறிப்புகள்

1. International Encyclopedia of the Social Sciences Vol. 10, Macmillan, 1968, P. 387.
2. Encyclopedia of the Social Sciences. Vol.9, 10, Macmillan 1963. P. 564.
3. பிரடரிக் ஏங்கெல்ஸ், 'இயற்கையின் இயக்கவியல்', முன்னேற்றப் பதிப்பகம், மாஸ்கோ. பக். 40.
4. பெ.சு. மணி, 'பாரதியாரும் சமூக சீர்திருத்தமும்', சென்னை, 1980, பக். 19.
5. க. கைலாசபதி, 'தமிழ் நாவல் இலக்கியம்', சென்னை 1968, பக். 54.
6. க.நா. சுப்ரமணியம், 'முதல் ஐந்து தமிழ் நாவல்கள்', சென்னை, 1957. பக். 88.
7. க. கைலாசபதி, 'தமிழ் நாவல் இலக்கியம்', மேற்கோள் பக். 55.
8. மு. வேதநாயகம்பிள்ளை, 'பெண்கல்வி', சென்னை, 1948, பக். 22.
9. சுப்பிரமணிய பாரதி, 'மஹாகவி பாரதியார் கட்டுரை கள்', அருணா பதிப்பகம், மதுரை, 1964. பக். 194, 119.
10. அதே நூல், பக். 198, 199, 200.
11. அதே நூல், பக். 198.
12. பாரதியார், 'பகவத் கீதை', பூம்புகார் பிரசுரம், சென்னை, 1977, பக். 37, 45, 46.
13. அதே நூல், பக். 47, 48.
14. பெ.சு.மணி, 'பாரதியாரும் சமூக சீர்திருத்தமும்', மேற்கோள் பக். 129.
15. பெ. தூரன், 'பாரதி தமிழ்', சென்னை, 1953, பக். 103.
16. அதே நூல், பக். 240.

17. அதே நூல், பக். 242.

18. சுப்பிரமணிய பாரதி, 'மஹாகவி பாரதியார் கட்டுரைகள்', பக். 194.

19. வி. கோ. சூரியநாராயண சாஸ்திரியார், 'தமிழ்மொழி வரலாறு', சென்னை, 1932, பக். 57.

20. பெ. தூரன், 'பாரதி தமிழ்', பக். 103.

21. சுப்பிரமணிய பாரதி, 'மஹாகவி பாரதியார் கட்டுரைகள்', பக். 45.

22. ரா. அ. பத்மநாபன், 'பாரதி புதையல் – 1', சென்னை, 1958. பக். 70, 71.

23. சுப்பிரமணிய பாரதி, 'மஹாகவி பாரதியார் கட்டுரைகள்', பக். 256.

24. அதே நூல், பக். 154.

25. அதே நூல், பக். 185.

26. ரா. அ. பத்மநாபன், 'பாரதி புதையல் – 1', பக். 68, 69.

27. சுப்பிரமணிய பாரதி, 'மஹாகவி பாரதியார் கட்டுரைகள்', பக். 45, 46.

28. சுப்பிரமணிய பாரதி, 'பாரதியார் கவிதைகள்', மெர்க்குரி புத்தகக் கம்பெனி, கோவை, 1969, பக். 357.

தமிழில் இஸ்லாமிய இலக்கியம்: அதன் மொழியியல் தனித்துவம்

மதமும் இலக்கியமும்

பொதுவாக உலக இலக்கியங்களை மதச்சார்பான இலக்கியங்கள் என்றும் மதச்சார்பற்ற இலக்கியங்கள் என்றும் இருவகைப்படுத்திவிடலாம். உலக இலக்கிய வரலாற்றை எடுத்து நோக்கும்போது ஒரு குறிப்பிட்ட மொழிச் சமூகத்தின் வரலாற்று நிலைமைகளுக்கு ஏற்ப ஒரு குறிப்பிட்ட காலகட்டத்தில் அம்மொழிச் சமூகத்தின் இலக்கியத்தில் மதச்சார்பு மேலோங்கியும், பிறிதொரு காலகட்டத்தில் மதச்சார்பு குறைவடைந்தும் இருப்பதை நாம் காணலாம். உதாரணமாகத் தமிழ் இலக்கியத்தை எடுத்துக் கொண்டால், நமக்குக் கிடைத் துள்ள மிகப் பழைய இலக்கியங்களில் – சங்க இலக்கியங் களில் – மதச் சார்பு மிகவும் குறைவாக இருப்பதையும், இடைக்கால இலக்கியங்களில் பல்வேறு மதங்களின் செல்வாக்கு மேலோங்கி இருப்பதையும் நாம் காண்கின் றோம். நவீன இலக்கியங்களில் மீண்டும் மதச்சார்பு குறைவடைய அதன் இடத்தில் சமூகச்சார்பு மேலோங்கி இருக்கின்றது. ஆயினும், எல்லாக் காலங்களிலும் இந்த இரு பண்புகளுக்கும் இடம் இருந்தே வந்திருக்கின்றது.

இலக்கியத்தில் மதச்சார்பு அல்லது மதச்சார் பான இலக்கியம் என்று பேசும்போது, ஒரு குறிப்பிட்ட மதத்தின் அடிப்படைத் தத்துவங்கள், நம்பிக்கைகள், ஒழுக்க நெறிகள், சடங்காசாரங்கள், ஐதீகங்கள் போன்ற வற்றை உள்ளடக்கமாகக் கொண்ட இலக்கியங்களையே நாம் மனம் கொள்கின்றோம்.

தமிழ்மொழி நெடுங்காலமாகவே பல்வேறு மதக் குழுவினருக்கும் உரிய ஒரு பொது மொழியாக இருந்து வந்திருக்கின்றது. அவ்வகையில் பல்றேு மதச் சார்பான இலக்கியங்களின் ஒரு தொகுதியை நாம் தமிழில் காண்கின் றோம். சைவம், வைஷ்ணவம், சமணம், பௌத்தம், இஸ்லாம், கிறிஸ்தவம் ஆகிய மதச் சார்பான இலக்கியங்கள் தமிழில் ஏராளமாக உள்ளன. இவ்வாறு பல்வேறு மதங்களினால் வளமூட்டப்பட்ட இலக்கிய மொழிகள் உலகில் அதிகம் இல்லை எனலாம்.

தமிழில் இஸ்லாமிய இலக்கியம்

தமிழில் இஸ்லாமிய இலக்கியம் பற்றிப் பேசும்போது இஸ்லாமிய மதச் சார்பான உள்ளடக்கத்தைக் கொண்ட இலக்கியங்களையே நாம் கருத்தில் கொள்கின்றோம். இஸ் லாம் அரேபியாவில் தோன்றி உலகெங்கும் பரந்த ஒரு பெரு மதம். இஸ்லாம் தோன்றுவதற்கு முன்னரே அராபிய வர்த்தகர்கள் தமிழகத்துடனும் இலங்கையுடனும் தொடர்பு கொண்டிருந்தனர். இஸ்லாம் தோன்றிய பிறகு அவர்கள் மூலம் இஸ்லாமும் இந்நாடுகளில் பரவியது. கி.பி. 7ஆம், 8ஆம் நூற்றாண்டுகளிலிருந்து இந்நாடுகளில் தமிழ் பேசும் முஸ்லிம்களின் சமூக உருவாக்கம் (Social formation) படிப்படி யாக வளர்ச்சியடைந்து வந்திருக்கின்றது. ஆயினும், கி.பி. 12 அல்லது 13ஆம் நூற்றாண்டு வரையிலும், தமது கலாசாரத் தேவைகளை ஈடுசெய்யும் வகையில் தமக்கென்று தனித்துவ மான ஓர் இலக்கியத்தை உருவாக்கிக் கொள்ளும் அளவுக்கு இவர்களது சமூக உருவாக்கம் முதிர்நிலை அடைந்திருக்க வில்லை எனலாம்.

கி.பி. 12ஆம், 13ஆம் நூற்றாண்டுகளை ஒட்டியே தமிழில் இஸ்லாமிய இலக்கிய வரலாறு தொடங்குகிறது. உதிரியாகச் சில பாடல்கள் மட்டும் கிடைத்துள்ள ‘பல்சந்தமாலை’ என்னும் நூலே இதுவரை நமக்குக் கிடைத்துள்ள காலத்தால் முந்திய இஸ்லாமியத் தமிழ் இலக்கியமாகும். இது 12ஆம் நூற்றாண்டில் தோன்றியிருக்கலாம் என உவைஸ் (1984) கருதுகிறார். ஆயினும், 16ஆம் நூற்றாண்டுக்கும் 19ஆம் நூற்றாண்டுக்கும் இடைப்பட்ட காலத்திலேயே தமிழில் இஸ்லாமிய இலக்கியம் பெருமளவு தோன்றி வளர்ச்சி யடைந்தது. இக்காலகட்டத்திலேயே தமிழ் நாட்டிலும், இலங்கையிலும் தமிழ் பேசும் முஸ்லிம்கள் ஒரு தனிப்பட்ட சமூகக் குழுவாக (seperate ethnic community) நிலை பேறு அடைந்தனர். ‘முஸ்லிம் தமிழ்’ தமிழின் ஒரு பிரதான சமூகக்

கிளைமொழியாகவும் (Social dialect) இக்காலகட்டத்திலேயே வளர்ச்சியடைந்தது.

முஸ்லிம் தமிழ்

தமிழில் தோன்றிய இஸ்லாமிய இலக்கியத்தின் மொழியியல் தனித்துவம்பற்றி நோக்குமுன் முஸ்லிம் தமிழ் பற்றிய ஒரு பொதுவான விளக்கம் நமக்கு அவசியமாகும். தமிழைத் தாய்மொழியாகக் கொண்ட முஸ்லிம்கள் மத்தியில் வழங்கும் தமிழையே நாம் 'முஸ்லிம் தமிழ்' என்று குறிப்பிடுகின்றோம். மொழியியல் ரீதியில் இது தமிழின் பிரதான சமூகக் கிளை மொழிகளுள் ஒன்றாக இனம் காணப்பட்டுள்ளது [நுஃமான் (1982), சீனிவாசவர்மா (1986)]. முஸ்லிம் தமிழ், முஸ்லிம் அல்லாதார் பேசும் தமிழில் இருந்து ஒலியன் அமைப்பு, இலக்கணம், சொற்றொகுதி முதலிய மொழியின் எல்லா நிலைகளிலும் வேறுபடுகின்றது. பேச்சுவழக்கில் மட்டுமன்றி எழுத்து வழக்கிலும் இந்த வேறுபாடு காணப்படுகின்றது.

முஸ்லிம் தமிழ், தமிழ் வரிவடிவில் மட்டுமன்றி, இந்த நூற்றாண்டின் தொடக்கம் வரை அறபு வரிவடிவிலும் எழுதப்பட்டு வந்தது. இவ்வாறு அறபு வரிவடிவில் எழுதப் பட்ட முஸ்லிம் தமிழ் 'அறபுத்தமிழ்' என அழைக்கப்பட்டது. தமிழ் பேசும் முஸ்லிம்கள்மூலம் அறபு மொழி தமிழ் மொழி மீது ஏற்படுத்திய முக்கியமான விளைவுகளுள் ஒன்றாக அறபுத்தமிழை நாம் கருதலாம். ஹிந்தி மொழியின் ஒரு கிளை மொழியாகக் கருதத்தக்க உருது, அறபு லிபியில் எழுதப்பட்டு, சமூக அரசியல் காரணிகளின் அடிப்படையில் ஒரு தனிமொழி என்ற அந்தஸ்தைப் பெற்றுக்கொண்டது போல் அறபுத்தமிழ் ஒரு தனிமொழியாக மாற்றமடையாமல் மறைந்துவிட்டது.[1]

அறபுக் கடன் சொற்கள் (Arabic loan words) முஸ்லிம் தமிழை முஸ்லிம் அல்லாதார் பேசும் தமிழில் இருந்து வேறுபடுத்தும் முக்கிய பண்புக் கூறுகளுள் ஒன்றாக அமைகின்றது. அறபு, முஸ்லிம்களின் சமய மொழியாகும். அவ்வகையில் முஸ்லிம்களைப் பொறுத்தவரை அறபு மொழி மிகுந்த முக்கியத்துவம் உடையதும், புனிதமானதுமாகும். இஸ்லாத்துக்கும் அறபு மொழிக்கும் இடையே உள்ள பிரிக்க முடியாத உறவு காரணமாக சமய பண்பாட்டுத்துறை சார்ந்த பல நூற்றுக்கணக்கான அறபு மொழிச் சொற்கள் முஸ்லிம் தமிழில் கடன் வாங்கப்பட்டுள்ளன.[2]

தமிழைத் தாய் மொழியாகக் கொண்ட மிகப் பெரும்பாலான முஸ்லிம்களுக்கு அறபு மொழி தெரியாதெனினும்,

அவர்களது அன்றாட மொழிப் பயன்பாட்டில் பொருள் உணர்வோடும், பொருள் உணர்வு இன்றியும் அறபு மொழி முக்கிய இடம் பெறுகின்றது. சமய வழிபாடுகளிலும், இதர சடங்குகளிலும் பெரும்பாலும் அறபு மொழியே பயன்படுத்தப் படுகின்றது. முஸ்லிம்களின் கலாசாரத் தனித்துவத்தை *(Cultural identity)* வெளிக்காட்டும் அடையாளமாக ஆட்க ளுக்கு மட்டுமின்றி கலாச்சார நிறுவனங்களுக்குப் பெயரிடு வதற்கும் அறபு மொழியே பயன்படுத்தப்படுகின்றது. இவ்வகை யில் தமிழ் பேசும் முஸ்லிம்களின் மொழிப் பயன்பாட்டில் தமிழும் அறபும் இணைந்து வழங்குவது ஒரு முக்கிய அம்ச மாகும்.[3] ஆகவே, முஸ்லிம் தமிழ் என்பது (தேவையைப் பொறுத்து கூடிய அளவிலோ அல்லது குறைந்த அளவிலோ) அறபு மொழிக் கலப்புடைய, தமிழின் ஒரு வகைமொழி *(variety)* எனலாம். தமிழின் பிறிதொரு பிரதான சமூகக் கிளைமொழியான 'பிராமணர் தமிழ்' வடமொழிக் கலப் புடைய தமிழாக அமைந்தது போன்ற ஒரு மொழியியல் நிலைமை இது.

இஸ்லாமிய இலக்கியமும் முஸ்லிம் தமிழும்

இலக்கியம் ஒரு மொழிக் கலையாகும். இது மொழியை மட்டுமே ஊடகமாகக் கொண்டது. ஒரு குறிப்பிட்ட சமூகத் தின் இலக்கிய ஆக்கங்கள் அச்சமூகம் பயன்படுத்தும் மொழியை ஆதாரமாகக் கொண்டே எழுகின்றன. அவ்வகை யில் இஸ்லாமியத் தமிழ் இலக்கியம் முஸ்லிம் தமிழை ஊடகமாகக் கொண்டுள்ளது. இஸ்லாமியத் தமிழ் இலக்கியத் தின் மொழிநடையில் தமிழின் பொதுக் கூறுகளும் முஸ்லிம் தமிழின் சிறப்புக் கூறுகளும் இணைந்திருக்கின்றன. ஆகவே, இஸ்லாமிய இலக்கியத்தின் மொழியியல் தனித்துவம் பற்றிப் பேசும்போது அதன் ஊடகமாய் அமையும் முஸ்லிம் தமிழின் சிறப்புக் கூறுகள் பற்றியே நாம் முக்கியமாகக் கவனிக்க வேண்டும்.

தமிழில் இஸ்லாமிய இலக்கியம் தோன்றி வளர்ந்த காலம், தமிழ் மொழியில் பிறமொழிக் கலப்பு பெருமளவு ஏற்பட்ட காலமாகும். கி.பி. 12ஆம் நூற்றாண்டுக்குப் பிறகு தமிழ்நாட்டை விஜயநகர நாயக்க மன்னர்களும், முஸ்லிம் சுல்தான்களுமே பெரிதும் ஆண்டனர். ஆட்சியாளர்களின் தாய்மொழி தமிழ் அல்ல. தெலுங்கு, கன்னடம், பாரசீகம் ஆகிய அன்னிய மொழிகளைப் பேசியோர் இவர்கள். தெலுங்கு, கன்னடம் ஆகிய மொழிகள் பெருமளவு வடமொழிக் கலப் புடைய மொழிகள். நாயக்க மன்னர்களின் அரசவையில் வடமொழி உயர்வாக மதிக்கப்பட்டது. இவர்களின் ஆட்சிக்

காலத்திலேயே தமிழில் வடமொழிச் செல்வாக்கு பெரிதும் ஏற்பட்டது. வடமொழியில் புலமை உடையவர்கள் உயர்ந்த கௌரவம் பெற்றனர். இச் சூழ்நிலையிலேயே தமிழில் 'மணிப்பிரவாள நடை' தோன்றி வளர்ந்தது. தமிழில் பெரு மளவு வடமொழிச் சொற்கள் கலந்த ஒரு மொழிநடை இது. உச்ச அளவில் வடமொழி கலந்த மணிப்பிரவாள நடையில் சொற்கள் அனைத்தும் வடசொற்களாகவும், விகுதி களும் வாக்கிய அமைப்பும் மட்டும் தமிழாகவும் இருக்கக் காணலாம் *(Annamalai - 1979).* வடசொற்களை ஒலிச் சிதை வின்றி எழுத மணிப்பிரவாள நடையில் கிரந்த எழுத்துகளும் தாராளமாகப் பயன்படுத்தப்பட்டன.

தமிழின் கதவுகள் வடமொழிக்கு விரியத் திறந்து விடப் பட்ட இக்காலகட்டத்திலேயே அறபு மொழிக்கலப்பு மிக்க தமிழ் நடை ஒன்றும் உருவாகி வளர்ந்தது. இஸ்லாமியத் தமிழ்ப் புலவர்கள் இம்மொழிநடையை வளர்த்தனர். இதன் உச்ச நிலையில் முற்றிலும் அறபுமயப்பட்ட – அறபு எழுத்தில் எழுதப்பட்ட – தமிழ்நடை அறபுத் தமிழாயிற்று. தமிழ் எழுத் தில் அமைந்த அறபுக் கலப்புடைய மொழிநடை ஒன்றும் இதற்குச் சமாந்தரமாக வளர்ந்தது.

இவ்வகையில் இஸ்லாமியத் தமிழ் இலக்கியங்களை அவற்றின் எழுத்து ஊடகத்தின் அடிப்படையில் இருவகைப் படுத்தி நோக்கலாம். ஒன்று, அறபு எழுத்தில் அமைந்த அறபுத் தமிழ் இலக்கியங்கள். மற்றது, தமிழ் எழுத்தில் அமைந்த இலக்கியங்கள்.

அறபுத் தமிழ் இலக்கியங்கள்

கனி (1963) அவர்களின் கணக்கெடுப்பின்படி செய்யுளி லும் உரைநடையிலும் அமைந்த 200–க்கு மேற்பட்ட அறபுத் தமிழ் நூல்கள் இதுவரை நமக்குக் கிடைத்துள்ளன. அறபுத் தமிழ் இலக்கியங்கள் முற்றிலும் அறபு வரி வடிவில் அறபும் தமிழும் கலந்து எழுதப்பட்டவை என்ற வகையில், பிற தமிழ் இலக்கியங்களில் இருந்து மொழியியல் ரீதியில் பெரிதும் வேறுபடுகின்றன. பிராமித் தமிழ்க் கல்வெட்டுக்களை அவ் வெழுத்து முறை அறியாத யாரும் படித்துப் புரிந்துகொள்ள முடியாதது போல அறபு வரிவடிவிலும், ஓரளவு அறபு மொழியிலும் பயிற்சி இல்லாத எவரும் அறபுத்தமிழ் நூல் களையும் படித்துப் புரிந்துகொள்ள முடியாது. தமிழ் எழுத்து முறைக்கு முற்றிலும் வேறுபட்ட ஒரு எழுத்துமுறையில் எழுதப்பட்ட இலக்கியங்கள் என்ற வகையில் இவை தமிழ் அறிஞர்களின் முக்கிய கவனத்துக்குரியவை.

அறபுத்தமிழில் மெய் ஒலிகளுக்கு மட்டுமே எழுத்துகள் உண்டு. உயிர் ஒலிகளுக்குத் தனி எழுத்துகள் இல்லை. அவை சில அடையாளங்களினால் சுட்டப்படுகின்றன. தனி மெய்யையும், இரட்டித்த மெய்யையும் குறிப்பதற்கு அம்மெய் களின் மேல் விசேட அடையாளங்கள் இடப்படுகின்றன. ஐ, ஔ ஆகிய உயிர்களுக்குத் தனிக் குறியீடுகள் இல்லை. அவை அய், அவ் என்றே எழுதப்படுகின்றன. அறபுத்தமிழ் தமிழ்போல் இடமிருந்து வலமாக அன்றி, அறபுபோல் வலமிருந்து இடமாக எழுதப்படுவதும் ஒரு முக்கிய அம்ச மாகும்.

அறபுத்தமிழ் இலக்கியங்கள் பெரிதும் அதீத அறபுக் கலப்புடைய மொழி நடையில் அமைந்துள்ளன. ஏராளமான அறபுச் சொற்கள் மட்டுமன்றி முழுமையான அறபுச் சொற் றொடர்களும், வாக்கியங்களும் நிறைய இடம் பெற்றுள்ளன. உதாரணமாக முஸ்லிம்கள் மத்தியில் நன்கு அறியப்பட்ட 'தலைப்பாத்திகா' என்ற அறபுத் தமிழ்ச் செய்யுள் நூலில் இடம் பெற்றுள்ள சில பாடல் வரிகளை இங்கு தமிழ் எழுத்துகளில் தருகின்றேன்.

மவ்லாய ஸல்லிவ சல் லிம்தாயி மன் அபதா
அலா ஹபீபிகஹைற றில் ஹல்கி குல்லிஹிமி
அல்லாவின் நாமம் கொண்டும் அவன்தன் புகழ்ச்சி கொண்டும்
சொல்லும் ஸலவாத்து சலாம் சொல்லி துடங்குகிறேன்
மலயுச்சி தீபமொவ்வா மகுமூது மகள் புகழால்
தலய் பாதிகா ஓத ஷவ்காய் துடங்குகிறேன்
தாஹா தவப் பொருளே சதுமா மறையருளே
வாகா யுமது புகழ் வாயால் துடங்குகிறேன்.
கதீஜா தருங்கனியே ஹசன் ஹுசய்னின் தாயகமே
மதியாத மாணிக்கமே மகராசி பாதிமதே
சய்னபு றுகய்யா தாகீர் காசீம் இப்றாகீம்
தய்யிபு உம்மு குல்தூம் சகோதரியே பாதிமதே
வலியோன் வஹியதனால் மங்கள விவாகமுறும்
அலியார் மனய்வியரே அருமயுள்ள பாதிமதே.

மேற்காட்டிய பாடல்கள் அறபு முறையில் 'கசீதா' என அழைக்கப்படுகின்றன. இவற்றின் முதல் இரண்டு அடிகளும் முற்றிலும் அறபு மொழியில் அமைந்திருக்க ஏனைய அடி களில் அனேக அறபுச் சொற்களும் இயற் பெயர்களும் இடம் பெற்றிருக்கக் காணலாம்.[4] இப்பாடலைப் பாடும் போது முதல் இரண்டு அறபு அடிகளும் பல்லவிபோல் திரும்பத் திரும்பப் பாடப்படும். இதனால் இப்பாடலில் அறபு மணம் இன்னும் அதிகரிக்கின்றது.

அறபுத்தமிழ் இலக்கியங்கள் பெரும்பாலும் தமிழ் எழுத் தறிவு குறைந்த வாசகர்களின் மதத் தேவையை நிறைவு

செய்ய எழுந்தவை என்ற வகையில் அவை பெரிதும் பேச்சு நடையை ஒட்டியே அமைந்துள்ளன. மேற்காட்டிய பாடல் வரிகள் இதற்குச் சான்றாக அமைகின்றன. அறபுத் தமிழ் இலக்கியங்கள் பொதுவாக கடின சந்திகள் அற்ற ஓர் எளிய நடையில் அமைந்திருப்பதன் காரணமும் இது என்றே கருதலாம்.

அறபுத்தமிழ் அல்லாத இலக்கியங்கள்

அறபுத்தமிழ் இலக்கியங்களின் மொழிநடை மட்டுமன்றி அறபுத்தமிழ் அல்லாத இலக்கியங்களின் மொழிநடையும் பெருமளவு அறபு மொழிக் கலப்புடையதாகவே காணப்படு கின்றது. இலக்கியத்தின் உள்ளடக்கத்தின் தன்மைக்கேற்ப இம்மொழிக் கலப்பு கூடுதலாக அல்லது குறைவாக உள்ளது. எனினும், அறபுச் சொற்கள் உச்ச அளவில் கலந்த இலக்கியங் கள் ஒப்பீட்டளவில் மிகக் குறைவாகவே உள்ளன. இத்தகைய இலக்கியங்களுக்கு உதாரணமாக குணங்குடி மஸ்தான் சாஹிபு அவர்களின் 'ஆனந்தப்பத்'தில் வரும் முதல் விருத்தப்பாவைக் காட்டலாம்.

மகுலியத்தான தாத்துல் கிபுரியாவில்
மறைந்த கன்சுல் மகுபியாம்
மஸ்கூத்து அன்குல் கதீமுல் அமாவான
மவுஜூ தெனுஞ் சிருபுலே
அகதியத்து உகது ஆதி வாகிதிய்யத்தான
ஆலம் அறுவாகு ஆனதில்
ஆலம் மிசால் ஆகி ஆலம் அசீசாம் ஆன
ஆலம் இன்சான் ஆனபின்
பகுதியத்து இல்லா ஜலாலொடு ஜமாலும்
பதீகுல் கமாலு மாகி
பகுது கபுல் அற்ற லாகூத்து ஜபறூத்தில்
பகாவான குவியத்தினால்
நகுசியத் தற்று முன்தாள் நிழல் பெற்றடிமை
நானினைவு மற்றுய்வனோ
நற்குணங் குடிகொண்ட பாத்துஷா வானகுரு
நாதன் முகியித் தீனே.

இப்பாடலில் காணப்படும் மொழிநடை அதீத மணிப்பிரவாள நடையை ஒத்திருக்கக் காணலாம். இப்பாடலில் மிகச் சில சொற்களைத் தவிர அனைத்தும் அறபுச் சொற்களாகவும், விகுதிகளும் வாக்கிய அமைப்பும், யாப்பும் மட்டும் தமிழாக வும் இருக்கக் காண்கின்றோம்.

குணங்குடியாரின் பாடல்கள் அனைத்தும் இத்தகையன அல்ல. அவரது பெரும்பாலான பாடல்களில் மிகச் சில அறபுச் சொற்களே இடம் பெற்றுள்ளன. அவரது கண்ணிப் பாடல்களில் அறபுச் சொற் கலப்பு மிக அரிதாகவே காணப்

படுகின்றது. உதாரணமாக 560 அடிகள் கொண்ட 'நிராமயக் கண்ணி'யில் 'ஆலம்' (உலகு) என்ற அறபுச் சொல் ஒன்று மட்டுமே இடம் பெற்றிருப்பதும் இங்கு குறிப்பிடத் தக்கது. இஸ்லாமியப் பெரும் புலவர்களான உமறுப் புலவர், சேகுனாப் புலவர் ஆகியோரின் 'சீறாப்புராணம்', 'புதுகுஷ்ஷாம்' போன்ற பெரிய இலக்கியப் படைப்புகள் பல ஆயிரக்கணக்கான செய்யுள்களால் அமைந்தவை. இவற்றுள்ளும் சில நூற்றுக் கணக்கான அறபுச் சொற்களே இடம் பெற்றிருப்பதும் நம் கவனத்திற்குரியது. ஆயினும், இச் சொற்களின் மீழ்வருகை (frequency) சற்று அதிகமாகவே உள்ளது.

பெருந் தொகையான இஸ்லாமியத் தமிழ் இலக்கியங்கள் அறபுப் பெயர்களை அல்லது அறபும் தமிழும் இணைந்த பெயர்களைக் கொண்டிருப்பதும் ஒரு முக்கிய அம்சமாகும். 'மிஃறாஜ் மாலை', 'தீன் மாலை', 'சீறாப் புராணம்', 'முகியித்தீன் புராணம்', 'குத்பு நாயகம்', 'ஆரிபு நாயகம்', 'சையிதத்துப் படைப்போர்', 'சக்கூன் படைப்போர்', 'சைத்தூன் கிஸ்ஸா', 'க்ஷும்மூன் கிஸ்ஸா', 'புதுகுஷ்ஷாம்', 'கஸஸுல் அன்பியா' போன்றவற்றை இப்போக்குக்கு உதாரணங்களாகத் தரலாம். பல காப்பிய நூல்களில் காண்டங்களும் படலங் களும்கூட அறபுப் பெயர்களைக் கொண்டிருப்பதையும் இங்கு சுட்டிக் காட்டலாம். சீறாப் புராணத்தின் மூன்று காண்டங்களும் முறையே 'விலாதத்துக் காண்டம்', 'நுபுவத்துக் காண்டம்', 'ஹிஜ்றத்துக் காண்டம்' எனப் பெயர் கொண்டுள் ளன. புதுகுஷ்ஷாமின் மூன்று காண்டங்களும் 'முகம்மதிய்யா', 'சித்தீக்கிய்யா', 'பாறூக்கியா' எனப் பெயர் கொண்டுள்ளன. இவையெல்லாம் ஒன்றிணையும்போது இஸ்லாமியத் தமிழ் இலக்கியத்தின் மொழிநடையில் அறபு மணம் முக்கிய பண்பாகிவிடுகின்றது.

முஸ்லிம் தமிழ்ப் புலவர்கள் தமிழ்ச் செய்யுள் வடிவங் களில் புதிய பரிசோதனைகளைச் செய்து பார்த்ததாகக் கூறமுடியாது. தங்கள் காலத்தில் வழக்கில் இருந்த யாப்பு வடிவங்களை எல்லாம் அவர்கள் கையாண்டுள்ளனர். பொது வாகத் தமிழ் இலக்கியத்தில் காணப்படும் செந்நெறி மரபு (classical tradition), நாட்டார் மரபு (folk tradition) ஆகிய இரு மரபுகளையும் இஸ்லாமியத் தமிழ் இலக்கியத்திலும் நாம் காண்கின்றோம். செந்நெறி இலக்கிய மரபு சார்ந்த பேரிலக்கியங்களைப் படைத்த உமறுப் புலவர், சேகுனாப் புலவர் போன்றவர்கள் செந்நெறிப் பாங்கான மொழி நடையையே தங்கள் செய்யுள்களில் பயன்படுத்தியுள்ளனர். கம்பன் இவர்களின் ஆதர்சமாக இருந்திருக்கலாம் என்று

கருதும்படிக்கு இவர்கள் மொழிநடை அமைந்துள்ளது. பழைய சந்தி விதிகளையும் இவர்கள் இறுக்கமாகக் கடைப்பிடித் துள்ளனர்.[5] பெருமளவு நாட்டார் இலக்கிய மரபு சார்ந்த சிற்றிலக்கிய வடிவங்களான கிஸ்ஸா, அம்மானை, படைப் போர் போன்ற இலக்கியங்களின் மொழி நடை பெரிதும் பேச்சு நடை தழுவியதாக இருப்பதும் ஒரு முக்கிய அம்ச மாகும்.

உரைநடை இலக்கியம்

இதுவரை இஸ்லாமியத் தமிழ் இலக்கியம் பற்றி ஆராய்ந் தவர் எல்லோரும் பொதுவாகச் செய்யுள் இலக்கியங்களி லேயே தங்கள் கவனத்தைச் செலுத்தியிருக்கின்றனர். உரை நடை இலக்கியங்களைப் பற்றி இவர்கள் அக்கறை கொண்ட தாகத் தெரியவில்லை. இஸ்லாமியத் தமிழ் இலக்கிய வளர்ச்சி யில் உரைநடை இலக்கியங்களின் பங்கும் முக்கியமானது.[6]

அறபுத் தமிழிலும், தமிழிலும் எழுதப்பட்ட பழைய உரைநடை நூல்கள் பல நமக்குக் கிடைத்துள்ளன. இவற்றுள் குத்பாப் பிரசங்கங்கள், தப்சீர் விளக்கங்கள் போன்றவற்றை இலக்கியம் அல்லாதவை என்று நாம் ஒதுக்கிவிட்டாலும் கூட, இஸ்லாமிய ஐதீகங்களை *(Mythology)* எடுத்துரைக்கும் புனைகதைப் பாங்கில் அமைந்த உரைநடை நூல்கள் பல உள்ளன. 'கஸஸுல் அன்பியா' இவ்வகையில் அற்புதமான ஓர் இலக்கியமாகும். முற்றிலும் முஸ்லிம் முத்திரை பதிந்த இதன் உரைநடை விரிவான மொழியியல் ஆய்வுக்குரியது. குலாம் காதிறு நாவலரின் 'கன்ஜுல் கறாமாத்து' என்பதும் ஒரு முக்கியமான உரைநடை நூலாகும். 'சைத்தூன் கிஸ்ஸா' போன்ற கிஸ்ஸா நூல்களில் இடையிடையே வரும் வசனப் பகுதிகளும் இலக்கிய ரீதியில் முக்கியமானவை. இங்கு 'கஸஸுல் அன்பியா'வை மட்டும் அடிப்படையாகக் கொண்டு பழைய இஸ்லாமிய உரைநடை இலக்கியங்களின் சில மொழிப் பண்புகள் பற்றிச் சுருக்கமாக நோக்கலாம்.

உலகம் படைக்கப்பட்ட வரலாற்றையும், 20 நபிமார் களின் வரலாற்றையும் கூறும் 'கஸஸுல் அன்பியா' சுமார் 550 பக்கங்கள் கொண்டது. 19ஆம் நூற்றாண்டுத் தமிழ் உரைநடை முயற்சிகளில் இந்நூலுக்கு முக்கிய இடம் உண்டு. அறபு மொழிக் கலப்புடைய பழைய முஸ்லிம் தமிழ் உரை நடைக்கு இந்நூல் நல்ல எடுத்துக்காட்டாகும்.

'ஹூது அலைஹிஸ்ஸலாத்துடைய கிஸ்ஸா' என்ற தலைப்புடைய ஆறாவது அத்தியாயத்திலிருந்து பின்வரும் உரைப்பகுதி இங்கு உதாரணமாகத் தரப்படுகின்றது.

ஹ~ஒதுடைய தகப்பன் அப்துல்லாவுக்கு குலூ என்றும் பேர் சொல்லப்படும். அவருக்கு அல்லாகுத் த ஆலா சரீரத்தில் குவ்வத்தையும் அழகையும், நாவிலே பசா அத்தையும் மிகுதியாகக் கொடுத்தான். அவரை நீர் உம்முடைய தகப்பனாரின் வயதை யெத்தினீரே, கலியான மென்ன சபபுக்காக வேண்டி செய்யாமலிருக் கிறீர் யென்று கேட்கப்பட்டது.

அவர் சொன்னார். நான் ஒரு மனாம் கண்டேன். என் முதுகில் யிருந்து ஒரு வெள்ளைச் சங்கிலி புறப் பட்டது. அந்தச் சங்கிலிக்குப் பொழுதுடைய ஒளியைப் போலே ஒளியுண்டாயிருக்கிறது. ஒரு மனிதன் சொல் லுகிறார். குலூ தென்கிறவரே அந்த சங்கிலி இன்ன மொருதரம் உம்முடைய முதுகில் நின்றும் புறப்படக் காண்பீரேயானால் உம்மைக் கலியாணஞ் செய்யச் சொல்லி யேவப்படுவீர். ஒரு பெண் பிள்ளையை நீர் கலியாணம் முடித்துக் கொள்ளுமென்று சொல்லக் கேட்டேன்.

இரண்டாவது மனாம் இன்னும் காணவில்லை. இப்போது கலியாணஞ் செய்கிறதளவிலே நாட்ட மிருக்கு. புத்துகள் இருக்கிற கோயிலிலே போய் கலியாணஞ் செய்கிறதற்கு புத்துகான்களிடத்திலே உதவி தேடப் போனார். அப்போது அந்தக் கோயிலுக் குள்ளே புகுதுகிறதற்கும் அதோடு பேசுகிறதற்கும் அவருக்குச் சக்தி யுண்டாகவில்லை. அப்போது ஆகாய மாக ஒரு சத்தங் கேட்டார். குலூதே உம்முடைய முதுகிலிருக்கிறவருக்கும் அந்தப் புத்துகளுக்கும் என்ன நிஸ்பத் துண்டாயிருக்குதென்று. சப்தங் கேட்ட பிறகு கோயிலிற் போகாமல் திரும்பிவிட்டார்.

அந்த ஹாலிலே பேசுவதற்கு நாவு முண்டாயிற்று. அன்றிரவிலே அவர் முதுகிலிருந்து வெள்ளைச் சங்கிலி புறப்படவுங் கண்டு ஆகாசமாகச் சப்தங் கேட்டார். "குலூதே உம்முடைய சிறிய தகப்பன் மகளைக் கலியாணஞ் செய்துகொள்ளும்" யென்று சப்தம் கேட்ட பொழுது பதறி விழித்துச் சிறிய தகப்பன் மகளைப் பெண் பேசிக் கலியாணஞ் செய்து கொண்டு ஜிமாவு செய்தார். அன்றிரவிலே அப்பெண் ஹ~ஒது அலைஹிஸ் ஸலாத்தை ஹமலானாள். *(பக். 90 –1)*

மேற்காட்டிய உரைநடையில் அறபுச் சொற்கள் அதிகம் கலந்திருப்பது மட்டுமன்றி, உரைநடை பெரிதும் பேச்சு நடையை ஒட்டி அமைந்திருப்பதையும் காணலாம். இவற்று

டன் இதன் வாக்கிய அமைப்பும் *(Syntax)*, சொற்புணர்ச்சியின் சில விசேட அம்சங்களும் இணைந்து பழைய முஸ்லிம் தமிழ் உரைநடையின் தனித்துவப் பண்பை அடையாளப் படுத்துகின்றன. செய்யாமலிருக்கிறீர் யென்று, முதுகில் யிருந்து, செய்துகொள்ளும் யென்று போன்ற தொடர்களில் மெய்யீற் றின் முன் 'இ'கரம் வரும்போது இயல்பாகப் புணராமல் புதிதாக 'ய'கரம் மெய் தோன்றி விகாரப்பட்டுப் புணர்ந் திருப்பது ஒரு முக்கிய அம்சமாகும். இத்தகைய புணர்ச்சிக்கு இந்நூலில் நிறைய உதாரணங்கள் உண்டு. இது அறபுத் தமிழின் செல்வாக்கு என்று கருதலாம். அறபுத் தமிழ் நூல் களில் இத்தகைய புணர்ச்சியே பெரிதும் காணப்படுகின்றது.

'கஸஸுல் அன்பியா'வின் உரைநடையின் வாக்கிய அமைப்பில்கூட அறபு மொழியின் செல்வாக்கு ஓரளவு இருப்பதாக அனுமானிக்க முடிகின்றது. அறபு மொழியில் ஒருவருடைய வம்சாவழியை இன்னார் மகன் இன்னார் என்பதாக அடுக்கிச் சொல்வதுண்டு. உதாரணமாகப் பின் வரும் வசனத்தைப் பார்க்கலாம்.

"ஹூதாகிறவர் அவர்களிலே தாய் தகப்பனுடைய வம்மிசத்தால் மிக வரிசையானவர். அவராகிறவர் ஹூதிப்னு அப்துல்லாஹிப்னு ரபாஹிப்னு லூத் இப்னு ஆதிப்னு ஊஸிப்னு இரமிப்னு சாமிபுனு நபியுல்லா நூஹு அலை ஹிஸ்ஸலாம்" (பக். 90). இது தமிழில் எழுதப்பட்ட அறபு வாக்கியம். இதைத் தமிழில் நேர்மொழிபெயர்ப்பாகத் தருவதாயின், "நபி நூஹு அலை ஹிஸ்ஸலாத்தின் மகன் சாமின் மகன் இரமின் மகன் ஊஸிப் பின் மகன், ஆத்தின் மகன் லூத்தின் மகன் ரபாஹின் மகன் அப்துல்லாவின் மகன் ஹூத்" என்று அமையும். இந்த அறபு வாக்கியத்தின் செல்வாக்கினால் அமைந்த தமிழ் வாக்கியங்களை நாம் இந்த நூலில் பரக்கக் காணலாம். பின் வரும் வாக்கியங்களை இதற்கு உதாரணமாகத் தரலாம்.

> அந்த கவுமுகளுக்கு ஒரு இராஜா யிருந்தான். அவனுக்கு தறுமசீலென்று பெயர் சொல்லப்படும். அவன் அவீலுடைய மகன், அவன் லாமக்குடைய மகன், அவன் ஜனகுடைய மகன், அவன் காபீலுடைய மகன். (பக். 22)

பின்வருவன போன்ற வாக்கியங்களும் தமிழ் வாக்கிய அமைப்புக்குப் புதுமையானவை.

1. அவர்கள் தண்ணீர்த் தாகமானவர்களாக ஆனார்கள்.

2. அல்லாஹுத் ஆலா ஆதுடைய கவுமுகள் மேல் ஹுக்கும் செய்கிறதாகிறது புத்துகளை வணங்குகிறதற்கு அவர்களுடைய ஆசை மிகைத்த நேரத்திலாயிருக்கும்.

3. ஆதுவுடைய கவுமுகள் தாகத்துடைய கடுமை யினாலேயே மவுத்தாய் ஹலாக்காகப் போகிற வர்களாக இருக்கிறார்கள்.

4. நீங்கள் திடனாகச் சந்தோஷமாக இவ்விடத் தில் உண்கிறதின் மேலேயும் குடிக்கிறதின் மேலேயும் தரிபட்டிருக்கிறீர்கள்.

5. பிறகு மஹாவியா என்கிறவர் அவர்களைக் கேட்டார், நீங்கள் வந்தீர்களே உங்களுடைய செய்திகள் என்னவென்று.

6. பிறகு அவர் கவுமுகளிடத்தை விட்டு நீங்கிப் போய் றப்புடைய இபாதத்தைக் கொண்டும் பராக்கானார்.

இத்தகைய வாக்கியங்களின் அமைப்பு ஆராயப்பட வேண்டியது. 19ஆம் நூற்றாண்டில் இஸ்லாமியர் அல்லாதார் கையாண்ட தமிழ் வாக்கிய அமைப்பில் இருந்து இவை எவ்வெவ் வகையில் வேறுபடுகின்றன? அறபு வாக்கிய அமைப்பின் செல்வாக்கு இவற்றில் உண்டா என்பன பற்றி ஆய்வுகள் மேற்கொள்ளப்படின் முஸ்லிம் தமிழ் உரைநடை யின் தனித்துவத்தின் எல்லைகளை நாம் துல்லியமாக நிர்ண யிக்க முடியும். அதுவரை அதீத அறபு மொழிக் கலப்புடைய ஒரு வகை மணிப்பிரவாள நடை என்ற வகையில் அதன் தனித்துவம் வெளிப்படையானது.

தற்கால இஸ்லாமிய இலக்கியத்தில் உரைநடை

தற்கால முஸ்லிம்களின் தமிழ் உரைநடை பழைய உரைநடையில் இருந்து முற்றிலும் வேறுபட்டது. இன்று முஸ்லிம்கள் எழுதும் உரைநடைக்கும் முஸ்லிம் அல்லா தார் எழுதும் உரைநடைக்கும் இடையே சொற்றொகுதி (vocabulary) தவிர்ந்த வேறுபாடுகள் இல்லை எனலாம். சொற்றொகுதியிலும் அறபுச் சொற்கள் முடிந்த அளவு குறைவாகவே பயன்படுத்தப்படுகின்றன. பொருத்தம் கருதி இங்கு ஓர் உதாரணத்தை மட்டும் நாம் காணலாம். ‘கஸஸுல் அன்பியா’வைத் தழுவி அப்துற் – றஹீம் (1988) ‘நபிமார்கள் வரலாறு’ என்னும் நூலை எழுதியுள்ளார். ‘நபிமார்கள் வரலாறு’ என்பது ‘கஸஸுல் அன்பியா’ என்னும் அறபுத்

தொடரின் தமிழ் மொழிபெயர்ப்பாகும்.[7] இந்நூலின் 5ஆம் அத்தியாயம் 'ஆதுகளின் திரு நபி உஹூத் அலைஹிஸ்ஸலாம்' என்ற தலைப்புடையது. 'கஸஸுல் அன்பியா'வில் இருந்து மேலே உதாரணமாகத் தந்துள்ள நான்கு பத்திகளிலும் கூறப்படும் விவரங்களை அப்துற் – றஹீம் ஐந்து பத்திகளில் இக்கால உரைநடையில் பின்வருமாறு எழுதுகின்றார்.

> நூஹ் (அலை) அவர்களின் அருமைத் திருமகன் ஸாமின் வழிப்பேரனாகிய அப்துல்லாஹ் என்பவர் ஓர் இரவு அயர்ந்து தூங்கும்போது ஒரு கனவு கண்டார். பேரொளி மிக்க சங்கிலி ஒன்று அவருடைய முதுகிலிருந்தும் வெளிவந்தது. அப்பொழுது ஒருவர் அங்கு திடீரெனத் தோன்றி 'அப்துல்லாஹ்வே' மீண்டும் ஒரு முறை நீர் இவ்விதம் காணின் நீர் மணமுடித்துக் கொள்ளுமாறு கூறப்படும் பெண்ணை மணமுடித்து இல்லறத்தை நல்லறமாக நடத்தி வருவீராக என்று மொழிந்துவிட்டு மறைந்தார்.
>
> திடுக்கிட்டு விழித்தெழுந்த அப்துல்லாஹ் தாம் கண்டது எல்லாம் கனவு என்று தெரிந்துகொண்டார். மீண்டும் அத்தகைய கனவை எப்பொழுது காண்போம் என்று ஏங்கிக்கொண்டிருந்தார் அவர். நாட்கள் உருண்டோடி அவை மாதங்களாக மாறி ஆண்டுகளாக உருப்பெற்றன. எனினும் அவர் மீண்டும் அந்தக் கனவை காணவே இல்லை.
>
> ஒரு நாள் அவருக்கு ஓர் எண்ணம் தோன்றியது. கோயிலுக்குச் சென்று அங்கு வைக்கப்பட்டிருக்கும் தொழு உருவங்களின் முன் விழுந்தெழுந்து தம் திருமணம் பற்றி அவற்றின் உதவியை வேண்டலாமென்று எண்ணினார். அந்த எண்ணத்தோடு அவர் கோயிலின் வாயிலையும் நெருங்கி விட்டார். திடீரென அவருடைய உள்ளத்தில் என்னவோ தோன்றியது. கோயிலின் உள்ளே செல்லாது மீண்டும் தாம் வந்த வழியே திரும்பி விட்டார்.
>
> அன்றிரவு அவர் ஒரு கனவு கண்டார். தாம் முன்பொருநாள் கண்ட அதே கனவாக அது இருந்தது. பேரொளி மிக்க சங்கிலியொன்று அவருடைய முதுகிலிருந்து வெளியே வந்தது. அப்பொழுது ஒரு குரல் "அப்துல்லாஹ்வே உம்முடைய சிறிய தந்தையின் மகளை மணமுடித்து மங்களமாய் வாழ்வீராக!" என்று வாழ்த்தியது.

திடுக்கிட்டு விழித்தெழுந்த அப்துல்லாஹ் அக்கனவில் கூறப்பட்ட அறிவுரையின்படி தம் தந்தையுடன் பிறந்தவரின் அருமைத் திருமகளைக் கடிமணம் செய்து நல்வாழ்வு வாழ்ந்து வந்தார். அவரின் குலம் தழைக்க வந்த பெருமகனாக, அவரின் குடி தழைக்க வந்த திருமகனாக ஹூத் (அலை) அவர்கள் ஒரு வெள்ளி இரவில் இவ்வுலகில் தோன்றினார்கள் (பக். 258 – 9).

ஒரே விஷயத்தை விவரிக்கும் 'கஸஸுல் அன்பியா'வின் உரைநடையும், அப்துற் – றஹீமின் உரைநடையும் வாக்கிய அமைப்பு, சொற்றொகுதி என்பனவற்றில் முற்றிலும் வேறுபட்டவை என்பது வெளிப்படை. சொற்றொகுதியைப் பொறுத்தவரை அறபுச் சொற்களின் எண்ணிக்கையும், மீழ்வருகையும் 'கஸஸுல் அன்பியா'வில் அதிகமாகவும், அப்துற் – றஹீமில் மிகக் குறைவாகவும் காணப்படுகின்றன. 'கஸஸுல் அன்பியா' வில் ஹூது, அப்துல்லாஹ், குலூது, அல்லாஹுத் ஆலா ஆகிய அறபுப் பெயர்களும், குவ்வத், பசா அத், சபபு, மனாம், நிஸ்பத், ஹால், ஜிமாவு, ஹதல் ஆகிய அறபுச் சொற்களும் இடம் பெற்றுள்ளன. ஆயின் அப்துற் – றஹீமின் உரைநடையில் நூஹ் (அலை), அப்துல்லாஹ், ஹூத் (அலை) ஆகிய மூன்று இயற்பெயர்கள் மட்டுமே இடம் பெற்றிருக்கின்றன. இது ஒரு முக்கியமான வேறுபாடாகும்.

நவீன இஸ்லாமிய எழுத்தாளர்கள் இயன்றளவு அறபுச் சொற்களைக் குறைத்துக்கொள்ளவே விரும்புகின்றனர். முஸ்லிம் சமூகத்தவர் மத்தியில் மட்டுமன்றிப் பிற தமிழ்ப் பேசும் சமூகத்தவர் மத்தியிலும் தங்கள் படைப்புக்கள் போய்ச் சேர வேண்டுமென்ற உள் ஆர்வம் அவர்களுக்கு இருக்கின்றது. இது காலத்தினால் ஏற்பட்ட ஒரு வளர்ச்சி நிலையாகும். முஸ்லிம்கள் நவீன கல்வித்துறையில் வளர்ச்சியடைந்ததும், பிற சமூகத்தினருடன் அவர்களுக்கு ஏற்பட்ட நெருங்கிய தொடர்பும் இந்த நூற்றாண்டில் தமிழ் மொழி இலக்கியத் துறையில் ஏற்பட்ட மறுமலர்ச்சியும் இதற்கு வித்திட்டிருக்கிறது எனலாம்.

நவீன இலக்கியமும் மதச் சார்பும்

இன்று தமிழில் நவீன படைப்பிலக்கியத் துறையில் ஈடுபட்டிருக்கும் முக்கியமான முஸ்லிம் எழுத்தாளர்களைப் பொறுத்தவரை அவர்களில் பலரது படைப்புகளில் மத அடையாளத்தைவிட நவீன தமிழ் இலக்கியம் என்ற பொது அடையாளமே முதன்மை பெற்றுத் தெரிகின்றது. அப்துல் ரகுமான், மு. மேத்தா, இன்குலாப் போன்ற முஸ்லிம் கவிஞர்

களதும், வைரமுத்து, சிற்பி, மீரா போன்ற முஸ்லிம் அல்லாத கவிஞர்களதும், கவிதைகளை வேறுபடுத்துவது இவர்களின் தனிப்பட்ட ஆளுமைக் கூறுகளே தவிர மதக்கூறுகள் என்று கூற முடியாது. நவீன தமிழ்ப் புதுக்கவிஞர் என்ற பரந்த வட்டத்துள் இவர்கள் நிலை கொண்டுள்ளனர். அவ்வகையில் இவர்களின் கவிதைப் பொருளிலும் மொழி நடையிலும் மத அடையாளங்களை மிக அபூர்வமாகவே நம்மால் இனங் காண முடிகிறது.

நவீன புனைகதை எழுத்தாளர்களைப் பொறுத்தவரை அவர்கள் சமூக வாழ்வைப் பின்னணியாக வைத்தே இலக்கி யம் படைப்பதனால் பாத்திரங்களின் கலாச்சாரமும் மொழி யும் இலக்கியத்துள் வருவது தவிர்க்க முடியாதது. ஆயினும் இன்று சமய நெறியை வலியுறுத்துவதற்காகப் புனைகதை படைப்போர் மிகச் சிலரே. வெவ்வேறு அளவில் சமூகப் பிரச்சினைகளே இன்றைய புனைகதைகளின் உள்ளடக்கமாக அமைகின்றது. இவ்வகையில் முஸ்லிம் எழுத்தாளர்கள், முஸ்லிம் அல்லாத எழுத்தாளர்களில் இருந்து அதிகம் வேறுபடவில்லை. எனினும் யதார்த்த நெறிப் புனைகதைகளின் அடிப்படைப் பண்புக்கூறு என்ற வகையில் முஸ்லிம் எழுத்தாளர்களின் படைப்புகளில் முஸ்லிம் தமிழ் இடம் பெறுவது தவிர்க்க முடியாததாகின்றது. இன்றைய புனைகதை இலக்கியங்கள் மூலமே முஸ்லிம் தமிழின் பிரதேச ரீதியான துணைக் கிளைமொழிகள் *(regional sub dialects)* இலக்கிய வெளிப்பாடு பெற்றுள்ளன. தமிழக முஸ்லிம் எழுத்தாளர் களின் படைப்புகளில் இந்திய முஸ்லிம் தமிழின் தனித்துவக் கூறுகளையும், இலங்கை முஸ்லிம் எழுத்தாளர்களின் படைப்புகளில் இலங்கை முஸ்லிம் தமிழின் தனித்துவக் கூறுகளையும் நாம் இனங்காண முடிகின்றது. இலங்கைக் குள்ளேயே கிழக்கிலங்கை, தென்னிலங்கை முஸ்லிம்களின் வேறுபட்ட மொழி வழக்காறுகள் அவ்வப் பிரதேச முஸ்லிம் எழுத்தாளர்களின் படைப்புகளில் நன்கு வெளிப்பாடு பெற்றுள்ளன. ஆயினும், முஸ்லிம் எழுத்தாளர்களின் நவீன இலக்கிய முயற்சிகளையெல்லாம் இஸ்லாமிய இலக்கியம் என்ற பிரிவுள் அடக்கமுடியுமா என்பது விவாதத்துக்குரியது. வைக்கம் முகம்மது பஷீரை அல்லது தோப்பில் முகம்மது மீரானை ஒரு இஸ்லாமிய நாவலாசிரியராக அடையாளப் படுத்துவது அபத்தமாகவே அமையும்.

அடிக்குறிப்புகள்

1. அறபுத் தமிழ் பற்றிய விரிவான விளக்கங்களுக்குப் பார்க்கவும்: நுஃமான், எம்.ஏ. (1981, 1986)

2. முஸ்லிம் தமிழில் அறபுக் கடன் சொற்கள் பற்றிய மேலதிக விளக்கங்களுக்குப் பார்க்கவும்: நுஃமான், எம். ஏ. (1989)

3. தமிழ் பேசும் முஸ்லிம்கள் மத்தியில் அறபு மொழிப் பயன்பாடு பற்றிய விபரங்களுக்குப் பார்க்கவும்: நுஃமான், எம். ஏ. (1986)

4. அறபுத் தமிழ் அறபு எழுத்துகளிலேயே எழுதப்படுவதால், அறபுத்தமிழில் எழுதப்படும் அறபுச்சொற்கள், இயற்பெயர்கள் என்பன மூலமொழியின் உச்சரிப்புக்கு இயைய ஒலிச்சிதைவின்றி அமைகின்றன. தமிழ் எழுத்துகளில் எழுதப்படும்போது அவை பெருமளவு தன்மயமாதலுக்கு (nativization) உள்ளாகின்றன.

5. தற்காலத்தில் இத்தகைய உயர் இலக்கிய மரபு சார்ந்த இஸ்லாமிய இலக்கியங்களைப் பதிப்பிப்பவர்கள் முடிந்த அளவு சந்திபிரித்து எளிமைப்படுத்திப் பதிப்பிப்பது விரும்பத்தக்கது. தற்கால வாசகர்களும் இவற்றைப் படித்து இலகுவில் புரிந்துகொள்ள இது உதவும். கம்பனுக்கே இத்தகைய எளிமைப்படுத்திய பதிப்புகள் வந்திருப்பதை நாம் கவனத்தில் கொள்வது நல்லது.

6. உரைநடை இலக்கியம் பற்றிப் பேசும்போது நாவல், சிறுகதை போன்ற நவீன இலக்கியங்களை நான் இங்கு கருத்தில் கொள்ளவில்லை. இவற்றில் சமய நிலைப்பட்ட தன்மைகளைவிட சமூக நிலைப்பட்ட தன்மைகளே முதன்மை பெறுகின்றன. எனினும், சித்திலெவ்வையின் 'அசன்பே கதை' போன்ற ஆரம்பகாலப் படைப்புகளில் மதச்சார்பு முதன்மை பெற்றிருப்பதாகக் கூறலாம். 'அசன்பே கதை' அன்றாட வாழ்வில் இஸ்லாமிய ஒழுக்க நெறியையும் இறைவிசுவாசத்தையும் வலியுறுத்தும் ஒரு புனைகதையாகும்

7. அப்துற் – றஹீமின் 'நபிமார்கள் வரலாறு', 'கஸஸுல் அன்பியா'வைத் தழுவித் தற்கால நடையில் விரிவாக எழுதப்பட்ட நூல் எனினும், ஆசிரியர் தன் முன்னுரையில் கஸஸுல் அன்பியா பற்றி ஒரு குறிப்பும் தரவில்லை என்பது வியப்பூட்டுகின்றது.

(டிசம்பர் 1990இல் கீழ்க்கரையில் நடைபெற்ற ஐந்தாவது உலக இஸ்லாமியத் தமிழ் இலக்கிய மாநாட்டில் படிக்கப்பட்ட கட்டுரை. மாநாட்டு கருத்தரங்குக் கோவையிலும் இடம் பெற்றுள்ளது.)

உசாத்துணை

அப்துல் றகுமான் (பதிப்.ஆ) (1980) 'குணங்கடியார் பாடற் கோவை', அகரம், சிவகங்கை.

அப்துற் – றஹீம் (1988) 'நபிமார்கள் வரலாறு', சுலை மானியா பப்ளிஷர்ஸ், சென்னை.

உவைஸ், ம.மு. (1984) 'இஸ்லாம் வளர்த்த தமிழ்', உலகத் தமிழ் ஆராய்ச்சி நிறுவனம், சென்னை.

கனி, ஆர்.பி.எம். (1963) 'இஸ்லாமிய இலக்கியக் கருவூலம்', அருள் நூல் பதிப்பகம், தென்காசி.

சீனிவாசவர்மா, கோ. (1986) 'கிளைமொழியியல்', அனைத்திந்திய தமிழ் மொழியியல் கழகம், அண்ணா மலை நகர்.

நயினாமுகம்மதுப் புலவர் (1969) 'கஸஸுல் அன்பியா' (மூன்று பாகங்கள் சேர்ந்தது – ஏழாம் பதிப்பு), ஷாஹுல் ஹமீதியா பிரஸ், சென்னை.

நுஃமான், எம். ஏ. (1981) 'அறபுத் தமிழ் – ஒரு விபரண ஆய்வு', 'இன்கிலாப்' தொகுதி 4. முஸ்லிம் மஜ்லிஸ், யாழ்ப்பாணப் பல்கலைக்கழகம்.

நுஃமான், எம்.ஏ. (1982) 'மட்டக்களப்பு முஸ்லிம் தமிழ் – ஒரு சொற் தொகை ஆய்வு', எம்.ஏ. பட்டத்துக் கான ஆய்வேடு, யாழ்ப்பாணப் பல்கலைக்கழகம்.

நுஃமான், எம்.ஏ. (1984) 'மட்டக்களப்பு முஸ்லிம் தமிழில் அறபுக் கடன் சொற்கள்', ஆய்வேடு. தமிழ்ப் பல்கலைக்கழகம், தஞ்சாவூர் (வெளியிடப்படாதது).

நுஃமான், எம்.ஏ. (1986) 'தமிழ்ப் பேசும் இலங்கை முஸ்லீம்கள் மத்தியில் அறபு மொழிப் பயன்பாடு', 'இன்கிலாப்' தொகுதி 5, முஸ்லிம் மஜ்லிஸ், யாழ்ப்பாணப் பல்கலைக்கழகம்.

Annamalai, E. (1979) 'Movement for Linguistic Purism: the Case of Tamil' in *Language Movements in India*. CIIL, Mysore.

மொழிவளர்ச்சி: இலக்கணத் தூய்மையும் மொழித் தூய்மையும்

1. மொழியும் மொழிவளர்ச்சியும்

மனிதன் பயன்படுத்தும் தொடர்பாடல் ஊடகங்களுள் மொழியே மிகவும் பிரதானமானது. நமது அபிப்பிராயங்கள், உணர்வுகள், தகவல்கள் முதலியவற்றைப் பிறர் இலகுவில் அறிந்துகொள்ள அல்லது புரிந்துகொள்ளச் செய்வதே தொடர்பாடல் *(Communication)* என அகராதிகள் தொடர்பாடலுக்கு வரைவிலக்கணம் கூறும். சைகைகள், அடையாளங்கள், நிறங்கள், பேச்சு, எழுத்து போன்ற பலவகையான ஊடகங்கள் தொடர்பாடலுக்குப் பயன்படுத்தப்படுகின்றன. ஒரு பரந்த பொருளில் இவையெல்லாவற்றையும் நாம் மொழி என்று கூறலாம். எனினும், இங்கு பேச்சையும் எழுத்தையுமே மொழி என்ற சொல்லால் நாம் சுட்டுகின்றோம்.

மொழிவளர்ச்சி என்பது ஒரு குறிப்பிட்ட காலகட்டத்தில் ஒரு குறிப்பிட்ட சமூகத்தின் தொடர்பாடல் தேவைகளுக்கு ஏற்ப அச்சமூகத்தின் மொழி பெறும் இணக்கப்பாட்டைக் குறிக்கும். காலந்தோறும் ஏற்படும் சமூக வளர்ச்சி அச்சமூகத்தின் தொடர்பாடல் தேவையை அதிகரிக்கின்றது. அதனை ஈடுசெய்யும் வகையில் மொழியும் வளர்ச்சியடைகின்றது. கபிலரும் பரணரும் வாழ்ந்த சங்ககால மக்களின் தொடர்பாடல் தேவைகளும், கம்பரும் ஒட்டக்கூத்தரும் வாழ்ந்தகாலத்து மக்களின் தொடர்பாடல் தேவைகளும், நமது காலத்துத் தொடர்பாடல் தேவைகளும் மிகவும் வேறுபட்டவை. அவர்கள் பரிமாறிக்கொண்டவற்றைவிட மிகவும் அதிகமான, மிகவும் வேறுபட்ட தகவல்களை நாம் இன்று

பரிமாறிக்கொள்கின்றோம். அதற்கு ஏற்ப நம்காலத்து மொழியும் வளர்ச்சியடைந்துள்ளது. நாம் இன்று பரிமாறிக்கொள்ளும் தகவல்களை அவர்கள் காலத்து மொழியில் நம்மால் தொடர்பாட இயலாது. உதாரணமாக, பின்வரும் வாக்கியங்கள் கூறும் தகவல்களைக் கபிலர் அல்லது கம்பர் பயன்படுத்திய தமிழில் அல்லது பரிமேலழகரும் நச்சினார்க்கினியரும் பயன்படுத்திய தமிழில் தொடர்பாடல் செய்வது முற்றிலும் சாத்தியமல்ல.

1. தனியார் மருத்துவமனையில் அவசர சத்திர சிகிச்சை நிலையம் ஒன்றை முதலமைச்சர் திறந்து வைத்தார்.
2. தோட்டத் தொழிலாளர் சம்பள உயர்வு கோரி ஒருநாள் அடையாள வேலைநிறுத்தம் செய்தனர்.
3. குடித்தொகையைக் கட்டுப்படுத்துவதற்குக் குடும்பக் கட்டுப்பாட்டு முறையையே வளர்முக நாடுகள் அனைத்தும் இன்று கடைப்பிடிக்கின்றன.
4. அறிவியல் தொழில்நுட்ப வளர்ச்சிசார்ந்த நமது சமுதாயம் அந்த வளர்ச்சியின் அனைத்துக் கூறுகளையும் அறிந்துகொள்ள முற்படுகின்றது.
5. நான் புதிதாக வாங்கிய கார் ஒரு லீட்டர் பெற்றோலில் பத்துக் கிலோ மீட்டர் ஓடும்.

இன்றைய நமது சமூக வாழ்வின் பல்வேறு அம்சங்களைப் பிரதிபலித்து நிற்கும் இத்தகவல்களும், இத்தகவல்களை வெளிப்படுத்தும் மொழியும் முற்றிலும் புதியவை; நமது சமூகத்தினதும் மொழியினதும் ஒரு புதிய – மிகவும் பிந்திய வளர்ச்சிக்கட்டத்தைக் குறித்து நிற்பவை. அவ்வகையில் கபிலரோ, கம்பரோ, நச்சினார்க்கினியரோ பயன்படுத்திய தமிழில் நாம் இவற்றை மொழிபெயர்த்துக் கூறுதல் இயலாது. காலந்தோறும் அவ்வக் காலத்தின் தேவைகளுக்கேற்ப மொழி வளர்ச்சி அடைகின்றது என்பதையே இது காட்டுகின்றது.

மொழிவளர்ச்சி என்பது புதிய சொற்களின் பெருக்கத்தை மட்டுமன்றி, ஒலியனமைப்பு *(Phonology)*, சொல்லமைப்பு *(Morphology)*, வாக்கிய அமைப்பு *(Syntax)* முதலிய மொழியின் அனைத்து நிலைகளிலும் ஏற்படும் மாற்றங்களையும் உள்ளடக்குகின்றது.

மாறாத எதுவும் வளர்ச்சியடைவதில்லை. மொழி இதற்கு விலக்கு அல்ல. வாழும் மொழிகள் எல்லாம் இடையறாது மாற்றத்துக்கு உள்ளாகின்றன. அதனால் தொடர்ந்து வளர்ச்சியடைகின்றன. மாற்றமும் வளர்ச்சியும் ஒரு நிகழ்ச்சியின்

இரு அம்சங்களாகும். மொழி ஒரு சமூக சாதனம் என்ற வகையில் சமூகத்தில் ஏற்படும் மாற்றங்களும் வளர்ச்சிகளுமே மொழிமாற்றத்தையும் வளர்ச்சியையும் இறுதியாகத் தீர்மானிக் கின்றன. எனினும், முற்காலத்திலே மொழிவளர்ச்சி பெரிதும் பிரக்ஞைபூர்வமான ஒரு நிகழ்வாக இருக்கவில்லை. அதனா லேயே மொழி வளர்ச்சி பற்றிய திட்டங்களும் கொள்கைகளும் பழைய மொழி நூல்களில் காணப்படவில்லை. ஆனால், இன்றைய கைத்தொழில் நாகரிக யுகத்தில் பிற துறைகள் போல மொழிவளர்ச்சியும் பிரக்ஞை பூர்வமான ஒரு நிகழ் வாக உள்ளது. மொழிவளர்ச்சி பற்றிய பல்வேறு கொள்கை களும், திட்டங்களும், செய்முறைகளும் பின்பற்றப்படுகின்றன. கருத்து முரண்பாடுகளும் மோதல்களும் நிகழ்கின்றன. மொழியை நவீனப்படுத்துவதே இவற்றின் குறிக்கோள் ஆகும். மொழியை நவீனப்படுத்துதல் என்பது தற்காலச் சமூகத்தின் நவீன தொடர்பாடல் தேவைகளுக்கேற்ப மொழியை வளர்த் தல் அல்லது இணக்கப்படுத்துதலேயாகும். அவ்வகையில், தற்காலச் சூழலில் மொழிவளர்ச்சி, நவீனத்துவம் என்பன ஒரு பொருளையே குறித்து நிற்கின்றன எனலாம்.

தமிழின் நவீனத்துவம் பற்றி கருணாகரன் (1978), அண்ணாமலை (1980), சண்முகம் (1983) ஆகியோர் விரிவாக எழுதியுள்ளனர். இக்காலத் தேவைகளையெல்லாம் வெளிப் படுத்துவதற்கு ஏற்றவகையில் சொல்வளத்தைப் பெருக்குதல், பழைய வழக்குகளைத் தவிர்த்துப் பொதுவழக்கில் உள்ள சொற்களையே பெரிதும் பயன்படுத்துதல், சொற்களை இலகு வில் அடையாளம் கண்டு பொருள் விளங்கத்தக்க வகையில் சந்தி பிரித்து எழுதுதல், பழைய இலக்கண விதிகளுக்குப் புறம்பாக வளர்ச்சியடைந்துள்ள உருபனியல், வாக்கியவியல் அம்சங்களுக்கு இடமளித்தல், பேச்சு மொழிக்கும் எழுத்து மொழிக்கும் இடையே உள்ள இடைவெளியைக் குறைத்தல், பன்முகப்பட்ட மொழிநடையை வளர்த்தல், நவீன தொடர் பாடல் பொறிமுறைகளுக்கு ஏற்றவகையில் எழுத்துச் சீர்திருத் தத்தை மேற்கொள்ளுதல் போன்றவற்றை நவீனத்துவத்தின் அம்சங்களாக இவர்கள் எடுத்துக்காட்டியுள்ளனர்.

18ஆம் நூற்றாண்டின் பிற்பகுதியில் இருந்து தமிழ்மொழி இத்தகைய பண்புகளை நோக்கிப் படிப்படியாக வளர்ச்சி யடைந்து வந்துள்ளதை நாம் அவதானிக்க முடியும். மதப்பிர சாரகர்களும், நவீன அறிவியல், தொழில்நுட்பவியலாளர் களும், எழுத்தாளர்களும், பத்திரிகையாளர்களும், பல்வேறு சமூக, அரசியல் இயக்கங்களைச் சார்ந்தவர்களும், வானொலி, தொலைக்காட்சி, திரைப்படத் துறையினரும் பிரக்ஞைபூர்வ மாகவும் பிரக்ஞைபூர்வமற்றும் இத்தகைய வளர்ச்சிக்குப்

பங்களிப்புச் செய்துள்ளனர். இதனைத் தமிழின் நவீனத்துவம் நோக்கிய வளர்ச்சி எனலாம்.

தற்காலத் தமிழ் வளர்ச்சியிலே இதற்கு எதிரான போக்கு ஒன்றையும் நாம் காண்கின்றோம். தமிழ்மொழி அமைப்பிலே ஏற்பட்டுவரும் புதிய மாற்றங்களை ஏற்றுக்கொள்ளாத போக்கு இது. இப்புதிய மாற்றங்கள் தமிழ் மொழியின் வரம்பை உடைத்து அதன் வனப்பையும் வளத்தையும் அழித்துவிடும் என இப்போக்கினர் கருதுகின்றனர். பண்டைய மொழிமரபு களைப் பேணுவதன் மூலமே தமிழ்மொழியை வளர்க்கமுடி யும் என்பது இவர்களின் அடிப்படை வாதமாகும். மொழி வளர்ச்சியில் பழமையை வலியுறுத்தும் இப்போக்கினை மொழிப்பழமைவாதம் எனலாம். மொழிப்பழமைவாதம் ஒன்றில் இருந்து ஒன்று சற்று வேறுபட்ட இரு போக்குக்களைக் கொண்டுள்ளது. ஒரு போக்கு மொழிவளர்ச்சியில் இலக்கணத் தூய்மையை வலியுறுத்தும். மற்றது இலக்கணத் தூய்மையோடு மொழித் தூய்மையையும் வலியுறுத்தும். மொழி வளர்ச்சியில் இன்றுவரை செல்வாக்குச் செலுத்திவரும் இப்போக்குகளின் விளைவுகளை மதிப்பிடுவதே இக்கட்டுரையின் நோக்கமாகும்.

2. இலக்கணத் தூய்மையும் மொழித் தூய்மையும்

இலக்கணத் தூய்மை என்பது மரபு வழிவந்த இலக்கணக் கொள்கையை வழுவாது கடைப்பிடித்தலையும் மொழியமைப் பில் ஏற்படும் புதிய மாற்றங்களையும் வழக்காறுகளையும் நிகராகரிப்பதையும், எழுத்து வழக்கில் பேச்சுவழக்கின் செல் வாக்கை முற்றிலும் ஒதுக்குவதோடு, பேச்சு வழக்கையும் எழுத்துவழக்கை ஒட்டி அமைத்துக்கொள்ள வலியுறுத்து வதையும் குறிக்கும். இவ்வகையில் எழுத்திலும் பேச்சிலும் மரபுவழி இலக்கண நெறி பேணப்படவேண்டும் என்பதே இலக்கணத் தூய்மைவாதத்தின் அடிப்படை எனலாம். வேறு வகையில் சொல்லுவதாயின், செந்தமிழ் மரபினை அல்லது உயர் இலக்கிய மரபினை வலியுறுத்துவதே இலக்கணத் தூய்மைவாதம் எனலாம்.

மொழித் தூய்மை என்பது பொதுவாக சுயமொழிக் கூறுகளை மட்டும் பயன்படுத்துவதைக் குறிக்கும். பிறமொழிச் சொற்களைத் தவிர்த்து தனித்தமிழ்ச் சொற்களை மட்டும் பயன்படுத்த வேண்டும் என்பதே மொழித் தூய்மைவாதத்தின் சாராம்சமாகும்.

மொழித் தூய்மை வாதத்தைவிட இலக்கணத் தூய்மை வாதம் பழமையானது. தமிழில் நவீன உரைநடை முன் னோடிகளுள் முதல்வராக மதிக்கப்படும் ஆறுமுக நாவலரை

நவீன தமிழில் இலக்கணத் தூய்மையை வலியுறுத்தியவர்களுள் முதல்வராகவும் நாம் கருதலாம். நவீன தமிழின் முக்கிய பண்பாகிய எளிமையை முதலில் வலியுறுத்தியவரும் நாவலரே. அவ்வகையில் யாவருக்கும் எளிதில் பொருள் விளங்குவது, பெரும்பாலும் இயற்சொற்களைக் கொண்டிருப்பது, பெரும் பாலும் சந்தி விகாரங்கள் இன்றி இருப்பது ஆகிய மூன்று அம்சங்களை நவீன உரைநடையின் முக்கிய பண்புகளாக வலியுறுத்தியவர் அவர் (நுஃமான் 1988). அதேவேளை, மரபுவழி இலக்கண விதிகளையும் அவர் பெரிதும் வலியுறுத்தினார். “இலக்கண நூலாவது உயர்ந்தோர் வழக்கத்தையும் செய்யுள் வழக்கத்தையும் அறிந்து விதிப்படி எழுதுவதற்கும் பேசுவதற்கும் கருவியாகிய நூலாம்” எனத் தனது ‘இலக்கணச் சுருக்க’த்தில் இலக்கண நூலுக்கு அவர் வரைவிலக்கணம் கூறியுள்ளார். ஆறுமுக நாவலர் பேச்சு வழக்கும் எழுத்து வழக்கை ஒட்டி அமைய வேண்டும் என்ற கருத்துடையவர் என்பதை இது காட்டுகின்றது. அவ்வகையில் பேச்சுவழக்கின் செல்வாக்கி னால் எழுத்துவழக்கில் ஏற்பட்டுவந்த சில புதிய மாற்றங்களை அவர் வன்மையாக நிராகரித்தார். ‘சுப்பிரமணிய பிள்ளை யவர்கள் குமாரன் தம்பையா பிள்ளை யவர்கள்’ என்ற தொடரில் குமாரன் என்னும் ஒருமைப் பெயரோடு அவர்கள் என்னும் பன்மைப் பெயர் புணர்ந்ததெப்படி என தம்பையா பிள்ளை என்பவர் பாடிப் பதிப்பித்த ‘குமார நாயக அலங்காரம்’ என்ற நூலைக் கண்டித்து எழுதிய கட்டுரை ஒன்றிலே நாவலர் கேள்வி எழுப்புகின்றார். இராமலிங்க சுவாமிகள் பயன்படுத்திய ‘நூல்கள் அறிவிக்க மாட்டாது’, ‘அவைகள் அறியாது’ ஆகிய தொடர்களில் காணப்படும் ஒருமை பன்மை இயைபின்மையை அவர் தன் ‘போலி அருட்பா மறுப்பு’ என்னும் கட்டுரையில் கண்டித்து எழுதுகிறார் (நுஃமான் 1988). இவை பேச்சு வழக்கு எழுத்து வழக்கில் ஏற்படுத்திய செல்வாக்கின் விளைவாகும். ஆறுமுக நாவலரைப் பொறுத்தவரை இலக்கணத் தூய்மை என்பது பேச்சு வழக்கின் (கொடுந்தமிழ்) செல்வாக்கு எழுத்துவழக்கில் (செந்தமிழ்) ஏற்படாது பேணுவதே எனலாம். “உரைநடையிலே அன்றாடப் பேச்சு வழக்கு வடிவங்களையும் சொற்களையும் பயன்படுத்து வதற்கு ஆறுமுக நாவலர் திட்டவட்டமாக எதிரானவர். அந்த வகையிலே, இறுகிய, வளைந்து கொடுக்காத, ஒரு வகையில் செயற்கையான தமிழ் உரைநடை வகை ஒன்று இன்றுவரைகூட நிலைத்திருப்பதற்கு அவரும் ஓரளவுக்குப் பொறுப்பாளியாக இருக்கிறார்” என இது தொடர்பாக கமில் சுவலபில் (1973 : 259) கூறுவதும் இங்கு மனம் கொள்ளத்தக்கது.

ஆறுமுக நாவலரின் பின்வந்த எல்லா மரபுவழித் தமிழறிஞர்களும் பெரும்பாலும் உயர் செந்தமிழ் மரபை இறுக்கமாகப் பேணுவதிலேயே ஆர்வம்காட்டி வந்துள்ளனர். பழைய இலக்கண மரபு சான்றோர்களால் தமிழ் மொழிக்கு அமைக்கப்பட்ட வரம்பு எனவும், அம்மரபை மீறுவது தமிழ் மொழியை வளர்ப்பதற்குப் பதிலாக அதனை அழித்துவிடும் எனவும் அவர்கள் நம்பினர். இந் நம்பிக்கையின் அடிப்படையில் பெரிதும் பழமைசார்ந்த மொழிநடை ஒன்றை அவர்கள் பயன்படுத்தினர். பழைய இலக்கண விதிகளுக்கு அதிக அழுத்தம் கொடுத்தனர். பேச்சு வழக்கின் செல்வாக்கை முற்றிலும் தவிர்க்க விரும்பினர். தன் எழுத்துக்களில் இலக்கணத் தூய்மையை முற்றிலும் பேணியவர்களுள் ஒருவரான சுவாமி விபுலாநந்தர் இதுபற்றிக் கூறுவது நம் கவனத்துக்குரியது. "ஒவ்வொரு மொழிக்கும் சிற்சில சிறப்பியல்புகளுள. அவைதம்மை மாறுபடாது பாதுகாத்தல் ஆன்றோர்க்கியல்பு . . . மொழி முதலிலும் இறுதியிலும் நிற்றற்குரிய எழுத்து இவையாமெனவும் இன்ன இன்ன எழுத்துக்களின் முன்னர் இன்ன இன்ன எழுத்துக்கள் மயங்காவெனவும் இலக்கண நூலாசிரியர் வகுத்துக்காட்டியிருக்கின்றனர். அவர் ஆராய்ந்தமைத்த விதிகளுக்கு இயைவாகச் சொற்களையாக்கிக்கொள்ளுதல் முறையாகும் . . . வினையெஞ்சு கிளவி, பெயரெஞ்சு கிளவி, தொகைமொழி, தொடர்மொழி என்றின்னவற்றிற்கு இலக்கண நூலாசிரியர் கூறிய வரம்பினைக் கடைப்பிடிப்பது எவ்வாற்றாலும் இன்றியமையாததேயாம்" (விபுலாநந்தர் 1973:155–56). 1936இல் சென்னையில் நிகழ்ந்த கலைச்சொல்லாக்க மகாநாட்டில் நிகழ்த்திய தலைமைப் பேருரையிலேயே சுவாமி விபுலாநந்தர் இவ்வாறு குறிப்பிட்டார் என்பது முக்கிய கவனத்துக்குரியது.

ஆயினும், இலக்கணத் தூய்மைவாதிகள் அனைவரும் மொழித் தூய்மைவாதிகள் அல்லர். மொழித் தூய்மை வாதத்துக்கு முற்பட்டவரான ஆறுமுக நாவலர் அவர் காலத்துப் பிற ஆசிரியர்களைப் போலவே வடமொழிச் சொற்களைத் தாராளமாகக் கையாண்டவர். கிரந்த எழுத்துக்களையும் பயன்படுத்தியவர் அவர். "சமஸ்கிருதம் தமிழ் என்னும் இரண்டு பாஷைக்கும் முதலாசிரியர் சிவபெருமான் . . . . . . சமஸ்கிருதமும் தமிழும் சிவபெருமானாலும் இருடிகளாலும் அருளிச் செய்யப்பட்ட இலக்கண நூல்களை உடைமையாலும் ஆன்றோர்களால் தழுவப்பட்டமையாலும் தம்முள் சமத்துவம் உடையனவேயாம்" என எழுதியவர் (ஆறுமுக நாவலர் 1969:185–188). அதனால், வடசொற்களைக் கலந்து எழுதுவதில் அவருக்கு எவ்வித ஆட்சேபமும் இருக்கவில்லை.

அதுபோலவே ஆங்கிலச் சொற்களையும் நாவலர் தாராள மாகக் கையாண்டுள்ளார். சமூக, அரசியல் விவகாரம் பற்றிய அவரது எழுத்துக்களில் ஆங்கிலச் சொற்கள் பல பயின்றுவரக் காணலாம்.

தனித்தமிழ் இயக்கம் உச்சநிலையில் இருந்த காலத்தில் வாழ்ந்தவர் சுவாமி விபுலாநந்தர். உயர் செந்தமிழ் நடையையே பெரிதும் பயன்படுத்திய தீவிர செவ்வியல்வாதியான அவர், தனித்தமிழ் இயக்கத்துக்கு எதிரானவர் எனலாம். 'விஞ்ஞான தீபம்' என்னும் தனது நெடுங் கட்டுரையிலே ஆரிய – தமிழ் மோதலை அவர் சாடியுள்ளார். "வடமொழி தென் மொழி யிரண்டிலும் முதன்மை படைத்திருக்கும் நூல்களின் ஒப்புமையை நோக்குங்கால் ... ...ஆரிய நன்று தமிழ் தீது; தமிழ் நன்று ஆரியம் தீது; தமிழ் மொழிக்கட் டலையாய ஒத்து இல்லை ... ஆரிய மறைமொழி இழுக்குடையது என்று இவ்வாறெல்லாம் பக்கம் பற்றிக் கூறுவாரது உரையனைத்தும் மரபுநிலை திரிந்த வெற்றுரையென்பது தெளிவாகும்" என்பது அவர் கூற்று (விபுலாநந்தர் 1963: 41). ஆழ்ந்த ஒப்பியல் நோக்குடைய சுவாமி விபுலாநந்தர் பிறமொழி எதிர்ப்பாள ராக இருந்ததில்லை. "உயிருள்ள மொழியானது பிறமொழித் தொடர்பு கொண்டு தனக்குரிய சொற்களஞ்சியத்தைப் பெருக்கிக் கொள்ளுதல் வேண்டும்" என்றும் அவர் எழுதியுள்ளார் (விபுலாநந்தர் 1973:156). 'விஞ்ஞான தீபம்' என்ற தனது கட்டுரைத் தலைப்புப் பற்றிக் குறிப்பிடுகையில், "தமிழ்மொழியில் உணர்வுச் சுடர்" என்பதிலும் பார்க்க விஞ்ஞான தீபம் என்பதே பொருத்தமுடைத்து. அன்றியும் தமிழ் நூற்பரவையுள் வடமொழிப் பெயரெய்தப்பெற்ற நூல்கள் மிகப்பல" என்றும் கூறுகின்றார் (விபுலாநந்தர் 1963:49). கலைச் சொல்லாக்கத்தில் தகுந்த தமிழ்ச் சொற்கள் இல்லாவிடத்து வடசெற்களைக் கையாளவேண்டும் என்பதும் அவரது கருத்து (1963 : 102).

இத்தகைய கருத்துகளுக்கு முற்றிலும் எதிரான மொழித் தூய்மைவாதம் அதன் தீவிர வடிவில் தனித்தமிழ் இயக்கமாக மறைமலை அடிகளால் தோற்றுவிக்கப்பட்டது. இந்த நூற் றாண்டின் முற்பகுதியில் தோன்றி இன்றுவரை தமிழ்ச் சிந்தனையில் பெரிதும் செல்வாக்குச் செலுத்திவரும் இவ் வியக்கத்தின் கருத்தியல் பற்றி அரசியல் நோக்கில் சிவத் தம்பியும் (1979), இலக்கிய நோக்கில் கைலாசபதியும் (1986), மொழியியல் நோக்கில் அண்ணாமலையும் (1979) விரிவாக ஆராய்ந்துள்ளனர். தனித்தமிழ் இயக்கம் இலக்கணத் தூய்மை யோடு மொழித் தூய்மையும் பேணப்படவேண்டும் என்பதை அடிப்படையாகக் கொண்டது. பிறமொழிக் கலப்பால்

தமிழ்மொழி அழிந்துவிடும் என்பதையே மொழித் தூய்மை வாதம் அழுத்திக் கூறுகின்றது. "வடசெற்களை இப்போதே நாம் தடை செய்யாவிடின் தமிழ் தன்னிலை கெட்டு வேறு மொழி போலாகிவிடக்கூடும். தமிழில் பிறமொழிச் சொற் களைச் சேர்ப்பதால் தமிழ் தன் இனிமையை இழந்து போவதோடு பல தமிழ்ச் சொற்களும் வழக்கில் இல்லாது இறந்து போகின்றன" என்பது மறைமலை அடிகள் கருத்து *(மேற்கோள், சோமலே 1956 : 71).*

"நம் தமிழ்மொழி தனித்து இயங்கும் ஆற்றல் பெற்ற மொழி; எனினும் தமிழில் பிற மொழிச் சொற்களைக் கலந்து வழங்குகின்றோம். இது தவறு. பிறமொழிச் சொற் களைக் கலவாது பேசுதலும், எழுதுதலும் நம் தமிழ் மொழி யின் வளர்ச்சிக்கு உதவும்" என அரசு சார்பான தமிழ்நாட்டுப் பாடநூல் நிறுவனம் வெளியிட்டுள்ள பத்தாம் வகுப்புக்கான தமிழ் இலக்கண நூல் *(1990 : 57)* கூறுகின்றது. மொழி வளர வேண்டுமானால் பிறமொழிக் கலப்பைத் தவிர்க்க வேண்டும் எனவும் பிறமொழிக் கலப்பினாலேயே மலையாளம், தமிழில் இருந்து பிரிந்து தனிமொழியாகியது எனவும் மொழித்தூய்மை யாளர் அழுத்திக்கூறுவர். அவ்வகையில் தமிழ் மொழியை அதன் தனித்தன்மையோடு அழியாது பேணவேண்டுமாயின் தமிழில் பிறமொழிக் கலப்பை முற்றாகத் தடுக்கவேண்டும், புதிய தொடர்பாடல் தேவைகளுக்கு வேண்டிய சொல் வளத்தைப் பெருக்குவதற்குத் தனித்தமிழ்க் கூறுகளை மட்டுமே பயன்படுத்த வேண்டும் என இவர்கள் வாதிட்டனர். இவ்வகையில் பழந்தமிழ்ச் சொற்களையும் சொற்சேர்க்கை முறைகளையும் பயன்படுத்துவது தவிர்க்க முடியாததாகிற்று. இவ்வாறு இலக்கணத் தூய்மையும் மொழித் தூய்மையும் மொழிப் பழமைவாதத்தின் இரு அம்சங்களாயின. இவ்விரு போக்குகளும் மொழிவளர்ச்சியைத் தொன்மையை நோக்கித் திருப்பும் நோக்குடையன. அதனால் இவ்விரண்டையும் செவ்வியலாக்கம் *(Classicalisation)* என வழங்கலாம். இதன் சாதகமான விளைவுகள் சிலவற்றை – குறிப்பாகக் கலைச் சொல்லாக்கத்தைப் பொறுத்தவரை – நாம் இனங்காண முடியுமாயினும் நடைமுறையில் இது எதிர் நவீனத்துவத்துக்கே இட்டுச் செல்கின்றது. தமிழகத்திலும் சரி, இலங்கையிலும் சரி, அரசு சார்பான மொழி அமைப்புக்களிலும் கல்வி நிறுவனங்களிலும் இலக்கணத் தூய்மை, மொழித் தூய்மை ஆகியவற்றின் காவலர்களே முதன்மை இடம் பெற்றிருந்ததால், மொழிவளர்ச்சியில் இவர்களது கருத்தியலே அதிக செல் வாக்குச் செலுத்தியது. பாடநூல் ஆக்கம், கலைச்சொல் ஆக்கம், அரசு ஆவணங்களின் மொழிபெயர்ப்பு முதலிய

வற்றில் இப்போக்கின் செல்வாக்கை நாம் இன்றும் காணலாம். அடுத்துவரும் பகுதிகளில் செவ்வியலாக்கத்தின் நடைமுறை விளைவுகள் பற்றிச் சில உதாரணங்களை மட்டும் நோக்கலாம்.

3. சொற்புணர்ச்சி

தற்காலத் தமிழின் முக்கிய பண்புகளுள் ஒன்று சந்தி பிரித்து எழுதுவதாகும். இதனை எளிமையாக்கத்தின் ஒரு அம்சமாக அண்ணாமலை (1980) விளக்குவார். சொற் புணர்ச்சியிலும் வாக்கிய அமைப்பிலும் எளிமையாக்கம் வெற்றி பெற்றிருப்பதையும் அவர் (1979) சுட்டிக்காட்டியுள்ளார். ஆயினும், இலக்கணத் தூய்மைவாதம் இதற்கு எதிர்நிலையில் செயற்படுவதையே காணமுடிகின்றது. பாடநூல்களில் சொற்புணர்ச்சி அழுத்தி வலியுறுத்தப்படுகின்றது. இலங்கைப் பாடசாலைகளில் பயன்படுத்தப்படும் தமிழ் – 9 பாடநூல் பின்வருமாறு கூறுகின்றது.

> இக்காலத்திலே செய்தித்தாள்களிலும் தரம் குறைந்த அச்சுப் புத்தகங்களிலும் புணர்ச்சி விதிகள் பெரும் பாலும் புறக்கணிக்கப்பட்டு வருதலைக் காண்கின் றோம். பல சந்தர்ப்பங்களில் பிழையாகவும் சொற்கள் புணர்த்தப்பட்டிருப்பதைக் காணலாம். மாணாக்கர் இவற்றைத் தவிர்த்தல் வேண்டும். சொற்களின் திருத்த மான புணர்ச்சிகளை அறிந்து தாம் எழுதும் கட்டுரை களிலே இன்றியமையாத புணர்ச்சி விதிகளைப் போற்றி எழுதுதல் வேண்டும்.

பாடநூலில் இன்றியமையாத புணர்ச்சி விதிகள் எவை எனக் கூறப்படவில்லை. ஆயினும், மொத்தம் 94 புணர்ச்சி விதிகளை இப்பாடநூல் கூறுகின்றது. இவை அனைத்தும் தற்காலத் தமிழுக்கு இன்றியமையாதன என்பதே இப்பாடநூல் ஆசிரியர்களின் கருத்தாதல் வேண்டும். எனினும், பாடநூலில் பயன்படுத்தப்பட்டுள்ள மொழி நடையில் உயிர்முன் உயிர் வரும்போது உடம்படுமெய் தோன்றுவதிலும், மெய்முன் உயிர் வரும்போது உயிர்மெய்யாய்ப் புணர்வதிலும் நெகிழ்ச்சி காணப்படுகின்றது. அதேவேளை லகர ஈற்று, மகர ஈற்றுப் புணர்ச்சியிலும், வேறு பல புணர்ச்சி விதிகளிலும் இறுக்கம் கடைப்பிடிக்கப்பட்டுள்ளது. இவை இன்றியமையாப் புணர்ச்சி என அவர்கள் கருதுவது தெளிவு.

ஏ. எம். ஏ. அஸீசின் 'இலங்கையில் இஸ்லாம்' என்னும் நூலிலிருந்து 'பழமை என்ற விளக்கு' என்னும் கட்டுரையின் ஒரு பகுதியை இப்பாட நூலில் சேர்த்த ஆசிரியர்கள் மூல ஆசிரியர், லகர, மகர, ஈற்றுச் சொற்களைப் புணர்த்தாது

எழுதியிருக்க, பாட நூலில் அவற்றையெல்லாம் புணர்த்தியே பதிப்பித்துள்ளனர். இங்கு சில உதாரணங்களைப் பார்க்கலாம்.

மூலம்	திருத்தம்
இருந்தால் போதும்	இருந்தாற் போதும்
நாகரிகத்தில் போதிய	நாகரிகத்திற் போதிய
நடைமுறையில் கொண்டுவரும்	நடைமுறையிற் கொண்டுவரும்
இயக்கும் சக்கரம்	இயக்குஞ் சக்கரம்
ஒன்றும் தெரிந்து	ஒன்றுந் தெரிந்து
இருக்கும் கெடுதல்	இருக்குங் கெடுதல்

இலங்கைக் கல்வி வெளியீட்டுத் திணைக்களமும், அரசகரும மொழித் திணைக்களமும் இப்புணர்ச்சி விதிகளை இறுக்க மாகக் கடைப்பிடித்து வருகின்றன. *Fisheries Department* என்ப தற்கு அரசகரும மொழித் திணைக்களம் கொடுத்துள்ள தமிழ் வடிவம் 'கடற்றொழிற் றிணைக்களம்' என்பதாகும்.

4. வாக்கிய அமைப்பு

முன் குறிப்பிட்ட ஏ.எம்.ஏ. அஸீசின் கட்டுரையிலிருந்து மூன்றில் ஒரு பகுதியே பாடநூலில் சேர்க்கப்பட்டுள்ளது. ஆயினும், அதில் *140* திருத்தங்கள் செய்யப்பட்டுள்ளன. இத்திருத்தங்கள் கிரந்த எழுத்து நீக்கம், சொற்புணர்ச்சி, பிறமொழிச் சொற்கள் நீக்கம், வாக்கிய அமைப்பு ஆகிய நிலைகளில் செய்யப்பட்டுள்ளன. வாக்கிய அமைப்புத் தொடர்பான ஒரு உதாரணத்தை இங்கு தரலாம். அஸீசின் கட்டுரையில் 'நாம் தயாராயிருக்க வேண்டும்' என்று வரும் வாக்கியம் பாடநூலில் 'நாம் தயாராயிருத்தல் வேண்டும்' எனத் திருத்தப்பட்டுள்ளது. 'இது செயல் வேண்டும் என்னும் கிளவி' எனவரும் தொல்காப்பியச் சூத்திரத்தின் மாதிரியில் செய்யப்பட்ட திருத்தம் இது. செய்ய வேண்டும், போக வேண்டும் என எழுதுவது இக்கால மொழிமரபு. இவ்வாறு எழுதுவதே இன்று பெருவழக்காகும். பேச்சு வழக்கின் செல் வாக்கினால் எழுத்து வழக்கில் ஏற்பட்ட மாற்றமாக நாம் இதனைக் கருதலாம். இடைக்காலத் தமிழிலேயே இம்மாற்றம் தொடங்கிவிட்டது. பழந்தமிழில் இவை முறையே செயல் வேண்டும், போதல் வேண்டும், நிற்றல் வேண்டும் என அமையும். இப்பழந்தமிழ் மரபையே சரியான இலக்கண விதியாகக் கருதும் இலக்கணத் தூய்மைவாதிகள் புதிய மாற்றத்தை நிராகரிப்பர். இது மொழி வளர்ச்சியைப் பின் னோக்கி இழுத்தலாகும்.

பழந்தமிழில் அல் என்ற அடியாகப் பிறந்த எதிர்மறை வினைமுற்று திணை, பால், எண், இடம் ஆகியவற்றுக்கு

ஏற்ப விகுதி பெற்று, நான் அல்லேன், நாம் அல்லேம், நீ அல்லை, நீங்கள் அல்லீர், அவன் அல்லன், அவள் அல்லள், அவர்கள் அல்லர், அது அன்று, அவை அல்ல என அமையும். ஆனால் இக்காலத் தமிழில் அல்ல என்ற வடிவமே இருதிணை ஐம்பால், மூவிடத்துக்கும் பொதுவானதாக அமைகின்றது. இதுவும் பேச்சு வழக்கின் செல்வாக்கினால் ஏற்பட்ட எளிமை நோக்கிய மாற்றமாகும். மு. வரதராசன் போன்ற தமிழறிஞர் களும் இந்த அமைப்பையே பயன்படுத்தியுள்ளனர். ஆயினும், இலக்கணத் தூய்மைவாதம் இதனை ஏற்றுக்கொள்வதில்லை. தமிழ்நாட்டுப் பாடநூல் நிறுவனம் புதிய கல்விக் கொள்கை யின் கீழ் அமைத்த பாடத்திட்டத்திற்கிணங்க எழுதி வெளி யிட்டுள்ள எட்டாம் வகுப்புக்குரிய தமிழ் இலக்கணம் அவன் அல்ல, அவள் அல்ல, அவர் அல்ல, அது அல்ல என்று எழுதுவது பிழை என்றும் அவன் அல்லன், அவள் அல்லள், அவர் அல்லர், அது அன்று என எழுதுவதே சரி என்றும் வலியுறுத்திக் கூறுகின்றது.

இலங்கை கல்வி வெளியீட்டுத் திணைக்களம் வெளி யிட்டுள்ள மொழிபெயர்ப்பு நூல் ஒன்றிலே இடம் பெறும் பின்வரும் வாக்கிய அமைப்பு பண்டைய உரையாசிரியர் களின் செவ்வியல் நடையை ஒத்திருப்பதையும் இங்கு சுட்டிக்காட்டலாம்.

> ஒப்பற்ற மேதாவிலாசத்தைத் தாகூர் உடையராயினும் தனியொரு பிறவியாக அவரைக் கொள்ளலும் பொருந் தாது. என்னை, நாட்டபிமானத்தால் உந்தப்பட்டு, முன்னாட் போலியிலக்கியத்தின் தளைகளை அறுத் தெறியும் ஆசையால் ஏற்பட்டு இலக்கியம் படைத்த கவிஞரும் எழுத்தாளரும் இந்திய மொழிகள் பிறவற் றிலும் தோன்றினரன்றோ? *(பணிக்கர்: 1961:289)*

5. பிறமொழிச் சொற்களின் தமிழாக்கம்

மொழிப் பழமைவாதம் பிறமொழிப் பெயர்களையும் சொற்களையும் தமிழ் மயப்படுத்துவதில் அதிகம் செல்வாக்குச் செலுத்தியுள்ளது. இவ்வம்சத்தில் பத்திரிகைத் தமிழ் அல்லது நாம் அன்றாடம் வழங்கும் பொதுத் தமிழுக்கும், கல்வித்துறை அல்லது பாடநூல் தமிழுக்கும் இடையே பெரிய இடைவெளி இருப்பதைக் காணமுடியும். பொதுத் தமிழ் முடிந்த அளவு மூலமொழி உச்சரிப்பைப் பேண முயலுகின்றது. பாடநூல் தமிழ் முற்றிலும் அவற்றைத் தமிழ் மயமாக்க முயலுகின்றது.

எந்த மொழியும் பிறமொழிச் சொற்களை ஒலிச்சிதை வின்றி மூலமொழியில் உள்ளதுபோல் அப்படியே கடன்

வாங்கிக் கொள்வதுமில்லை; அதுபோல் முற்றிலும் தனது ஒலி அமைப்புக்கு ஏற்ப ஒலி மாற்றம் செய்து தன்மயமாக்கிக் கொள்வதும் இல்லை. இரண்டுமே நிகழ்கின்றன. எல்லா மொழிகளும் பெருமளவு தமது ஒலியமைப்புக்கு ஏற்பவே பிறமொழிச் சொற்களைத் தழுவிக் கொள்கின்றன. அதே வேளை ஓரளவு பிறமொழி ஒலிகளையும் ஒலிச் சேர்க்கை களையும் கடன் வாங்கியும் கொள்கின்றன. இவ்வாறுதான் தமிழ்மொழியிலே வடமொழித் தொடர்பால் ஜ, ஸ, ஷ, ஹ முதலிய எழுத்துக்களும் ஒலிகளும் கடன் வாங்கப்பெற்றன. மொழிக்கு முதல், இடை, கடை நிலைகளில் வரா எனப் பழைய இலக்கண நூல்கள் குறிப்பிடும் ஒலிகள் இடம்பெறத் தொடங்கின. வடமொழித் தொடர்பால் ஏற்பட்ட இம்மாற் றங்கள் ஆங்கிலம், அரபு போன்ற பிறமொழிப் பெயர்களை எழுதுவதற்கும் வாய்ப்பாக அமைந்தன. மொழிப் பழமை வாதம் இவ்வாய்ப்பை மூடிவிடுகின்றது.

இலங்கையில் பல்கலைக்கழகம்வரை தாய்மொழி மூலம் கல்வி அறிமுகப்படுத்தப்பட்டபின், கல்வி வெளியீட்டுத் திணைக்களம் ஆங்கில மொழியில் எழுதப்பட்ட இயற்கை விஞ்ஞானம், சமூக விஞ்ஞானம், கணிதம் போன்ற பல துறை சார்ந்த பாட நூல்களையும், வேறு பல புகழ்பெற்ற நூல்களையும் தமிழில் மொழிபெயர்த்து வெளியிட்டது. ஏ. எல். பஷாமின் 'வியத்தகு இந்தியா' *(Wonder that was India)*, கே. எம். பணிக்கரின் 'ஆசியாவும் மேனாட்டு ஆதிக்கமும்' போன்றவையும் இவற்றுள் அடங்கும். தமிழ் நாட்டில்கூட இந் நூல்கள் மொழிபெயர்க்கப்படவில்லை. ஆயினும், இம் மொழிபெயர்ப்புகளில் அதீத செவ்வியல் நெறி பேணப்பட் டமையால் அவை தம் நோக்கத்தை ஈடு செய்யமுடியாத அளவு தொடர்பாடல் திறன் குன்றியவையாகக் காணப்படு கின்றன. பிறமொழிப் பெயர்களின் தமிழாக்கமுறை மட்டு மன்றி வழக்கிறந்த பழந்தமிழ்ச் சொற்கள், இலக்கணக் கூறுகள், வாக்கிய அமைப்பு போன்றவை பெருமளவில் பயன்படுத்தப் படுவதும் இதற்குக் காரணமாகும். இந்நூல்களைப் பயன் படுத்தும் மாணவர் இவற்றை இலகுவில் புரிந்துகொள்ள முடியாதிருப்பதாகக் கூறுகின்றனர். இங்கு பணிக்கரின் 'ஆசியாவும் மேனாட்டு ஆதிக்கமும்' என்னும் நூலில் இடம் பெற்றுள்ள 'தமிழ் மயமாக்கப்பட்ட' சில பிறமொழிப் பெயர் களை மட்டும் உதாரணமாகத் தருகிறேன்.

இடப்பெயர்கள்: அபுகானித்தான், அமித்தடாம், அலாசுக்கா, அனோய், இசுப்பெயின், இசுக்கொட்டிசு, இடச்சு, இரசியா, ஒசுத்திரேலியா, சான்பிரான்சுக்கோ, சென் பீற்றசுப்பேக்கு, திரினிடாத்து, தொக்கியோ, பலுச்

சித்தான், பாக்கித்தான், பாங்கொக்கு, போணியோ, மன்செசுற்றர்.

ஆட்பெயர்கள்: அட்சன், ஆடிங்கு, உறோபேட்டு ஆட்டு, இரசல், இலாசுகி, உரூசோ, செங்கிசுக்கான், தொசுற்றோ விசுக்கி, யோட்சு, விற்றோரியா.

தொடர்பாடல் நோக்கில் இத்தகைய தமிழாக்கம் பயனற்றது என்பது வெளிப்படை. பத்திரிகை, வானொலி, தொலைக் காட்சி போன்ற தொடர்பாடல் சாதனங்களில் இப்பெயர்கள் பெரிதும் அவற்றின் மூல உச்சரிப்பை ஒட்டியதாகவே அமை கின்றன. மொழிப் பழமைவாதம் மேலோங்கியுள்ள கல்வித்துறை களில் அவை வேறுபட்டு அமைகின்றன. அதனால் தமிழ் மயப்பட்ட புதியவடிவங்கள் அவற்றின் தொடர்பாடல் திறனை இழந்துவிடுகின்றன. இன்று தமிழ் மட்டும் அறிந்தவர்களாலும் பரவலாக அறியப்பட்ட ஜோர்ஜ் புஷ், ஜோன் மேஜர் போன்ற பெயர்களை யோட்சு புசு, யோன் மேசர் என்றோ, சோர்ச்சு புசு, சோன் மேசர் என்றோ தமிழ்மயமாக்கினால் அவர்களால் புரிந்துகொள்ள முடியாது. மொழி பிரதானமாக ஒரு தொடர் பாடல் சாதனம் என்ற வகையில் மொழிமரபு நவீன தொடர் பாடலுக்கு இடையூறாக அமையும்போது அம்மரபு மாறவேண்டி யிருக்குமே தவிர மரபைப் பேணுவதற்காக மொழி தன் தொடர்பாடல் திறனை இழந்துவிடாது.

பிறமொழிச் சொற்களை நீக்குதல் அல்லது அவற்றைத் தமிழ் மயமாக்குதல் தொடர்பாக இன்னும் ஒரு முக்கிய அம்சத்தையும் நாம் கவனத்தில் கொள்ளவேண்டும். மொழித் தூய்மையாளர்கள் தமிழ் ஒரு குறிப்பிட்ட சமூகப் பிரிவின ருக்கு உரியதாக அன்றி பல்லின, பல்கலாச்சார சமூகத்துக் குரிய மொழியாக வளர்ச்சியடைந்து வந்திருக்கின்றது என்பதை மறந்து விடுகின்றார்கள். மறைமலை அடிகள் தமிழ்மொழி வளர்ச்சியை சைவத்தோடு மட்டுமே இணைத்துப் பார்த்தார். அவரது கருத்துப்படி பண்டைக்காலம் முதல் தமிழைப் பயன்படுத்தியவர்களும் வளர்த்தவர்களும் சைவர் களே. பின்னர் வந்த பௌத்தர்களும், சமணர்களும், வைஷ்ண வர்களும், கிறிஸ்தவர்களும், முஸ்லீம்களும் தங்கள் மதக் கொள்கைகளைப் பரப்புவதற்காக மட்டுமே தமிழைப் பயன்படுத்தினர். எந்தவிதக் கட்டுப்பாடுமின்றி வடசொற் களையும் பிற மொழிச் சொற்களையும் கலந்து ஆயிரக்கணக் கான தமிழ்ச்சொற்களை வழக்கில் இருந்து அழிந்து போகச் செய்ததில் இருந்தே அவர்கள் தமிழை வளர்க்க வரவில்லை என்பதை விளங்கிக் கொள்ளலாம் என்றும், தமிழ்மொழிக்கு மட்டும் உரிய சைவத் தமிழர்களே தமிழை அதன் தூய

வடிவத்தில் பயன்படுத்தி அதனை வளர்த்தனர் என்றும் அவர் கருதுகின்றார் (மறைமலை அடிகள் 1972). மொழிமாற்றம், வளர்ச்சிபற்றி எவ்வித ஆழ்ந்த அறிவும் இன்றி, வெறும் உணர்ச்சி நிலைநின்று மறைமலை அடிகள் பிரச்சினையை நோக்கியிருக்கிறார் என்பது தெளிவு. எந்த மக்கள் கூட்டமும் மொழியை வளர்க்கும் நோக்கில் மொழியைப் பயன்படுத்துவதில்லை. பதிலாக மொழியைப் பயன்படுத்துவதன் மூலமே மொழி வளர்கின்றது. பழைய சொற்கள் வழக்கில் இருந்து மறைவதும், புதிய சொற்கள் வழக்குக்கு வருவதும் மொழி வளர்ச்சியின் இயல்பான நிகழ்வாகும். சங்ககாலத்தில் வழங்கிய ஆயிரக்கணக்கான சொற்கள் இடைக்காலத்தில் வழக்கிறந்தன என்றால், தமிழரின் பண்பாடு பெரிதும் மாற்றத்துக்கு உள்ளாக்கி விட்டது என்பதே பொருள். பல்வேறு பண்பாட்டை உடைய மக்கள் ஒரு மொழியைப் பயன்படுத்தும்போது அம்மொழி பன்முகப்பட்ட வளர்ச்சி பெறுகின்றது. ஆங்கிலம் உலகப் பெருமொழியாக இவ்வாறே வளர்ந்தது. தமிழும் அவ்வாறே வளர்ந்து வந்துள்ளது. பௌத்தர்களும், சமணர்களும், வைஷ்ணவர்களும், கிறிஸ்தவர்களும், இஸ்லாமியரும் தங்கள் தங்கள் தேவைகளுக்காகத் தமிழ்மொழியைப் பயன்படுத்தியபோது தமிழ் அதற்கெல்லாம் வளைந்து நெகிழ்ந்து கொடுத்து வளர்ந்துள்ளது. அதன் சொல்வளமும் பொருள்வளமும் பெருகியுள்ளன. ஒரு வாழும் மொழியின் இயல்பு இது.

மறைமலை அடிகள் கருதுவதுபோல் பழந்தமிழ் மரபை சைவத்தமிழ் மரபாகக் காண்பதும், பிற பண்பாட்டுக் கலப்பினால் தமிழ் மரபில் ஏற்படும் மாற்றத்தையும், வளர்ச்சியையும் தமிழின் அழிவாகக் கருதுவதும், தூய சைவத்தமிழ் மரபு எனத் தாம் கருதுவதைப் பிற பண்பாட்டினர் மேல் திணிப்பதும் சமூகவியல் நோக்கிலும் மொழியியல் நோக்கிலும் ஆரோக்கியமற்றதாகும். கிருட்டினன் என்பதைவிட கிருஷ்ணன் என்றும், கிறித்தவர் என்பதைவிட கிறிஸ்தவர் என்றும், இசுலாமியர் என்பதைவிட இஸ்லாமியர் என்றும் எழுதுவதையே அவ்வச் சமூகப்பிரிவினர் விரும்புவராயின் மொழி மரபுக்கு விரோதமானது எனக்கூறித் தடுப்பது மொழி வளர்ச்சிக்கு எதிரானது என்பதோடு ஒரு பல்லினச் சமூக நோக்கில் உகந்ததல்ல என்பதையும் நாம் அழுத்திக் கூற வேண்டும்.

6. பிறமொழிச் சொற் கலப்பு

மொழித்தூய்மைவாதம் தொடர்பாகக் கூற வேண்டிய பிறிதொரு அம்சம் சமூக வளர்ச்சிப் போக்கில் பிற மொழிக் கலப்பு தவிர்க்க முடியாதது என்பதாகும். மனிதர்கள் சிறுசிறு குழுக்களாகப் பிற சமூகத் தொடர்பின்றி, பிற பண்பாட்டுத்

தாக்கமின்றித் தனித்து வாழ முடியுமாயின், அவர்களின் மொழியும் பிறமொழிக் கலப்பின்றி இயங்க முடியும். மிகப் பண்டைக் காலத்திலேயே இது சாத்தியமாகவில்லை. நவீன யுகத்தில் அத்தகைய ஒரு தனித்த வாழ்வை எண்ணிப் பார்க்கவே முடியாது.

பிற பண்பாட்டுத் தொடர்பு மூலம் அப்பண்பாட்டுக் குரியோரின் பொருட்களும் சிந்தனையும் நம்மை வந்து சேரும் போது அவற்றைக் குறிக்க அவர்கள் பயன்படுத்திய சொற்களும் நம் மொழியில் வந்து சேர்கின்றன. சைக்கிள், கார், பஸ், லொறி போன்ற சொற்கள் இவ்வாறே நம்மை வந்து சேர்ந்தன. நமது அன்றாடத் தொடர்பாடலில் இவை தவிர்க்க முடியாத சொற்களாகிவிட்டன. சைக்கிள் என்பதற்குப் பதிலாகத் துவிச் சக்கரவண்டி, ஈருருளி, இருசில்லி, மிதிவண்டி போன்ற சொற் களைப் பயன்படுத்த முயற்சி நடந்தது. ஆயினும், சைக்கிள் என்பதே நிலைகொண்டு விட்டது. கார் என்பதற்கு மாற்றாக நாம் ஒரு சொல்லை உண்டாக்க முயலவில்லை. இதனை வடிவில் ஒத்த பழந்தமிழ்ச் சொல் (கார் மேகம், கார் காலம்) இருந்தது இதற்குக் காரணமாய் இருக்கக்கூடும். பஸ் என்பதற்குப் பதிலாகப் பேருந்து என்பது இன்று தமிழ்நாட்டில் வழக்கில் உண்டு. ஆயினும், பஸ் என்பதே இன்னும் பெருவழக்கில் உள்ளது. இதனைப் பசு, வசு எனத் தமிழ் மயமாக்கும் முயற்சிகளும் நடந்தன. இலங்கையில் லொறியும் தமிழ்நாட்டில் லாறியுமே வழக்கில் உள்ளன இவற்றை உலொறி, உலாறி எனப் பயன் படுத்த பத்திரிகையாளர் யாரும் முயன்றதாகத் தெரியவில்லை.

தமிழில் பிறமொழிச் சொற்கள் பல எவ்வாறு அத்தியா வசியமாகிவிட்டன என்பது பற்றி ஒரு பத்திரிகையாளரான டி.எஸ். சொக்கலிங்கம் ஒரு முறை கூறிய கருத்து இங்கு மனங்கொள்ளத் தக்கது.

> டாங்கி, விமானம், பெட்ரோல், மோட்டார், பீரங்கி, குண்டு, துப்பாக்கி, தோட்டா ஆகிய வார்த்தைகளை உபயோகிக்காமல் யுத்தச் செய்திகளைச் சொல்லவே முடியாது. டாங்கியும், பெட்ரோலும், மோட்டாரும் ஆங்கிலம். இவற்றை எப்படி மொழிபெயர்ப்பார்கள்? தானே இயங்கும் ஊர்தி என்று ஒவ்வொரு தடவையும் மோட்டாருக்குப் பதிலாக நீளமாக எழுதுவார்களா? விமானம், பீரங்கி, குண்டு, துப்பாக்கி, தோட்டாவை எடுத்துக் கொள்வோம். இவையெல்லாம் தமிழ் வார்த்தை களே என்று நீங்கள் நினைக்கலாம். புலவர்கள் தனித் தமிழ்க் கொள்கைப்படி இவை தமிழ்வார்த்தைகளே இல்லை. விமானம் சமஸ்கிருதம், பீரங்கி போர்ச்சுக்

கேய பாஷையில் இருந்து வந்தது. குண்டு மராத்தி பாஷை. துப்பாக்கி துருக்கி பாஷை. தோட்டா உருதுவில் இருந்து வந்து சேர்ந்தது. இவ்வளவையும் பிறமொழிச் சொற்கள் என்று தள்ளிவிட்டால் இவற்றுக்குப் பதிலாகத் தனித்தமிழில் எப்படிச் சொல்வார்கள்? விமானத்துக்கு பறக்கும் வண்டி என்றும், பீரங்கிக்கு உருண்டு நீண்ட குழாயுள்ள வெடியென்றும் சொல்லுவார்களா? அப்படி சொன்னால் அவை பொருத்தமாயிருக்குமா? அல்லது ஜனங்களுக்குத்தான் புரியுமா? (மேற்கோள் சோமலே *1956 : 86*)

தனித் தமிழ் இயக்கம் அதன் தீவிர நிலையில் மொழி வளர்ச்சிக்குப் பாதகமானது என்பதைப் பொதுவாகப் பலரும் ஏற்றுக்கொண்டுள்ளனர். நாகரீகமடைந்த ஒரு மனிதன் காட்டுமிராண்டியாவதை ஒத்த பிற்போக்கானது என வையாபுரிப்பிள்ளை *(1989:5)* 'தமிழின் மறுமலர்ச்சி' என்ற தனது நூலில் இதுபற்றிக் குறிப்பிட்டுள்ளார். பழந்தமிழை மீட்டு அதை சமஸ்கிருதக் கலப்பற்றதாகப் பேணும் சுவாமி வேதாசலத்தின் முயற்சி இரு மடங்கு பிற்போக்கானது என்றும், அது ஒரு சாத்தியமற்ற காரியம் என்றும் கைலாசபதி *(1986)* கூறியுள்ளார். ஆயினும், தமிழில் மனம்போன போக்கிலான பிறமொழிக் கலப்பைக் கட்டுப்படுத்தியதும், தமிழின் சொல்வளத்தைப் பெருக்குவதில் அதன் உள்ளார்ந்த ஆற்றலைப் பயன்படுத்துவதற்கு வழிதிறந்து விட்டதும் தமிழ் மொழி வளர்ச்சியில் அதன் சாதகமான செல்வாக்கு என்றே கூறவேண்டும் (அண்ணாமலை, *1979*).

எனினும், இலக்கணத் தூய்மையும், மொழித் தூய்மையும் ஒன்றிணைந்த செவ்வியல் மொழிநடை பேச்சுமொழியில் இருந்து வெகுதூரம் விலகிச் செல்கின்றது. சாதாரண படிப்பறிவுள்ள வாசகர் மட்டுமன்றி ஓரளவு உயர்கல்வி பெற்றவர்கள்கூட இதனைப் புரிந்துகொள்வதில் இடர்படுகின்றனர். தற்கால வழக்கில் இல்லாத பழந்தமிழ்ச் சொற்கள், இலக்கணக் கூறுகள் பலவற்றைக் கையாளுதல், பழைய புணர்ச்சி விதிகளைப் பெரிதும் பேணுதல், பிறமொழிப் பெயர்களையும் சொற்களையும் முற்றிலும் தமிழ் மயமாக்குதல் போன்றவை இத்தகைய இடர்பாட்டுக்குக் காரணமாகின்றன. இதனாலேயே மொழி வளர்ச்சியைப் பொறுத்தவரை செவ்வியலாக்கம் நவீனத்துவத்துக்கு எதிர் நிலையானது எனக் கொள்ளவேண்டியுள்ளது.

தமிழ் மொழியைப் போன்றே சீனமொழியும் தொன்மை வாய்ந்த இலக்கிய வளம் பெற்ற ஒரு மொழியாகும். தமிழ் போல் சீன மொழியிலும் பேச்சுக்கும் எழுத்துக்கும் இடையே

பெரிய இடைவெளியுண்டு. இந்த நூற்றாண்டின் தொடக்கப் பகுதிகளில் தமிழ் மொழியை நவீனப்படுத்த முயற்சிகள் நடைபெற்றதுபோல் சீனமொழியை நவீனப்படுத்தும் முயற்சி களும் மேற்கொள்ளப்பட்டன. பணிக்கர் தன்னுடைய நூலிலே இதுபற்றி விரிவாக எழுதியுள்ளார். பெரிதும், செவ்வியல் பாங்கான மொழிநடையில் மொழிபெயர்க்கப்பட்ட அதன் ஒரு பகுதியை இங்கு தருகின்றேன். இதில் கூறப்படும் பொரு ளுக்கும் அதன் மொழிநடைக்கு இடையில் உள்ள இயை பின்மையை நாம் தெளிவாகக் காணமுடியும்.

> இலக்கிய விற்பன்னரும் பொதுமக்களும் ஒரே மொழியை வழங்கச் செய்து அவ்வழி, சிந்தனைச் செல்வமனைத்தையும் பொது மக்களுக்குள் திறந்து விடுவதே முதற்பணியென ஊ–சி கருதினான். இலக்கியச் சீனமொழியென்பது மக்கள் நாவிலே பயிலாத தொன்றாதலின் செத்தமொழியே அதுவென அவன் வாதித்தான். 'மத்திய கால ஐரோப்பாவில் இலத்தீன் போன்றது அது; சாக்காட்டிலேயும் கூடியது குறைந்ததென்று பேதப்படுத்திப் பேச முடியுமாயின் அது இலத்தீனிலும் பார்க்க நனிசெத்த மொழியாகும். இலத்தீனைப் பேசுதலும் விளங்குதலுங் கூடும். ஆயின் இலக்கியச் சீன மொழியைப் பேசும்போது நன்கு பழகிய சொற்றொடர்களைப் பயன்படுத்தினாலன்றி, அல்லது பேசுவோன் சொல்லப்போவது பற்றி முன் னமே ஓரளவு தெரிந்திருந்தாலன்றி, அம்மொழியை செவிப்புலனால் விளங்கிக்கொள்ளல் பண்டிதர்க்கும் அரிதே! இவ்விடர்ப்பாட்டைத் தவிர்க்கும் பொருட்டும் அனைவரும் புரிந்துகொள்ளத்தக்க சிந்தனைக் கருவி யாக மொழி அமைதல் வேண்டுமெனும் நோக்கத் தோடு ஊ–சி பேச்சு வழக்கையே ஆதரித்தான் . . .
>
> அவன் கூறிய ஆலோசனைகள் கட்டுமட்டானவை. 'தொல்லருங்கால நூல்களிலிருந்து மேற்கோள் காட் டலைத் தவிர்க்க; ஒரே பெற்றித்தாக வசனமமைக்கும் முறையை விலக்குக; காலப்போக்கிலே வழக்கொழிந்த இலக்கியத் தொடர்களைத் தள்ளி, பேச்சு வழக்கினைத் தள்ளா தொழிக: இலக்கண வரம்புக்கமைய வசனமமைத் தலின் அவசியத்தை வற்புறுத்துக: சாரமற்ற சொற் றொடர்களை உபயோகிக்க வேண்டா. முந்தையோரின் நடையைப் பின்பற்றவேண்டா. சுருங்கக் கூறின் விளங்கத்தக்க மொழி நடையிலே இயற்கையாக எழுதுக'. ஆயினும், அவன் எடுத்துக் கூறிய வாதங் களிலே விரவி நின்ற நிதானமும் அவனது புலமையு

மெல்லாம் சீன இலக்கியத்துறையிலே தாராள மனப் பான்மை வந்து பாய்தற்கு வழி திறந்திருக்குமேயல்லாது அறிஞன் சென்னுடைய அரும்பணியின்றேல் அவை இலக்கியப் புரட்சிக்கு அடிகோலியிருக்குமாவென்பது சந்தேகமே. அறிஞன் சென்னே அக்கருத்துக்களை ஒரு புரட்சி கோட்பாடாக உயர்த்தி வைத்தவன். ஊ–சியின் வேண்டுகோளை ஆதரித்த சென் 'சீன இலக்கியத்திலே ஒரு புரட்சி' உருவாதல் வேண்டுமெனக் கட்டுரைத் தான். அவன்தானே பெருமித நடையிற்கூறியவாங்கு 'இலக்கிய புரட்சிக் கொடியை ஏற்றி வைத்தான்.'

பேச்சுமொழியிலியன்ற கட்டுரைகளைப் பிரசுரிக்க தலைப்பட்டு, ஊ–சியின் ஆறு உத்திகளையும் 'லா யவனசே' கையாளத் தொடங்கிய காலை இலக்கியப் புரட்சி ஈடேறியதோடு செயற்கைத்தன்மைமிக்க பாண்டித்திய நடையின் கட்டுப்பாடுகளைச் சீன மொழி உடைத்தெறிந்து விடுதலையும் பெற்றுவிட்ட தெனலாம். *(பணிக்கர், 1969, 307–308)*

சீனமொழியின் நவீனத்துவம் பற்றிக் கூறும் மொழி பெயர்ப்பாளரின் நடை பெருமளவு செயற்கைத் தன்மை மிக்க 'பாண்டித்திய' நடையே என்பது வெளிப்படை. இலக்கணத் தூய்மை, மொழித் தூய்மை ஆகியவற்றின் செல்வாக்குக்கு உட்பட்ட செல்வியல் நடைக்கு இது நல்ல உதாரணமாகும். தமிழிலே இத்தகைய பாண்டித்திய நடையின் கட்டுப்பாடு களை உடைத்துக்கொண்டு தமிழ்மொழியை நவீன உலகுக்குக் கொண்டுவந்தவர்கள் பாரதியும் அவன் வழிவந்த மறுமலர்ச்சி எழுத்தாளர்களுமே ஆவர். அவர்கள் மூலமே தமிழில் பேச்சு மொழிக்கும் எழுத்துமொழிக்கும் இடையில் உள்ள இடை வெளி குறையத் தொடங்கிற்று. தமிழ் பன்முகப்பட்ட நடை வளம் பெற்று வளர்ந்தது. நவீன தொடர்பாடல் தேவை களுக்கியைய நவீனத்துவம் பெற்றது. அவ்வகையில் தமிழின் எதிர்கால வளர்ச்சி அவர்கள் வழியில் செல்வதே உகந்தது.

(1992 மே மாதம் கொழும்பில் நடைபெற்ற பிராந்திய தமிழ் மொழியியல் மாநாட்டில் படிக்கப்பட்ட கட்டுரை. 'தொடர்பாடல்', 'மொழி', 'நவீனத்துவம்' என்ற தலைப்பில் வெளிவந்த மாநாட்டு நிகழ்வுகள் தொகுப்பில் (1993) இடம் பெற்றுள்ளது. பதிப்பாசிரியர் எம்.ஏ. நுஃமான்.)

பயன்பட்ட நூல்கள்

அண்ணாமலை, இ. *(1980)* 'எளிமையாக்கம் புதுமையாக்கத் தின் ஒருமுறை' 'மொழியியல் – *4*' அண்ணாமலை நகர்.

ஆறுமுக நாவலர் *(1969)* ‘பாலபாடம்’ (நான்காம் புத்தகம்), வித்தியானுபாலன அச்சகம், சென்னை.

சிவத்தம்பி, கா. *(1979)* ‘தனித்தமிழ் இயக்கத்தின் அரசியல் பின்னணி’, சென்னை.

சுவாமி விபுலாநந்தர் *(1963)* ‘விபுலாநந்த செல்வம்’, கலைமகள் வெளியீடு, சென்னை.

சுவாமி விபுலாநந்தர் *(1973)* ‘இலக்கியக் கட்டுரைகள்’, கல்வி வெளியீட்டுத் திணைக்களம், கொழும்பு.

சோமலெ *(1956)* ‘வளரும் தமிழ்’, பாரிநிலையம், சென்னை.

நுஃமான், எம். ஏ. *(1988)* “19ம் நூற்றாண்டின் நவீன உரைநடை இயக்கமும் ஆறுமுக நாவலரும்” ‘மொழியியல்’ தொகுதி 11 இதழ் 1–4.

நுஃமான், எம். ஏ. *(1987)* “ஆறுமுக நாவலரின் இலக்கணத் தூய்மை வாதம்” ‘19ஆவது ஆய்வுக் கோவை’ – அகில இந்திய பல்கலைக்கழகத் தமிழாசிரியர் சங்கம், அண்ணாமலை நகர்.

பணிக்கர், கே. எம். *(1979)* ‘ஆசியாவும் மேனாட்டு ஆதிக்கமும்’, கல்வி வெளியீட்டுத் திணைக்களம், கொழும்பு.

மறைமலை அடிகள் *(1972)* ‘உரைமணிக் கோவை’, சென்னை.

வையாபுரிப்பிள்ளை, எஸ். *(1989)* ‘தமிழின் மறுமலர்ச்சி, நூற்களஞ்சியம்’, தொகுதி–2, சென்னை.

Annamalai, E. (1979) “Movement for Linguistic Purism; The case of Tamil” in *Language Movements in India* CIIL Mysore.

Kailasapathy, K. (1986) “The Tamil Purist Movement: a Re-evaluation” in *On Art and Literature*, NCBH Madras.

Kamil Zvelabil (1978) *The Smile of Murugan*, Leiden.

Karunakaran, K. (1978) *Studies in Tamil Sociolinguistics*, Malar Pathippu, Annamalai nagar.

Shanmugam, S.V. (1983) *Aspects of Language Development in Tamil*, All India Linguistics Association, Annamalai Nagar.

சுவாமி விபுலாநந்தரின் மொழிநடை: பழமையும் புதுமையும்

சுவாமி விபுலாநந்தர் *(1892 – 1947)* பத்தொன்பதாம் நூற்றாண்டின் கடைசித் தசாப்தத்தில் பிறந்து இந்த நூற்றாண்டின் முன் அரைவாசி வரை வாழ்ந்தவர். நமது சமூக, பண்பாட்டு வரலாற்றிலே சுவாமி விபுலா நந்தர் வாழ்ந்த காலகட்டம் மிகவும் முக்கியமானது. இக்காலகட்டத்திலேதான் 'மறுமலர்ச்சித் தமிழ்' என்று நாம் வழங்கும் நவீன தமிழ் வளர்ச்சியடைந்தது. நவீன தமிழைச் செழுமைப்படுத்திய புதிய இலக்கிய வடிவங் களான நாவல், சிறுகதை, நவீன கவிதை என்பன வளர்ச்சியடைந்தன. நவீன கல்வி, நவீன சிந்தனை, நவீன அறிவியல் என்பன நம் மத்தியில் உயர் வளர்ச்சி யடைந்த காலம் இது. சுருக்கமாகச் சொன்னால் தமிழ் மொழி, கலாச்சாரம் ஆகியவற்றைப் பொறுத்த வரை இக்காலகட்டத்தை நவீனத்துவத்தின் யுகம் *(The age of modernization)* எனலாம்.

புதிய தமிழுக்குத் தங்கள் எழுத்துகளால் புதிய ஜீவனும் ஒளியும் வழங்கிய மகாகவி சுப்பிரமணிய பாரதி *(1882 – 1921)*, வ.வே.சு. ஐயர் *(1881 – 1925)*, வ.ரா. எனப்படும் வ.ராமசாமி ஐயங்கார் *(1889 – 1951)*, புதுமைப்பித்தன் *(1906 – 1948)*, கு.ப.ராஜகோபாலன் *(1901 – 1944)*, கல்கி ரா.கிருஷ்ணமூர்த்தி *(1899 – 1957)* போன்ற நவீன எழுத்தாளர்கள் இக்காலகட்டத்திலே தான் வாழ்ந்தனர் என்பதும், இவர்கள் வளர்த்த இலகு தமிழ் அல்லது பழகு தமிழே இன்றையத் தமிழாக இருப்பதும் நாம் மனம் கொள்ளத்தக்கது.

மறுபுறத்தில், பழமை அல்லது மரபுவழித் தமிழ்ப் புலமை கடைசியாகச் சுடர்விட்டு ஒளிர்ந்த காலகட்ட

மும் இதுதான். பழந்தமிழ் இலக்கியங்களும், பழந்தமிழர் நாகரீகமும் மீள் கண்டுபிடிப்புச் செய்யப்பட்டு மீளவும் வலியுறுத்தப்பட்ட காலம். தமிழின் தொன்மை, தமிழர் நாகரீகத்தின் தொன்மை, பெருமை என்பன உரத்துப் பேசப் பட்ட காலம். இலக்கணத் தூய்மையும் மொழித்தூய்மையும் வலியுறுத்தப்பட்ட காலம்.

தமிழவேள் த.வே. உமா மகேசுவரம்பிள்ளை *(1883 – 1941)*, மகாமகோபாத்தியாய உ.வே. சாமிநாத ஐயர் அவர்கள் *(1855 – 1942)*, தமிழ்ப் பெருங்கவி, முதுபெரும் புலவர் வெள்ளக்கால் சுப்பிரமணிய முதலியார் அவர்கள் *(1857 – 1946)*, மகாவித்து வான் ரா. இராகவையங்கார் அவர்கள் *(1870 – 1946)*, பல்கலைப் புலவர் கா. சுப்பிரமணியபிள்ளை அவர்கள் *(1888 – 1945)*, பண்டிதமணி மு. கதிரேசஞ் செட்டியார் அவர்கள் *(1881 – 1953)*, மகாவித்துவான் சி. கணேசையர் அவர்கள் *(1878 – 1958)* போன்ற புகழ் பெற்ற மரபுவழித் தமிழ்ப் புலமையாளர் வாழ்ந்து தமிழ்ப்பணி புரிந்த காலம் இது. தனது யாழ் நூல் அரங்கேற்றத்தின்போது இவர்களுள் பலர் இல்லை என்பது குறித்து விபுலாநந்தர் கவலை தெரிவித்துள்ளார் என்பதும் இங்கு குறிப்பிடத்தக்கது.

ஒரு புறத்தில் ‘மணிக்கொடி’, ‘சந்திரோதயம்’, ‘ஆனந்த விகடன்’, ‘கல்கி’, ‘ஈழகேசரி’ போன்ற புதுத் தமிழ்ப் பத்திரிகை கள் வெளிவந்து கொண்டிருந்த அதே வேளை, மறுபுறத்தில் ‘செந்தமிழ்’, ‘செந்தமிழ்ச் செல்வி’ போன்ற மரபுவழித் தமிழ் இதழ்களும் வெளிவந்துகொண்டிருந்தன.

இவ்வாறு ஒன்றுக்கொன்று முரணான இரு போக்குகள் – மரபும், நவீனத்துவமும் அல்லது பழமையும், புதுமையும் – பக்கம்பக்கமாக அதேவேளை ஒன்றோடு ஒன்று பாராமுக மாக நிலைகொண்டிருந்த காலப்பகுதியிலேதான் விபுலாநந்தர் வாழ்ந்தார் என்பது நாம் மனங்கொள்ளவேண்டிய ஒரு முக்கிய உண்மையாகும்.

இந்த இரண்டு போக்குகளிலே சுவாமி விபுலாநந்தர் எதனைப் பிரதிநிதித்துவப்படுத்தினார் என்பது ஒரு முக்கிய வினாவாகும். விபுலாநந்தர், உ.வே.சாமிநாதையரைப் போல் அல்லது வித்துவான் கணேசையரைப்போல் முற்றிலும் பழமையைச் சார்ந்து நின்றவர் அல்ல. அதே வேளை பாரதியைப்போல் அல்லது புதுமைப்பித்தனைப்போல் அவர் முற்றிலும் புதுமையைச் சார்ந்து நின்றவரும் அல்ல. அவர் இரண்டினதும் – பழமையினதும் புதுமையினதும் – சங்கமமாகக் காட்சியளிக்கின்றார். இதுதான் விபுலாநந்தரின் விசேட

பண்பாகும். தனது காலத்தில் இந்தச் சங்கமத்தின் அவசியத்தை அவர் பிரக்ஞைபூர்வமாகவே உணர்ந்திருந்தார் என்று தெரிகின்றது. விபுலாநந்தரின் பின்வரும் கூற்று இதனைத் தெளிவுபடுத்தும்.

> பழமையும் புதுமையும், துவைதமும் அத்வைதமும், பௌதீக விஞ்ஞானமும் மெய்ஞ்ஞானக் காட்சியும், மேற்றிசையறிவும் கீழ்த்திசைச் சமயமும், மனமொடுங்கிய தியான நிலையும் மன்பதைக்குத் தொண்டு புரிதலும் சமரசப்பட வேண்டிய காலம் இது. *(விபுலாநந்த ஆராய்வு பக். 140)*

ஆனால், இந்தச் சங்கமம் அல்லது விபுலாநந்தரின் வார்த்தையில் சமரசம் அவரிடம் எந்த விகிதாசாரத்தில் நிகழ்ந்துள்ளது என்பது நமது கவனத்துக்குரியது. விபுலாநந்தரின் எழுத்துக்களையும் பணிகளையும் பார்க்கும்போது, குறிப்பாக அவரது மொழிநடையைப் பொறுத்தவரை புதுமை கால் பழமை முக்கால் என்ற விகிதாசாரத்திலேயே இந்தச் சங்கமம் அவரிடம் ஏற்பட்டிருப்பதாகக் கூறமுடியும். மகாகவி பாரதியிடம் இந்தச் சங்கமம் மறுவளமாக அதாவது பழமை கால் புதுமை முக்கால் என்ற விகிதாசாரத்தில் நிகழ்ந்துள்ளது. அதனாலேயே அவன் புதுமைக் கவிஞனாக, நவீனத்துவத்தின் சின்னமாக ஆனான். (இந்த விகிதாசாரத்தை எந்தத் தராசு கொண்டு நிறுத்துப் பார்த்தீர் என என்னிடம் யாராவது கேட்கக்கூடும். எனது உள்ளுணர்வுதான் அந்தத் தராசு என்று மட்டுமே நான் இப்போதைக்குக் கூறமுடியும்).

சுவாமி விபுலாநந்தர் சாராம்சத்தில் ஒரு மரபுவாதி *(traditionalist)* அல்லது செவ்வியல்வாதி *(classicist)* என்ற போதிலும், புதுமையோடும் அவர் இணைந்து நின்றமைக்கு அவரது கல்விப் பின்னணியே முக்கிய காரணியாகும்.

சுவாமி விபுலாநந்தர் மரபுவழிக் கல்வியும் நவீன கல்வியும் கற்றுத் தேர்ந்தவர். மதுரைத் தமிழ்ச் சங்கப் பண்டிதர்; அதேவேளை லண்டன் பல்கலைக்கழக விஞ்ஞானப் பட்டதாரி. பழந்தமிழ் இலக்கண இலக்கியங்களில் ஆழ்ந்த ஞானம் உடையவர்; அதேபோல் முன் நவீன *(pre-modern)* ஆங்கில இலக்கியத்திலும் மேலை நாகரிக வரலாற்றிலும் ஆழ்ந்த பயிற்சி உடையவர். இத்தகைய ஒரு அரிய சேர்க்கை அவர் காலத்து மரபுவழித் தமிழ் அறிஞர் பலரிடம் காணப்படாத ஒரு அம்சமாகும். அதனாலேதான், விபுலாநந்தர் அவர்களைத் தாண்டி நவீன யுகத்தின் வாசற்படியிலும் கால்வைக்க முடிந்தது. அதற்கு வரவேற்புக் கூற முடிந்தது.

2

இந்தக் கட்டுரை சுவாமி விபுலாநந்தரின் மொழிநடை பற்றியது என்ற வகையில் அவரது உரைநடையிலும் செய்யுள் நடையிலும் எந்த அளவுக்குப் பழமையினதும் புதுமையினதும் சங்கமம் நிகழ்ந்துள்ளது என்பதைக் காண்பதே இங்கு எனது நோக்கமாகும். ஆயினும், அவரது மொழிநடையை நான் இங்கு ஒரு மொழியியல் பகுப்பாய்வுக்கு உட்படுத்த முனைய வில்லை. பதிலாகச் சில பொதுவான அபிப்பிராயங்கள், மனப்பதிவுகள் ஆகியவற்றின் அடிப்படையில் சில கருத்து களைக் கூறவே விரும்புகின்றேன். ஒரு விரிவான மொழியியல் பகுப்பாய்வு இக்கருத்துகளை உறுதிப்படுத்தலாம் அல்லது நிராகரிக்கலாம்.

சுவாமி விபுலாநந்தரின் மொழிநடை கடினமானது என்பது ஒரு பொதுவான அபிப்பிராயமாகும். பாடசாலை மாணவர்கள், ஆசிரியர் மட்டுமன்றி பல்கலைக்கழக மாணவர் களும் விரிவுரையாளர்களும்கூட இத்தகைய அபிப்பிராயம் கூறுவதை நாம் அடிக்கடி கேட்க நேரிடுகின்றது. ஏதாவது ஒரு தேவையின் நிமித்தம் அன்றி சுயவிருப்பினால் உந்தப்பட்டு விபுலாநந்தரின் எழுத்துகளைப் படிப்போர் தொகை மிகக் குறைவாகும்.

கடந்த சுமார் இருபது ஆண்டுகளாக, 1973ஆம் ஆண்டு முதல், சுவாமி விபுலாநந்தரின் 12 கட்டுரைகளைக் கொண்ட 'இலக்கியக் கட்டுரைகள்' க.பொ.த. உயர்தர பரீட்சைக்குரிய தமிழ்ப் பாட நூல்களுள் ஒன்றாக இருந்துவருகின்றது. ஆயினும், இந்நூல் பற்றிய வினாவுக்கு ஒவ்வொரு ஆண்டும் விரல்விட்டு எண்ணக்கூடிய பரீட்சார்த்திகளே விடையெழுத முயல்வதை பரீட்சகர் குழுவில் ஒருவன் என்ற முறையில் அவதானித்துள்ளேன். பெரும்பாலான பாடசாலைகளில் இப்பாடநூலைக் கற்பிப்பதை ஆசிரியர்கள் தவிர்த்துக்கொள் கின்றனர். தங்களுக்கும் மாணவர்களுக்கும் அது கடினமானது என்பதே கூறப்படும் காரணமாகும்.

ஒரு நூல் கடினமாக இருப்பதற்கு நாம் பல காரணங் களைக் கூறமுடியும், அந்நூல் கூறும் பொருள் இதில் முக்கிய மான ஒன்றாகும். நமக்கு முற்றிலும் பரிச்சயம் இல்லாத ஒரு விடயம் பற்றி எழுதப்பட்ட ஒரு நூலை நாம் இலகுவில் புரிந்துகொள்ள முடியாது. 'யாழ்நூல்' இதற்கு ஒரு நல்ல உதாரணம். இசை, பௌதிகம், கணிதம், பழந்தமிழ் இலக்கியம் ஆகியவற்றில் பரிச்சயம் இல்லாத ஒருவர் இந்நூலைப் படித்துப் பூரணமாகப் புரிந்துகொள்ள முடியாது. இன்று 'யாழ்நூலை'ப்

பாராட்டுவோரும் அதனைப் படித்துப் புரிந்துகொண்டவர்கள் என்று கூறமுடியாது. துறைசார்ந்த கலைச் சொற்கள் இரண்டாவது காரணமாகும். இது பொருளோடு தொடர்புடையது. தத்துவம், பௌதீகம், மொழியியல் போன்ற துறைகள் சார்ந்த நூல்களைப் படித்துப் புரிந்துகொள்வதற்கு அத்துறைகள் சார்ந்த கலைச் சொற்கள் பற்றிய அறிவு நமக்கு அவசியமாகும். 'யாழ்நூலை'ப் படிக்கும்போது உழை, உளி, விளரி, தாரம், குரல், துத்தம், கைக்கிளை போன்ற பண்டைய இசைத்துறைக் கலைச் சொற்கள் நமக்கு இடைஞ்சல் தருகின்றன. ஒரு நூலின் மொழி அமைப்பும் அந்நூல் கடினமாக இருப்பதற்கு ஒரு காரணமாகும். சங்க இலக்கியங்களை அல்லது இடைக்கால இலக்கியங்களை நம்மால் இலகுவில் படித்துப் புரிந்துகொள்ள முடியாது. நாம் இன்று வழங்கும் தமிழில் இருந்து பெரிதும் வேறுபட்ட ஒரு தமிழில் அவை அமைந்திருப்பது ஒரு காரணமாகும். அக்காலங்களில் வழக்கில் இருந்த பெரும்பாலான சொற்களும் இலக்கணக் கூறுகளும் இன்று வழக்கிறந்து போயின. விபுலாநந்தரின் மொழிநடை கடினமாக இருப்பதற்கு நம் காலத்தில் பொது வழக்கில் இல்லாத ஒரு மொழிநடையையே அவர் பெரிதும் கையாண்டது ஒரு காரணம் என்று கூறலாம். ஆயினும், அவர் முற்றிலும் ஒரு கடின நடையாளர் அல்லர் என்பதையும் நாம் மனங்கொள்ள வேண்டும்.

3

முதலில் சுவாமி விபுலாநந்தரின் செய்யுள் நடை பற்றி நாம் சிறிது பார்க்கலாம். பத்தொன்பதாம் நூற்றாண்டிலிருந்து ஒரு எளிமையான செய்யுள் நடை – பேச்சுத் தமிழின் செல்வாக்குப் பெற்ற ஒரு செய்யுள்நடை – தோன்றி வளர்ந்ததை நாம் அறிவோம். பாரதியின் மூலம் இது ஒரு முழுவடிவத்தைப் பெற்றது. பாரதி இதனைப் புதிய சொல், புதிய பொருள், புதிய சுவை கொண்ட நவ கவிதை என அழைத்தான். சுவாமி விபுலாநந்தர் பாரதியின் மறைவுக்குப் பிறகு தமிழ்நாட்டிலும் இலங்கையிலும் பாரதியின் புகழ் பரப்பியவர்களுள் முக்கியமானவர் என்பது நாம் அறிந்ததே. ஆயினும் சுவாமி விபுலாநந்தரின் கவிதைகளில் பாரதியின் செல்வாக்கை நாம் மிகவும் அரிதாகவே காண்கின்றோம்.

வெள்ளை நிற மல்லிகையோ
வேறெந்த மாமலரோ
வள்ளல் அடியிணைக்கு
வாய்த்த மலரெதுவோ?
வெள்ளை நிறப் பூவுமல்ல

வேறெந்த மலருமல்ல
உள்ளக் கமலமடி
உத்தமனார் வேண்டுவது

என்ற கவிதை விபுலாநந்தரின் மிகவும் பிரசித்திபெற்ற கவிதை. இதிலே எளிமையின் அழகைக் காண்கின்றோம். பாரதியின் புதுமரபையும் காண்கின்றோம். ஆயினும் சுவாமிகளின் கவிதைகளில் இத்தகைய எளிய நடைக் கவிதைகள் மிகவும் குறைவே.

விபுலாநந்தரின் வாலிப வயதில், அவர் துறவியாக முன் 1915இல் வெளிவந்த 'கணேசதோத்திர பஞ்சகம்', 'மாணிக்கப் பிள்ளையார் இரட்டைமணிமாலை', 'சுப்பிரமணிய சுவாமி இரட்டைமணிமாலை', 'குமரவேள் நவமணிமாலை' ஆகியவை இடைக்காலப் புலவர் ஒருவரையே இனங்காட்டுகின்றன. பின்வரும் வெண்பா இதற்கு உதாரணமாகும்.

குருவே பொதியம்வாழ் கும்ப முனிவர்க்
கருளாற் றமிழளித்த வையா – கிரிபதகை
ஆறுதலை சூடிமைந்தா வாறுதலை யுற்றவா
ஆறுதலை யெற்கு மளி.

பிற்காலத்திலே விபுலாநந்தர் இயற்றிய 'நீரர மகளிர்', 'கங்கையில் விடுத்த ஓலை', ஆறுமுக நாவலர் பற்றி எழுதிய கவிதை போன்றவற்றில் செவ்வியல் பாங்கான உயர் நடையே பயன்படுத்தப்பட்டுள்ளது. 'நீரர மகளி'ரில் இருந்து சில அடிகளை இங்கு தருகிறேன்.

தண்ணளிசெங் கோலாய்த் தனியறமே சக்கரமாய்
மண்முழுதும் ஆண்டபுகழ் வாமன் அடியிணையே
என்றும் அழியா திலங்கும் சமனொளியும்
கன்று குணிலா கனியுதிர்த்த மாயவற்கு
மூவடிமண் ணீந்தளித்து மூவாப் புகழ்படைத்த
மாவலியின் பேரால் வயங்கு மணிநதியும்
காவும் பொழிலும் கழிமுகமும் புள்ளணிந்த
ஏரியும் மல்கி இரத்தினத் தீவமென
ஆரியர் போற்றும் அணிசால் இலங்கையிலே ...

செய்யுள் நடையைப் பொறுத்தவரை சுவாமி விபுலாநந்தர் பாரதி மரபை அன்றி பழமரபையே பெரிதும் சார்ந்தவர் என்பது தெரிகின்றது. அவரது மொழிபெயர்ப்புக் கவிதை களிலும் இத்தகைய ஒரு நடையையே அவர் கையாண்டுள் ளார். தமிழின் பண்டைய, இடைக்கால யாப்பு வடிவங் களையே அவர் பெரிதும் கையாண்டதும் இதற்கு ஒரு காரணமாகும். ஆயினும் 'நீரர மகளிர்', 'கங்கையில் விடுத்த ஓலை' போன்ற கவிதைகளில் காணப்படும் ஆங்கில மனோரதியக் (Romantic) கவிதைகளின் செல்வாக்கு அவரது

கவிதைக்கு ஒரு புதிய வனப்பையும் கம்பீரத்தையும் கொடுத்திருப்பதை மறுக்கமுடியாது.

4

சுவாமி விபுலாநந்தரின் உரைநடையில் மூன்று வகைப் பட்ட நடை வேறுபாடுகளை நாம் அவதானிக்க முடியும். இவற்றை முறையே 'உயர் செந்தமிழ்', 'இலகு செந்தமிழ்', 'இலகு தமிழ்' என நான் பெயரிட விரும்புகின்றேன். பழைய சொற்களையும், சொற்புணர்ச்சி விதிகளையும், சொற்றொடர் அமைப்பையும் பெரிதும் பேணும் ஒருவகை உரைநடையையே நான் இங்கு உயர் செந்தமிழ் என்று குறிக்கின்றேன். இத்தகைய அம்சங்கள் சற்றுக்குறைவான மொழிநடையை இலகு செந்தமிழ் என்றும், இக்காலத்தில் நாம் பொதுவாக வழங்கும் தமிழை இலகு தமிழ் என்றம் குறிப்பிடுகின்றேன். இதனையே பழகு தமிழ் என்றும் அழைப்பர். விபுலாநந்தரின் இந்த மூவகையான உரைநடைகளுக்கும் இங்கு சில உதாரணங் களைப் பார்ப்போம்.

1. உயர் செந்தமிழ் நடை

அ. *புனத்திலும், பொழிலிலும், குன்றத்தின் மீதும், மருதத் தண்பணையிலும், முல்லைப் புறவத்திலும் கடற்கான லிலும், கான்யாற்றடை கரையிலும், அருஞ்சுரத்திலும், மனையினகத்தும், மன்றத்தினுள்ளும், தேவர் கோட்டத் தும், அறவோர் பள்ளியிலும், இசை வழங்கிய நாடு தமிழ்நாடு. மெல்லென்றிசைக்கும் தென்றலினுயிர்ப்பிலும், இழுமென இழிதரும் அருவிநீரிலும், நறுமலரில் முரலு கின்ற தேன்வண்டினொலியிலும், இசையினைக் கேட்டு உவந்த பழந்தமிழர், பாடன்மகளது மிடற்றுப் பாடலையும் வாணனிசைத்த யாழ்ப்பாடலையும், குழலோன் தந்த வங்கிப்பாடலையும் செவியாரக்கேட்டு இன்பமெய்தினர் ('யாழ்நூல்' – பாயிரவியல்).*

ஆ. *வையைப் பெரியாறு வளஞ்சுரந்தூட்டப் பொய்யாவானம் புதுப்புனல் பொழியத் தென்னவர் குலத்தோர் செவ்விதிற் புரந்த் இச்செழும்பதியானது தொன்று தொட்டுத் தமிழ்ப் புலவரும் புரவலரும் ஒருங்குகூடி உரையாடித் தாமின் புறுவது உலகின்புறக் கண்டு காமுறுதற்கு இயைந்த இடமாதலின், கூடல் என்னும் சிறப்புப் பெயர் எய்தி நின்றது. அத்தகைய கூடலம்பதியிலே இம்மங்கல நாளிலே ஒருங்கு கூடியிருக்கும் நம்மனைவருக்கும் தமிழணங்கின் பேரருள் உளதாகுக ('இலக்கியக் கட்டுரை'கள் – இயலிசை நாடகம்).*

இ. கவிவாணர் இயற்பெயரைத் தமிழ் மொழியாக்கிச் செக சிற்பியார் என வழங்குதலும் பொருத்தமாகும். என்னை? நலனில்லாச் சிலையுருவை உளியாற் செதுக்கி, நல னிறைந்த திருவுருவாக்குவோன் கைவல்ல சிற்பியெனப் படுவானன்றோ? அங்ஙனமாதலின் அயன் படைத்த படைப்பினும் பார்க்க நயன்படைத்த மெல்லி நல்லாரை யும் ஆடவரையும் உருப்படுத்தியுதவும் நாடகக் கவியை யென்னென்று புகழ்ந்தேத்துவதென உன்னுமிடத்துச் 'செகசிற்பியா' ரெனப் புகழ்ந்து போற்றுதல் சிறப் புடைத்தா மெனப் புலப்படுகின்றது. ('மதங்கசூளாமணி')

2. இலகு செந்தமிழ்

இளவேனிற் காலத்திலே, நிறைமதி நாளாகிய பூரணை நாளிலும், அதற்கு முன்னும் பின்னுமுள்ள நாட்களி லும், வானம் களங்கமற்றிருக்கும் வேளையிலே, யாமப்பொழுதிலே, புளியந்தீவுக் கோட்டைக்கும், கல்லடிக்குமிடையிலே சிறு தோணியினைச் செலுத்திச் சென்று வாவி நடுவிலே, ஆர்ப்பரவமின்றி, அமைதி நிலையிலிருந்து உற்றுக் கேட்டால் நீரினுள்ளிருந் தெழு கின்ற அற்புதமாகிய இன்னிசையொலி செவிவழிப் புகுந்து உள்ளத்தையுருக்கும். இத்தகைய அற்புத இசை யொலியானது வட அமெரிக்கா நாட்டின் மேற்றிசை யிலுள்ள கலிபோர்னியா (*California*) நாட்டிலும் ஈழத்து மட்டக்களப்பு நாட்டிலுமன்றி பிறிதெவ்விடத்திலும் கேட்கப்பட்டிலதென அறிஞர் கூறுவர். இலங்கைக்கு வரும் மேனாட்டார் இவ்விசையைச் செவிமடுப் பதற்காக மட்டக்களப்பிற்கு வருவதுண்டு. இவ்விசை நீருள்ளிருந்து எழுவதாதலின், நீர்வாழ் செந்தின் ஒலியாதல் வேண்டுமென எண்ணிப்போலும் அந்நிய நாட்டார் இதனைப் பாடும் மீன் (*Singing fish*) இசை யென்பர். மீன்கள் நீரினுட் குதித்து ஆடுதலைக் கண்டோமே யன்றி, அவை மகிழ்ச்சியாற் பாடுதலை யாண்டுங் கேட்டிலமாதலின் அந்நிய நாட்டாரது உரையினை யாம் ஏற்றுக்கொள்ள மாட்டோம். ('யாழ் நூல்' – பாயிரவியல்)

3. இலகு தமிழ்

அ. ஆரோக்கியமான வாழ்வே நல்வாழ்வாகும். ஆரோக்கிய மற்ற உடலுடையான் துன்பப் பிறவியாகிறான். அவனால் அவன் வாழுமூரிலும் அவன் துன்பம் பரவுகிறது. நோய் வராமலிருப்பதற்கோ, வந்தநோய் நீங்குவதற்கோ வெளி நிலைமைகளது திருத்தத்தைக் காட்டிலும் மனத்தின்

ஆரோக்கியம் மிக மிக வேண்டுவதாகும். ('விபுலாநந்த அமுதம்')

ஆ. முடிவில் தீயது எது? நல்லது எது? என்பது ஆண்டவனுக்குத்தான் தெரியும். ஜகத்தின் அமைப்பை அறியாத நாம் அதைத் தீர்மானிக்க முடியாது.

பாவம் செய்தானென்று ஒருவனையும் நாம் துவேஷிக்கக் கூடாது. இழிவாகவும் நடத்தக் கூடாது. ஆத்தும சக்தியினால் சுபாவ குணங்களை அடக்கியாள முடியும். அடக்கியாண்டு, வென்று விடுதலை அடையக் கூடும். ('விபுலாநந்த அமுதம்')

மேற்காட்டிய உதாரணங்கள் மூலம் விபுலாநந்தரின் உரைநடை விகற்பங்களை நாம் ஓரளவு உணரமுடியும். பொதுவாக அவரது உரைநடை உயர் செந்தமிழும் இலகு செந்தமிழும் விரவிய நடையாகும். இலகு தமிழை அவரிடம் சிறிதளவே காண்கின்றோம். குறிப்பாக 'விபுலாநந்த அமுதம்' என்ற நூலில் இடம்பெற்றுள்ள 39 சிறுகட்டுரைகளும் இலகு நடையிலேயே அமைந்துள்ளன. விபுலாநந்தர் நூல்களுள் இது விதிவிலக்கானது எனலாம். கரந்தைத் தமிழ்ச் சங்கத்தில் கையெழுத்துப் பிரதியாக இருந்ததைக் கண்டெடுத்துப் பதிப்பித்ததாக இந்நூலின் முன்னுரையில் பதிப்பாசிரியர் அருள் செல்வநாயகம் குறிப்பிடுகின்றார். இது விபுலாநந்தரால் எக்காலத்தில் எழுதப்பட்டது என்பது தெரியவில்லை. ஆயினும் சாதாரண மக்களுக்கு ஆன்மநெறியைப் போதிக்கும் நோக்கிலேயே இந்நூல் எழுதப்பட்டது என்பதை யூகிக்க முடிகின்றது. இந்த நூலின் எளிய நடைக்கும் இதுவே காரணமாகும்.

19ஆம் நூற்றாண்டில் வாழ்ந்து, சுவாமி விபுலாநந்தர் பிறப்பதற்கு 16 ஆண்டுகளுக்கு முன் மறைந்த ஆறுமுக நாவலர் நவீன உரைநடையின் தந்தை எனக் கருதப்படுபவர். தனது உரைநடை நூல்களைப் பரவலாக எல்லாத் தரத்தினரும் படித்து உணர வேண்டும் என்ற நோக்கில் எழுதியவர் அவர். அதற்குரிய முறையிலேயே தனது உரைநடைக் கொள்கையையும் அவர் அமைத்துக் கொண்டார். 'திருத்தொண்டர் பெரியபுராண வசன'த்துக்கு எழுதிய முன்னுரையில் உரைநடை நூல்களின் முக்கியத்துவத்தை வலியுறுத்திய அவர், நவீன உரைநடையின் மூன்று முக்கியமான பண்புகளையும் தெளிவுபடுத்தினார்.

1. கல்வியறிவு உடைய வித்துவான்கள், கல்வியறிவு குறைந்தவர்கள், கல்வியறிவு இல்லாதவர்கள் ஆகிய யாவருக்கும் எளிதில் பொருள் விளங்குமாறு அமைவது.

2. பெரும்பாலும் இயற்சொற்களைக் கொண்டிருப்பது. அவசியமான இடத்து மட்டும் திரிசொற்களும் வட சொற்களும் கலந்திருப்பது.
3. பெரும்பாலும் சந்திவிகாரங்கள் இன்றி இருப்பது. *(பார்க்க: எம்.ஏ. நுஃமான். 19ஆம் நூற்றாண்டு நவீன உரைநடை இயக்கமும் ஆறுமுக நாவலரும். மொழி யியல் 1984)*

ஓரிரண்டு வருடத்து நூற்பழக்கம் உடையோரும் படித் துணரத் தக்கவகையில் எளிமையாக எழுத வேண்டும் என்ற பாரதியின் கொள்கையும் இதனை ஒத்ததே. ஆயினும் சுவாமி விபுலாநந்தரின் பெரும்பாலான எழுத்துக்கள் சாதாரண மக்களை – குறைந்த படிப்பறிவு உடையவர்களை – மனங் கொண்டு எழுதப்பட்டவையல்ல என்பது தெளிவு. பதிலாக உயர்ந்த தமிழ்ப்புலமையுடையாரை மனங்கொண்டு எழுதப் பட்டவை. அவர் எழுதிய விடயங்களும் உயர்ந்த புலமைநெறி சார்ந்தவை. 'செந்தமிழ்', 'செந்தமிழ்ச் செல்வி' போன்ற மரபுவழித் தமிழ் அறிஞர்களின் இதழ்களில் பெரிதும் வெளிவந்தவை.

எனினும், சுவாமி விபுலாநந்தரே தனது உரைநடை விகற்பத்தை உணர்ந்திருந்தார் என்று தெரிகின்றது. 'விஞ்ஞான தீபம்' கட்டுரையில் பின்வரும் குறிப்புக் காணப்படுகின்றது. "நூலின் உள்ளும் தமிழ்நூல் வடநூல் முடிவுகள் பலவற்றை யாராய்ந்து கொண்டு போவேனாதலால் இந்நூலின் முதற் பிரிவாகிய உற்பத்தி விளக்கம் உயர் நடையினதாகி பள்ளிக் கூடச் சிறுவர்களுக்கு பயன்படாததாகும். தத்துவ விளக்கமும் *(Physics)*, பதார்த்த விளக்கமும் *(Chemistry)* எளிய நடை யினவாய்க் கல்லூரிப் பிரவேசப் பரீக்ஷை (மெற்றிக் குலேஷன்)க்கு வாசிக்கும் ஆறாவது வகுப்பு மாணவருக்கு உபயோகமானவையாம்" ('விபுலாநந்த செல்வம்' பக். 50). ஆயினும் அவர் குறிப்பிடும் எளிய நடையில் அமைந்த இரண்டாவது பகுதியை விபுலாநந்தர் எழுதி முடிக்கவில்லை.

இது எவ்வாறாயினும், ஒருவகை இலகு செந்தமிழ் நடையினைப் பெரிதும் கையாண்ட உ.வே. சாமிநாதையர் போன்ற அவர்காலத்து உயர்ந்த மரபு வழித் தமிழ்ப் புலமை யாளர்களைவிட உயர்வான ஒரு செந்தமிழ் நடையினை சுவாமி விபுலாநந்தர் பெரிதும் விரும்பிப் பயன்படுத்தியுள்ளார் என்பது தெளிவு. பண்டிதமணி க.கணபதிப்பிள்ளையின் நடையுடன் ஒப்பிடும்போது விபுலாநந்தரின் நடையின் இறுக்கம் தெற்றெனப் புலப்படும். மேலை இலக்கியத்திலும் நவீன விஞ்ஞானத்திலும் ஆழ்ந்த ஞானம் உடைய சுவாமி

விபுலாநந்தர், மறுமலர்ச்சித் தமிழின் முன்னோடியான பாரதியின் புகழ் பரப்பிய சுவாமி விபுலாநந்தர், தன்காலத்தில் பெருவழக்கில் இருந்த இலகு தமிழையும், தன்காலத்துப் பிற தமிழ்ப் புலமையாளர் பெரிதும் பயன்படுத்திய இலகு செந்தமிழையும் மேவிய ஓர் உயர் செந்தமிழ் நடையை ஏன் பெரிதும் விரும்பிப் பயன்படுத்தினார் என்ற கேள்வி நம்முள் எழுகின்றது. அவர் ஆராய்ந்த பொருள் மட்டும் இதற்குக் காரணம் என்று கூறிவிட முடியாது. இதனை சுவாமி விபுலாநந்தரின் தனிப்பட்ட ஆளுமைக் கூறாகவே நாம் கொள்ளவேண்டும். தமிழகத்துத் தமிழ்ப் புலமையாளர் மத்தியில் ஈழத்துத் தமிழ்ப் புலமையின் மேன்மையை நிலைநாட்டும் நோக்கம் அவர் அடிமனத்தில் இருந்திருக்கக் கூடுமோ என்றும் எண்ணத் தோன்றுகின்றது. இது ஆராய்வுக் குரியதே.

1992

தமிழ் மொழிபெயர்ப்பில் சிங்கள இலக்கியம்

1. அறிமுகம்

இலங்கையில் பல நூற்றாண்டுகளாக தமிழும் சிங்களமும் பல்வேறு சமூக சந்தர்ப்பங்களில் ஒன்றோடு ஒன்று தொடர்புகொண்டு வந்துள்ளன. பீட்டர் சில்வா (1961), ஹெட்டியராச்சி (1969) போன்ற சிங்கள அறிஞர்கள் தமிழ் மொழி சிங்கள மொழியின் அமைப்பிலும் அதன் சொற் தொகுதியிலும் செல்வாக்குச் செலுத்தி வந்திருப் பதைச் சுட்டிக்காட்டியுள்ளனர். சுகதபால டி சில்வா (1969), கொடகும்புற (1950) ஆகியோர் கி.பி. 13ஆம் நூற்றாண்டில் எழுதப்பட்ட சிங்கள மொழியின் முதல் இலக்கண நூலான 'சிதத் சங்கராவ' தமிழ் இலக்கண நூலான 'வீரசோழிய'த்தின் செல்வாக்கை வெளிக் காட்டுவதாகக் கூறுவர். இது போல் தமிழ் மொழி மீது சிங்கள மொழியின் செல்வாக்கும், குறிப்பாக அதன் சொற்தொகுதியில், ஓரளவு காணப்படுகின்றது.

இலங்கையில் சிங்கள, தமிழ்ச் சமூகங்களுக்கிடை யில் இன்று நிலவும் அரசியல் முரண்பாடுகளுக்கும் மோதல்களுக்கும் மத்தியிலும் இவ்விரு மொழிகளும் – குறைந்தபட்சம் இந்நாட்டின் இருமொழிப் பிரதேசங் களிலாவது *(billingual areas)* அன்றாடத் தொடர்பாடல் தேவைகளுக்குப் பரஸ்பரம் பயன்படுத்தப்படுவதைக் காணலாம்.

சிங்களமும் தமிழும் தத்தமக்கென்று நீண்ட இலக்கிய வரலாற்றைக் கொண்டிருந்தபோதிலும், மத்திய காலப் பகுதியில் தமிழ் இலக்கியம் சிங்கள இலக்கியத் தின் மீது மிகுந்த செல்வாக்குச் செலுத்தியுள்ளது.

பீட்டர் சில்வா (1963), சாள்ஸ் டி சில்வா (1964), ஹிஸ்ஸல்ல தம்மரத்தின தேரர் (1963), சுனில் ஆரியரத்தின (1995) ஆகியோர் சிங்கள இலக்கியத்தின்மீது தமிழ் இலக்கியத்தின் செல்வாக்கைச் சுட்டிக்காட்டியுள்ளனர். ஆயினும், அண்மைக்காலம் வரையில் தமிழ் இலக்கியம் சிங்கள இலக்கியத்தில் இருந்து எதையும் பெற்றுக்கொள்ளவில்லை. பண்டைக் காலத்திலும் இடைக்காலத்திலும் தமிழ் மொழி இப்பிராந்தியத்தில் அரசியல் ரீதியிலும் இலக்கிய ரீதியிலும் மேலாதிக்கம் பெற்றிருந்தமை இதற்குக் காரணமாக இருக்கலாம்.

சுதந்திரத்துக்குப் பின்னர், இலங்கையில் இந்த நிலைமையில் மாற்றம் ஏற்பட்டது. அண்மைக்காலங்களில் அவ்வப்போது நிகழ்ந்த இனத்துவ மோதல், இன வன்செயல்கள் என்பவற்றுக்கு அப்பால் இலங்கைத் தமிழ் பேசும் சமூகத்தினர், சிங்கள மொழியைக் கற்பதிலும், சிங்கள இலக்கியங்களை வாசிப்பதிலும், அவற்றைத் தமிழில் மொழிபெயர்ப்பதிலும் அக்கறை காட்டி வந்துள்ளனர். அவர்கள் சிங்களத்தைப் படிப்பதற்குப் பிரதானமான காரணம் 1950களின் நடுப்பகுதியில் அது அரசகரும் மொழியாக்கப்பட்டமையும், அதனால் அது பெற்ற சமூக மேலாதிக்கமும் ஆகும். அதனால் தமிழ் பேசும் மக்கள் தங்கள் அலுவலக இருத்தலுக்காக அதனைக் கற்கும் கட்டாயம் இருந்தது. சிங்கள மொழியைக் கற்பதற்கான காரணம் எதுவாக இருப்பினும் அது பெரும்பான்மைச் சமூகத்தின் பாண்பாட்டுக்கான ஜன்னல்களைத் திறந்துவிட்டது.

சிங்கள மொழியைக் கற்ற தமிழ், முஸ்லிம் எழுத்தாளர்கள் ஒரு கணிசமான அளவு சிங்கள இலக்கியங்களைத் தமிழில் மொழிபெயர்த்துள்ளனர்.[1] பெரும்பாலான இந்த மொழிபெயர்ப்புகள் ஒரு நோக்கத்துடனேயே மேற்கொள்ளப்பட்டன. அதாவது இலக்கியத்தின் மூலம் இரண்டு சமூகங்களுக்கும் இடையே ஒரு உரையாடலை ஏற்படுத்தி, அதன்மூலம் இனத்துவப் புரிந்துணர்வையும், இன ஒருமைப்பாட்டையும் ஏற்படுத்தலாம் என இவர்கள் நம்பினர். மிக அண்மைக்காலம் வரை இது ஒருவழிப் பாதையாகவே இருந்தது. ஏனெனில், 1970களின் பிற்பகுதிவரை மிகச்சில சமகாலத் தமிழ் இலக்கியங்களே சிங்களத்தில் மொழிபெயர்க்கப்பட்டன.[2] இடைக்காலத்தில் இந்நாட்டில் தமிழ் மொழி பெற்றிருந்த சமூக, அரசியல் முக்கியத்துவத்தை அது இழந்துவிட்டது என்பதே இதன் பொருளாகும். ஆயினும் 1983இல் நிகழ்ந்த பாரிய இன வன்செயலுக்குப் பின்னர் இனத்துவ முரண்பாடு கூர்மை அடைந்தமையும், தமிழ்த் தீவிரவாதத்தின் எழுச்சியும், உள்நாட்டு யுத்தத்தின் தீவிரமும் காரணமாகச் சில முற்போக்

கான சிங்கள எழுத்தாளர்களும், பத்திரிகையாளர்களும், ஆய்வறிவாளர்களும் இலக்கியத்தின் மூலம் சிறுபான்மைச் சமூகத்துடன் ஒரு உரையாடலை ஏற்படுத்தி ஆக்கபூர்வமான நடவடிக்கைகளை மேற்கொண்டனர். சமகாலத் தமிழ் இலக்கியங்களை, விசேடமாக இலங்கைத் தமிழ்க் கவிதைகளைச் சிங்களத்தில் மொழிபெயர்க்கத் தொடங்கினர். அவர்களுடைய இந்த அர்த்தமுள்ள முயற்சிகளுக்குத் தமிழ், முஸ்லிம் எழுத்தாளர்கள் சிலர் உணர்வுபூர்வமான ஒத்துழைப்பு வழங்கினர். 'மாவத்த', 'விவரண', 'றாவய', 'யுக்திய' போன்ற சில முற்போக்கான சிங்கள சஞ்சிகைகள் கடந்த பத்தாண்டுகளில் சிங்கள மொழியில் தமிழ் இலக்கிய மொழிபெயர்ப்புகளை ஊக்குவிப்பதில் பிரக்ஞைபூர்வமாக முயற்சி எடுத்தன.[3]

சுதந்திரத்திற்குப் பின்னர் தமிழில் நிகழ்ந்த சிங்கள இலக்கிய மொழிபெயர்ப்புகள் பற்றி ஒரு கணக்கெடுப்புச் செய்வதற்கும், மொழிபெயர்ப்புகளின் தரத்தை மதிப்பிடுவதற்கும், சிங்கள ஆக்க இலக்கியங்களைத் தமிழில் மொழிபெயர்ப்பதில் உள்ள சில பிரச்சினைகளைச் சுட்டிக்காட்டுவதற்கும் இக்கட்டுரை முயல்கின்றது.

2. சிங்களச் சிறுகதை மொழிபெயர்ப்புகள்

இக்காலகட்டத்தில் சுமார் நூறு சிங்களச் சிறுகதைகள் தமிழில் மொழிபெயர்க்கப்பட்டுள்ளன. மூன்று சிங்களச் சிறுகதைத் தொகுதிகளும் வெளிவந்துள்ளன. கனகரத்தினம் (1979) மொழிபெயர்த்த 'சேதுபந்தனம்' வெவ்வேறு சிறுகதை எழுத்தாளர்களின் பன்னிரண்டு கதைகளைக் கொண்டுள்ளது. 1982இல் தமிழ் நாட்டில் பிரசுரிக்கப்பட்ட 'சிங்களச் சிறுகதைகள்' வெவ்வேறு எழுத்தாளர்களின் பத்துக் கதைகளைக் கொண்டுள்ளது. இக்கதைகள் எட்டு மொழிபெயர்ப்பாளர்களால் மொழிபெயர்க்கப்பட்டுள்ளன. ஏற்கனவே இவை அவ்வப்போது 'மல்லிகை' சஞ்சிகையில் வெளிவந்தவை. மடுலுகிரிய விஜேரத்ன (1994) மொழிபெயர்த்து வெளியிட்ட 'வலை' என்னும் சிறுகதைத் தொகுதி மொழிபெயர்ப்பாளரதும், வேறு சிலரதும் ஐந்து சிறுகதைகளைக் கொண்டுள்ளது. இத்தொகுப்புகளில் இடம் பெறாத ஏனைய சிறுகதைகள் கடந்த முப்பது ஆண்டுகாலத்துள் அவ்வப்போது வெவ்வேறு சஞ்சிகைகளிலும் பத்திரிகைகளிலும் வெளிவந்துள்ளன.

இந்த மொழிபெயர்ப்புகள் மூலம் பெரும்பாலான முக்கியமான சிங்களச் சிறுகதை எழுத்தாளர்கள் தமிழுக்கு அறிமுகப்படுத்தப்பட்டுள்ளனர். அவர்களுள் சிலரின் பெயர்கள் பின்வருமாறு: ஆரியரத்ன விதான, தயசேன குணசிங்க,

எதிரிவீர சரத்சந்திர, குணதாச அமரசேகர, குணசேன விதான, குணதாச லியனகே, கே. ஜயதிலக்க, ஜயசேன ஜயக்கொடி, ஜயலத் மனோரத்ன, ஜயதிலக்க கம்மலவீர, கருணா பெரேரா, லக்சுமி போம்புவல, கே. லயன் பெரேரா, லீல்குணசேகர, மடவல எஸ். ரத்னாயக்க, மடுலுகிரிய விஜேரத்ன, மார்டின் விக்கிரமசிங்க, ஒஸ்வின் டி அல்விஸ், பியசோம பெரேரா, சரத் விஜேசூரிய, சோமரத்ன பாலசூரிய, ஏ.வி. சுரவீர, திலக் குடிஹெட்டி.[4]

3. மொழிபெயர்க்கப்பட்ட சிங்கள நாவல்கள்

பின்வரும் சிங்கள நாவலாசிரியர்கள் மொழிபெயர்ப்பு மூலம் தமிழுக்கு அறிமுகமாகியுள்ளனர். டி.பி. இலங்கரத்ன, கே. ஜயதிலக்க, கருணாசேன ஜயலத், லீல் குணசேகர, மார்ட்டின் விக்கிரமசிங்க, மெரில் காரியவாசம், ஆர்.ஆர். சமரக்கோன்.

புகழ்பெற்ற சிங்கள நாவலாசிரியரான மார்ட்டின் விக்கிரமசிங்கவின் மூன்று நாவல்கள் தமிழில் மொழிபெயர்க்கப் பட்டுள்ளன. 'கம்பெரலிய', 'கிராமப்பிறழ்வு' என்ற தலைப்பில் எம்.எம். உவைசினால் மொழிபெயர்க்கப்பட்டு 1964 இல் இலங்கை சாஹித்திய மண்டலத்தினால் வெளியிடப்பட்டது. 'விராகய' ('பற்றற்ற வாழ்வு'), 'மடொல்துவ' ('மடொல் தீவு') ஆகியவை சுந்தரன் சௌமியனால் மொழிபெயர்க்கப்பட்டு முறையே 1992, 1993ஆம் ஆண்டுகளில் திசரா வெளியீட்டு நிறுவனத்தினரால் வெளியிடப்பட்டன. கே. ஜயதிலக்கவின் 'சரித துனக்', 'மூன்று பாத்திரங்கள்' என்ற பெயரில் தம்பி ஐயா தேவதாசினால் மொழிபெயர்க்கப்பட்டுள்ளது. இது 1979இல் இந்தியாவில் பிரசுரிக்கப்பட்டது. இவர் கருணாசேன ஜயலத்தின் 'கொழுஹதவத்த' ('ஊமை இதயம்') நாவலையும் மொழிபெயர்த்துள்ளார். சரோஜினிதேவி அருணாசலம், ஆர். ஆர். சமரக்கோனின் 'கே குருல்லோ' என்ற நாவலை 'சிட்டுக்குருவிகள்' என்ற பெயரில் மொழிபெயர்த்துள்ளார். இது 1992இல் வெளிவந்தது. இவரே இலங்கரத்னவின் 'அம்பய ஹலுவோ' என்ற நாவலையும், 'ஹத்பன', 'ஹீன்சரய', 'மகுள்கேம' என்னும் குமாரதுங்க முனிதாசவின் சிறுவர் கதைகளையும் தமிழாக்கியுள்ளார். ஜுனைதா ஷெரிப் 1986இல், லீல் குணசேகரவின் 'பெத்சம' என்ற குறுநாவலை 'பெட்டிசம்' என்ற பெயரில் மொழிபெயர்த்து வெளியிட்டார். மெரில் காரியவாசத்தின் 'தறுவன்கே கெதர' என்ற நாவல் சின்னையா கனகமூர்த்தியினால் 'பிள்ளைகளின் வீடு' என்ற பெயரில் மொழிபெயர்க்கப்பட்டு சமூக – பண்பாட்டு ஒருங்கிணைப்பு (திட்ட) அமைச்சினால் வெளியிடப்பட்டது.

4. சிங்களக் கவிதைகள், நாடகங்கள் மொழிபெயர்ப்பு

சிங்களக் கவிதைகளும் நாடகங்களும் மிகக் குறைந்த அளவிலேயே தமிழில் மொழிபெயர்க்கப்பட்டுள்ளன. மத்திய காலச் சிங்களச் செவ்வியல் இலக்கியமான சிறிராகுல தோரின் 'செலலிஹினி சந்தேசய' நவாலியூர் நடராசன் அவர்களால் 'பூவை விடு தூது' என்ற பெயரில் மொழிபெயர்க்கப்பட்டு 1963 இல் இலங்கை சாஹித்திய மண்டலத்தினால் வெளியிடப் பட்டுள்ளது. இந்தச் செவ்வியல் கவிதையைத் தவிர மிகச் சில தற்காலச் சிங்களக் கவிதைகளே தமிழில் மொழிபெயர்க்கப் பட்டுள்ளன. இதற்கு மறுதலையாக 1970களின் பிற்பகுதி யிலிருந்து நூற்றுக்கு அதிகமான நவீன தமிழ்க் கவிதைகள் சிங்களத்தில் மொழிபெயர்க்கப்பட்டுள்ளன. பராக்கிரம கொடித்துவக்கு சிங்கள வாசகர்களுக்குத் தமிழ்க் கவிதையை அறிமுகப்படுத்திய முதலாவது சிங்களக் கவிஞர் என்ற பெருமைக்குரியவர். இந்தியாவையும் இலங்கையையும் சேர்ந்த இருபது தமிழ்க் கவிஞர்களின் முப்பத்தி மூன்று கவிதைகளை மொழிபெயர்த்து 1979இல் 'இந்து சக லங்கா' என்ற ஒரு தொகுப்பாக இவர் வெளியிட்டார். இதற்கு அடுத்து சிங்களத் தில் வெளிவந்த முக்கியமான தமிழ்க் கவிதைத் தொகுதி சீத்தா ரஞ்சினி (1993) மொழிபெயர்த்து வெளியிட்ட 'தோங்காரய' ஆகும். இத் தொகுதியில் பதினெட்டு சமகால இலங்கைத் தமிழ்க் கவிஞர்களின் முப்பத்தி நாலு கவிதைகள் இடம் பெற்றுள்ளன. நிலார் எம். காசிம், மடுலுகிரிய விஜேரத்ன ஆகியோரும் பல இலங்கைத் தமிழ்க் கவிதைகளைச் சிங்களத் தில் மொழிபெயர்த்து அவ்வப்போது சஞ்சிகைகளிலும் பத்திரிகைகளிலும் வெளியிட்டு வந்துள்ளனர். எனினும் இதுவரை சிங்களக் கவிதைத் தொகுதி ஒன்றுகூட தமிழில் வெளிவரவில்லை. அண்மையில் இந்த இடைவெளியை நிரப்ப றோகன லக்ஷ்மன் பியதாச (1995) முயன்றுள்ளார். அவரது 'இணைப்போம் கரங்கள்' – 'அத்வல தனமு அபி' என்ற இரு மொழிக் கவிதைத் தொகுப்பு ஒவ்வொரு மொழியில் இருந்தும் பத்துப் பத்துக் கவிதைகளாக இருபது கவிதைகளைக் கொண்டுள்ளது. இத்தொகுப்பின்மூலம் பின்வரும் பத்து சிங்களக் கவிஞர்கள் தமிழுக்கு அறிமுகமாகியுள்ளனர். கொங்கஸ்தெனிய ஆனந்த தேரர், மொனிக்கா றுவன்பத்திரன, சிறிலால் கொடிகார, ஜயவடு விதான, தயசேன குணசிங்க, பராக்கிரம கொடித்துவக்கு, றத்னசிறி விஜேசிங்க, புத்ததாச கலப்பதி, தர்மசிறி ராஜபக்ச, சௌரத் கொஸ்சல் கோரள.

தற்காலத் தமிழ் நாடக அரங்கில், சிங்கள நாடக அரங்கின் செல்வாக்கு வெளிப்படையாகத் தெரியும் போதி

லும், இதுவரை மூன்று சிங்கள நாடகப் பிரதிகள் மட்டுமே தமிழில் மொழிபெயர்க்கப்பட்டுள்ளன. தயானந்த குணவர்த்தன வின் 'நரிபேன' ('நரி மாப்பிள்ளை') என்ற நாடகமே முதலில் மொழிபெயர்க்கப்பட்ட நாடகமாகும். சின்னையா சிவ னேசன் இதனை 1971 இல் மொழிபெயர்த்தார். இது மேடை யேற்றப்பட்டதுடன் நூலுருவிலும் வெளிவந்துள்ளது.

இதற்கு இரண்டு தசாப்தங்களுக்குப் பிறகு இரண்டு சிங்கள நாடகங்கள் – எஸ். கருணாரத்னவின் 'கங்கட உடின் கொக்கு கியா', சுனந்த மகேந்திரவின் 'சோகிரடீஸ்' – மடுலுகிரிய விஜேரத்னவினால் மொழிபெயர்க்கப்பட்டுள் ளன. இவை இன்னும் நூலுருப்பெறவில்லை.

5. மொழிபெயர்ப்பின் தரம்

சிங்கள இலக்கியப் படைப்புகளைத் தமிழாக்கம் செய்யும் பெரும்பாலான மொழிபெயர்ப்பாளர்கள் அரசாங்க ஊழியர் களாவர். இவர்கள் ஆசிரியர்கள் அல்லது எழுது வினைஞர் களாகப் பணிபுரிகின்றனர். இவர்களின் சிங்கள மொழித்திறன் வரையறைக்குட்பட்டது. ஏற்கெனவே குறிப்பிடப்பட்டது போன்று உத்தியோகத் தேவைகளுக்காகவே இவர்கள் சிங்களத்தைக் கற்றனர். இவர்களது சிங்கள இலக்கிய அறிவும் வரையறைக்குட்பட்டது. மடுலுகிரிய விஜேரத்ன போன்ற மிகச்சில சிங்களவர்களும் தமிழ்மொழிபெயர்ப்பில் ஈடுபட்டுள்ளனர். ஆயினும், அவர்களது தமிழ்த்திறன் மிகவும் வரையறைக்குட்பட்டதாகவே உள்ளது. இப்பின்னணியில் மொழிபெயர்ப்பிலும், மொழிபெயர்ப்புக்கான படைப்புகளின் தெரிவிலும் உயர்தரத்தை நாம் எதிர்பார்க்க முடியாது. மொழிபெயர்ப்புக்காகத் தேர்ந்தெடுக்கப்பட்ட பல படைப்பு கள் தரம் உயர்ந்தவை என்று கூறுவதற்கில்லை. தெரிவுகள் பரவலானதாகக் காணப்படினும் அத்தெரிவுக்கு ஏதாவது அடிப்படைகள் பின்புலமாக உள்ளனவா என்று கண்டறிவது சிரமமாக உள்ளது. மொழிபெயர்ப்புக்கான தெரிவு படைப் பின் தரத்தில் மட்டும் தங்கியிருக்கவில்லை. எழுத்தாளருடைய பிரபலம், இலக்கிய முக்கியத்துவம், கருத்துநிலை போன்றவை தெரிவுக்குக் காரணமாக இருக்கலாம். தமிழில் மொழி பெயர்க்கத் தேர்ந்தெடுக்கப்பட்ட சிங்கள எழுத்தாளர்கள் மேற்குறிப்பிட்ட ஏதாவது ஒன்றின் அடிப்படையில் தெரிவு செய்யப்பட்டிருக்கலாம் என்று கூறமுடியும். எனினும், பெரும்பாலான சந்தர்ப்பங்களில் மொழிபெயர்க்கப்பட்ட படைப்புகள் குறிப்பிட்ட சிங்கள எழுத்தாளர்களையோ, தற்காலச் சிங்கள இலக்கியத்தையோ போதிய அளவு பிரதி நிதித்துவப்படுத்துகின்றன என்று கூறமுடியாது. மிகச் சிறந்த

சிங்களச் சிறுகதைகளும், நாவல்களும், கவிதைகளும் மொழி பெயர்க்கப்பட்டுள்ளன என்று நாம் கருத முடியாது. சில நல்ல சிங்கள நாவல்கள் – உதாரணமாக 'கம்பெரெலிய', 'விராகய' – மொழிபெயர்க்கப்பட்டுள்ளன. ஆனால் துரதிர்ஷ்ட வசமாக அவை நல்ல மொழிபெயர்ப்புகள் அல்ல.

பெரும்பாலான சிங்கள இலக்கிய மொழிபெயர்ப்புகள் நேர் மொழிபெயர்ப்புகளாகத் *(literal)* தோன்றுகின்றன. அதாவது, மொழிபெயர்ப்பாளர்கள் மூல மொழியின் வாக்கிய அமைப்பு, நடை ஆகியவற்றுக்கு அதிக விசுவாசமாக இருக்கிறார்களே தவிர, இலக்கு மொழியின் வாக்கியவியல் நடையியல் அம்சங்களுக்கு அல்ல. அதனால், அவர்களது மொழிபெயர்ப்புகள் தற்காலத் தமிழ்ப் புனைகதை உரை நடைக்கு அந்நியமாகத் தோன்றுகின்றன. உதாரணமாக, 'கம்பரெலிய' தமிழ் மொழிபெயர்ப்பின் ஒரு பந்தியை இங்கு தருகின்றேன். மூலத்தின் தமிழ் எழுத்துப்பெயர்ப்பு பின்வருமாறு.

"தெமசகட்ட பமண பசு ஜேமிஸ் யலித் மஹ கெதறட்ட பமினியே வெடி ஹிட்டியன் தெதனக்கு பிரிவர கொட்டகத் தறுணயக்கு சமங்கய. ஏதறுணயா அனிக்கக்கு நொவ ஜினதாஸ லமாஹேவாய. ஒஹு பமினியே மனமாலிய நொஹொத் நந்தா *(b)* பலனு பினிசய. அமுத்தன் முஹந்திரம் கென் த *(b)* பிரிந்தகென் த *(b)* புலத்வலின் ஹா சுருட்டுவலின் ஹா தேவலின் த சங்றஹ லபூ பஸு மாதற ஹாமினே ஹொந்தின் அந்த பலந்தாகென சறசுனு நந்தா சமக கொஸ் சாலயே ஏத்தின் வூ அசுனக வாடிகத்தாய" *(மார்ட்டின் விக்கிரமசிங்க 1967 : பக். 71)*

மொழிபெயர்ப்பாளர் இப்பந்தியைத் தமிழில் பின் வருமாறு மொழிபெயர்த்துள்ளார்.

> இரண்டு மாதங்களுக்குப் பின்னர் ஜேமிசு மீண்டும் பெருமளவுக்கு இருபெரியவர்கள் சூழவரும் ஒரு வாலிபனுடன் வந்தான். அவ்வாலிபன் ஜினதாச லமாஹேவா அன்றி வேறொருவனும் அல்லன். அவன் மணவாட்டியை, அதாவது நந்தாவைப் பார்க்கவே வந்தான். விருந்தாளிகள் முகந்திரத்தினாலும் பாரியாரா லும் வெற்றிலையாலும் சுருட்டுக்களினாலும் தேநீரி னாலும் உபசரிக்கப்பட்ட பின்னர், மாத்தறை அம்மையார் நன்கு உடுத்து ஆபரணங்கள் அணிந் திருந்த நந்தாவுடன் போய் சாலையில் அதிக தூரத்தில் இருந்த ஓர் ஆசனத்தில் அமர்ந்தார். *(மார்ட்டின் விக்கிரமசிங்க 1964 : 69)*

இது மூலப் பிரதியின் வார்த்தைக்கு வார்த்தையான நேர் மொழிபெயர்ப்பு என்பது வெளிப்படை. இங்கு மொழி பெயர்ப்பாளர் தமிழ் மொழிக்கு அந்நியமான சிங்கள வாக்கிய, இலக்கண அமைப்புகளை அப்படியே பின்பற்ற முயன்றுள்ளார். ஒரு தமிழ் வாசகனைப் பொறுத்தவரை இது ஒரு புனைகதை நிகழ்வு பற்றிய கலைத்துவமான விபரணம் அல்ல. மேலும் கடந்த எழுபத்தைந்து ஆண்டு களுக்கு மேலாகத் தமிழில் மிகவும் செழுமையாக வளர்ச்சி யடைந்துள்ள புனைகதை உரைநடைக்குரிய பொருத்தமான நடையிலும் இது அமையவில்லை.

மூலப்பிரதி நான்கு வாக்கியங்களைக் கொண்டுள்ளது. ஒவ்வொன்றும் ஒருவகையில் தற்காலத் தமிழ் வாக்கிய அமைப்புக்குப் புறம்பான வெவ்வேறு அமைப்பைக் கொண் டுள்ளன. மொழிபெயர்க்கப்பட்ட பிரதியும் சிங்கள மூல வாக்கிய அமைப்புகளை ஒத்த நான்கு வாக்கியங்களைக் கொண்டுள்ளது. உதாரணமாக, கடைசி வாக்கியத்தில் இடம் பெற்றுள்ள வினை அடை வாக்கியத் தொடரான "அமுத்தன் முஹந்திரம் கென் த பிறிந்தகென் த புலத்வலின் ஹா, சுருட்டுவலின் ஹா தேபனிந்த சங்றஹ லபூ பசு" என்பது செயப்பாட்டுவினை வடிவத்தில் உள்ளது. மேலும் அமுத்தன் என்பது தவிர்ந்து ஏனைய பெயர்த் தொடர்கள் எல்லாம் நீங்கல் மற்றும் கருவி வேற்றுமைகளைப் பெற்றுள்ளன. இந்த அமைப்பு தமிழுக்கு முற்றிலும் அந்நியமானது. ஏனெ னில் கருவி வேற்றுமை ஏற்ற பெயர்கள் தமிழில் உபசரி போன்ற வினைகளுடன் இணைந்துவருவதில்லை. 'விருந்தாளி களைத் தேனீரால் உபசரித்தார்கள்' என்பது தமிழில் ஏற் புடைய வாக்கியம் அல்ல. 'விருந்தாளிகளைத் தேனீர் கொடுத்து உபசரித்தார்கள்' என்பதே ஏற்புடைய வாக்கியமாகும். எனி னும் மொழிபெயர்ப்பாளர் சிங்கள வாக்கிய அமைப்பை அப்படியே தழுவி அதனைத் தமிழாக்கியுள்ளார். அதனால், அம்மொழிபெயர்ப்பு தமிழுக்கு அந்நியமானதாக, பொருத்த மற்றதாக உள்ளது. மேலே தரப்பட்ட பிரதியைப் பின்வருமாறு தமிழில் மீள்மொழிபெயர்ப்புச் செய்யலாம்.

> இரண்டு மாதங்களுக்குப் பின்னர் ஜேமிஸ் மீண்டும் பெருமளவுக்கு வந்தான். அவனுடன் இரண்டு பெரிய வர்களும், ஒரு வாலிபனும் வந்தனர். ஜினதாஸலமாஹே வாதான் அவ்வாலிபன். அவன் நந்தாவைப் பெண் பார்க்கவே வந்தான். விருந்தாளிகளை முகாந்திரமும் மனைவியும் உபசரித்தனர். தேனீரும், வெற்றிலையும் வழங்கினர். சுருட்டும் பரிமாறப்பட்டது. நந்தா அழகாக உடுத்து நகைகளும் அணிந்திருந்தாள். மாத்தறை

அம்மையார் அவளோடு போய் மண்டபத்தில் சற்றுத் தொலைவில் இருந்த ஒரு ஆசனத்தில் அமர்ந்தார்.

இப்பந்தி ஒன்பது வாக்கியங்களைக் கொண்டுள்ளது. தமிழில் வளர்ச்சியடைந்துள்ள விபரண நடைக்குப் பொருத்த மான வகையில் ஒரு புனைகதை நிகழ்வு இங்கு விபரிக்கப் பட்டுள்ளது. இரசனையற்ற நேர் மொழிபெயர்ப்புக்குப் பிறிதொரு உதாரணமாக 'விராகய' மொழிபெயர்ப்பில் இருந்து ஒரு பந்தியை இங்கு தரலாம். மார்ட்டின் விக்கிரம சிங்கவின் நாவல் பின்வருமாறு தொடங்குகின்றது.

> மா சமங்க எக்க பந்தியே உகனிமின் எக்கட்ட கெலி செல்லம் கள விவாக ஜிவிதயட்ட அத்துலுவூ பசுத மா அசுறு கல சிறிதாச ஜயசேன தக்கிமட்ட மேவற மா கின்பத்தலியே ஓஹுகே நிவசட்ட கியே அவுறுத்த கட்ட பசுய.

மேல்தரப்பட்ட பந்தி ஒரே ஒரு கலப்பு வாக்கியத்தினால் அமைந்தது. இக்கலப்பு வாக்கியம் ஒரு பிரதான வாக்கியத் தையும், நான்கு துணைநிலை வாக்கியத் தொடர்களையும் கொண்டுள்ளது. தமிழ் மொழிபெயர்ப்பாளர் இதே வாக்கிய அமைப்பைப் பின்பற்றி சொல்லுக்குச் சொல் பின்வருமாறு மொழிபெயர்த்துள்ளார்.

> என்னோடு ஒன்றாக ஒரு வகுப்பில் படித்து ஒன்றாகவே ஓடிப்பிடித்து விளையாடி தாம்பத்திய வாழ்வில் ஈடு பட்ட பின்பும் என்னோடு பழகிய சிறிதாச ஜயசேனவைக் காண இம்முறை நான் கின்பத்தலியவில் உள்ள அவனுடைய வீட்டுக்கு ஒரு வருடத்துக்குப் பின்பே சென்றேன். *(மார்ட்டின் விக்கிரமசிங்க 1992 பக். 1)*

நமது முன்னைய உதாரணத்தைப் போலவே இந்த மொழிபெயர்ப்பும் முற்றிலும் நேர் மொழிபெயர்ப்பாக உள்ளது. அதனால் தமிழ்ப் புனைகதை நடைக்கு அந்நியமாக வும் வாசிக்க முடியாததாகவும் உள்ளது. ஆஷ்லி ஹல்பே *(1985 : 1)* இதே பந்தியை ஆங்கிலத்தில் ஆங்கில மொழி மரபுக்கும், இலக்கிய நடைக்கும் உரிய முறையில் ஆக்குதிறன் மிக்கதாகப் பின்வருமாறு மொழிபெயர்த்துள்ளார்.

"Sridasa Jayasena and I had been friends ever since we had gone to school together and his marriage to sarojini had not altered our relationship. It was more than a year since I had last visited him in Ginpataliya."

இந்த ஆங்கில மொழிபெயர்ப்பு மூலத்தின் நேர்மொழி பெயர்ப்பு அன்றி, சுதந்திரமான மொழிபெயர்ப்பு என்பது

வெளிப்படை. மூலப்பிரதியில் இல்லாத சரோஜினி என்ற பெயரையும் ஆசிரியர் மொழிபெயர்ப்பில் கொண்டு வந்துள் ளார். படைப்பிலக்கிய மொழிபெயர்ப்பாளனுக்குள்ள சுதந் திரத்தைப் பயன்படுத்தி ஆங்கில மொழிநடைக்குப் பொருத்த மான வாக்கிய அமைப்புகளை அவர் பயன்படுத்தியுள்ளார். மார்டின் விக்கிரமசிங்கவின் சிங்கள மூலப் பிரதியைத் தமிழ்ப் புனைகதை நடைக்கு ஏற்ப நாம் பின்வருமாறு மொழி பெயர்க்கலாம்:

> சிறிதாச ஜயசேனவும் நானும் ஒரே வகுப்பில் படித்தவர் கள்; ஒன்றாக விளையாடியவர்கள். அவனது திருமணத் தின் பின்பும் எங்கள் நட்புத் தொடர்ந்தது. ஒரு வருடத் திற்குப் பின்னர் மீண்டும் இம்முறை அவனைக் காண்ப தற்கு கின்பத்தலியவில் உள்ள அவனது வீட்டுக்குச் சென்றேன்.

எந்த ஒரு மொழிபெயர்ப்பிலும் இரண்டு நடைமுறைகள் உள்ளன. முதலாவது, மூல மொழிப்பிரதியைக் கட்டவிழ்ப்புச் செய்து அதில் பொதிந்துள்ள தகவலை அல்லது பொருளைக் கிரகித்துக் கொள்வது. இரண்டாவது, அந்தத் தகவலை அல்லது பொருளை இலக்கு மொழியின் வாக்கிய அமைப்புக் கும் நடையியல் நியமங்களுக்கும் ஏற்ப அம்மொழியில் மீள்கட்டமைப்புச் செய்வது. சிங்களத்தில் இருந்து தமிழுக்கு மேற்கொள்ளப்பட்ட பெரும்பாலான மொழிபெயர்ப்புகள் தகுந்த முறையில் மீள்கட்டமைப்புச் செய்யப்பட்டவை அல்ல. தமிழுக்கும் சிங்களத்துக்கும் இடையே உள்ள அமைப்பு மற்றும் நடையியல் வேறுபாடுகள் பற்றிய புரிந்துணர்வும் பிரக்ஞையும் மொழிபெயர்ப்பாளர்களிடம் காணப்பட வில்லை. அதன் விளைவாக அவர்களது மொழிபெயர்ப்பு களின் தரம் மிகவும் குறைந்த நிலையில் காணப்படுகின்றது.

ஒரு நல்ல மொழிபெயர்ப்பு என்பது இலக்கு மொழியில் சுயமாக எழுதப்பட்டது போன்ற தற்புதுமையுடன் காட்சிதர வேண்டும். சிங்களத்திலிருந்து தமிழுக்குச் செய்யப்பட்ட வற்றுள் அத்தகைய சில நல்ல மொழிபெயர்ப்புகள் இல்லாமல் இல்லை. ஆர்.ஆர். சமரக்கோனின் 'கே குறுல்லோ'வின் தமிழ் மொழிபெயர்ப்பான 'சிட்டுக்குருவிகள்' இத்தகைய நல்ல மொழிபெயர்ப்புக்கு உதாரணமாகக் கூறக்கூடியது. இதனை மொழிபெயர்த்தவர் சரோஜினிதேவி அருணாசலம்.

6. மொழிபெயர்ப்புப் பிரச்சினைகள்

சிங்கள இலக்கியப் படைப்புகளைத் தமிழில் மொழி பெயர்ப்பது தொடர்பாகச் சில மொழிசார் பிரச்சினைகளும்,

மொழி சாராப் பிரச்சினைகளும் உள்ளன. மொழிபெயர்ப்பு என்பது அடிப்படையில் ஒரு மொழியியல் நடவடிக்கை யாகும். மொழிபெயர்ப்பின் போது ஒரு குறிப்பிட்ட மொழி யின் சொற்குறிகள் அல்லது மொழியியல் அலகுகளில் சங்கேதப்படுத்தப்பட்ட ஒரு தகவலைப் பிறிதொரு மொழியின் மொழியியல் அலகுகளில் சங்கேதப்படுத்துகிறோம். இவ்வகை யில் ஒரு பிரதியை அதன் மூலமொழியில் இருந்து இலக்கு மொழிக்கு மொழிபெயர்ப்பதற்கு அம்மொழிபெயர்ப்பாளர் இரண்டு மொழிகளிலும் உள்ள சமமான மொழியியல் அலகுகளை அல்லது ஆக்கங்களைக் கண்டறிய வேண்டும். சமமான ஆக்கங்கள் *(Constructions)* மட்டுமே பரஸ்பரம் மொழிபெயர்க்கக் கூடியவையாகும். அவ்வகையில் சமனா னவை அல்லது சமனி என்பது பரஸ்பரம் மொழிபெயர்க்கக் கூடிய ஆக்கங்களுடன் உள்ளார்ந்த தொடர்புடைய ஒரு கருத்தாகும் *(Krzeszowski 1971 : 37)*. இரண்டு மொழிகளில் உள்ள இரண்டு அல்லது பல ஆக்கங்கள் ஒரே பொருளைக் கொண்டிருக்குமாயின் அவை மொழிபெயர்ப்புச் சமனிகள் *(translation equivalents)* எனப்படுகின்றன. ஆகவே, மொழி பெயர்ப்புச் சமனிகள் என்ற கருத்தாக்கம் எந்த ஒரு மொழி பெயர்ப்புக் கோட்பாட்டிலும் மிகவும் முக்கியமானதாகும் *(Catford 1965 : 21, 27 - 31)*.

மொழிபெயர்ப்புச் சமனிகளைக் கண்டறிவதே மொழி பெயர்ப்புச் செயல்முறையில் உள்ள அடிப்படையான பிரச்சினை யாகும். ஆக்க இலக்கிய மொழிபெயர்ப்புகளில் ஆக்க இலக் கியம் அல்லாத மொழிபெயர்ப்புகளில் இருப்பதைவிட இது மிகவும் சிக்கலானதாகும். ஏனெனில் இலக்கியம் அல் லாத மொழிப்பயன்பாட்டைவிட இலக்கியத்தின் மொழி மிகவும் சிக்கலானதும், அழகியல் ரீதியில் ஊட்டம் பெற்றது மாகும். இதனாலேயே அநேகர் கவிதை மொழிபெயர்க்கப்பட முடியாதது எனக் கருதுகின்றனர். றோமன் ஜெகோப்சனின் கருத்துப்படி *(1987 : 434)* கவிதை மொழிபெயர்க்க முடியாத தாகும்; படைப்பு ரீதியான ஒரு புத்தாக்கம் *(a creative transposition)* மட்டுமே சாத்தியமானதாகும். எனினும் நடைமுறையில் நாம் தொடர்ந்தும் இலக்கியப் படைப்புகளை மொழிபெயர்க்கின்றோம். அவற்றை முற்றிலும் ஒரு புத்தாக்க மாக நாம் கருதுவதில்லை. அது மூலத்துக்கு மிகக் கிட்டியதாக இருந்தாலும் இல்லாவிட்டாலும் நாம் அதனை மொழி பெயர்ப்பு என்றே கருதுகின்றோம்.

எந்த ஒரு படைப்பிலக்கிய மொழிபெயர்ப்பும் மூலத்தை அவ்வாறே ஒத்திருக்க முடியாது என்ற உண்மையை நாம் ஒப்புக்கொள்ளத்தான் வேண்டும். கற்ஃபோட் *(Catford 1965 : 93)*

குறிப்பிடுவது போல, "மூலமொழியில் உள்ள பிரதிகள் முற்றிலும் அவ்வாறே மொழிபெயர்க்க முடியாதவை என்று கூறுவதைவிட, கூடுதலாகவோ குறைவாகவோ மொழி பெயர்க்கப்படக் கூடியவை" என்று கூறுவது பொருத்தமாகும். மொழிபெயர்ப்பில், குறிப்பாக ஆக்க இலக்கிய மொழிபெயர்ப் பில் நாம் எப்போதும் எதையாவது இழந்துவிடுகின்றோம் என்பதே இதன் பொருளாகும். ஆகவே, ஆக்க இலக்கியப் படைப்பு ஒன்றின் மொழிபெயர்ப்பு என்பது மூலத்தின் வடிகட்டப்பட்ட ஒரு வடிவமே என்று நாம் கூற முடியும். மொழியியல் அல்லது பண்பாட்டுக் காரணங்களால் இலக்கு மொழியில் மொழியியல் சமனிகளைக் கண்டுபிடிக்க முடி யாத நிலையிலேயே வடிகட்டல் நிகழுகின்றது.

மொழியியல் ரீதியான வடிகட்டல் அல்லது மொழி பெயர்க்க முடியாமை சில இலக்கண வகைமைகள் அல்லது இலக்கணக் கூறுகள் காரணமாகவே நிகழ்கின்றது. இலக்கு மொழியில் ஒரு குறிப்பிட்ட இலக்கணக் கூறு இல்லா விட்டால், "அந்த மொழியின் ஒரு குறிப்பிட்ட பிரதியை மொழிபெயர்க்கும்போது மூலத்துக்கு விசுவாசமாக இருப்பது மிகவும் சிரமமானதாகும்" *(Roman Jakobson 1987 : 432)*. தமிழும் சிங்களமும் இலக்கணத்திலும் பண்பாட்டுக் கூறுகளிலும் பெருமளவு ஒற்றுமை கொண்டிருப்பினும் சில முக்கியமான வேறுபாடுகளும் உள்ளன. இவ்விரு மொழிகளிலும் உள்ள மூவிடப் பெயர் அமைப்பு இதற்கு ஒரு நல்ல உதாரணமாகும்.

தமிழ் மொழியில் இரண்டு முன்னிலை இடப்பெயர்களே உள்ளன. ஆனால், சிங்கள மொழியில் இருபது வேறுபட்ட வடிவங்கள் உள்ளன. இவை வெவ்வேறு அளவில் மரியாதைக் குறிப்பினையும், எண், பால், வேறுபாடுகளையும் காட்டுகின் றன *(Nuhman, 1994)*. இந்த இடப்பெயர்கள் தம்முள் கொண் டிருக்கும் சமூக – உளவியல் பொருண்மையை ஆங்கிலத் திலோ அல்லது தமிழிலோ மொழிபெயர்ப்பது மிகவும் சிரமமாகும். உதாரணமாக, பின்வரும் சிங்கள வாக்கியங்கள் 'ஓயா கன்ன', 'தமுசே கன்ன', 'உம்ப காப்பங்', 'தோ காப்பிய' தம்முள் பொருள் வேறுபாடு உடையன. இது அம்மொழியில் காணப்படும் – சமூக – மொழியியல் சூழலின் விளைவாகும். இதை ஒத்த நிலைமை ஆங்கிலத்திலோ அல்லது தமிழிலோ கூட இல்லை. ஆங்கிலத்தில் மேற்காட்டிய நான்கு வாக்கியங் களுக்கும் சமனாக *You eat* என்ற வாக்கியம் மட்டுமே உண்டு. ஆனால், நான்கு வேறுபட்ட சிங்கள வாக்கியங்களும் உணர்த் தும் நான்கு வேறுபட்ட மரியாதைக் குறிப்புகளை இந்த ஆங்கில வாக்கியம் வெளிக்காட்டாது. மேலுள்ள நான்கு வேறுபட்ட சிங்கள வாக்கியங்களுக்கும் சமனாகத் தமிழில்

இரண்டு வாக்கியங்களே உண்டு. 'நீங்கள் சாப்பிடுங்கள்' என்பது 'ஓயா கன்ன' என்பதற்குச் சமனியாகும். ஏனைய மூன்று வாக்கியங்களுக்கும் 'நீ சாப்பிடு' என்பது மட்டுமே சமனியாகும். நீங்கள் என்பது தமிழில் முன்னிலைப் பன்மைக்கும் முன்னிலை மரியாதை ஒருமைக்கும் பயன்படுத்தப்படுகின்றது. நீ என்பது அல் – மரியாதை ஒருமை வடிவமாகும். தமிழ்மொழி மரியாதை, அல் – மரியாதை என்ற இரண்டு மரியாதை நிலைகளையே வெளிக்காட்டுகின்றது. ஆனால், சிங்களம் குறைந்தது நான்கு மரியாதை நிலைகளை வெளிக்காட்டுகின்றது. இத்தகைய இலக்கணப் பிரச்சினைகளைக் கடந்து செல்வது மொழிபெயர்ப்பில் எப்போதும் சிரமமாகும்.

சிங்கள மொழியில் அவதானிக்கக் கூடிய பிறிதொரு அம்சம், உரையாடலில் முன்னிலை இடப்பெயர்களைப் பயன்படுத்துவதைத் தவிர்க்கும் போக்காகும். வயதில் அல்லது தகுதியில் கூடியவர்களை அல்லது புதிதாகக் காணும் அந்நியர்களை விளிப்பதற்கு முன்னிலை இடப்பெயர்கள் சிங்களத்தில் பெரிதும் தவிர்க்கப்படுகின்றன.

பதிலாக சிங்களம் பேசுவோர் ஒருவரை விளித்துப் பேசுவதற்கு ஒரு உறவு முறைப் பெயரை அல்லது இயற்பெயரை அல்லது இயற்பெயரோடு உறவுமுறைப் பெயரை இணைத்து அல்லது ஒரு பொதுப்பெயரைப் பயன்படுத்துகின்றனர். விளிக்கப்படுவோரின் மரியாதை நிலைக்கு ஏற்ற பொருத்தமான முன்னிலைப் பெயரைத் தெரிவு செய்வதில் உள்ள பிரச்சினையைத் தவிர்க்கும் முகமாகவே சிங்களம் பேசுவோர் இத்தகைய மொழியியல் நடத்தையைப் பின்பற்றுகின்றனர் *(Nuhman - 1994)*. உதாரணமாக, 'சுனில் கொஹெத யன்னே' என்ற சிங்கள வாக்கியம், இது பேசப்படும் உரையாடற் சூழலைப் பொறுத்து வெவ்வேறு விதமாகப் பொருள் கொள்ளப்படலாம். பேசுவோன் சுனில் என்பவரின் செல்கை பற்றிப் பிறிதொருவரிடம் கேட்பதாயின் சுனில் படர்க்கை இடத்துக்குரியதாகும். அப்போது இந்த வாக்கியத்தின் பொருள் 'சுனில் எங்கே போகிறான்/ர்' என்பதாக அமையும். பேசுவோன் சுனிலிடம் நேரடியாக அவனின் செல்கை பற்றிக் கேட்பதாயின் சுனில் முன்னிலைக்குரியதாகும். இவ்விரு நிலையிலும் இவ்வாக்கியத்தில் மரியாதைக் குறிப்புக்குரிய அடையாளம் இல்லை. ஆனால், இது தமிழில் சாத்தியம் இல்லை. வினை விகுதிகள் காரணமாக ஒரு தமிழ் வாக்கியம் மரியாதைக் குறிப்பைக் கட்டாயமாக உணர்த்துகின்றது. அவ்வகையில் மேல் குறிப்பிட்ட சிங்கள வாக்கியம் அதன் உரையாடல் சந்தர்ப்பத்தைப் பொறுத்து தமிழில் நான்கு வேறுபட்ட மொழிபெயர்ப்புச் சமனிகளைக் கொண்டுள்ளது. சுனில்

படர்க்கை இடத்துக்குரியதாயின் இவ்வாக்கியம் தமிழில், ‘சுனில் எங்கே போகிறான்’ என்றோ, ‘சுனில் எங்கே போகிறார்’ என்றோ மொழிபெயர்க்கப்பட வேண்டும். முதல் வாக்கியம் அல் – மரியாதை வழக்கு; மற்றது மாரியதை வழக்கு. போ என்ற வினைச்சொல் – ஆன் அல்லது – ஆர் என்ற விகுதியைக் கட்டாயமாகப் பெறுகின்றது.

சுனில் முன்னிலைக்குரியதென்றால் இதே வாக்கியம் தமிழில், ‘சுனில் (நீ) எங்கே போகிறாய்’ என்றோ அல்லது ‘சுனில் (நீங்கள்) எங்கே போகிறீர்கள்’ என்றோ மொழிபெயர்க்கப்பட வேண்டும். முதலாவது அல் – மரியாதை வழக்கு; மற்றது மரியாதை வழக்கு.

தமிழில் நீ, நீங்கள் ஆகிய இடப்பெயர்கள் மேற்காட்டிய சூழலில் இடம்பெறுவது கட்டாயம் இல்லை (அதனாலேயே அவை அடைப்புக் குறிக்குள் தரப்பட்டுள்ளன) எனினும், – ஆல் – ஈர்கள் ஆகிய விகுதிகள் வினையில் இடம்பெறுவது கட்டாயமாகும். சிங்கள வினைமுற்றுக்கள் (பேச்சுச் சிங்களம்) திணை, பால் விகுதிகளைப் பெறுவதில்லை. ஆனால் தமிழ் வினைகள் எப்போதும் கட்டாயமாகத் திணை, பால் விகுதிகளைப் பெற்றே வரும். சிங்கள நாவல்களையும் சிறுகதைகளையும் தமிழில் மொழிபெயர்த்த சில மொழிபெயர்ப்பாளர்கள், இத்தகைய வாக்கியங்களை மொழிபெயர்க்கும் போது இம் மொழியியல் உண்மையைப் புறக்கணித்து சிங்கள மூல வாக்கிய அமைப்புக்கு விசுவாசமாக இருக்க முயன்றுள்ளனர். அதன் விளைவாக ஏற்புடைமையற்ற செயற்கையான தமிழ் வாக்கியங்களை உருவாக்கியுள்ளனர். இது இவர்களது மொழிபெயர்ப்புத் தரத்தை ஊறுபடுத்தியுள்ளது. இங்கு ‘கம்பெரலிய’ தமிழ் மொழிபெயர்ப்பில் இருந்து சில உதாரணங்களை மட்டும் தருகிறேன்.

1. அம்மையார் இவ்வாறு செயலாற்றத் தலைப்பட்டால் எமக்கும் பிள்ளைகளுக்கும் அபாயம்தான் வரும்.
2. அம்மணிக்குக் கூறியிருந்தால் திருட்டைப் பிடிக்க முடியாமற் போயிருக்கும் . . . அதனாற்தான் அம்மணியிடம் இதனை ஏற்கெனவே சொல்லாமல் விட்டது.
3. ‘ஜேமிசு சொல்வது பொய்’ என நந்தா சிரித்துக் கொண்டு கூறினாள்.
4. சட்டம்பியார் இப்பொழுது கொந்திராத்து வேலை செய்வது என்பது உண்மையா?
5. அவ்வாறு கூட்டிச் செல்வதாயிருந்தால் நான் அவனை பாலதாசவுடனாவது உலாத்தச் செல்லவிடமாட்டேன்.

6. சொல்லியிருந்தால் திஸ்ஸவைவிட ஏச்சுக் கேட்க வேண்டி இருந்திருக்கும் எனக்கு.
7. அனு மிகப் பொல்லாதவள் போல இருக்கிறாள்.
8. அதனாலல்லவா அனு மிக விரைவாக வயது முதிர்ந் திருக்கிறது.

மேலுள்ள வாக்கியங்களில் இடம் பெறும் அம்மையார், அம்மணி, ஜேமிசு, சட்டம்பியார் பாலதாச, திஸ்ஸ, அனு ஆகிய பெயர்ச்சொற்கள் மூலமொழியில் முன்னிலை இடப் பெயர்களுக்குப் பதிலாகவே பயன்படுத்தப்பட்டுள்ளன. தமிழ் மொழி மரபில் இவை படர்க்கைப் பெயர்களாகும். மொழி பெயர்ப்பாளர் இந்த உண்மையைப் புறக்கணித்து மூலமொழி யின் மரபுகளுக்கு விசுவாசமாக இருந்ததனால் இத்தகைய கருத்து மயக்கமுடைய செயற்கையான வாக்கியங்களை உருவாக்கியுள்ளார். மொழிபெயர்ப்பாளருக்கு மொழிபெயர்ப்புச் சமனிபற்றிய பிரக்ஞை அவசியமாகும்.

இதுவரை நாம் நோக்கிய மொழியியல் கூறுகளைப் போன்றே, குறைந்த அளவே மொழிபெயர்க்கப்படக் கூடிய அல்லது மொழிபெயர்க்க முடியாத சில பண்பாட்டுக் கூறுகளும் உள்ளன. இவை எப்போதும் மொழியில் பிரதிபலிக் கின்றன. கலாசார ஊட்டம் பெற்ற சொற்கள், மரபுத் தொடர்கள், பழமொழிகள் போன்றவை இப்பிரிவுள் அடங் கும். உதாரணமாக, சில், பிரித், போயா போன்ற சிங்களச் சொற்கள் பௌத்தமதப் பண்பாட்டில் ஆழமாக வேர் கொண்ட, குறிப்பான பொருண்மை உடைய மொழியியல் குறிகளும் அதேவேளை பண்பாட்டுக் குறிகளும் ஆகும். இப்பொருண்மைகளை அவற்றின் முழுமையான அர்த்தத்தில் தமிழ் போன்ற ஒரு மொழியில் பௌத்தர் அல்லாத வாசகர் களுக்குப் புலப்படுத்த முடியாது. இச்சொற்களுக்கு நிகரான மொழிபெயர்ப்புச் சமனிகள் தமிழில் இல்லை. ஆகவே அவற்றை அவ்வாறே கடன் வாங்குவதைத் தவிர வேறுவழி யில்லை. இலக்கணம்கூட சில பண்பாட்டுக் கூறுகளைப் பிரதிபலிக்கின்றது. முன்னர் நாம் விவாதித்த மூவிடப் பெயர் அமைப்பு இதற்குச் சிறந்த உதாரணமாகும். அங்கு இலக்கண மும் பண்பாடும் ஒன்றிணைந்திருப்பதைக் காண்கிறோம். கற்ஃபோட் (Catford 1965 : 103) கூறுவது போல நாம் எதிர் நோக்கும் பண்பாட்டு ரீதியான மொழிபெயர்ப்புப் பிரச்சினை கள் இறுதியில் எல்லாச் சந்தர்ப்பங்களிலும் மொழியியல் ரீதியான மொழிபெயர்ப்புப் பிரச்சினைகளேயாகும்.

இதுவரை நாம் நோக்கிய மொழியியல் பிரச்சினை களுக்குப் புறம்பாக சிங்கள இலக்கியங்களைத் தமிழில்

மொழிபெயர்ப்பது தொடர்பான சில மொழிசாராப் பிரச்சினைகளும் உள்ளன. அத்தகைய இரண்டு பிரச்சினைகளை இங்கு சுட்டிக்காட்டுவது பொருத்தமாகும்.

திறமையுள்ள மொழிபெயர்ப்பாளர்கள் இன்மை முதலாவது பிரச்சினையாகும். ஒரு தொகையான தமிழ் மொழிபெயர்ப்பாளர்கள் உள்ள போதிலும், அவர்களுள் பெரும்பாலோர் சிங்கள மொழியிலும், இலக்கியத்திலும், மொழிபெயர்ப்பு நுட்பங்களிலும் போதிய புலமையும் திறனும் அற்றவர்களாவர். நான் ஏற்கெனவே குறிப்பிட்டது போல், தமிழ் மொழிபெயர்ப்பில் ஈடுபாடு கொண்ட சில சிங்களவர்களும் உள்ளனர். ஆயினும் அவர்களது தமிழ்மொழி அறிவு போதுமானதல்ல. மொழிபெயர்ப்பாளரின் படைப்புத்திறன், படைப்பிலக்கியங்களை மொழிபெயர்ப்பதில் மிகுந்த முக்கியத்துவம் உடையது. ஒரு படைப்பிலக்கியத்தை மொழிபெயர்ப்பதும் ஒரு படைப்பு நடவடிக்கைதான். ஒரு படைப்புத் திறனுள்ள மொழிபெயர்ப்பாளன் மட்டுமே ஒரு கவிதையை அல்லது ஒரு புனைகதையை அதன் உள்ளடக்கத்தைத் திரிபுபடுத்தாது, அதன் அழகியல் பெறுமானத்தை ஊறுபடுத்தாது இலக்கு மொழியில் மொழிபெயர்க்க முடியும். இரண்டு மொழிகளைத் தெரிந்திருப்பது மட்டும் ஒரு இலக்கியப் படைப்பை மொழிபெயர்ப்பதற்கான தகைமை ஆகாது. ஒரு நல்ல மொழிபெயர்ப்பாளன் பிறப்பதில்லை; ஆனால் மொழிபெயர்ப்பு நுட்பங்களில் தகுந்த பயிற்சியின் மூலம் உருவாக்கப்படுகிறான். இந்த நாட்டிலே மொழிபெயர்ப்பில் பயிற்சி வழங்குவதற்குரிய நிறுவனங்களோ அமைப்புகளோ இல்லாதிருப்பது ஒரு பெரும் குறைபாடாகும்.

இரண்டாவது முக்கியமான பிரச்சினை, தமிழ் மொழிபெயர்ப்பு வேலைகளுக்கு அனுசரணையான நிதி மற்றும் நிறுவன உதவிகள் இன்மையாகும். இதுவரை மொழிபெயர்ப்பு முயற்சிகள் தனிநபர்களின் ஆர்வத்திலேயே தங்கியுள்ளன. தமிழில் மொழிபெயர்ப்பு முயற்சிகளை ஊக்கப்படுத்தும் நிறுவனங்களோ, வெளியீட்டு நிலையங்களோ இல்லை.

இந்தியாவில் அரசு ஆதரவு பெற்ற இரண்டு பெரிய நிறுவனங்கள் உள்ளன. இந்திய சாஹித்திய அக்கடமி, இந்திய தேசிய புத்தக ட்றஸ்ற் என்பன அவை. இவை இந்திய மொழிகளில் இலக்கிய மொழிபெயர்ப்புகளை ஊக்குவிப்பதற்கென்றே நிறுவப்பட்டவை. நூற்றுக்கணக்கான மொழிபெயர்ப்பு நூல்களை இந்நிறுவனங்கள் இதுவரை வெளியிட்டுள்ளன.

*1960*களில் இலங்கை சாஹித்திய மண்டலமும் சிங்கள, தமிழ் மொழிகளில் பரஸ்பர மொழிபெயர்ப்புகளின் முக்கியத்

துவத்தை உணர்ந்திருந்தது. அவ்வகையில் சிங்கள இலக்கியங்களான 'செலலிஹினி சந்தேசய', 'கம்பெரலிய' ஆகியவற்றைத் தமிழிலும், 'திருக்குற'ளைச் சிங்களத்திலும் மொழிபெயர்த்து வெளியிட்டது. ஆனால் அம்முயற்சி தொடரவில்லை. நிறுவன ரீதியான ஆதரவு இல்லாமல் இக்கட்டுரையில் குறிப்பிட்டவாறான மொழிபெயர்ப்பு முயற்சிகளில் முன்னேற்றம் காண்பது சாத்தியமில்லை எனலாம்.

சிங்களத்தில் இருந்து தமிழுக்கும், தமிழில் இருந்து சிங்களத்திற்கும் இலக்கியப் படைப்புகளை மொழிபெயர்ப்புச் செய்வது என்பது முற்றிலும் ஒரு இலக்கியச் செயற்பாடு மட்டுமல்ல; இன்றைய நமது அரசியல் பின்னணியில் அது ஒரு சமூக – அரசியல் நடவடிக்கையுமாகும். இனத்துவ அடிப்படையில் பிளவுண்டு கிடக்கும் ஒரு நாட்டில், இன ஒருமைப்பாட்டையும், பரஸ்பர புரிந்துணர்வையும் ஊக்குவிப்பதில் பரஸ்பர மொழிபெயர்ப்புகளும் கணிசமான அளவு பங்களிப்புச் செய்யமுடியும். அவ்வகையில் தேசிய மொழிகளில் பரஸ்பர மொழிபெயர்ப்புகளை ஊக்குவிக்க தேசிய நலனில் அக்கறையுள்ள அனைவரும் சாதகமான நடவடிக்கைகளை மேற்கொள்ள வேண்டும்.

அடிக்குறிப்புகள்

1. சிங்களத்தில் இருந்து தமிழுக்கு ஆக்க இலக்கியப் படைப்புகளை மொழிபெயர்ப்பதில் ஈடுபட்டுவரும் சிலரது பெயர்கள் பின்வருமாறு : அல் – அஸூமத், எம்.எம். உவைஸ், த. கனகரத்தினம், மு. கனகராஜன், சரோஜினிதேவி அருணாசலம், சின்னையா கனகமூர்த்தி, சின்னையா சிவநேசன், சிவா சுப்பிரமணியம், சுந்தரம் சௌமியன், தம்பி ஐயா தேவதாஸ், நீள்கரை நம்பி, நிலார் எம். காசிம், எம்.ஏ. நுஃமான், மடுலுகிரிய விஜேரத்ன, ராஜ சிறிகாந்தன், ப. ரத்னசபாபதி ஐயர், எஸ்.எம்.ஜே. ஃபைஸ்டீன், ஜுனைதா ஷெரிப், எம்.எச்.எம். ஷம்ஸ்.

2. 1950க்கும் 1970க்கும் இடைப்பட்ட காலப்பகுதியில் தமிழ்ச் செவ்வியல் இலக்கியங்கள் சில சிங்களத்தில் மொழிபெயர்க்கப்பட்டுள்ளன. சிறி சாள்ஸ் டி சில்வா (1964), மிஸிஹாமி கொறகாகொட (1961a / 1961b) ஆகியோர் 'திருக்குற'ளை மொழிபெயர்த்துள்ளனர். மிஸிஹாமி கொறகாகொட (1968) 'நாலடியா'ரையும் சிங்களத்தில் மொழிபெயர்த்துள்ளார். அமரக்கோன் தசாநாயக்க (1956), ஹிஸ்ஸல்ல தம்மரத்ன தேரர் (1959) ஆகியோர் 'சிலப்பதிகார'த்தை மொழிபெயர்த்துள்ளனர். ஹிஸ்ஸல்ல தம்மரத்ன தேரர் (1950) 'மணிமேகலை'யையும் மொழிபெயர்த்துள்ளார். இக்காலப்பகுதியில்

நவீன தமிழ் இலக்கியம் என்ற வகையில் மு. வரதராசனின் 'கள்ளோ காவியமோ' என்ற நாவல் மொழிபெயர்ப்புப் பற்றிய தகவல் மட்டும் கிடைத்துள்ளது. இதனை 'நாரிசுறாவ' என்ற தலைப்பில் மொழிபெயர்த்தவர்கள் எம்.சி.எம். சாயிர், பி.டி. விஜேதாச ஆகியோர்.

3. 1970க்குப் பிறகு பின்வரும் ஐந்து தமிழ்ச் சிறுகதைத் தொகுப்புகள் சிங்கள மொழிபெயர்ப்பில் வெளிவந்துள்ளமை பற்றிய தகவல் திரட்ட முடிந்தது. இவற்றில் மொத்தம் 64 சிறுகதைகள் இடம் பெற்றுள்ளன. அவை பின்வருமாறு :

1. 'குலஹினயோ', சி. ராஜகோபாலாச்சாரி (1970)யின் 17 சிறுகதைகள். மொழிபெயர்த்தவர் டி.டி. நாணயக்கார.
2. 'அலுத் சட்டன்பாட்ட', செ. கணேசலிங்கனின் 12 சிறுகதைகள். மொழிபெயர்த்தவர் ரஞ்சித் பெரேரா.
3. 'தெமல கெட்டி கதா', 12 எழுத்தாளர்களின் 12 சிறு கதைகள். மொழிபெயர்த்தவர் – த. கனகரத்தினம் (1974).
4. 'காளிமுத்துகே புரவசி பாவய', வெவ்வேறு எழுத்தாளர் களின் 11 சிறுகதைகள். மொழிபெயர்த்தவர்கள் இப்னு அசூமத், புஷ்பா றம்லனே ரத்நாயக்க (1991).
5. 'தெமல கெட்டிகதா' எஸ். தில்லை நடராஜனின் (1994) 12 சிறுகதைகள். மொழிபெயர்ப்பாளர் விபரம் தரப்பட வில்லை.

இப்பட்டியல் முழுமையானதல்ல என்பதை இங்கு குறிப்பிட வேண்டும். வேறு பலரும் மொழிபெயர்க்கப்பட்டிருக்கலாம். விபரம் கிடைக்கவில்லை.

உசாத்துணை

அசூமத், இப்னு; பி. ஆர். ரத்நாயக்க (1991) 'காளிமுத்துகே புரவசி பாவய' (தமிழ்ச் சிறுகதைத் தொகுதி) நுகேகொட.

ஆரியரத்ன, சுனில் (1995) 'சிங்ஹல சாஹித்யஹி திஸ்வன தெமல சாஹித்ய சலகுன', கலாச்சார அலுவல்கள் திணைக்களம், கொழும்பு.

கனகரத்தினம். த. (1979) 'தெமல கெட்டி கதா' (தமிழ்ச் சிறுகதைகள்), பிரதீபா பப்ளிசர்ஸ், கொழும்பு.

கனகரத்தினம். த. (1979) 'சேதுபந்தனம்' (சிங்களச் சிறு கதைகள்), கொழும்பு தமிழ்ச் சங்கம், கொழும்பு.

கணேசலிங்கன், செ. (1974) 'அலுத் சட்டன் பாட்ட' (தமிழ்ச் சிறுகதைத் தொகுப்பு) மொழிபெயர்ப்பு – ரஞ்சித் பெரேரா) கொழும்பு.

குணசேகர லீல் (1988) 'பெட்டிசம்' ('பெத்சம' நாவலின் தமிழ் மொழிபெயர்ப்பு – ஜுனைதா ஷெரிப்) தமிழ் மன்றம், கல்ஹின்ன, கண்டி.

கொறகொட, மிஸிஹாமி (1961) 'திருவள்ளவர்கே குறள்', அனுலா ஆச்சகம், கொழும்பு.

கொறகொட, மிஸிஹாமி (1961ய) 'திருக்குறள்', (தர்மகாண்டய) குணசேன, கொழும்பு.

கொறகொட, மிஸிஹாமி (1968) 'நாலடியார்', நுகேகொட.

சமரக்கோன், ஆர். ஆர். (1992) 'சிட்டுக்குருவிகள்' ('கே குறுல்லோ' நாவலின் தமிழ் மொழிபெயர்ப்பு – சரோஜினி தேவி அருணாசலம்) குணசேன, கொழும்பு.

சிறிராகுல (1963) 'பூவை விடு தூது', ('செலலிஹினி சந்தேசய', தமிழ் மொழிபெயர்ப்பு – நவாலியூர் எஸ். நட ராஜன்), சிறிலங்கா சாஹித்திய மண்டலய, கொழும்பு.

சீத்தாரஞ்சினி (1993) 'தோங்காரய', (தமிழ்க் கவிதைத் தொகுப்பு) இரத்மலானை.

டி சில்வா, சிறி சாள்ஸ் (1964) 'சிறிகீய', (திருக்குறளின் தமிழ் மொழிபெயர்ப்பு) இலங்கை சாஹித்திய மண்டலம், கொழும்பு.

தசாநாயக்க, அமரக்கோன் (1956) 'பத்தினி உபத்த ஹெவத் சிலப்பதிகாரம் மஹாகாவிய கதா சாரய', மொடேர்ண் புக் கம்பனி, நுகேகொட.

தம்மரத்ன தேரர், ஹிஸ்ஸல்ல (1959) 'பத்தினி தெய்யோ', மஹரமக.

தம்மரத்ன தேரர், ஹிஸ்ஸல்ல (1950) 'மணிமேகலா சம்பு', ஓறியன்ரல் அச்சகம், கொழும்பு.

தம்மரத்ன தேரர், ஹிஸ்ஸல்ல (1963) 'சிங்கலேயே திரவிட பலபேம்', கொழும்பு.

நடராஜன், தில்லை (1994) 'தெமல கெட்டிகதா', (தமிழ்ச் சிறுகதைத் தொகுப்பு) குறுலுபொத், ராஜகிரிய.

பியதாச. றோகண லக்ஷ்மன் (ப. ஆ) (1995) 'இணைப்போம் கரங்கள்' (தமிழ், சிங்களக் கவிதைத் தொகுப்பு) கொழும்பு.

விக்கிரமசிங்க, மார்ட்டின் (1964) 'கிராமப்பிறழ்வு' ('கம்பெ ரலிய' நாவலின் மொழிபெயர்ப்பு – எம். எம். உவைஸ்) இலங்கை சாஹித்திய மண்டலம் – கொழும்பு.

விக்கிரமசிங்க, மார்ட்டின் *(1967)* ‘கம்பெரலிய’, லெஸ்லி அச்சகம், வெள்ளவத்தை.

விக்கிரமசிங்க, மார்ட்டின் *(1992)* ‘பற்றற்ற வாழ்க்கை’ (‘விராகய’ நாவலின் தமிழ் மொழிபெயர்ப்பு – சுந்தரம் சௌமியன்) தெஹிவளை.

விக்கிரமசிங்க, மார்ட்டின் *(1993)* ‘மடொல் தீவு’, (‘மடொல் துவ’ நாவலின் தமிழ் மொழிபெயர்ப்பு – சுந்தரம் சௌமியன்) தெஹிவளை.

விஜேரத்ன, மடுலுகிரிய *(1994)* ‘வலை’, (சிங்களச் சிறு கதைகள்) கொழும்பு.

ஜயதிலக்க, கே *(1979)* ‘மூன்று பாத்திரங்கள்’ (‘சரித்த துணக்’ நாவலின் தமிழ் மொழிபெயர்ப்பு – தம்பி ஐயா தேவதாஸ்) என்சிபிஎச், சென்னை.

Catford. J. D. (1965) *A Linguistic Theory of Translation*, Oxford University Press, London.

De Silva, M.S.W. (1969) "Sinhalese," in *Current Trends in Linguistics,* Vol.5. *Linguistic in South Asia*. Thomas. A Sebeok (Ed) Mounton.

Godakumpura C.E. (1946) "The Dravidian Elements in Sinhala" in *Bulletin of the School of Oriental and African Studies*, Vol.ii 1943 – 46.

Godakumpura C.E. (1950) *Sinhalese Literature*, Colombo.

Hettiaratchi, D.E (1969) "Linguistics in Ceylon: in *Current Trends in Linguistics* Vol.5. *Linguistics in South Asia*, Thomas. A Sebeok (Ed) Mounton.

Jakobson, Roman (1987) *Language in Literature*, Harvard University Press, Boston.

Kizeszowski, Tomasz, P. (1971) "Equivalence, Congruence and Deep Structure: in *Papers in Contrastive Linguistics*. Gerhard nickel (Ed) Cambridge University Press, Cambridge.

(இக்கட்டுரை Sinhala Literature in Tamil Translation என்ற தலைப்பில் முதலில் ஆங்கிலத்தில் எழுதப்பட்டு The Srilanka Journal of the Humanities Vol. xxii Num. 122, 1996ல் வெளிவந்தது. சற்று விரிவாக்கப்பட்ட இத்தமிழ் மொழிபெயர்ப்பு பேராசிரியர் சி. தில்லைநாதன் மணிவிழா மலரில் *(1997)* வெளிவந்தது.)

பிரதியின் மரணம்

படைப்பாளி, படைப்பு, வாசக உறவு பற்றிச் சில குறிப்புகள்

கடந்த சுமார் பத்துப் பதினைந்து ஆண்டுகளில் தமிழ் இலக்கிய விமர்சனத் துறையிலே சில புதிய எண்ணக் கருக்களும் *(concepts)*, கலைச் சொற்களும் அறிமுகமாகி உள்ளன. மொழியியல், அமைப்பியல், குறியியல், பின் அமைப்பியல், பின் நவீனத்துவம் ஆகிய துறைகளின் செல்வாக்குக் காரணமாகத் தமிழில் புதிதாகப் புகுந்தவை இவை.

குறி, பிரதி, வாசிப்பு, கட்டவிழ்ப்பு, இருமை எதிர்வு போன்ற சொற்கள் இவ்வாறு அறிமுகமான வற்றுள் சில. தமிழவன், நாகார்ஜுனன், எம்.டி. முத்துக் குமாரசாமி, பூரணச்சந்திரன், அ. மார்க்ஸ், ராஜ்கௌதமன் போன்றோரின் விமர்சனங்களில் இச்சொற்கள் அடிக் கடி பயின்று வருகின்றன. ஐரோப்பிய அமைப்பியல் கருத்துகளைத் தமிழ்ச் சூழலில் பயன்படுத்திவரும் இவர்கள் இக்கருத்துகளை உள்வாங்கிக்கொண்ட முறையிலும் தமிழில் அறிமுகப்படுத்தியுள்ள முறை யிலும் சில மயக்கங்களும், குழப்பங்களும், மிகைப் படுத்தல்களும் காணப்படுகின்றன. அவற்றைப் பரிசீலிப் பது இன்றையச் சூழலில் அவசியமானதாகும்.

இங்கு முக்கியமான மூன்று கருத்துகளை மட்டும் பரிசீலனைக்கு எடுத்துக் கொள்கின்றேன். ஆசிரியன், பிரதி, வாசிப்பு என்பன அவை. இவை பற்றிய ஐரோப் பிய மூலத்துக்குச் செல்வதைப் பெரிதும் தவிர்த்து, தமிழில் அறிமுகப்படுத்தப்பட்டுள்ள அமைப்பியலின் அடிப்படையில் இவற்றை நான் பரிசீலிக்க விரும்புகின் றேன். இனி அவற்றை நோக்குவோம்.

ஆசிரியன்: மரபுவழி இலக்கியத் திறனாய்வில் ஆசிரியன் தான் மையப் பொருளாக இருக்கின்றான். அவனுக்கு அதீத முக்கியத்துவம் வழங்கப்படுகின்றது. அவன் படைப்பாளி, பிரம்மா என்றெல்லாம் அழைக்கப்படுகின்றான். ஓர் இலக்கியப் படைப்பு என்பது ஆசிரியனின் சிருஷ்டி. இவ்வகையில் படைப்பின் ஊடாக அவனது படைப்புத் திறனை அல்லது திறன் இன்மையை, அவனது கருத்தைக் கண்டறிவது விமர்சகனின், வாசகனின் கடமையாயிற்று. இவ்வகையில் விமர்சனம் படைப்பாளியை மையமாகக் கொண்டிருந்தது என்பதில் தவறில்லை.

ஆனால் அமைப்பியல் விமர்சனம், கோட்பாட்டு அடிப்படையில் ஆசிரியனை ஓரங்கட்டி விடுகின்றது. ஆயினும், நடைமுறையில் அவர்களும் ஆசிரியர்களைப் பற்றியே பேசுகின்றார்கள். மௌனி, சுந்தர ராமசாமி போன்றோரின் 'பிராமணியத்தைத்' தோலுரித்துக் காட்டுவதற்கு இவர்களில் சிலர் அமைப்பியல் கருத்துகளைப் பயன்படுத்துவதை உதாரணமாகத் தரலாம். இது எவ்வாறாயினும், அமைப்பியல் விமர்சகனைப் பொறுத்தவரை கோட்பாட்டு ரீதியில் படைப்பு முடிந்த பிறகு ஆசிரியன் இறந்துபோகின்றான்; பின்னர் வாசகன் அதில் சவாரி செய்கின்றான்.

'ஆசிரியனின் மரணம்' பற்றி சுமார் முப்பது ஆண்டுகளுக்கு முன் *(1968)* றோலன் பார்த் என்ற அமைப்பியல் விமர்சகர் முதல் முதல் அறிவித்தார். அதுவரை ஆசிரியனைக் கொலை செய்துகொண்டிருந்தவர்களுக்கு இந்தப் பிரகடனம் ஒரு நிம்மதியைத் தந்தது. ஆசிரியன் இறந்ததும், "இதுவரை ஆசிரியனின் சிந்தனையில் இருந்து வெளிவருவதுதான் படைப்பு என்ற கருத்து அடிபட்டுப்போய், வாசகனின் வெளிப்பாடுதான் படைப்பு என்ற கருத்து மேற்கத்திய இலக்கிய உலகில் தோன்றியுள்ளது" என்று தமிழவன் *(1991: 73–74)* கூறுகிறார்.

இது மிகவும் மிகைப்படுத்தப்பட்ட கூற்று என்பது வெளிப்படை. ஒரு துருவத்தில் இருந்து மறு துருவத்துக்குப் பாய்தல் தவிர வேறு அல்ல. ஆசிரியனே எல்லாம் என்பதில் இருந்து ஆசிரியன் ஒன்றுமே இல்லை; வாசகனே எல்லாம் என்ற நிலைப்பாட்டுக்குப் பாய்தல். இது எந்த அளவுக்கு உண்மை என்பது பரிசீலிக்கப்பட வேண்டும். இதற்குப் பிறகு வருவோம்.

பிரதி: அமைப்பியல் விமர்சகர் இலக்கியப் படைப்பு என்பதைப் பிரதி என அழைப்பர். இவ்வகையில் எந்த ஒரு படைப்பும் பிரதி எனப்படும். தமிழில் இதனைச் சுட்ட பாடம், பனுவல் என்ற பதங்களையும் பயன்படுத்துகின்றனர்.

எனினும் பலராலும் பயன்படுத்தப்படும் பிரதி என்ற சொல்லையே நானும் இங்குப் பயன்படுத்துகின்றேன்.

இதுவரை தமிழில் வெளிவந்துள்ள அமைப்பியல் விமர்சன நூல்களிலும் கட்டுரைகளிலும் பிரதி பற்றிக் கூறப்பட்டுள்ள 'பொன்மொழிகள்' பல உள்ளன. இவற்றுள் சில ஐரோப்பிய ஆசிரியர்களிடம் இருந்து பெற்றுக்கொள்ளப் பட்டவை. அவற்றுள் சிலவற்றை நான் இங்கு தொகுத்துத் தருகின்றேன். இவை அ. மார்க்ஸின் 'உடைபடும் மௌனங்கள்', தமிழவனின் 'தமிழ்க் கவிதையும் மொழிதல் கோட்பாடும்', 'அமைப்பியல்வாதமும் தமிழ் இலக்கியமும்', ராஜ் கௌதமனின் 'எண்பதுகளில் தமிழ்க் கலாசாரம்' ஆகிய நூல்களிலிருந்து பெறப்பட்டவை. அவை வருமாறு:

> பிரதி என்பது வியாக்கியானங்களை வெளிக் கொணர்வதற்கான ஒரு யந்திரம்.
>
> பிரதி என்பது ஒரு 'பிக்னிக்'. அங்கே ஆசிரியன் வார்த்தைகளைக் கொண்டுவருகிறான், வாசகன் அர்த்தத்தைக் கொண்டு வருகிறான்.
>
> பிரதி பல்வேறு சொல்லாடல்கள் விளையாடும் களமாக அமைகின்றது. ('உடைபடும் மௌனங்கள்', பக். *IX, 133)*
>
> விமர்சனம் பிரதியை உற்பத்தி செய்கிறது. *('எண்பது களில் தமிழ்க் கலாசாரம்' பக். 84)*
>
> பிரதி தொடர்ச்சியான ஒன்று. இலக்கியப்படைப்பு முடிந்துபோன இறுதிப் பொருள் *(end product).*
>
> அமைப்பியல் திறனாய்வாளன் விஞ்ஞான மரபில் வந்தவன். குழப்பங்களுக்கு மத்தியில் ஒழுங்கைக் காணக் கற்பிக்கப்பட்டவன். மொழியியல் என்ற விஞ்ஞானம் அவனுக்களித்த கருவிகளைக் கொண்டு இலக்கியம் என்ற இருண்ட அறையில் ஒளி ஏற்படுத்தி விடுகின்றான். அதன்பின் எல்லாம் அவன் கண்முன் தெரிந்துவிடுகின்றன. ஒளியேற்றப்பட்ட இந்த இலக்கிய அறையின் பெயர்தான் பிரதி. இதனுள் மனிதனின் ஆதிகால மூலங்கள், புராதன மனம் படைத்த சங்கேதங்கள். அதுபோல் தற்கால மனிதன் அந்த இலக்கியப் பிரதியை எதற்காகப் பயன்படுத்துகின்றானோ அதன் மௌன அடையாளங்கள் இவையெல்லாம்கூடச் செய்திகளாகக் காணப்படுவதுண்டு. இச்செய்திகளையெல்லாம் அதன் சட்டைகளைக் கழற்றி அவற்றின் நிஜ ரூபத்தில் தருகிறான், திறனாய்வாளன். *('தமிழ்க் கவிதையும் மொழிதல் கோட்பாடும்', பக். 162, 163)*

இங்கு பிரதி ஒரு மந்திரவாதியின் குகைபோலவும் அமைப்பியல் விமர்சகன் ஒரு மந்திரவாதிபோலவும் சித்திரிக்கப்படுவதைக் காணலாம். இங்கு பிரதிக்கு ஒரு மாயத் தன்மை வழங்கப்படுகின்றது.

> இந்தப் பிரதி என்பதை ஒரு தந்திக் கம்பி என்றும் சொல்லலாம். ஒரே நேரத்தில் மரணச் செய்தியும் போகும்; திருமணச் செய்தியும் போகும்; சிலவேளை வியாபாரிகளின் விலையைச் சுட்டும் சமிக்ஞைகளும் போகும்; ஒரு கொலைக் கூட்டத்தின் குறிப்பு மொழியும் போகும். இந்தப் பல்வேறு குறிகளையும் ஒருங்கு படிப்பது மனிதன் (வாசகன்). எனவே அவன் தனக்கான அர்த்தத்தை அந்தக் குறிகளுக்குக் கொடுக்கிறான். ('அமைப்பியல்வாதமும் தமிழ் இலக்கியமும்', பக். 79)

இங்கு பிரதி பற்றிய கருத்து இன்னும் குழப்பமாக உள்ளது. ஒரே பிரதிதான் ஒன்றுக்கொன்று எதிரிடையான ஒன்றுடன் ஒன்று சம்பந்தமற்ற செய்திகளைக் கொண்டிருக்கின்றதா? அல்லது வெவ்வேறு பிரதிகளா? இது எவ்வாறாயினும் பிரதி என்பது இங்கு ஒரு குறியாகவே கருதப்படுகின்றது. இந்தக் குறி தன்னளவில் ஒரு பொருளைக் குறித்து நிற்கவில்லை. வாசகனே தனக்குத் தேவையான அர்த்தத்தை அந்தக் குறிக்குக் கொடுக்கின்றான். அவ்வகையில் பிரதி என்பது ஒரு வெற்றுத் தாளுக்குச் சமமானது. வாசகன் தான் நினைப்பதை அதில் எழுதிக் கொள்கின்றான்.

இவ்வாறுதான் ஒரு பிரதிக்குப் பலதளப் பொருண்மை ஏற்படுகின்றது. அதாவது பல்வேறு விளக்கங்கள் தரப்படுகின்றன என்று தமிழ் அமைப்பியல் விமர்சகர்கள் கருதுகின்றனர்போலும். "ஒரு பிரதியில் ஒற்றைப் பொருள் இருக்கின்றது என்பதே ஒரு மாயை *(mythification)* என்று அமைப்பியலாளர்கள் கருதினார்கள். எனவே பல்பொருள் பார்வை *(multiplicity of meaning)* என்ற எண்ணத்தை மேற்கொண்டனர்" எனத் தமிழவன் (1991 : 81) எழுதுகின்றார்.

இந்தப் பலதளப் பொருண்மை பிரதியின் உள்ளார்ந்த இயல்பா அல்லது வாசகனின் புரிதலின் விளைவா அல்லது இரண்டுமா என்பது விசாரணைக்குரியது. எனினும் தமிழில் அமைப்பியல் விமர்சனம் செய்தவர்களின் எழுத்துகளைப் படிக்கும்போது இந்தப் பலதளப் பொருண்மை முற்றிலும் வாசகனையும் அவனது வாசிப்பையும் சார்ந்தது என்றே இவர்கள் கருதுவதாகத் தெரிகின்றது. "(வாசகன்) தனக்கான அர்த்தத்தை அந்தக் குறிகளுக்குக் கொடுக்கின்றான்" என தமிழவன் கூறும்போது இதுவே புலப்படுகின்றது. "எழுத்

தாளனைக் காட்டிலும் வாசகனுக்கும் வாசிப்புக்கும் முக்கியத் துவம் கொடுக்கும் காலத்தில் வாழ்ந்துகொண்டிருக்கிறோம்" என்று அ. மார்க்ஸ் (1994 : 18) எழுதும் போது இவர்கள் வாசகனை மையமாகக் கொண்டிருப்பது தெரிகின்றது.

வாசிப்பு: இனி வாசிப்பு என்பதற்கு வருவோம். வாசிப்பு என்பது பொதுவான அர்த்தத்தில் அன்றி பிரதியைப் படித்துப் பொருள் கொள்ளுதல் என்ற அர்த்தத்திலேயே அமைப்பியல் விமர்சனத்தில் பயன்படுத்தப்படுகின்றது. ஒரு கவிதைப் பிரதிக்குப் பல்வேறு வாசிப்புகள் சாத்தியம் என்றால் அப்பிரதி பல்வேறு விதமாகப் பொருள் கொள்ளப்படலாம் என்பது பொருள்.

அமைப்பியல் விமர்சனத்தில் ஆசிரியன் நிராகரிக்கப் பட்ட பின்னர் பிரதியும் வாசிப்புமே மிஞ்சுகின்றன. இங்கு பிரதியைவிட வாசிப்பே முதன்மை பெறுகின்றது. மரபுவழி விமர்சனம் ஆசிரியனை மையமாகக் கொண்டதென்றால் அமைப்பியல் விமர்சனம் வாசகனை மையமாகக் கொண்டது. மறுவகையில் மரபுவழி விமர்சனத்தில் ஆசிரியனே பிரதிக்குப் பொருளைக் கொடுக்கிறான் என்றால், அமைப்பியல் விமர் சனத்தில் வாசகனே பிரதிக்குப் பொருளைக் கொடுக்கின்றான்.

இந்த இருதுருவ நிலைப்பாடு உண்மை நிலையைக் கோட்டைவிட்டு விடுகின்றது என்று நான் நினைக்கின்றேன். ஆகவே இவ்விரு துருவங்களுக்கு இடையில் நாம் உண் மையைத் தேடவேண்டும். இனி அதுபற்றிச் சிறிது நோக்கலாம்.

2

ஆசிரியனுக்கும் பிரதிக்கும் உள்ள உறவு என்ன? முதல் நிலையில் ஆசிரியனே பிரதியை உருவாக்குகின்றான். ஆசிரியன் இல்லாமல் பிரதி இல்லை. பிரதி தான்தோன்றி அல்ல என்பது ஆரம்ப அறிவு.

ஒரு பிரதியை (கவிதை, சிறுகதை, நாவல், நாடகம் எதுவாயினும்) உற்பத்தி செய்கையில் அல்லது உருவாக்குகை யில் ஆசிரியன் தனது சில எண்ணங்களை, உணர்வுகளை, அனுபவங்களை, தனது கருத்துநிலையை அதில் பொதிந்து வைக்கின்றான். ஆனால் அப்பிரதியைப் படிக்கும் வாசகன் அதனை எவ்வாறு பொருள் கொள்கின்றான்? ஆசிரியன் படைத்த பிரதியும் வாசகன் பொருள்கொண்ட பிரதியும் ஒன்றா? வெவ்வேறா? இது ஒரு அடிப்படையான கேள்வி. இதற்குரிய பதில் பிரதியின் தன்மை, வாசகனின் தன்மை இரண்டிலும் தங்கியுள்ளது.

மொழியியல் நோக்கிலே ஒரு பிரதி என்பது எந்த ஒரு மொழிக் கூற்றையும் குறிக்கும். இது ஒரு வாக்கியமாக இருக்கலாம்; அல்லது எண்ணற்ற வாக்கியங்களைக் கொண்ட ஒரு பெரு நூலாகவும் இருக்கலாம். சொல்லப்படும் பொருள், பயன்படுத்தப்படும் மொழி, சொல்லப்படும் சந்தர்ப்பம் என்பவற்றைப் பொறுத்து பிரதியின் தன்மை வேறுபடும். உதாரணமாக, ஒரு நேர்முகத் தேர்வுக்கான அழைப்புக் கடிதம் பின்வருமாறு அமையலாம்.

திரு. அ. அவர்களுக்கு,

'எமது நிறுவனத்தில் எழுது வினைஞர் பதவிக்காக நீங்கள் அனுப்பிய விண்ணப்பம் தொடர்பாக இம் மாதம் 15ஆம் திகதி சனிக்கிழமை காலை 10 மணிக்கு எமது அலுவலகத்தில் நடைபெற உள்ள நேர்முகத் தேர்வுக்குச் சமுகம் தருமாறு கேட்டுக் கொள்கின் றோம். இது தொடர்பாக உங்களுக்குப் பயணப்படி வழங்கப்படமாட்டாது என்பதை அறியத் தருகின்றோம்.'

இப்படிக்கு
உண்மையுள்ள
....

இதுவும் ஒரு பிரதிதான். இந்தப் பிரதியை வாசிக்கும் அ. இதனை எவ்வாறு பொருள் கொள்வார். இதற்கு ஒன்றுக்கு அதிகமான வாசிப்பு உண்டா? அ. இதனை ஒரு திருமண / பிறந்தநாள் விழா அழைப்பாகப் புரிந்துகொள்ள முடியாது. இதனைப் படிக்கும் அ. வின் தகப்பன், தாய், சகோதரி முதலியோர் இதனை வேறு வேறு தகவல்களாகப் புரிந்து கொள்வது சாத்தியம் அல்ல. ஆனால் இக்கடிதம் தொடர் பான அவர்களது மனப்பாங்குகள், உணர்வுகள் வேறுபடலாம். ஒவ்வொருவருக்கும் வெவ்வேறு எண்ணங்கள் தோன்றலாம். ஆனால், பிரதியின் பொருள் வேறுபடாது. இதனை ஒற்றைப் பரிமாணப் பிரதி எனலாம்.

ஒரு இலக்கியப் பிரதி இவ்வாறு இருக்க வேண்டும் என்பதில்லை; இருப்பது சாத்தியமும் இல்லை.

அக்கினிக் குஞ்சொன்று கண்டேன் – அதை
அங்கொரு காட்டிலோர் பொந்திடை வைத்தேன்
வெந்து தணிந்தது காடு – தழல்
வீரத்திற் குஞ்சொன்றும் மூப்பென்று முண்டோ?
தத்தரிகிட தத்தரிகிட தித்தோம்.

இது ஒரு இலக்கியப் பிரதி. இதன் ஆசிரியர் நமக்குத் தேவையில்லை. அவர் (உண்மையிலேயே) இறந்துபோனார்.

இந்தப் பிரதி அதன் இயல்பிலேயே பலதளப் பொருண்மை கொண்டது. இங்கு பாஷை பரிபாஷையாகி இருக்கின்றது. அக்கினிக் குஞ்சு, காடு, பொந்து, வெந்து தணிதல் என்பன அவற்றின் நேர் பொருளையும் தரலாம். வேறு பொருள்களை யும் தரலாம்.

இவ்விடத்தில் சசூரின் மொழிக் குறி *(linguisitic sign)* என்ற கருத்தாக்கத்தை அறிதல் பயனுடையது. இக்கருத்தாக்கத் தின்படி மொழியில் உள்ள ஒவ்வொரு சொல்லும் ஒரு குறி *(sign)* ஆகும். ஒவ்வொரு குறியும் வடிவம், பொருள் என்ற இரண்டு அம்சங்களைக் கொண்டுள்ளது. வடிவத்தைக் குறிப்பான் *(signifier)* என்றும் அது குறிக்கும் பொருளைக் குறிபடு பொருள் அல்லது குறியம் *(signified)* என்றும் சசூர் அழைக்கிறார். இவ்விரண்டும் சேர்ந்ததே குறி. இவ்விரண்டுக் கும் இடையே உள்ளார்ந்த உறவுகள் இல்லை. இவற்றுக் கிடையே உள்ள தொடர்பு காரண காரியம் அற்றது; இடுகுறித் தன்மை கொண்டது; மரபுரீதியாக ஏற்றுக் கொள்ளப்படுவது. உதாரணமாக, 'மரம்' என்ற சொல்லை எடுத்துக் கொள்வோம். இது ஒரு குறி. ம–ர–ம் என்ற இதன் ஒலி வடிவம் அல்லது வரிவடிவம் (குறிப்பான்) ஒரு புறமும் வெளி உலகில் இது சுட்டி நிற்கும் (வேரும் தண்டும் கிளையும் இலையும் கொண்ட) விருட்சம் மறுபுறமுமாக – இவ்விரண்டின் இணைப்பாக இக்குறி அமைந்துள்ளது. இவ்விரண்டுக்கும் இடையே உள்ள தொடர்பு காரண காரியம் அற்றது, மரபுரீதியானது என்பதை நாம் அறிவோம். ஆங்கிலத்தில் இதே குறியம் *tree* என்ற குறிப்பானாலும் வேறுவேறு மொழிகளில் வெவ்வேறு குறிப் பான்களாலும் சுட்டப்படுவது இம்மொழிக் குறியின் இடுகுறித் தன்மையை உணர்த்தும். ஒரு மொழிக் குறியைப் பொருள் கொள்வதில் அம்மொழி மரபு பற்றிய அறிவு அடிப்படை யானது என்பதையும் இது உணர்த்தும்.

ஒரு குறிப்பான் பல குறியங்களைக் கொண்டிருக்கும். மரம் என்பது விருட்சத்தை மட்டுமன்றி வேறு பலவற்றையும் குறிக்கலாம். உடல் / உள்ளம் மரத்துவிட்டது என்னும் போது மரம் உணர்ச்சியற்ற நிலையைக் குறிக்கின்றது. 'ஒரு மரத்தோடு எவ்வளவு காலம் குடித்தனம் நடத்துவது' என்று மனைவி சலித்துக் கொள்ளும்போது அவள் தன் கணவனை மரமாக உருவகிக்கிறாள் என்று தெரிகின்றது. 'மரத்தை மறைத்தது மாமத யானை, மரத்துள் மறைந்தது மாமத யானை' என்னும் வரிகளில் மரம் குறியீட்டுப் பொருளில் வருகின்றது. அவ்வகை யில் ஒரு மொழிக்குறி தன்னளவில் பொருள் அற்றது என்று தெரிகின்றது. அதாவது ஒரு குறியைத் தனிமைப்படுத்தி அதன் பொருளை நிர்ணயிக்க முடியாது. வாக்கிய அமைப்பில்

அது பெறும் இடம், உரையாடல், சந்தர்ப்பம் முதலியவற்றின் அடிப்படையில் அது நிர்ணயிக்கப்படும்.

இனி இலக்கியப் பிரதிக்கு வருவோம். ஒரு இலக்கியப் பிரதியை ஒரு இலக்கியக் குறியாகக் கொள்ளலாம். இவ்விலக்கியக் குறி மொழிக் குறிகளால் அமைவது. அவ்வகையில் இது குறிகளால் அமைந்த குறியாகும். இது பொது வழக்கு அன்றி பெரிதும் சிறப்பு வழக்குச் சார்ந்தது. அதற்கே உரிய மரபுகளைக் கொண்டது. அதனால்தான் இலக்கியத்தைப் பொருள் கொள்வதில் வாசகனின் பங்கு முக்கியத்துவம் பெறுகின்றது. ஆனால், இந்த வாசகன் யார்? அவனது தகுதிகள் யாவை? என்ற வினாக்கள் நம்முள் எழுகின்றன.

அமைப்பியல் விமர்சகன் ஓர் இலட்சிய வாசகனை மையமாகக் கொண்டே தன் கோட்பாட்டைக் கட்டியமைக்கின்றான். இந்த வாசகன் யதார்த்தத்தில் இல்லாதவன். யொனாதன் கல்லரின் *(1975 : 124)* வார்த்தைகளில் சொல்வதானால் இவன் ஒரு கோட்பாட்டு ரீதியான கட்டமைப்பு *(theoretical construct)* ஆவான். இந்த இலட்சிய வாசகன் கற்பனையில் மட்டுமே உள்ளவன். நடைமுறையில் வாசகன் பலரகமானவனாக இருக்கிறான். சுத்த இலக்கிய சூனியத்தில் இருந்து, அதி உயர் இலக்கிய உணர்திறன் உடையவன்வரை இவன் வேறுபடுகிறான். இந்நிலையில் ஓர் இலட்சிய வாசகனை மையமாகக் கொண்டு நாம் ஓர் விமர்சனக் கோட்பாட்டைக் கட்டமைக்க முடியாது.

இச்சந்தர்ப்பத்தில் வாசகனின் இலக்கிய உணர்திறன் *(literary competence)* பற்றி யொனாதன் கல்லர் *(1975 : 113 – 130)* பேசுவதைச் சுட்டிக்காட்டுவது பொருத்தமாக இருக்கும். இலக்கிய உணர்திறன் என்ற இக்கருத்து சொம்ஸ்கியின் மொழி உணர்திறன் *(linguisitic competence)* என்ற கருத்தைத் தழுவி அமைந்தது. மொழி உணர்திறன் ஒருவருடன் உடன் பிறந்தது என சொம்ஸ்கி *(1972)* கருதுகிறார். இலக்கிய உணர்திறன் அவ்வாறல்ல. பயிற்சியினால் வருவது. இலக்கிய உணர்திறன் என்பது இலக்கியத்தின் மொழி மரபைத் தன்மயமாக்கிய நிலையைக் குறிக்கும். இந்த மரபு நிலை பற்றிய அறிவு இல்லாமல் இலக்கியத்தைப் பொருள் கொள்ளுதல் / நுகர்தல் சாத்தியம் இல்லை. ஒரு விளையாட்டின் (உதைபந்தாட்டம் / கிறிகற் / செஸ்) விதிகள், மரபுகள் பற்றிய அறிவில்லாத ஒருவன் அவற்றில் ஈடுபட முடியாதது போன்றதே இது. இது இலக்கியத்துக்கு மட்டுமன்றி எல்லாக் கலைகளுக்கும் பொருந்தும். இலக்கிய உணர்திறன் இல்லாதவர்களிடம் சிக்கும் இலக்கியப் பிரதி அவர்களது

வாசிப்பில் மூச்சுத் திணறி இறந்துவிடுகின்றது. உதாரணத்துக்கு மஹாகவியின் 'புள்ளி அளவில் ஒரு பூச்சி' என்ற கவிதை பற்றிய மூன்று வாசிப்புகளை இங்கு தருகின்றேன். தமிழை ஒரு பாடமாகப் பயிலும் பல்கலைக்கழக மாணவர்களின் வாசிப்புகள் இவை. முதலில் கவிதைப் பிரதியைத் தருகிறேன்.

புள்ளி அளவில் ஒரு பூச்சி

புத்தகமும் நானும்; புலவன் எவனோ, தான்
செத்தபின்னும் ஏதேதோ சேதிகள் சொல்ல மனம்
ஒத்திருந்த வேளை, ஒழுங்காக அச்சடித்த
வெள்ளைத்தாள் மீதில், வரியின் முடிவினிலே
பிள்ளைத் தனமாய்ப் பிசகாகப் போட்ட 'காற்
புள்ளி'யைக் கண்டு புறங்கையால் தட்டினேன்.
நீ இறந்துவிட்டாய். நெருக்கென்ற தென்னெஞ்சு
வாய் திறந்தாய், காணேன்; வலியால் உலைவுற்றுத்
'தாயே' என அழுத சத்தமுமே கேட்க வில்லை
கூறுண்ட துண்டுக் கணத்துள் கொலையுண்டு, ஓர்
கீறாகத் தேய்ந்து கிடந்தாய்; அக் கீறுமே
ஓரங்குலம் கூட ஓடி இருக்கவில்லை!
காட்டெருமை காலடியில் பட்ட தளிர்போல
நீட்டு ரயிலில் எறும்பு நெரிந்தது போல்
பூட்டா நம் வீட்டுப் பொருள்போல நீ மறைந்தாய்
மீதியின்றி நின்னுடைய மெய் பொய்யே ஆயிற்று!
நீதியன்று நின்சா; நினையாமல் நேர்ந்ததிது.
தீதை மறந்துவிட மாட்டாயோ சிற்றுயிரே!
காதில் அப்பூச்சி கதை ஒன்றே வந்துவந்து
மோதிற்று; மீண்டும் படிக்க முடியவில்லை.
பாதியிலே புத்தகத்தை மூடிப் படுத்துவிட்டேன்.

வாசிப்பு 1

கவிஞர் ஓர் பெண்ணின் அவலத்தை வெளிப்படுத்தவே இப்பாடலைப் பாடியுள்ளார். அதாவது தன் கணவன் வேறொரு பெண்ணுடன் காதல் தொடர்பு கொண்டு அவன் அனுப்பிய மடலை வீட்டிலே வைத்திருந்ததைக் கண்ட மனைவி படும் துயரங்களைக் கூறுவதையே நோக்கமாகக் கொண்டுள்ளார்.

இதனையே வாசகர்களுக்குச் சிறந்த முறையில் எடுத்தியம்பியுள்ளார். அதாவது யாவரும் விளங்கக் கூடிய மொழியிலே அன்றாடம் அறிமுகமான பொருட்களை உவமையாக வைத்துக் கூறுகின்றார். உதாரணமாக, அந்தப் பெண்ணின் உள்ளம் வெள்ளைத் தாளைப் போன்றதாகும். கணவனையே வழிபட்டு நடக்கக்கூடியவள் என்பதும் அவ்வாறிருக்கும் போது பிற பெண் ஒருத்தி பிள்ளைத்தனமாக, குடும்ப வாழ்க்கையின் புனிதத்துவத்தை உணராது இவனிடம் கொண்ட

காதலால் தன்வயப்படுத்தியுள்ளாள். இதனைக் கேள்வியுற்ற மனைவி நான் இறந்துவிட்டேன் என்று தன் மனதுக்குள்ளேயே நினைத்து துன்ப மிகுதியால் தன்னையறியாமலேயே தாயே எனக் கடவுளை வேண்டி அழுதபோதும் பதில் கிடைக்கவில்லை. அதனால், நான் இப்போது காட்டெருமை காலடியில் பட்ட இளந்தளிர்போல், மிகச் சிறிய எறும்பானது பெரிய தண்டவாளத்தில் செல்லும் ரயிலில் பட்டு இறப்பது போல இறந்துகொண்டிருக்கிறேன் என்றும், பூட்டாத வீட்டில் உள்ள பொருட்களைத் திருடர் கொண்டு போவதுபோல நீ என்னை விட்டு மறைந்து போகிறாயே, நீதியை உணராமல் அநீதியான செயலை நீ செய்யப் போகிறாயே என்றும் தனக்குள் கவலைப் பட்டவளாக அப்பெண் துயில் கொள்கிறாள்.

வாசிப்பு 2

இப்பாடல் வரிகள் ஒரு வாசகன் கவிஞன் ஒருவனின் புத்தகத்தைப் படிக்கின்றபோது அவனுள் ஏற்பட்ட உணர்வுகளை வெளிப்படுத்துகின்றன.

இந்த வாசகன் கவிஞனின் உயர்ந்த கவிதையை வெள்ளைத் தாளில் எழுதிய வரிகளாகவே காண்கின்றான். உண்மையில் இந்த வாசகன் ஒரு கவிதை எடுத்த எடுப்பில் முழுக் கருத்தையும் கொட்டிவிட வேண்டும் என்று எதிர்பார்க்கின்றான். இந்த வாசகனின் உள்மனநிலையைப் புறங்கையால் தட்டிவிடுவதன் மூலம் உணரக் கூடியதாக உள்ளது. கவிஞனின் ஆக்கம் சிறுபிள்ளைத்தனமான ஒன்று. அவன் கவிஞனே அல்ல. அதனால்தான் சிறுபிள்ளைத் தனமாகக் காற் புள்ளியைப் போட்டு கவிதையின் ரசனையைக் குழப்பி இருக்கிறான் என்று இந்த வாசகன் எண்ணுகின்றான். இடையிலேதான் இந்த வாசகனுக்கு உண்மை விளங்குகின்றது. ஏன் கவிஞன் காற்புள்ளியை வைத்தான்? அதன் அர்த்தம் புரிந்து தன்னை நொந்துகொள்கிறான்.

வாசிப்பு 3

ஒரு புலவன் இறந்த பின்னும் அவனுடைய பாடலைப் படித்து மக்கள் பயன் அடைவது பற்றி இப்பாடல் கூறுகின்றது. ஒரு புத்தகத்தை அறியாத்தனமாக ஒருவர் சிறு வயதில் இருந்து படிக்காமல் அப்புத்தகத்தில் கையாளப்பட்ட கடின சொற்களைக் கண்டு பயந்து

> அதைப் புறக்கணிப்பதன் தவறைக் கூறுகிறார். புறங்கையால் தட்டினேன். அப்புத்தகத்தைப் புறக்கணித்துவிட்டேன் என்று கூறுகிறார்.
>
> கவிஞர் இப்பாடலில் கருத்தை வெளிப்படையாகக் கூறவில்லை; மறைமுகமாக மக்கள் விளங்காத வகையில் எடுத்துக் கூறுகின்றார்.

இம்மூன்று வாசிப்புக்களுக்கும் கவிதைப் பிரதியின் உள்ளடக்கத்துக்கும் எவ்வித சம்பந்தமும் இல்லை என்பது தெளிவு. இவற்றை 'வெற்று வாசிப்பு' என்று வேண்டுமானால் நாம் அழைக்கலாம். இவை கவிதைப் பிரதியைப் புரிந்து கொள்ளாத வாசிப்புக்கள் என்பதை நிறுவ நாம் அதிக பிரயத்தனப்பட வேண்டியதில்லை. ஆனால் தமிழவன் போன்ற ஒரு அமைப்பியல்வாதி, வாசகனே பிரதிக்கு அர்த்தத்தைக் கொடுப்பவன் என்ற தன் கோட்பாட்டின் அடிப்படையில் இந்த வாசிப்புக்களை நியாயப்படுத்தக் கூடும். அத்தகைய நியாயப்பாடு பிரதியின் மீது நிறைவேற்றப்படும் மரண தண்டனை என்பதில் ஐயம் இல்லை.

சமீபத்தில் கொழும்பில் நடைபெற்ற இலக்கியத் திறனாய்வு பற்றிய கருத்தரங்கில் வாசிக்கப்பட்ட 'உருவ வாதத்தில் இருந்து பின் அமைப்பியல்வாதம் வரை' என்ற கட்டுரையில் கலாநிதி சோ. கிருஷ்ணராஜா, றோலன் பார்த்தின் அமைப்பியல் அணுகுமுறையின் அம்சங்கள் எனச் சில சூத்திரங்களைத் தொகுத்துத் தந்துள்ளார். அவற்றுள் பின்வரும் கூற்றும் இடம் பெறுகின்றது.

> பிரதியில் என்ன கூறப்பட்டுள்ளதோ அதனை விடுத்து விமர்சகன் பிரதியில் கண்டது எதுவோ அதனையே அப்பிரதியின் கருத்தாக ஏற்றுக்கொள்க.

இக்கூற்றை நாம் அப்படியே ஏற்றுக்கொள்வதாயின் நாம் முன்பு நோக்கிய மூன்று வாசிப்புக்களையும் சரியான வாசிப்புக்கள் என ஏற்றுக்கொள்ள வேண்டும். ஆனால் இலக்கியப் பரிச்சயம் உடைய யாரும் அவ்வாறு ஏற்றுக்கொள்வர் என்று நான் நம்பவில்லை. வாசகனின் இலக்கிய உணர்திறன் இன்மையை வெளிக்காட்டும் இத்தகைய வெற்று வாசிப்புக்களையும் நாம் பிரதியின் பொருள் எனக் கருத முடியுமா? அவ்வாறாயின் பிரதியின் மரணத்தையும் நாம் ஏற்க வேண்டி இருக்கும்.

இத்தகைய வெற்று வாசிப்புக்களுக்குத் தமிழில் நாம் நிறைய உதாரணங்கள் தர முடியும். 'நெற்றிக் கண்ணைக் காட்டினும் குற்றம் குற்றமே' என்று கூறிய நக்கீரர் பற்றிய

மரபுவழிக் கதை கவிதைப் பிரதி பற்றிய இத்தகைய வெற்று வாசிப்பை அடிப்படையாகக் கொண்டதுதான். ‘கொங்குதேர் வாழ்க்கை அஞ்சிறைத் தும்பி’யை நோக்கித் தலைவன் கேட்பதாக அமைகிறது அப்பிரதி. என் தலைவியின் கூந்தலை விட நறுமணம் உள்ள பூக்களை நீ கண்டிருக்கிறாயா? ‘காமம் செப்பாது கண்டது மொழி’ எனத் தும்பியிடம் கேட்கிறான் தலைவன். நக்கீரர் இப்பிரதியின் கவித்துவப் பொருளைக் கோட்டை விட்டுவிட்டு நேர்பொருளை மட்டும் பிடித்துக்கொண்டார். அதனாலேயே, பிரதியில் பொருட்குற்றம் கண்டு கடவுளின் மனைவியானாலும் பெண்களின் கூந்தலுக்கு இயற்கை மணம் இல்லை என்று அவரால் வாதாட முடிந்தது. இப்புராணக் கதையைச் சிருஷ்டித் தவர்களும் அதனைக் காலம் காலமாக வழிமொழிந்து வருபவர்களும் ‘இலக்கிய உணர்திறன்’ அற்றவர்கள் என்பது வெளிப்படை.

பிரதியின் மரணத்தை நிச்சயிக்கும் இத்தகைய வெற்று வாசிப்புக்கு நவீன விமர்சகர்களிடம் நிறைய உதாரணங்கள் உண்டு. ‘ரகுநாதனின் சிலப்பதிகார ஆராய்ச்சி’ என்ற கட்டுரை யில் சிலப்பதிகாரப் பிரதி இவ்வாறு வாசிக்கப்பட்டுள்ளமைக் கும் சில உதாரணங்கள் தந்துள்ளேன் (நுஃமான்: *1987 : 106–9*). மரபுவழி விமர்சகர்களின் வாசிப்பை விட்டுவிட்டு அமைப் பியல் விமர்சகரின் வாசிப்புக்கு வந்தால் நாம் இன்னும் பல விநோதங்களைச் சந்திக்க முடிகின்றது. நமது அமைப்பியல் விமர்சகர்கள் மேலைய அமைப்பியல் கருத்துகள் பலவற்றை இயந்திரப் பாங்கில் உள்வாங்கி இருக்கின்றனர் என்று தெரிகின்றது. அதனால் இலக்கியப் பிரதி மீதான இவர்களது வாசிப்பும் ஆக்குதிறன் அற்ற, இயந்திரப் பாங்கான வாசிப் பாகவே அமைகின்றது. ‘ஞாபகச்சிற்பம்’ என்ற பிரம்மராஜ னின் *(1988)* கவிதைத் தொகுப்புக்கு எழுதிய முன்னுரையில் நாகார்ஜுனன் பிரம்மராஜனின் கவிதைப் பிரதிகள் சில வற்றைக் கட்டுடைத்துக் காட்டியிருப்பது இவ் வியந்திரப் பாங்கான அணுகுமுறைக்கு நல்ல உதாரணமாகும். இவ்விரு வரது இம்முயற்சிகளும் ஓர் இலக்கியச் செப்படி வித்தை யாகவே எனக்குத் தோன்றுகின்றன. அதுபற்றித் தனியாக எழுதவேண்டும்.

பிச்சமூர்த்தியின் ‘பூக்காரி’, ஆண்டாளின் ‘திருப்பாவை’ ஆகியவை பற்றிய தமிழவனின் *(1991 : 84–90, 1992 : 161–173)* வாசிப்பும் இத்தகைய ஆக்கு திறனற்ற இயந்திரப் பாங்கான வாசிப்புத்தான். பூக்காரிக்கு மூன்று வாசிப்பைத் தமிழவன் தருகின்றார். அவற்றை முறையே கதையாடல் படிப்பு, சைக்கோ அனலிஸின் படிப்பு, மார்க்சிய அணுகல்

என அவர் பெயரிடுகின்றார். இவற்றுள் முதல் வாசிப்பு பிரதியின் அமைப்பை அடிப்படையாகக் கொண்டது. ஏனைய வாசிப்புகள் பிரதியின் முழுமையைப் புறக்கணித்து அவற்றின் சில கூறுகளை அடிப்படையாகக் கொண்டவை. "பொருள் தொடர்புகூட இல்லாமல் சொற்களைப் பிரிக்க" தனக்கு உரிமை இருப்பதாகத் தமிழவன் வாதிடுகிறார். ஒரு பிரதியை எங்கிருந்தும் (முதல் / நடு / இறுதி) வாசிக்கத் தொடங்கலாம் என்பதும் இவர் கருத்தாகும். இவ்வகையில் ஒவ்வொரு பொருளும் அதன் கூறுகளின் ஒருங்கிசைவினால் முழுமை பெறுவது என்ற அமைப்பியல் கருத்தையே இவர் புறக்கணிக்கிறார். அதனாலேயே பால், நாகம், போர் போன்ற சொற்களைக் கண்டவுடனேயே இவருக்குப் பாலியல் புணர்ச்சி ஞாபகத்துக்கு வந்துவிடுகின்றது. குறிப்பிட்ட பிரதியின் முழுமையாக்கத்தில் இச்சொற் கூறுகள் பெறும் இடம் பற்றி அவர் அக்கறைப்படுவதில்லை. அதனால் தன் மனம் போனபோக்கில் பிரதிக்குப் பொருள் விளக்கம் அளிக்க இவரால் முடிகின்றது. இதனாலேயே 'திருப்பாவை'யை நான் x நீ, பாடல் x உடல், பாலியல் x போர் என்ற மூன்று சூத்திரங்களுள் இவரால் குறுக்கிவிட முடிகின்றது. இது தமிழவனின் குறைபாடு மட்டுமல்ல. அவர் வரித்துக்கொண்ட கட்டவிழ்ப்புக் கோட்பாட்டின் குறைபாடுமாகும்.

ஆசிரியனை முற்றிலும் புறம் ஒதுக்கி, பிரதியின் முழுமை யான அமைப்பைக்கூடக் கருத்தில் கொள்ளாது பிரதியைத் தன் மனம்போன போக்கில் விளக்க முயலும் இத்தகைய வாசிப்பு பிரதியின் பலதளப் பொருண்மை என்ற கருத்தை ஏளனம் செய்வதாக அமைகின்றது. மார்க்சிய விமர்சனத்தில் ஒரு வறட்டுவாதம் மேலோங்கி இருந்தது போலவே அமைப் பியல் விமர்சனத்திலும் ஒரு வறட்டுவாதமே தமிழுக்கு அறிமுகமாகி இருக்கின்றது எனலாம்.

இலக்கியப் பிரதியைப் பொருள்கொள்வதில் வாசகனின் இலக்கிய உணர்திறனை வலியுறுத்தும் யொனாதன் கல்லர் *(1975 : 118)*, அவ்வாறு வலியுறுத்துவது ஆசிரியர்கள் என்போர் வெறும் வாக்கியத் தொடர்களை உற்பத்தி செய்யும் பிறவி மூடர்கள் என்றும், உண்மையான படைப்பு இந்த வாக்கியங் களைப் பொருள் கொள்ளும் வழிமுறைகளை நன்கு அறிந்த வாசகனாலேயே செய்யப்படுகின்றது என்றும் பொருளாகாது என அழுத்திக் கூறுகின்றார். ஆசிரியனின் பிரக்ஞைபூர்வமான கலையைக் கண்டறிந்து போற்ற அமைப்பியலாளர் தவறியதன் மூலம் அமைப்பியல் விமர்சனக் கருத்தாடல்கள் இத்தகைய ஒரு அபிப்பிராயத்தை ஏற்படுத்தியுள்ளன எனவும் அவர் கூறுகின்றார். இலக்கியப் பாதிப்புக்களைச் சாத்தியமாக்கும்

உள்ளார்ந்த ஒழுங்கு முறைகளை வெளிக்கொண்டு வருவதே அமைப்பியல் விமர்சனத்தின் குறிக்கோள் என்று பார்த் கருதினார் எனவும், அது உள்ளடக்கம் பற்றிய ஒரு அறிவுத் துறையாக இருக்கக்கூடாது என்றும் கல்லர் கூறுகின்றார்.* ஆயினும், தமிழில் அறிமுகமாகியுள்ள அமைப்பியல் விமர்சனம் இலக்கியப் பிரதியின் இலக்கியத் தன்மையைக் கோட்டை விட்டுவிட்டு அதற்குப் பல்வேறு அர்த்தப் பரிமாணங்களை வலிந்து கற்பிப்பதிலேயே அக்கறை காட்டுகின்றது.

இலக்கியப் பிரதியின் பலதளப் பொருண்மை என்பது நமக்கு முற்றிலும் புதியதொன்றல்ல. ஒரு செய்யுளுக்குப் பொருள் எழுதுவதில் உரையாசிரியர்களுக்கிடையே காணப்படும் வேறுபாடு இதனைக் காட்டும். ஒரு இலக்கியப் பிரதி காலந்தோறும் வெவ்வேறு அர்த்தப் பரிமாணம் பெற்று வந்திருப்பதைச் 'சிலப்பதிகாரச் செய்திகள்' என்ற கட்டுரையில் ஏற்கனவே கைலாசபதி காட்டியுள்ளார். 9ஆம் நூற்றாண்டுப் பாரசீக சூபிக் கவிஞர் மௌலானா றூமி, "கவிதை என்பது ஊஞ்சலைப் போன்றது. அது மேலும் போகும், கீழும் வரும்" என்று கூறுகிறார். வாசகனின் உணர்திறனுக்கு ஏற்ப உயர்ந்த அல்லது தாழ்ந்த பொருள் விளக்கத்தை ஒரு கவிதை பெறும் என்பதையே இது சுட்டுகின்றது. ஆண்டாளின் பாடல்களை ஆன்மீக வேட்கை அல்லது பால் வேட்கையின் வெளிப்பாடுகளாக நாம் விளக்க முடியும். அவ்வகையில் பிரதியின் பலதளப் பொருண்மை என்பது முற்றிலும் அமைப்பியல் – பின்அமைப்பியல் கோட்பாடுகளின் கொடை என்று நாம் மயங்க வேண்டியதில்லை. ஆயினும் ஒரு பிரதியைப் பல்வேறு கோணங்களில் நோக்குவதற்குரிய ஒரு கோட்பாட்டு அடிப்படையை இவை நமக்கு வழங்குகின்றன.

தெரிதாவின் கட்டவிழ்ப்புக் கோட்பாடு அது உள்ளார்ந்த பல குறைபாடுகளைக் கொண்டிருந்த போதிலும் – இதுபற்றி

---

* *"To speak, therefore, as I shall do, of literary competence as a set of conventions for reading literary texts is in no way to imply that authors are congenital idiots who simply produce strings of sentences, while all the truly creative work is done by readers who have artful ways of processing these sentences. Structuralist discussions may seem to promote such a view by their failure to isolate and praise an author's 'conscious art' . . . The task of structuralist poetics, as Barthes defines it, would be to make explicit the underlying system which make literary effects possible. It would not be a 'science of contents' which, in hermeneutic fashion, proposed interpretations for works, but a science of the conditions of content that is to say of forms." (Jonathan Culler, 1975, p.118)*

மேற்கில் நிறைய விவாதங்கள் நடந்துள்ளன (விமர்சனங்களுக்குப் பார்க்கவும் *Abrams, M.H. (1977)* – ஒரு இலக்கியப் பிரதியில் மறைந்துகிடக்கும் கருத்துநிலையைப் பிரதியில் சொல்லப்பட்டவற்றை மட்டுமன்றி சொல்லப்படாதவற்றையும் அடிப்படையாகக் கொண்டு வெளிக்கொண்டு வருவதில் நமக்கு உதவுகின்றது. இங்கு ஒரு எளிய உதாரணத்தைத் தரலாம்.

கோரிக்கை அற்றுக் கிடக்குதண்ணே – நல்ல
வேரிற் பழுத்த பலா – மிகக்
கொடிதென்று சொல்லிடப்பட்டதண்ணே – குளிர்
வடிகின்ற வட்ட நிலா.

பாரதிதாசனின் இப்பாடல் வரிகள் நன்கு பிரசித்திபெற்றவை. சினிமாவிலும் பாடப்பட்டவை. பாரதிதாசனின் பெண் விடுதலை – சமூக சீர்திருத்தக் கருத்துகளுக்கு உதாரணமாகக் காட்டப்படுபவை. விதவைகளின் துயர்பற்றிய உருக்கமான பாடல் என இதுபற்றிப் பலரும் கூறுவர். இது ஒரு வகையான வாசிப்பு. ஆனால், இதே பாடலை வேறு ஒரு கோணத்தில் இருந்து வாசிக்க முடியும். 'நல்ல வேரிற் பழுத்த பலா', 'குளிர் வடிகின்ற வட்ட நிலா' ஆகிய உருவகங்களைக் கட்டவிழ்த்துப் பார்த்தால் இப்பாடல் பாரதிதாசனுக்குள் மறைந்திருக்கும் ஆணாதிக்கக் கருத்துநிலையை வெளிப்படுத்துவதைக் காணலாம். இரண்டுமே நுகர்ந்து அனுபவிக்கப்பட வேண்டியவை. பெண்ணும் வேரிற் பழுத்த பலா போல, குளிர் வடிகின்ற வட்ட நிலா போல ஆணால் நுகர்ந்து அனுபவிக்கப்பட வேண்டியவள். அவள் அனுபவிக்கப்படாது வீணாகக் கிடக்கிறாளே என்பது தான் அண்ணே என விளித்துப் பாடுபவனின் கவலை. அவ்வகையில் பெண்ணை ஒரு பாலியல் நுகர் பண்டமாகக் கருதும் ஆணாதிக்கக் கருத்துநிலைக்குப் பாரதிதாசனும் ஆட்பட்டிருப்பதை நாம் காணலாம்.

இப்படி நோக்கும்போது ஒன்றுக்கொன்று எதிர்நிலையான இரண்டு வாசிப்புக்கள் அல்லது விளக்கங்கள் இப்பிரதிக்குக் கிடைக்கின்றன: ஒன்று, இப்பாடல் பெண் விடுதலை நோக்குடையது என்பது. மற்றது, பெண்ணை ஆணின் நுகர்ச்சிப் பொருளாக நோக்குகின்றது என்பது. ஒரே பிரதிக்கு எதிர் நிலையான இரண்டு விளக்கங்கள் எவ்வாறு சாத்தியம்? பிரதியின் கட்டமைப்பு அதற்கு இடம் கொடுப்பதனால்தான் இது சாத்தியமாகிறது. அதாவது, பிரதி தன் உள்ளேயே இத்தகைய பொருள் விளக்கத்துக்குரிய சாத்தியப்பாடுகளைக் கொண்டுள்ளது. இன்னும் எத்தனை பொருள் விளக்கங்கள் இப்பிரதிக்குச் சாத்தியம்? நிச்சயமாக முடிவிலி *(infinitive)* அல்ல. ஏனெனில் மொழிக் குறிகளும், மொழிக்குறிகளால் சுட்டப்படும் பிரதியும் தமக்கே உரிய வரன்முறைகளையும் வரையறைகளையும்

கொண்டுள்ளன. அடிப்படையில் மொழி ஒரு தொடர்பாடல் சாதனம். மொழிக் குறிகள் முடிவற்ற பொருள் விளக்கத்துக் குரியவை எனின் மொழி மூலமான தொடர்பாடல் சாத்திய மல்ல. மொழியினால் கட்டமைக்கப்படும் ஒவ்வொரு பிரதியும் தொடர்பாடல் குணாம்சத்தைக் கொண்டுள்ளது. ஆகவே வாசகன் தனக்கான அர்த்தத்தைப் பிரதிக்குக் கொடுக்கின்றான் என்பது முற்றிலும் உண்மையல்ல. பிரதி ஒரு வெற்றுத்தாள் அல்ல. ஒன்றுக்கு அதிகமான விளக்கத்துக்குரிய சாத்தியப்பாடு அதற்குள் அமைந்திருக்கின்றது. எனினும் அது முடிவிலி அல்ல.

மறுபுறத்தில், வாசகன் (அல்லது விமர்சகன்) முழு நிறைவானவன் அல்ல. கருவிலே திருவுடையவன் அல்ல. அவனது இலக்கியப் பயிற்சி, வாழ்நிலை, உலக ஞானம், கருத்துநிலை, வர்க்கம், சாதி என்பன அவனது வாசிப்பைத் தீர்மானிக்கின்றன. பிரதிக்கும் வாசகனுக்கும் இடையிலான உறவைப் பொறுத்தவரை நாம் இவற்றை மனங்கொள்ள வேண்டும்.

முடிவாகச் சொல்வதானால், ஆசிரியன், பிரதி, வாசக உறவு சிக்கலானது. பாரம்பரிய விமர்சனத்தை நிராகரித்து விட்டு அமைப்பியல் விமர்சனத்திடம் தஞ்சம் அடைவதால் மட்டும் இச்சிக்கலைத் தீர்த்துவிட முடியாது. ஒன்றின் குறை பாட்டை மற்றதால் நிறைவு செய்ய முடியும் எனில் நாம் ஓரளவு பயன் பெற முடியும்.

விமர்சனம் முற்றிலும் ஆசிரியனை மையமாகக் கொண் டிருப்பதோ அல்லது அவனை முற்றிலும் நிராகரிப்பதோ இருதுருவ நிலைப்பாடு ஆகும். பிரதியை உற்பத்தி செய் வதுடன் ஆசிரியனின் பணி முடிந்து விடுகின்றது. பிரதியைப் பொருள் கொள்வதிலும் மதிப்பிடுவதிலும் ஆசிரியனின் ஆளுமை தலையிடக் கூடாது என்ற அர்த்தத்தில் ஆசிரியனின் மரணத்தை நாம் ஏற்றுக்கொள்ளலாம். ஆசிரியர் அறியப் படாத படைப்புகள் நம்மிடம் நிறைய உண்டு. நாட்டார் இலக்கியங்களும் அறியப்படாத ஆசிரியர்களின் ஆக்கங்கள் தான். இலக்கிய உற்பத்தி (படைப்பு) திறனில் ஆசிரியர்களுக்கு இடையே உள்ள ஏற்றத்தாழ்வுகளையும் நாம் மனங்கொள்ள வேண்டும். இலட்சிய வாசகன் போல் இலட்சிய ஆசிரியனும் நம் கற்பனையில்தான் இருக்கிறான்.

இந்த அடிப்படையில் நோக்கினால் ஆசிரியன் படைத்த பிரதியும் வாசகன் படிக்கும் பிரதியும் ஒன்றாக இருக்க முடியாது என்பதை நாம் ஏற்றுக்கொள்ள வேண்டும். அதாவது ஆசிரியன் உணர்ந்தது போலவே வாசகனும் உணர்வான் என நாம் கொள்ள முடியாது. இலக்கிய உணர்திறனும்,

படைப்பு மனமும் கொண்ட வாசகனிடம் பிரதி புது உயிர்ப்புப் பெறுகின்றது. இலக்கிய சூனியத்திடம் இது மரணித்துவிடுகின்றது.

பயன்பட்ட நூல்கள்

தமிழவன் *(1991)* 'அமைப்பியல்வாதமும் தமிழ் இலக்கியமும்', காவ்யா, பெங்களூர்.

தமிழவன் *(1992)* 'தமிழ்க் கவிதையும் மொழிதல் கோட்பாடும்', காவ்யா, பெங்களூர்.

நுஃமான், எம்.ஏ. *(1987)* 'மார்க்சியமும் இலக்கியத் திறனாய்வும்', அன்னம்(பி)லிட், சிவகங்கை.

பிரம்மராஜன் *(1988)* 'ஞாபகச்சிற்பம்', தான்யா & பிரம்மா, ஊட்டி.

மார்க்ஸ், அ. *(1994)* 'உடைபடும் மௌனங்கள்', விடியல் பதிப்பகம், கோவை.

ராஜ்கௌதமன் *(1992)* 'எண்பதுகளில் தமிழ்க் கலாச் சாரம்', காவ்யா, பெங்களூர்.

Abrams, M.H. (1977) "The Deconstructive Angel" in *Contemporary Criticism: An Anthology,* Ed. V.S. Sethuraman (1989) Macmillan India Ltd., Madras.

Chomsky, Noam. (1972) *Language and Mind,* Harcourt Braceovanovich, New York.

Culler, Jonathan (1975) *Structuralist Poetics: Structuralism, Linguistics and the Study of Literature,* Routledge & Kegan Paul, London.

Saussure, Ferdinand De (1978) *Course in General Linguistics,* Fontana / Colins.

'காலச்சுவடு' 14, ஜூன் 1996

மொழியும் இலக்கியமும்: பெரியாரின் சிந்தனைகள்

அறிமுகம்

சிதம்பரம் சிவன்கோயில் தமிழ்நாட்டின் காசி எனக் கருதப்படும் அளவு சைவர்கள் மத்தியில் புகழும் பெருமையும் பெற்றது. இக்கோயிலின் சுற்றுவீதி நாற் சந்தி ஒன்றிலே பெரியாரின் கடவுள் எதிர்ப்பு வாசகம் பொறிக்கப்பட்ட ஓர் விளம்பரப் பலகை நடப்பட்டுள்ளது. என் நினைவில் உள்ளபடிக்கு அந்த வாசகம் பின்வருமாறு: "கடவுள் இல்லை, கடவுள் இல்லை, கடவுள் இல்லவே இல்லை. கடவுளை நம்புபவன் முட்டாள். கடவுளைக் கும்பிடுபவன் பைத்தியகாரன் . . ." ஒவ்வோர் ஆண்டும் திருவிழாக் காலத்தில் 'கடவுள்' இச்சுற்று வீதியில் ஊர்வலமாகக் கொண்டு செல்லப் படுவார்; பல்லாயிரக்கணக்கான பக்தர்கள் அதில் கலந்துகொள்வார்கள். சிதம்பரத்தில் நான் இருந்த மூன்று ஆண்டுகளும் *(1985 – 1987)* இதனை அவதானித் திருக்கிறேன். தமிழ் நாட்டில் பெரியாரின் செல்வாக்குக்கு ஓர் அடையாளம்போல் இது எனக்குத் தோன்றியது. பெரியார் ஒருவரால்தான் இந்த இடத்தில் இந்த வாசகங்களைக் கூறிக்கொண்டு நிற்கமுடியும். அதுதான் பெரியாரின் பலம் என்று எனக்குத் தோன்றும். ஆனால், அதேவேளை, தமிழ்ச் சமூகம் பெரியாரின் சிந்தனை களை எவ்வாறு பாராமுகமாக, அனாதரவாகத் தனித்து விட்டுள்ளது என்பதையும் அது எனக்கு உணர்த்தியது. பெரியார் தமிழ்நாட்டின் சக்திவாய்ந்த தலைவர்களுள் ஒருவர், தீவிரமான கடவுள் மறுப்புவாதி. ஆயினும், தமிழ் நாட்டுப் பண்பாட்டின்மீது மதத்தின் பிடியை அவரால் தளர்த்த முடியவில்லை. அவருடைய சீடர்கள்

எல்லாரும் அதிகாரத்துக்கு வந்த பின்னர் கடவுளுக்குக் காவடி எடுக்கத் தொடங்கியதை அவர் வருத்தத்துடன் பார்த்துக் கொண்டிருந்தார். இவ்வகையில் பெரியாரின் கடவுள் மறுப்பு வாசகம் பொறித்த அப்பலகை அவரது பலத்துக்கும் பலவீனத் துக்கும் அடையாளமாக இருப்பதாகவே நான் கருதினேன். மொழியும் இலக்கியமும் பற்றிய பெரியாரின் சிந்தனைகளை மதிப்பிட முனைகையில் இது நினைவுக்கு வருவதைத் தவிர்க்க முடியவில்லை.

பெரியாரும் பிராமணிய எதிர்ப்புக் கருத்துநிலையும்

பெரியார் ஈ.வெ. ராமசாமி நாயக்கர் (1879 – 1973) தமிழ் நாட்டில் நீண்டகாலம் வாழ்ந்து சாதனைகள் பல புரிந்த சில முக்கியமான சமூக, அரசியல் தலைவர்களுள் ஒருவர். இன்று தமிழர் தலைவராக மதிக்கப்பட்டாலும் அவர் கன்னட நாயுடு குடும்பத்தில் பிறந்தவர்; கன்னடத்தைத் தாய்மொழியாகக் கொண்டவர் என்பதும் குறிப்பிடத்தக்க ஒரு அம்சமாகும்.

பெரியாரின் பொதுவாழ்வு அவரது முப்பதாவது வயதில் தொடங்குகின்றது. 1910இல் ஈரோடு முனிசிப்பல் கவுண்சிலுக்கு அவர் தெரிவுசெய்யப்பட்டார். 1925 வரை இந்திய தேசிய காங்கிரஸ் செயற்பாடுகளில் ஈடுபட்டார். 1925இல் சுயமரியாதை இயக்கத்தைத் தோற்றுவித்தார். 1930 முதல் நீதிக்கட்சியுடன் இணைந்து செயற்பட்டார். 1938இல் நீதிக்கட்சியின் தலைவ ராக (சிறையில் இருக்கும் போதே) தெரிவுசெய்யப்பட்டார். சில காலம் (1931 – 1937) பொதுவுடைமைக் கொள்கையில் ஈடுபாடு கொண்டு பொதுவுடைமைப் பிரச்சாரம் செய்து வந்தார். இந்தியாவில் கம்யூனிஸ்ட் கட்சி தடைசெய்யப் பட்டதுடன் பொதுவுடைமையை விட்டு நீங்கினார். 1944இல் திராவிடர் கழகத்தை (தி.க.) நிறுவினார். தி.க.வில் இருந்து கொண்டே மறையும் வரை காங்கிரஸ் அரசுக்கும், .தி.மு.க. அரசுக்கும் மாறிமாறி ஆதரவும் எதிர்ப்பும் தெரிவித்து வந்தார்.

சுயமரியாதை இயக்கத்தை ஆரம்பித்ததில் இருந்து, தான் இறக்கும்வரை சுமார் அரை நூற்றாண்டு காலம் தமிழ்நாட்டு சமூக, அரசியல் துறையில் ஒரு தீவிர கிளர்ச்சிக்காரராக பெரியார் செயற்பட்டு வந்திருக்கிறார். காலத்துக்குக் காலம் அவரது சிந்தனைகளிலும் செயற்பாடுகளிலும் பல முரண் பாடுகளை ஒருவர் அவதானிக்க முடியும், எனினும், அவரது அரசியல் வாழ்வுக் காலத்தில் அவரிடம் மாறாத, நிலையான அம்சமாகக் காணப்படுவது அவரது பிராமணிய எதிர்ப்புக் கருத்துநிலையாகும். அவரது சகல நடவடிக்கைகளிலும் இதுவே மையப் புள்ளியாகக் காணப்படுகின்றது. அவர்

தோற்றுவித்த சுயமரியாதை இயக்கம் ஒரு பிராமணிய எதிர்ப்பு இயக்கமாகும். அனிதா டீல் *(1978 : 65)* சொல்வதுபோல, சுயமரியாதை இயக்கத்தின் வேலைத் திட்டத்தைப் பெரியாரின் சிந்தனையின் சாராம்சமாகக் கொள்ளலாம். சுயமரியாதை இயக்கம் சமூக, அரசியல் துறைகளில் பிராமணர்களின் ஆதிக்கத்தை எதிர்த்த அதேவேளை, 'சமயம், பண்பாடு, சமூகம், அரசியல்' ஆகிய எல்லாத் துறைகளிலும் பிராமணிய ஆதிக்கத்தை எதிர்த்துப் போராடுவதன் மூலம் பிராமணர் அல்லாதாரின் தனித்துவத்தையும் சுயமரியாதையையும் வலியுறுத்தியது என அனிதா டீல் குறிப்பிடுகிறார்.

தமிழ்நாட்டுச் சாதி அமைப்பில் நெடுங்காலமாக பிராமணர்களே உயர் நிலையில் இருந்தனர். பிரித்தானிய காலனித்துவத்தின் கீழும் பிராமண உயர் குழாத்தினர் சமூக அடுக்கில் தங்கள் மேல்நிலையை உறுதிப்படுத்திக் கொண்டனர். அரச உயர் பதவிகளிலும், கல்வி நிறுவனங் களிலும் தங்கள் மேலாண்மையை நிலை நிறுத்திக்கொள்ள ஆங்கிலக் கல்வி அவர்களுக்கு உதவியது. சுதந்திரத்திற்கு முந்திய இரண்டு மூன்று தசாப்த காலப்பகுதியில் சென்னை மாகாணத்தின் மொத்தச் சனத்தொகையில் மூன்று வீதத்துக்குச் சற்று அதிகமான பிராமண சமூகத்தினர் அரச பதவிகளில் பெரும் பகுதியைத் தங்கள் வசப்படுத்தி இருந்தனர். அதே வேளை, பிராமணர் அல்லாத ஏனைய சாதிகளுள் மேல் நிலையில் அல்லது இடைநிலையில் இருந்த வேளாளர், முதலியார், பிள்ளை, தேவர், செட்டி முதலிய சாதிகளுக்குள் இருந்து உருவாகிய படித்த மத்தியதர வர்க்கத்தினர், தொழில் முயற்சியாளர் ஆகியோர் தங்கள் அதிகாரத்துக்குப் பிராமண உயர் குழாத்தினரின் சவாலை எதிர் நோக்கினர். இந் நிலையிலேயே பிராமணர் அல்லாதார் தமது அரசியல் அதிகாரத்துக்காக பிராமண எதிர்ப்பு இயக்கத்தை உரு வாக்கினர் *(Irschick. 1969)*. கருத்து நிலை ரீதியாகவும், அரசியல் ரீதியாகவும் பெரியார் இவ்வியக்கத்துக்குத் தலைமை தாங்கி னார். பிராமணர் அல்லாதார் இயக்கத்துள் பல போக்குகள் இருந்தபோதிலும் பெரியார் அதில் பிரதான இடம்வகித்தார். தன் வாழ்வுக் காலம் முழுவதும் பிராமண ஆதிக்கத்துக்கு எதிராகச் செயற்பட்டார்.

இப்பின்னணியிலேயே பிராமணியம் என்ற கருத்தாக்கம் நோக்கப்பட வேண்டும். பிராமணியம் (அல்லது பார்ப்பனியம்) என்பது பிராமண உயர் குழாத்தினரின் சமூக மேலாதிக்கத் துக்கு எதிரான பிராமணர் அல்லாத உயர் குழாத்தினரின் ஒரு கருத்து நிலைக் கட்டமைப்பாகும். இது பிராமணர்களின் அரசியல், பண்பாட்டு மேலாண்மையைக் குறிக்கின்றது.

திராவிட அல்லது தமிழ்ப் பண்பாட்டுக்கு எதிரானதாக, தமிழர்களை அரசியல், பண்பாட்டு ரீதியாகக் கீழ்நிலைப் படுத்திய ஆரிய பண்பாட்டுக் கூறுகளாக இது முன்வைக்கப் படுகின்றது. தமிழ்நாட்டின் தமிழ்பேசும் பிராமணர்களைத் திராவிட இயக்கம் தமிழர்களாக அங்கீகரிக்கவில்லை. அவர் களை அன்னியர்களாக, ஆரியர்களாகவே நோக்கியது. அவ் வகையில் பிராமணியப் பண்பாடு என்பது ஒரு அன்னியப் பண்பாடாக, தங்களை அடிமைப்படுத்தும் பண்பாடாகவே நோக்கப்பட்டது. பிராமணியப் பண்பாட்டுக் கூறுகளைக் களைந்தெறிவதன் மூலமே தமிழர்கள் விடுதலையும் சுயமரியாதையும் பெற முடியும் எனப் பெரியார் கருதினார்.

இது தொடர்பாக 1950இல் பெரியார் கூறியவை இங்கு நமது கவனத்துக்குரியது. "ஆரியர்கள் முதலில் தம் கலாச் சாரத்தைப் புகுத்தித்தான் நம்மை வெற்றி கண்டார்கள். நம் கலாச்சாரத்தைத் தடுத்துத்தான் நம்மீது ஆதிக்கம் செலுத்த ஆரம்பித்தார்கள். நாமும் நம் கலாச்சாரத்தை மறந்து ஆரிய கலாச்சாரத்தை ஏற்றுக் கொண்டதால்தான் அவர்களுக்குக் கீழான மக்களாக, அவர்களுடைய வைப்பாட்டி மக்களாக, சூத்திரர்களாக, பஞ்சமர்களாக ஆக்கப்பட்டோம். எனவே அக்கலாச்சாரத்திலிருந்து விடுபட வேண்டுமென்றால், மொழிப்போராட்டம் ஒன்றினால் மட்டும் வெற்றிபெற்றுவிட முடியாது. கலாச்சாரத்தின் பேரால், இனத்தின் பேரால் போராட்டம் நடத்த வேண்டும். அதில் வெற்றி பெறவேண்டும். அப்போதுதான் நாம் விடுதலை பெற்றவர்களாவோம்" ('விடுதலை' 27.1.1950 – மேற்கோள், அ. மார்க்ஸ் முதலியோர் – 1955 : 22 – 23).

பெரியாரின் மதம், கடவுள், சாதி எதிர்ப்புப் போராட் டங்கள் எல்லாம் இப்பின்னணியிலேயே பார்க்கப்படவேண் டும். மொழி, இலக்கியம் பற்றிய கருத்துகள் மட்டுமன்றி அவரது பெண்ணிலைவாதக் கருத்துகளும் இந்தப் பின்னணி யிலேயே பார்க்கப்படவேண்டும். பெரியாரின் பிராமண எதிர்ப்புக் கருத்துநிலையில் இருந்து நாம் இவற்றை வேறு படுத்திப் பார்க்க முடியாது. அடுத்துவரும் பகுதிகளில் மொழி, இலக்கியம் தொடர்பான பெரியாரின் சிந்தனைகள் பற்றிச் சற்று விரிவாக ஆராயப்படும்.

மொழிபற்றிய சிந்தனைகள்

அடிப்படையில் மொழி ஒரு தொடர்பாடல் ஊடகம் (Medium of Communication) என்றே வரையறுக்கப்படுகின்றது. நாம் நமது எண்ணங்களை, உணர்வுகளை, தேவைகளைப் பிறருடன் பகிர்ந்துகொள்வதற்கு மொழியைப் பயன்படுத்து

கின்றோம். ஆயினும், ஒரு குறிப்பிட்ட சமூக, அரசியல் சூழலில் மொழி இதற்குமேல் பல பரிமாணங்களைப் பெற்றுக் கொள்கின்றது. அது ஒரு பண்பாட்டு, அரசியல் ஆயுதமாக மாறிவிடுகின்றது. ஒரு சமூகத்தின் அடையாளச் சின்னமாக, உணர்வாக, உயிராக மாறிவிடுகின்றது. பிற சமூகத்தினரின் எதிர்ப்புக்குரிய பண்டமாகிவிடுகிறது; அதிகாரத்தின் சின்ன மாகவும், அடிமைத்தனத்தின் வெளிப்பாடாகவும் ஆகிவிடு கின்றது. அதற்காக உயிரைக் கொடுக்கவும், உயிரைப் பலிவாங் கவும் செய்து விடுகின்றது; அதைத் தெய்வமாக்கிப் போற்றி வணங்கச் செய்துவிடுகின்றது. அவ்வகையில் மொழி வெறும் தொடர்பாடல் ஊடகம் மட்டுமல்ல; நம் வாழ்வின் அனைத்து மாக மாறும் தன்மையையும் கொண்டுள்ளது எனக் கூறலாம். அதனாலேயே தற்கால சமூக, அரசியல் இயக்கங்களில் மொழி முக்கிய இடம் பெறுகின்றது.

இவ்வகையில், மொழிச் சிந்தனைகள் முக்கியமானவை. மொழிச் சிந்தனைகளை நாம் இரு பிரிவுகளாகப் பாகுபடுத்தி நோக்கலாம். ஒன்று, மொழி ஒரு தொடர்பாடல் ஊடகம் என்ற வகையில் அது எவ்வாறு செயற்படுகின்றது, அதாவது, அதன் உட்கட்டமைப்பு அல்லது அதன் உட் பொறிமுறை *(Inner - mechanism)* எத்தகையது என்பது பற்றிய சிந்தனை. இது தற்கால மொழியியல் சிந்தனையின் மையப் பகுதியாக உள்ளது. மொழியியலில் சிறப்புத் தேர்ச்சி உள்ளவர்களே இதுபற்றிப் பேசமுடியும். இது தொடர்பாக மொழியியல் விஞ்ஞானத்தில் பல கோட்பாடுகளும், சிந்தனைப் பள்ளி களும் உள்ளன. மற்றது, மொழியின் சமூகச் செயற்பாடு பற்றியது. அதாவது மொழி ஒரு தொடர்பாடல் ஊடகம் என்பதற்கு மேலாக, அது சமூகத்தில் வகிக்கும் பண்பாட்டு, அரசியல் பாத்திரம் பற்றியது. இதனை நாம் மொழியின் பண்பாட்டு அரசியல் என்று கூறலாம். இதுவும் மொழியிய லின் எல்லைக்கு உட்பட்டதுதான். இத்துறை சார்ந்த மொழி யியலைச் சமூக மொழியியல் *(Socio - linguistics)* என்பர். எனினும், இத்துறை சார்ந்த சிந்தனைகள் மொழியியலின் எல்லைக்குள் மட்டும் வரையறுக்கப்பட்டதல்ல. சமூக அக் கறை கொண்ட யாரும் இதுபற்றிச் சிந்திக்கவும், பேசவும், செயற்படவும் வல்லவர்களாக உள்ளனர். அவர்களின் சமூக அரசியல் சார்புநிலையும், அவைசார்ந்த அவர்களது கருத்து நிலையும் அவர்களது சிந்தனையின் அடிப்படையாக உள்ளன. அவ்வகையில் இவர்களது மொழிச் சிந்தனைகள் இவர்களது அரசியல் கருத்து நிலையோடு பின்னிப் பிணைந்துள்ளன. சமூக, அரசியல் இயக்கங்களில் ஈடுபட்டுள்ளோரின் மொழிச் சிந்தனைகள் பற்றிப் பேசும்போது இந்த விளக்கம் அவசியமா

கின்றது. இந்த விளக்கத்தோடு இனி நாம் பெரியாரின் மொழிச் சிந்தனைகள் பற்றி நோக்கலாம்.

பெரியாரின் மொழிச் சிந்தனைகள் மொழியின் பண்பாட்டு அரசியல் சார்ந்தவை. மொழியின் சமூகச் செயற்பாடு பற்றிப் பொதுவாகவும், சமஸ்கிருதம், ஹிந்தி, ஆங்கிலம், தமிழ் ஆகிய மொழிகள் பற்றிக் குறிப்பாகவும் பெரியார் நிறையப் பேசி இருக்கிறார். மொழிபற்றிய பெரியாரின் பெரும்பாலான எழுத்துகள் வே. ஆனைமுத்து *(1974)* தொகுத்த பெரியார் 'ஈ.வெ.ரா. சிந்தனைகள்' தொகுதி 2இல் இடம் பெற்றுள்ளன. அவை தவிர பெரியாரின் 'புரட்டு இமாலயப் புரட்டு', 'அறிவு விருந்து' ஆகிய நூல்களிலும் இடம் பெற்றுள்ளன. பெரியாரின் மொழிச் சிந்தனைகள் பற்றிய இந்த ஆய்வுக்கு இவற்றையே நான் மூலத் தரவுகளாகக் கொண்டேன். இவை தவிர மொழி பற்றிய பெரியாரின் வேறு எழுத்துகள் என் பார்வைக்குக் கிடைக்கவில்லை. இவற்றை அடிப்படையாகக் கொண்டு இங்கு கூறப்படும் கருத்துகள் விவாதத்துக்கான ஒரு முன்னுரையே தவிர முடிந்த முடிவானவை அல்ல.

மொழிபற்றிய ஒரு உரையிலேயே தன்னுடைய மொழிச் சிந்தனைகளுக்கு ஒரு முன்னுரையாக, பெரியார் பின்வருமாறு கூறுகின்றார்.

> மொழி என்பது பற்றிப் பேச, சிறிதும் அதற்கான அறிவோ, ஆராய்ச்சியோ, ஆற்றலோ அற்ற நான் 'மொழி' என்பது குறித்துப் பேசத் துணிந்தது, மொழித் தத்துவத்திலுள்ள என்னுடைய ஆசை மிகுதியின் பொருட்டேயாகும். நான் கூறப்போகும் தத்துவங்களை இலக்கண, இலக்கிய ஆதாரங்களுடன் விளக்குவது என்பது எனது தகுதிக்கு மேற்பட்ட காரியம். அதற்கு வேண்டிய இலக்கிய, இலக்கணங்களில் பாண்டித்தியமோ, ஆராய்ச்சியோ எனக்கில்லை. ஆராய்ச்சியாளர் மேற்கோள்களையும் என்னால் காட்ட இயலாது. எனக்குத் தோன்றிய, என் அனுபவத்துக்கு எட்டிய விஷயங்களைத்தான் நான் உங்களுக்கு எடுத்துச் சொல்லப் போகிறேன். அவற்றில் பெரும்பாலும் உங்களுக்குக் குற்றமாகப்படலாம். ஆகவே, நான் கூறுவதை நீங்களும், உங்கள் அறிவையும் அனுபவத்தையும், மற்றும் இது விஷயத்தில் அனுபவமும் ஆராய்ச்சியும் உள்ள பெரியோர்கள் கருத்தையும் கொண்டு சிந்தித்துப் பார்த்து ஏற்கக் கூடியதை ஏற்றும், ஏற்கக் கூடாததைத் தள்ளியும் தெளிவு பெற வேண்டுகிறேன் *(ஆனைமுத்து : 1974 : 964).*

பெரியாருடைய இக்கூற்று அவையடக்கம் சார்ந்ததல்ல. பெரியார் ஒரு கோட்பாட்டாளரும் *(theorist)* அல்ல. அவர் பெரும்பாலும் ஒரு நடைமுறைவாதிதான் *(pragmatist)*. அவ்வகையில் அவருடைய மொழிச் சிந்தனைகள் அவரின் அனுபவ ஞானத்துக்கும் அவரின் அரசியல் நடவடிக்கை களுக்கும் உட்பட்டவை. அவற்றில் எதைக் கொள்வது எதைத் தள்ளுவது என்பது அவரவர் கருத்து நிலை சார்ந்தது. 'பெரியாரின் பார்வையில் மொழி' என்ற தலைப்பில் முதல் முயற்சியாக ஒரு சிறு கட்டுரை எழுதியுள்ள பொ. வேல்சாமி, அ. மார்க்ஸ் ஆகியோர், "மொழி குறித்த பெரியாரின் பார்வையில் இருந்து இன்றைய அரசியலுக்கான வழி காட்டல்களாக" ஐந்து அம்சங்களைக் குறிப்பிடுகின்றனர் (மார்க்ஸ், அ. 1995 : 63). அதில் அவர்கள் குறிப்பிடும் முதலாவது அம்சம், "மொழி உணர்வு என்பது இயற்கையானதல்ல. அரசியல் ரீதியாகக் கட்டமைக்கப்படுவதே என்பதை விளங்கிக் கொள்வதும் பிரச்சாரம் செய்வதும்" என்பதாகும். பெரியார் தமிழ்நாட்டில் பொங்கிப் பிரவாகித்த தமிழ் உணர்வுக்குள் நின்று செயற்பட்டவர் அல்ல என்பதும், அவரது பகுத்தறிவு வாதச் சிந்தனை அதற்கு இடம் கொடுக்கவில்லை என்பதும், தமிழ் உணர்வை அவர் காரமாகச் சாடியவர் என்பதும் நாம் அறிந்ததே. ஆயினும், பெரியாரின் தீவிரமான வடமொழி எதிர்ப்பும், ஹிந்தி எதிர்ப்பும், ஆங்கில ஆதரவும் அரசியல் ரீதியில் கட்டமைக்கப்பட்டவையே என்பதையும் நாம் புரிந்துகொள்ள வேண்டும்.

பெரியாரின் மொழிபற்றிய சிந்தனைகளில் சமஸ்கிருதம், ஹிந்தி, தமிழ், ஆங்கிலம் ஆகிய மொழிகள் மையமாக உள்ளன. இவை பற்றிய பெரியாரின் கருத்துகளில் முன்னுக்குப் பின் முரணானவை சில காணப்படினும் பிராமணிய அல்லது பார்ப்பன எதிர்ப்பு அவற்றின் உட்சரடாக இழையோடுவதைக் காணலாம். இனி அவைபற்றி ஒவ்வொன்றாக நோக்கலாம்.

வடமொழி எதிர்ப்பு

சமஸ்கிருதம் பற்றிய பெரியாரின் நிலைப்பாடும், கருத்து களும் அவரது பிராமணிய எதிர்ப்பின் அடிப்படையில் அமைந்தவை. ஏனைய இந்திய மொழிகளைப் போலவே தமிழும் வடமொழிச் செல்வாக்குக்கு உட்பட்டே வளர்ச்சி யடைந்தது. தொல்காப்பியர் காலத்தில் இருந்து இது படிப் படியாக அதிகரித்து வந்துள்ளது. தொல்காப்பியரும், நன்னூ லாரும் வடமொழிச் சொற்களைத் தமிழ் மயப்படுத்தி வழங்கு வதற்குரிய விதிகளை வகுத்துக் கூறியுள்ளனர். வடமொழித் தொடர்பால் தமிழும் தமிழர் பண்பாடும் சில அம்சங்களில்

வளம் பெற்றன எனினும், அதே வேளை சமூக நிலையில் பிராமண ஆதிக்கமும் வலுப்பெற்றது. உண்மையில் இதனை மறுவளமாக, அதாவது, தமிழ்நாட்டில் பிராமணரின் சமூக மேலாதிக்கம் வலுப்பெற்ற முறைமையிலேயே தமிழில் வடமொழிச் செல்வாக்கும் வேரூன்றியது என்றே சொல்ல வேண்டும். சமஸ்கிருதம் இந்து சமயத்துடன் நெருங்கிய தொடர்பு கொண்டிருந்ததனால் அதற்கு ஒரு தெய்வீகத் தன்மையும் கற்பிக்கப்பட்டது. ஆயினும், இந்த நூற்றாண்டின் தொடக்கத்தில் தமிழ்நாட்டில் பிராமண ஆதிக்கத்துக்கு எதிராக பிராமணர் அல்லாதாரின் அரசியல் எழுச்சியுடன் வடமொழி எதிர்ப்பும் தோன்றியது. வடமொழி எதிர்ப்பின் தீவிரத்தன்மை தனித்தமிழ் இயக்கமாக வளர்ச்சியடைந்தது.

பெரியார் தீவிரமான தனித்தமிழ் ஆர்வலர் அல்லர் எனினும், வடமொழிச் சொற்களைத் தாராளமாகத் தன் எழுத்துகளில் கையாண்டவர் எனினும் (சுயமரியாதை என் பதே வடமொழிதான்), கோட்பாட்டளவில் சமஸ்கிருதத்தைத் தீவிரமாக எதிர்த்தார். சமஸ்கிருதத்தைச் சுற்றிக் கட்டமைக்கப் பட்டிருந்த தெய்வீக ஐதீகத்தைக் களைந்தெறிய முற்பட்டார். இது தொடர்பாக 'சமஸ்கிருதம்' என்ற தலைப்பில் தான் எழுதிய ஒரு நீண்ட கட்டுரையின் முடிவில் அவர் பின்வரு மாறு கூறுகிறார்:

> மேற்கண்ட ஆராய்ச்சிக் குறிப்புக்களில் இருந்து இன் றைய ஆரியர்கள் என்பவர்கள் பல இடங்களில் பராரியாகத் திரிந்த பல கூட்டங்களில் இருந்து இந்தியாவுக்கு வந்து தங்கிப்போன ஒரு கலப்பு இனக்கூட்டம் என்பதும், இவர்கள் இப்போது தங்கள் தாய்மொழியாகவும் மதமொழியாகவும் பாவித்துக் கொண்டு மற்றவர்களுக்கு வேதமொழி என்று கூறி ஏமாற்றுப் பிரச்சாரம் செய்யும் சமஸ்கிருத மொழி என்பதானது பல பிரிவு மக்கள் பல இடங்களில் பல காலங்களில் பேசிவந்த பல்வேறு மொழிகளின் சேர்ப்பு மொழியே தவிர, ஒரு குறிப்பிட்ட கால குறிப்பான மொழி அல்ல என்பதும், பார்ப்பனர் அதைப்பற்றி உயர்வாக பேசுவதும் பிரச்சாரம் செய் வதும் தங்கள் சமய மத கோட்பாடுகளை உயர்த்திக் கொள்ளவும் நமது மொழிகளை இழிவுபடுத்தவுமே ஆகும் என்பதும் நன்றாய் அறியப்படுகின்றன. (பெரியார் 1992 : 31 – 32).

பெரியாரின் சமஸ்கிருத எதிர்ப்பு அவரது பார்ப்பனிய எதிர்ப்பு டன் தொடர்புடையது என்பதை இக்கூற்று தெளிவுபடுத்துகின்றது.

‘சமஸ்கிருதம் ஏன்’ என்ற கட்டுரையில் பெரியார் இதைப்பற்றி இன்னும் வெளிப்படையாகச் சொல்லுகிறார்.

> *அரசியல் சட்டத்தில் உள்ள மற்ற 13 மொழிகளுக்குக் காட்டாத சலுகை சமஸ்கிருதத்திற்கு மட்டும் என்ன தேவை? ...மத்திய சர்க்கார் மாத்திரம் இதற்கு ஏன் இவ்வளவு சலுகை காட்டவேண்டும்?... இதற்கெல்லாம் அடிப்படையான காரணம் என்ன? இவ்வளவு ஆர்வம் செலுத்துவதன் உள் நோக்கம் என்ன? என்று ஆராய்ந்து பார்த்தால்தான் பார்ப்பான் தனது ஆதிக்கத்தையும் ஏகபோக உரிமையையும் பாதுகாப்பதில் எவ்வளவு கண்ணுங் கருத்துமாக இருக்கிறான் என்பது விளங்கும்.*

> *சமஸ்கிருதம் பரவினால்தான் பார்ப்பான் வாழ முடியும், சுரண்டமுடியும், நம்மைக் கீழ்சாதி மக்களாக ஆக்கமுடியும்; அவன் பிராமணனாக இருக்க முடியும். அதன் நலிவு, பார்ப்பன ஆதிக்கத்தின் சரிவு என்பதை உணர்ந்துதான் ஒவ்வொரு பார்ப்பனரும் சர்வ ஜாக்கிரதையாக விழிப்போடு காரியம் செய்துவருகிறார்கள் (ஆனைமுத்து 1974 : 998).*

இந்த நூற்றாண்டின் ஆரம்ப தசாப்தங்களில் தமிழில் கலைச் சொல்லாக்கம் பற்றி நிகழ்ந்த கருத்து மோதல்களின் போது பெரியார் வடமொழி எதிர்ப்பாளர்களின் கட்சியிலேயே இருந்தார். (*திருமாறன் 1992 : 175, வேங்கடாசலபதி 1995*).

இக்காலகட்டத்தில் தமிழில் கலைச் சொல்லாக்கம் பற்றிய மூன்று நிலைப்பாடுகளை இனங்காணலாம். முதலாவது, கலைச் சொல்லாக்கத்துக்குத் தனித்தமிழ்ச் சொற்களை மட்டுமே கையாளவேண்டும் என்பது. இரண்டாவது, நல்ல தமிழ்ச் சொற்கள் கிடைக்காவிட்டால் வட சொற்களைக் கையாளலாம் என்பது. மூன்றாவது, வட சொற்களும் கிடைக்காவிட்டால் ஆங்கிலச் சொற்களைப் பயன்படுத்தலாம் என்பது. பெரியார் தனித்தமிழ்க் கட்சியைச் சேர்ந்தவர் அல்ல. எனினும் கலைச் சொல்லாக்கத்தில் தமிழுக்கு முதன்மை கொடுத்த அதே வேளை வடமொழி தவிர்ந்த வேறு எந்த மொழியில் இருந்தும் கடன் வாங்கலாம் என்ற நிலைப்பாட்டை எடுத்தார். இது தொடர்பாகப் பெரியாரின் கூற்று பின்வருமாறு:

> நமது மேன்மைக்கும் அந்தஸ்துக்கும் ஏற்றதும் நம் சுதந்திர உணர்ச்சியைத் தூண்டக் கூடியதுமான எம் மொழியில் இருந்தும் நம் மொழிக்கு ஆக்கம் தரக்

கூடியதும் அவசியமானதும் ஆகிய சொற்களை எடுத்துக்கொள்ளலாம். **எம் மொழித் தொடர்பிருந்தாலும் பரவாயில்லை. நமக்கு வட மொழித் தொடர்பு மட்டும் கூடவே கூடாது**. தமிழ் ஒன்றுதான் இன்று வரைக்கும் வடமொழிக் கலப்பை ஓரளவுக்காவது எதிர்த்து வந்திருக்கிறது. வேற்றுமொழிக் கலப்பின்றித் தனித்துச் சிறப்புடன் வாழக்கூடிய தன்மையைத் தமிழ் மொழி பெற்றிருக்கிறதென்று மேனாட்டு வல்லுனர்களே எடுத்துக் காட்டியுள்ளனர். (ஆனைமுத்து *1974 : 972 – 973*, அழுத்தம் கட்டுரை ஆசிரியருடையது).

கலைச்சொல்லாக்கத்தில் எம் மொழித் தொடர்பிருந்தாலும் வடமொழித் தொடர்பு மட்டும் வேண்டாம் என்பதற்குப் பிராமணிய எதிர்ப்புத் தவிர வேறு அறிவியல் காரணிகள் எவையும் இல்லை. பெரியார் கொள்கையளவில் தீவிர வடமொழி எதிர்ப்பாளராக இருக்கிறாரே தவிர, நடைமுறையில் அவரது எழுத்தில், ஏராளமான வடமொழிச் சொற்கள் கையாளப்பட்டுள்ளமை பற்றி ஏற்கனவே குறிப்பிடப்பட்டுள்ளது.

மொழி, பண்பாட்டின் ஒரு அம்சமாக இருக்கும் அதே வேளை பண்பாட்டின் ஊடகமாகவும் உள்ளது. வேறு வகையில் சொன்னால் ஒரு மொழிச் சமூகத்தினரின் பண்பாடு அவர்களின் மொழியில் பிரதிபலிக்கின்றது அல்லது வெளிப்படுகின்றது எனலாம். அவ்வகையில், மொழியையும் பண்பாட்டையும் பிரிக்க முடியாது. பெரியாரின் வடமொழி எதிர்ப்புக்கு ஆரிய, பிராமணப் பண்பாடு சமஸ்கிருதத்தில் வெளிப்படுவது ஒரு முக்கிய காரணமாகும். “ஒரு மொழியின் தொடர்பு நமக்கு நல்லதா கெட்டதா என்று சிந்திக்கும்போது நமது இடத்திற்கும், சீதோஷ்ணத்திற்கும் பொருந்தி இருக்கிறதா என்று பார்க்க வேண்டும். பிறகு, அம் மொழியில் உள்ள கருத்துக்கள் நம் தன்மானத்தையும், மேன்மையையும், நலத்தையும், தகுதியையும் காக்கக் கூடியதா? அதிகப்படுத்தக் கூடியதா? அவற்றைக் கெடுக்கக் கூடியதா? என்றும் சிந்தித்துப் பார்க்க வேண்டும்” (ஆனைமுத்து *1977 : 965*) என்று கூறும் பெரியார், “வடமொழியில் நம்மை மேலும் மேலும் அடிமையாக்கும் தன்மை அமைந்திருப்பதால்தான் அதையும் கூடாதென்கிறேன்” என்று காரணம் சொல்கிறார்.

பெரியாரின் இக்கருத்துகள் பரிசீலிக்கப்படவேண்டியவை. மொழிக்கும் சீதோஷ்ணத்துக்கும் இடையே உள்ள தொடர்பு பற்றி பெரியார் அடிக்கடி பேசுகிறார். வடமொழி, ஹிந்தி என்பன நமது சீதோஷ்ணத்துக்கு ஒத்துவராது என்பதால்

அவை வேண்டாம் என்கிறார். அதே வேளை குளிர்ப் பிரதேசத்து ஆங்கிலம் தமிழைவிட நமக்கு முக்கியமானது என்கிறார். ஒருவர் மொழி கற்பதும் மொழித் தொடர்பும் சீதோஷ்ணத்துக்குக் கட்டுப்பட்டதல்ல. அவை வெவ்வேறு மொழி பேசும் சமூகத்தினருடன் நமக்கு ஏற்படும் தொடர்பு, நமது தேவை என்பவற்றைப் பொறுத்தது. மேலும் எல்லா மொழிகளிலும் நல்ல கருத்துகளும் கெட்ட கருத்துகளும் கூறப்படுகின்றன. வடமொழியில் மட்டும்தான் நம்மை அடிமைப் படுத்தும் கருத்துகள் உள்ளன; ஏனைய மொழிகளில் அவ்வாறு இல்லை என்ற கருத்தும் வடமொழி எதிர்ப்பின் அடிப்படை யில் அமைந்த ஒரு பொய்யான கட்டமைப்புத்தான்.

நான் ஏற்கனவே சொன்னது போன்று பெரியாரின் வடமொழி எதிர்ப்பை உண்மையில் பிராமணிய எதிர்ப்பின் ஒரு வடிவமாகவே பார்க்கவேண்டும். வடமொழி பிராமணிய பண்பாட்டைச் சுமந்துகொண்டுள்ள மொழி என்பதே பெரியாரின் எதிர்ப்புக்கான மூலகாரணியாகும். "வட மொழித் தொடர்பால் நமக்கேற்பட்டுள்ள, ஏற்படப்போகும் கெடுதிகள்" பற்றிப் பேசுகையில், சாதி, திவசம், திதி, கலியாணம், வைகுந்தம், சொர்க்கம், மோட்சம், நரகம், சாலோக, சாரூப, சாமீப, சாயுச்சிய, தாராமுகூர்த்தம், கன்னிகாதானம், பதிவிரதம் போன்ற சமஸ்கிருதச் சொற் களை எடுத்துக்காட்டி ஆரிய பண்பாட்டுக்குத் தமிழர் அடிமைப்பட்டுப் போனதற்கு இவற்றை அடையாளமாகக் காட்டுகின்றார். இவற்றுக்கு நிகரான தமிழ் வார்த்தைகள் இல்லை என்று கூறும் பெரியார். "இவ்வார்த்தைகளின் தொடர்பால் நம் புத்தி தெளிந்ததா? இருந்த புத்தியும் போனதா சிந்தித்துப் பாருங்கள்" என்று வேண்டுகோள் விடுக்கின்றார் (*ஆனைமுத்து 1977 : 969 – 70*). இவை தமிழ்ப் பண்பாட்டுக்கு உரியனவல்ல என்பதும், பிராமண, வட மொழித் தொடர்பால் தமிழில் ஏற்பட்டவை என்பதும், தமிழர் இவற்றைக் களைந்து தமது பண்பாட்டுக்கு மீள வேண்டும் என்பதுமே பெரியாரின் வாதம். இவ்வாறு வாதிப்பதின் மூலம் பெரியார் தன்னை அறியாமலே ஒரு தூய தமிழ்ப் பண்பாட்டைக் கட்டமைக்கின்றார். இப்பண் பாடு பிராமணியத் தொடர்புக்கு முந்தியதாகவே இருக்க வேண்டும். அதாவது சங்ககாலம் அல்லது அதற்கு முந்திய பண்பாடாகவே இருக்கவேண்டும். உண்மையில் அப்படி ஒன்றைப் பெரியார் வேண்டி நின்றதாகக் கூறமுடியாது. வடமொழி, ஆரிய பண்பாட்டைத் தவிர்ந்த வேறு பண் பாட்டுக் கலப்புக்குப் பெரியார் எதிரானவரல்ல என்பதும் நாம் மனங்கொள்ளத் தக்கது.

இந்தி எதிர்ப்பு

தமிழ்நாட்டில் இந்தி எதிர்ப்புப் போராட்டங்களை முன்னின்று நடத்தியவர்களில் பெரியார் முக்கியமானவர். இந்தி எதிர்ப்புப் போராட்டத்தில் ஈடுபட்டு மூன்று வருடம் சிறை சென்று மீண்டவர். பெரியாரின் இந்தி எதிர்ப்பிலும் சமஸ்கிருத எதிர்ப்பின் பின்னணியையே நாம் காண்கின்றோம்.

பலமொழி பேசும் இந்தியாவுக்குப் பொருத்தமற்ற ஒரு மொழிக் கொள்கையைக் காங்கிரஸ் கட்சி ஏற்றுக்கொண்டு அதனை நடைமுறைப்படுத்த நேர்ந்த போதெல்லாம் தமிழ் நாட்டில் இந்தி எதிர்ப்புப் போராட்டங்கள் தீவிரமடைந்தன. 1930களிலிருந்து தமிழ் நாட்டில் கிளர்ச்சிகள் நடைபெற்றன. சுயமரியாதை இயக்கம், நீதிக்கட்சி, திராவிடர் கழகம், தி.மு.க., அ.தி.மு.க. ஆகிய கட்சிகளின் தலைமையில் இப் போராட்டங்கள் நடைபெற்றன. 1965இல் நடைபெற்ற இந்தி எதிர்ப்புப் போராட்டத்தில் நூற்றுக்கு மேற்பட்டோர் கொல்லப்பட்டனர் *(கேசவன் : 1991 : 129)*.

1920களில் பெரியார் காங்கிரஸ் கட்சியில் இணைந்திருந்த காலத்தில் தமிழ் நாட்டில் இந்தி வகுப்புக்கள் நடத்துவதற்கு நிதி உதவி வழங்கியதாகவும், அது தொடர்பாகப் பின்னர் வருத்தப்பட்டதாகவும் கேசவன் *(1991 : 52)* குறிப்பிடுகிறார். ஆயினும், 1930களில் இருந்து பெரியார் தீவிர இந்தி எதிர்ப்பாளராகவே செயற்பட்டு வந்திருக்கிறார். தமிழ் நாட்டில் இந்தி திணிக்கப்படுவதை ஆரியர் சதி, வடவர் சூழ்ச்சி என்றே அவர் கருதினார். இந்தித் திணிப்புப் பற்றிய பெரியாரின் சில கருத்துகள் பின்வருமாறு:

> நாடு நம்முடைய சொந்த நாடு ஆனாலும் ஆட்சி தமிழர்களல்லாத அன்னியர்களுடைய ஆட்சியாக இருப்பதால், அந்த அன்னியர்கள் பல நாடுகளை ஒன்று சேர்த்து அடக்கி ஆள்பவர்களாக இருப்பதனால், அவர்களுடைய ஆட்சி நிலைப்பிற்கும், வசதிக்கும் ஏற்றபடி ஏதேதோ காரணங்களைச் சொல்லிக் கொண்டு, அன்னிய மொழியாகிய இந்தி மொழி என்பதுதான் ஆட்சி மொழியாகவும், கல்லூரி போதனா மொழியாகவும் பள்ளிகளில் கட்டாய மொழியாகவும்கூட இருக்கவேண்டும் என்று ஆட்சியாளர்களால் வலியுறுத்தும்படியான நிலைமை நம் நாட்டுக்கு ஏற்பட்டுவிட்டது. இது நமக்கு ஒரு மாபெரும் கெட்ட வாய்ப்பும் வெட்கப்படத்தக்கதான சம்பவமுமாகும்.

இது பெரியார் இந்திய சுதந்திரத்துக்குப் பின் 1957இல் எழுதிய குறிப்பு. இங்கு 'அன்னிய ஆட்சி', என்று அவர் குறிப்பது ஆங்கில ஆட்சியை அன்று; 'வடவரின்' ஆட்சியை என்பதை நாம் மனங்கொள்ள வேண்டும். 'பல நாடுகள்' என்று அவர் குறிப்பிடுவது வெவ்வேறு தேசிய இனங்களை என்பதும் கவனிக்கப்படவேண்டும். பெரியார் இந்திய தேசியக் கருத்துநிலையை வரித்துக்கொண்டவர் அல்ல. அதற்கு எதிராகச் செயற்பட்டவர். அவரை ஒரு தமிழ்த் தேசியவாதி என்றும் அடையாளப்படுத்த முடியாது. தனக்கே உரிய திராவிட தேசியவாதம் ஒன்றையே அவர் பிரச்சாரப்படுத்தி வந்தார். அவ்வகையில், பெரியாரைப் பொறுத்தவரை இந்தி, இந்திய தேசிய மொழிகளுள் ஒன்றல்ல; அது அன்னியரின் – ஆரியரின் மொழி; பார்ப்பனிய ஆதிக்கத்தின் கருவியாகும். அதனாலேயே பெரியார் எழுதுகிறார்:

> *இந்தி எந்தவகையிலும் நமக்குத் தேவையில்லை என்பதோடு கண்டிப்பாக நம் நாட்டுக்குள் இந்தியைப் புகவிடவே கூடாது என்பது எனது கருத்தாகும். எந்தத் துறையில் நமது நாட்டிற்குள் இந்தி புகுந்தாலும், சமஸ்கிருதத்தினால் தமிழர்களும் தமிழ்நாடும் இன்று என்ன நிலைக்கு வந்து தொல்லையும், மடமையும், இழிவும் அனுபவிக்கிறார்களோ சற்றேறக்குறைய அந்த நிலைக்குத்தான் நம்மைக் கொண்டுபோய்விடும் என்பது எனது துணிவு. இந்தி தமிழ்நாட்டையும் தமிழனையும் வடநாட்டானுக்கு பார்ப்பனருக்கு அடிமைப்படுத்துவதல்லாமல் வேறு எந்தக் காரியத்துக்கும் பயன்படாது.*
>
> *இந்தி ஆட்சி மொழியாக இருக்கிறதே என்றால், நாம் உலகம் உள்ள அளவும் வட நாட்டானுக்கு அடிமையாக இருப்பது என்று முடிவு செய்து கொண்டோமா? தமிழ் நாடு ஒரு நாளைக்கும் அன்னியன் ஆதிக்கம் இல்லாத சுதந்திர நாடாக இருக்கக்கூடாது என்பதுதான் தமிழ் நாட்டின் நிலையா?" (ஆனைமுத்து 1974 : 986 – 7).*

பெரியார் 1926ஆம் ஆண்டிலேயே தனது இந்தி எதிர்ப்பை 'இந்தியின் இரகசியம்' என்ற தலைப்பில் 'குடியரசு' பத்திரிகையில் தான் எழுதிய ஒரு தலையங்கத்தில் தெரிவித்ததாகவும், "அந்தத் தலையங்கம்தான் தமிழ்நாட்டில் மாத்திரமல்ல இந்தியாவிற்கே இந்தி எதிர்ப்புக்காக எழுதப்பட்ட, தெரிவிக்கப்பட்ட முதலாவது எதிர்ப்புக் கருத்தாகும்" என்றும் கூறுகிறார் ஆனைமுத்து (1974 : 989). 1930களில் இருந்தே, பெரியார் பள்ளிகளில் இந்தி கற்பிக்க எடுத்த முயற்சிகளை எதிர்த்து

இயக்கம் நடத்தினார். 1938இல் இந்தி எதிர்ப்புப் போராட்டம் நடத்தியமைக்காக மூன்று ஆண்டு கடுங்காவல் சிறைத் தண்டனை விதிக்கப்பட்டார். தன்னோடு 2000 பேர்வரை சிறைக்கு அனுப்பியதாகவும் கூறுகிறார். இந்தியைக் கட்டாய மாகக் கற்பிக்கும் முடிவைச் சென்னை மாகாணக் கவர்னர் 1940இல் வாபஸ் பெற வேண்டி ஏற்பட்டது. 1952 முதல் மூன்று ஆண்டுகளாகத் தமிழ்நாட்டில் புகையிரத நிலையங் களில் இந்தி எழுத்துக்களைத் தார்பூசி அழிக்கும் இயக்கத் தையும் பெரியார் நடத்தினார்.

அடிப்படையில் தமிழ் உணர்ச்சிக்குப் புறம்பானவரான பெரியார் இந்தி எதிர்ப்புப் போராட்டத்தில் தமிழ் உணர்ச்சியைத் தூண்டும் வகையிலேயே செயற்பட்டார். இந்தி எதிர்ப்புப் போராட்ட காலங்களில் அவரது ‘குடியரசு’, ‘விடுதலை’ ஆகிய பத்திரிகைகள் தமிழ் உணர்ச்சியைத் தூண்டும் அழைப்புகளை விடுத்தன. இது தொடர்பாக கேசவனின் (1991 : 43, 147) நூலில் இருந்து இங்கு சில மேற்கோள்களைத் தருகிறேன்.

1. ஓலம்! ஓலம்!! ஓலம்!!! ஓ! தமிழனே:
   தமிழன்னை உன் கடமையைச் செய்ய
   அழைக்கிறாள் (‘குடியரசு’ 29.8.37).
2. தமிழன்னை மானபங்கம்! தமிழ்த்தாயின்
   துகிலை ஆச்சாரியார் உரிகிறார் (‘குடியரசு’ 19.12.37).
3. தமிழர் போர் மூண்டுவிட்டது எதற்காக!
   தமிழுக்காக தமிழர் தன்மானத்துக்காக!! தமிழர்
   அறிவு, கலை, வீரம் ஆகியவற்றுக்காக
   (‘குடியரசு’ 29.5.38).
4. உன்நாட்டிற்கு உன்மொழிக்குத் துரோகம்
   செய்து வடவனுக்கு காட்டிக்கொடுத்து வயிறு
   வளர்ப்பது திராவிடப் பண்பா ? ஆகஸ்டு 8ம்
   திகதி ஆம் அல்லது இல்லை என்று பதில்
   சொல்லு. ஆம் என்றால் ‘ஜே இந்தி’ என்று
   சொல்லு. இல்லாவிட்டால் இந்தி ஒழிக என்று
   தாரில் புருசை நனைத்து இந்திப் பெயரை
   அழி, அழி, அழி (‘விடுதலை’ 5.8.54).

இந்தியா போன்ற பல மொழிகள் பேசும், பல தேசிய இனங்களை உள்ளடக்கிய வளர்ச்சி குன்றிய ஒரு நாட்டில் ஆட்சிமொழிக் கொள்கை எப்போதும் சிக்கலானது. ஒரு குறிப்பிட்ட தேசிய இனத்தின் மொழியை ஆட்சி மொழியாக் குவது இனங்களுக்கிடையே மோதலையும் முரண்பாட்டை யுமே தோற்றுவிக்கும். அதனாலேயே (கம்யூனிஸ) சோவியத் யூனியனில் பிரகடனப்படுத்தப்பட்ட ஆட்சி மொழி என்று ஒன்று இருக்கவில்லை. அதனால், ஆட்சி மொழிச் சிக்கலும் அங்கு எழவில்லை. ஆயினும், ரஷ்ஷிய மொழி பொதுத்

தொடர்பு மொழியாக சோவியத் யூனியன் எங்கும் பயிலப் பட்டது. ரஷ்ஷிய மொழியின் மேலாண்மையே அதற்குக் காரணமாகும். ஒரு குறிப்பிட்ட பிராந்தியத்தில் அரசியல், பொருளாதார, பண்பாட்டு ரீதியில் மேலாண்மை பெற்ற ஒரு சமூகத்தின் மொழி அப்பிராந்தியத்தின் பொதுத் தொடர்பு மொழியாக மாறுவதை வரலாற்றில் நாம் காண் கிறோம். ஐரோப்பாவில் தேசியவாதம் தோன்றும்வரை பிரஞ்சு மொழி ஐரோப்பிய சமூகத்தின் பொதுத்தொடர்பு மொழி என்ற உயர்வுடன் பயிலப்பட்டது. காலனித்துவ லத்தீன் அமெரிக்க நாடுகளில் ஸ்பானிய மொழி அந்த இடத்தைப் பெற்றது. ஆசிய நாடுகளில் ஆங்கிலம் அவ்வாறு உயர்நிலை பெற்றது. பெரும்பாலான வட இந்திய மாநிலங் களில் இந்திக்கு அத்தகைய ஒரு இடம் உண்டு. ஆனால், தென் இந்தியாவில் இந்தி ஒரு தூரத்து அன்னிய மொழிதான். தென் இந்தியாவில், குறிப்பாகத் தமிழ்ப் பிரதேசங்களில் இந்திக்குத் தீவிர எதிர்ப்பு இருந்தது. இந்தி ஒரு அன்னிய மொழி என்பது மட்டும் அதற்குக் காரணமல்ல. அது பார்ப்பனிய மேலாண்மையின் சின்னமாகக் கருதப்பட்டதே பிரதான காரணமாகும். 1930களுக்குப் பின்னர் தமிழ்ப் பிரதேசத்தில் பார்ப்பனர் அல்லாதார் இயக்கம் தீவிர எழுச்சி பெறுவதற்கும் அது உதவியது. பெரியாரின் இந்தி எதிர்ப்பு இப்பின்னணியில் விளங்கிக் கொள்ளத்தக்கது.

தமிழும் ஆங்கிலமும் : பெரியாரின் நோக்கு

வடமொழிக்குப் பதிலாக, இந்திக்குப் பதிலாகப் பெரியார் எந்த மொழியை விரும்பினார் என்பதில் அவரிடம் ஒரு இரட்டைத் தன்மை காணப்படுகின்றது. ஆரம்பத்தில் அவர் இந்திக்குப் பதிலாகத் தமிழையே விரும்பினார் என்று தெரிகிறது. இந்திக்குப் பதிலாகத் தான் தமிழை ஆதரிப் பதற்கான காரணத்தைப் பெரியார் பின்வருமாறு கூறுகிறார்:

> *அது என் தாய்மொழிப் பற்றுதலுக்காக என்று அல்ல; அது என் நாட்டு மொழி என்பதற்காக அல்ல; சிவபெருமானால் பேசப்பட்டது என்பதற்காக அல்ல . . . பின் எதற்காக? தமிழ் இந்நாட்டுச் சீதோஷ்ண நிலைக்கேற்ப அமைந்துள்ளது. இந்திய நாட்டுப் பிற எம்மொழியையும் விட தமிழ் நாகரீகம் பெற்று விளங்கு கின்றது. தூய தமிழ் பேசுதல் மற்ற வேற்றுமொழிச் சொற்களை நீக்கிப் பேசுவதால் நம்மிடையே உள்ள இழிவுகள் நீங்குவதோடு, மேலும் மேலும் நன்மை யடைவோம் என்பதோடு, நம் பழக்க வழக்கங்களுக்கு ஏற்ப நம் மொழி அமைந்திருக்கிறது. வேற்று மொழியைப்*

> புகுத்திக்கொள்வதன் மூலம் நம் அமைப்புக் கெடுவதோடு, அம்மொழியமைப்பிலுள்ள நம் நலனுக்குப் புறம்பான கருத்துக்கள், கேடுபயக்கும் கருத்துக்கள் நம்மிடைப் புகுந்து நம்மை இழிவடையச் செய்கின்றன என்பதால் தான்" (ஆனைமுத்து *1974 : 968 – 9*, அனிதா டீல் *1978 : 60*).
>
> நம்நாட்டுச் சீதோஷ்ண நிலையைப் பொறுத்தும் கருத்துக்களின் செழுமையைப் பொறுத்தும் நமக்குத் தமிழ்தான் உயர்ந்த மொழியாகும் (ஆனைமுத்து *1974 – 970*) என்பது தமிழ் பற்றிய பெரியாரின் உடன் பாடான கூற்றாகும்.

இங்கு இந்தியைவிட, பிற இந்திய மொழிகளைவிட தமிழே மேன்மையானது, பொருத்தமானது என்று பெரியார் கூறுகிறார். இது அவரது நிலையான கருத்து அல்ல. பிற்காலத் தில் பெரியாரின் கருத்துகள் இதற்கு முற்றிலும் வேறாக அமைந்தன. தி.மு.கவின் எழுச்சியோடு இணைந்து தமிழ் நாட்டில் பெருக்கெடுத்தோடிய தமிழ் உணர்ச்சிக்கு எதிராக அவர் செயற்பட்டார். தமிழ் மொழியைச் சுற்றிக் கட்டமைக்கப் பட்ட ஐதீகத்தை உடைக்க முயன்றார். அதன் விளைவே தமிழ் பற்றிய அவரது பிற்கால எழுத்துகள் என்று தோன்று கின்றது. *1971*இல் அனிதா டீலுக்கு அளித்த பேட்டியில் தமிழை ஒரு காட்டுமிராண்டி மொழி *(Barbarian Language)* என்று வருணித்தார். அதற்கு அவர் கூறிய காரணங்கள் பின்வருமாறு: 'தமிழில் மரியாதை உணர்த்தும் பெண்பால் வினைவடிவங்கள் இல்லை. பகுத்தறிவும் தொழில் நுட்பமும் வளர்ச்சியடையுமுன்னர் அது கட்டமைக்கப்பட்டது. அத னால் நவீன கண்டுபிடிப்புக்களுக்குரிய சொற்கள் அதில் குறைவாகும். மக்கள் நாகரீகமும் முன்னேற்றமும் அடையு முன்னர் பயன்படுத்தப்பட்ட மொழி அது. மேலும் மனிதனின் பகுத்தறிவுத் திறன்களுக்கு எவ்வித மரியாதையுமற்ற ஒரு காலப்பகுதியில் அது வளர்ச்சியடைந்தது' (அனிதா டீல் *1978 : 61*). பெரியாரின் இக்கருத்துகள் தமிழ் மொழி வளர்ச்சி பற்றிய வரலாற்று ரீதியான, அறிவுபூர்வமான தளத்தில் இருந்து பிறந்ததல்ல என்பது வெளிப்படை.

இன்றைய வளர்ச்சியடைந்த மொழிகள் என்று கருதப் படுவன எல்லாம் பெரியார் தமிழுக்குக் கூறுவது போன்ற ஒரு பிற்பட்ட புராதன நிலையில் இருந்து வளர்ந்தவைதான் என்பது நாம் அறிந்ததே. இது எவ்வாறாயினும் தமிழ், வளர்ச்சியடையாத பயனற்ற ஒரு மொழி என்ற அவரது நிலைப்பாட்டை இது தெளிவுபடுத்துகின்றது. இந்த நிலைப் பாட்டை அவர் வெவ்வேறு இடங்களில் வெவ்வேறு விதமாகச்

சொல்லியிருக்கிறார். அது தொடர்பாக அவரது கூற்றுக்கள் சிலவற்றை இங்கு தருவது பொருத்தமாகும்.

> *தமிழ் வேண்டுமானால் ஆரியத்திற்கு முந்தியது என்று ஒப்புக்கொள்ளலாம். அதுவும் தமிழனுக்கு இன்றளவும் என்ன பலனைக் கொடுத்திருக்கிறது? விஞ்ஞானத் திற்குச் சிறிதும் பயன்படத்தக்கதாய் இல்லை; அறிவுக் கும் தக்கபடி பயனளிக்க முடியவில்லை. தமிழ் மொழி ஏற்பட்டுப் பல ஆயிரக்கணக்கான ஆண்டுகள் ஆகியும் அதைத் தாய் மொழியாகக் கொண்ட தமிழன் இன் னும் – இந்த விஞ்ஞானப்பரவல் காலத்திலும் உலகில் எங்கும் இல்லாத அளவுக்கு மூடநம்பிக்கை உடைய வனாகவும், மான உணர்ச்சி என்பது 100க்கு 75 பாகம் இல்லாதவனாகவும் இருந்து வருகிறான். மனித வாழ்விற்கு மொழி முக்கியம் என்றால் உலகில் மற்ற மொழி நாடுகளைக் காணும்போது தமிழ் நாட்டுக்குத் தமிழ் என்ன பயன் அளித்திருக்கிறது?*

> *ஆயிரக்கணக்கான ஆண்டுகளாகத் தமிழ் மொழியா னது மொழியிலாகட்டும், பொருளிலாகட்டும், எழுத் திலாகட்டும், வேறு முறையிலாகட்டும் எவ்வித முன் னேற்றமும் மாறுதலும் அடையவில்லை. உலகத்திலே நீதி சிறந்த இலக்கியம் – குறள் தமிழில் உள்ளது. அது துருப்பிடித்துவிட்டது. என் அனுபவத்துக்கு எட்டிய வரையில் உலகத்திலே சிறந்த துறை அறிவு, தமிழிலுள்ள கணக்கு முறை, அதாவது இளஞ்சுவடி என்றும் எண் கணக்கு என்றும் சொல்லக்கூடிய இலக்க முறை. அது குப்பைக்கே போய்விட்டது. இவை இரண் டையும் கழித்துவிட்டால் தமிழில் இருந்து தமிழன் தெரிந்து கொள்ளத்தக்கதோ தமிழனுக்குப் பயன்படக் கூடியதோ எதுவும் தென்படவில்லை. தமிழும் தமிழனும் பெரும்பாலும் பழங்காலச் சின்னமாகக் காணப்படுகின்றன (ஆனைமுத்து 1974 : 987 – 8).*

பெரியாரின் இக்கருத்துகள் தமிழ்மொழிபற்றிய பொது வான கருத்தோட்டத்துக்கு முற்றிலும் எதிரான நிலைப் பாடாகும். தமிழரின் முன்னேற்றத்துக்குத் தமிழ் உதவாது என்ற கருத்தைப் பெரியார் ஒற்றைக் குரலில் தொடர்ந்தும் அழுத்திக் கூறிவந்திருக்கிறார். தமிழுக்கு மாற்றாக ஆங்கில மொழியையே அவர் தமிழர்களுக்குச் சிபார்சு செய்தார். இது பற்றிப் பெரியார் பின்வருமாறு எழுதுகிறார்:

> *தமிழனின் பேச்சுமொழி, தாய்மொழி – தமிழ் என்பதைத் தவிர, தமிழருக்கு வேறு உலக முக்கியத்துவம் எதுவும்*

> எனக்குத் தென்படவில்லை. மற்றப்படி தமிழ் நாட்டிற்கு தமிழருக்கு வேறு எந்த மொழி தேவையானது, நல்லது; அரசியல், விஞ்ஞானம், கலை முதலியவைகளுக்கு ஏற்றது, பயன்படக்கூடியது என்று என்னைக் கேட்டால் எனக்கு ஆங்கில மொழிதான் சிறந்தது என்று தோன்றுகின்றது. இது எனக்கு சுமார் 35 ஆண்டுகளுக்கு முன்னமே தோன்றிய எண்ணமாகும். இது 1962இல் வெளிவந்த அவரது 'மொழியும் அறிவும்' என்ற நூலில் இடம் பெற்ற கருத்தாகும் (ஆனைமுத்து 1974 : 989).

பிறிதொரு கட்டுரையிலே ஆங்கிலத்தின் பெருமை பற்றிப் பெரியார் பின்வருமாறு கூறுகின்றார்:

> ஆங்கில மொழித் தொடர்பால் நமக்கேற்பட்டுள்ள நன்மைகளையும் அம்மொழியிலுள்ள கருத்துச் செறிவுகளையும் பாருங்கள். ஆங்கில மொழி நூல்களில் முன்னேற்றக் கருத்துக்கள் மலிந்து கிடக்கின்றன. விஞ்ஞான ஆராய்ச்சி அறிவு நூல்கள் ஏராளமாக ஆங்கிலத்தில் இருக்கின்றன. நமது வாழ்க்கை நிலையை உயர்த்திக் கொள்வதற்கான பல அரிய மார்க்கங்களை ஆங்கில நூல்களிலிருந்தே நாம் பெரும்பாலும் அறிந்து வருகிறோம். சுருங்கக் கூறின் அடிமை வாழ்வே ஆனந்தம் என்று நினைத்திருந்த இவ் இந்திய நாட்டு மக்களுக்கு விடுதலை வேட்கையை ஊட்டியதே ஆங்கில மொழி அறிவுதான் என்று கூறினால் மிகையாகாது. இராஜா வேண்டாம் குடியரசுதான் வேண்டும் என்கிற அறிவு; சமதர்மம் வேண்டும், சனாதனம் ஒழியவேண்டும் என்கிற அறிவு; ஆணும் பெண்ணும் சமம் என்கிற அறிவு ஆகிய சகல அரசியல் பொருளாதார முன்னேற்ற அறிவுக் கருத்துக்களையும் ஆங்கில மொழிதான் நமக்குத் தந்தது. தந்தியையும் மின்சாரத்தையும் படக்காட்சியையும் ஆகாய விமானத்தையும், ரேடியோவையும், எக்ஸ்ரேயையும் அதுதான் அறிமுகப்படுத்தியதே ஒழிய நமது தமிழ் மொழியோ அதை அழிக்க வந்த வடமொழியோ அல்ல (ஆனைமுத்து 1974 : 970 – 71).

நவீன அறிவுத் துறைகள், தொழில் நுட்பம் ஆகியவற்றில் ஏற்பட்ட வளர்ச்சிகளைப் பெரியார் இங்கு ஆங்கிலத்துடன் சமப்படுத்தி நோக்குகிறார் என்பது தெளிவு. இதன் அடிப்படையிலேயே தமிழை நிராகரித்து ஆங்கிலத்தை அவர் சிபார்சு செய்கின்றார். பெரியாரின் கருத்துகளைப் பார்க்கும் போது அவருடைய ஆங்கிலப் பற்று வெறுமே தி.மு.க.

ஊக்கப்படுத்திய தமிழ் உணர்ச்சிக்கு எதிர்வினை மட்டுமல்ல என்பதைப் புரிந்துகொள்ளலாம். 1939இலேயே கோவை கல்லூரியில் 'மொழி' என்ற தலைப்பில் தான் பேசிய பேச்சில் ஆங்கில எழுத்துகளையே தமிழ் நெடுங்கணக்குக்குப் பதிலாக எடுத்துக்கொள்ளலாம் என்றும், ஆங்கிலமே தமிழனின் பேச்சு மொழியாக ஆகும்படியான காலம் ஏற்பட்டால் தான் மிகமிக மகிழ்ச்சியும் திருப்தியும் அடைவேன் என்று பேசிய தாகவும் பெரியார் குறிப்பிடுகின்றார். 1957இல் நுங்கம் பாக்கத்தில் எல்லாக் கட்சிக்காரர்களும் கலந்துகொண்ட ஒரு இந்தி எதிர்ப்புக் கூட்டத்தில் பேசியபோது, ஆங்கிலமே ஆட்சிமொழியாக, போதனா மொழியாக இருக்க வேண்டும் என்று பேசிய இராஜகோபாலாச்சாரியாரின் கருத்தைத் தான் ஆதரித்துப் பேசியதோடு ஆங்கிலம் பேச்சு மொழியாக இருந்தாலும் மிகவும் பயன்படும் என்று பேசியதாகவும், அப்போது கூட்டத்தில் கலந்துகொண்ட சில மொழி வெறியர்கள், 'நீ யாருக்குப் பிறந்தாய்?' என்று தன்னை விளித்துக் கேட்டதாகவும், அதற்குப் பதில் கூறும் முகமாக, 'அந்த மொழியைப் பேச வேண்டும் என்று சொல்வதனால் நாம் ஆங்கிலேயனுக்குப் பிறப்பதானால், மற்றப்படி காப்பி குடிப்பது, முதற்கொண்டு இரயில், ரேடியோ, ஆகாயவிமானம், டெலிபோன், மருந்து முதலியவை ஆங்கிலேயனுடையவை என்று தெரிந்து அனுபவிக்கிற நாம் எத்தனை தடவை ஆங்கிலேயர்களுக்குப் பிறந்தவர்களாவோம் என்பதைச் சிந்தித்துப்பார்த்தால், மொழி பேசுவதனால் ஆங்கிலேயனுக்குப் பிறந்தவனாக மாட்டோம்' என்று பதில் கூறியதாகவும் பெரியார் குறிப்பிடுகிறார் (ஆனைமுத்து 1974 : 988, 89).

தமிழர் இன்றைய நிலையைவிட வேகமாக முன்னேற வேண்டுமானால் ஆங்கிலம்தான் சிறந்த சாதனம் என்பதைப் பெரியார் மீண்டும் மீண்டும் வலியுறுத்தி இருக்கிறார். அது ஆட்சி மொழியாகவும் போதனா மொழியாகவும் மட்டுமன்றி தமிழரின் பேச்சு மொழியாகவும் மாற வேண்டும் என்பதும் பெரியாரின் விருப்பம் என பெரியாரின் மேற்காட்டிய கூற்றுக்கள் தெளிவுபடுத்துகின்றன. இது பற்றிப் பெரியார் மேலும் பின்வருமாறு வலியுறுத்திக் கூறுகிறார்:

> எனது இந்தி எதிர்ப்பு என்பது இந்தி கூடாது என்பதற்கோ, தமிழ் வேண்டும் என்பதற்கோ அல்ல என்பதைத் தோழர்கள் உணரவேண்டும். மற்றெதற்கு என்றால், ஆங்கிலமே பொது மொழியாக, அரசாங்க மொழியாக, தமிழ்நாட்டு மொழியாக, தமிழன் வீட்டு மொழியாக ஆகவேண்டும் என்பதற்காகவேயாகும்.

> தமிழன் பழைய தமிழனாக இருக்கவேண்டும் என்று கருதுவது – தமிழன் காட்டுமிராண்டியாகவே இருக்க வேண்டும் என்று கருதுவதற்கு ஒப்பாகும். நாம் இவ் வாறு கூறுவது, தமிழன் உலக மனிதனாக விஞ்ஞான உருவாக ரஷ்யா, இங்கிலாந்து, அமெரிக்கா, ஜப்பான் மக்களை விஞ்ஞானத்தில் தோற்கடிக்கத் தக்கவனாக ஆகவேண்டும் என்பதற்கேயாகும். நாம் இன்று கிணற்றுத் தவளைகளாக இருக்கிறோம். நமக்குக் கம்பனுக்கு மேல் புலவன் இல்லை, வள்ளுவனுக்கு மேல் தீர்க்க தரிசி இல்லை. இக்கருத்தில் நாம் உலக மனிதனாக முடியாது என்பது எனது பலமான கருத்து. ஆகையால் தமிழர் தோழர்களே, உங்கள் வீட்டில் மனைவியுடன், குழந்தைகளுடன், வேலைக்காரிகளுடன் ஆங்கிலத்தி லேயே பேசுங்கள்; பேசப் பழகுங்கள்; பேச முயலுங்கள். தமிழ்ப் பைத்தியத்தை விட்டொழியுங்கள். என்னை வையாதீர்கள்; மனிதனாக வாழ முயலுங்கள் (ஆனை முத்து *1974 : 989*).

பெரியாரின் மேற்காட்டிய கருத்துகள் அவரது ஆங்கிலச் சார்பை, பற்றை ஒளிவு மறைவின்றி வெளிக்காட்டுகின்றன. பெரியாரின் இக்கருத்துகள் நடைமுறைச் சாத்தியமற்றவை என்று கூறவேண்டிய அவசியம் இல்லை. மொழி உணர்ச்சி மிகுந்த தமிழர் சமூகத்தை ஆங்கிலம் பேசும் சமூகமாக மாற்றவேண்டும் என்ற அவரது எண்ணம் அவரது அரசியல் கருத்துநிலையில் உள்ள அடிப்படைக் கோளாறையே காட்டு கின்றது. “குளிர்நாட்டு மொழி சமஸ்கிருதம், ஆகவே, அது நமக்குப் பேச்சுவழக்குக்கு உதவாததாகும்” என்று கூறும் பெரியார், அதே மூச்சில் ஒருவன் ஆங்கிலத்தைச் சுலபமாகக் கற்றுக்கொள்ள முடியும் என்று பேசுவது வினோதமாக உள்ளது. (ஆனைமுத்து *1974 : 996*). ஆங்கிலம் குளிர்நாட்டு மொழி அல்ல என்று அவர் கருதினார் போலும்.

அவர் குறிப்பிடும் ரஷ்ஷிய, ஜப்பான் மக்கள் தங்கள் மொழிகளைக் கைவிட்டு பிறிதொரு மொழியை ஏற்றுக் கொண்டதன் மூலம் அறிவியல் தொழில் நுட்பத்துறைகளில் முன்னேறவில்லை என்பதையும் நாம் மனங்கொள்ள வேண்டும்.

பெரியாரைப் பொறுத்தவரை ஆங்கிலேயரின் காலனித் துவ ஆட்சியைவிட, ஆங்கிலத்தின் மூலம் அவர்கள் செலுத் திய அதிகாரத்தைவிட பிராமணரின் ஆதிக்கமே உடனடி யானதாகவும் பூதாகரமானதாகவும் இருந்தது. அதனாலேயே பிராமணியத்தை – அதன் மொழிகளான சமஸ்கிருதம், இந்தி ஆகியவற்றை, அவற்றோடு பிராமணிய ‘நச்சுக்’ கலந்த தமிழை

நிராகரித்துவிட்டு ஆங்கிலத்தை அவரால் அரவணைத்துக் கொள்ள முடிந்தது.

பெரியார் பார்வையில் 'மொழி' பற்றி எழுதிய அ. மார்க்ஸ், பொ. வேல்சாமி (1995 : 62) ஆகியோர், பெரியார் தமிழ் மக்களுக்கு ஆங்கிலத்தைப் பரிந்துரைப்பதை அரைவாசி மறுத்தும் அரைவாசி ஏற்றுக்கொண்டும் உள்ளனர்.

பெரியாரின் இக்கருத்தை ஓரளவு பரிவு உணர்ச்சியோடு பார்க்கும் அவர்கள், "தமிழைத் தள்ளி ஆங்கிலத்தை ஏற்றல் என்பது ஒரு வகையில் பார்ப்பன ஆதிக்கத்தில் இருந்து விடுபட்டு சுயமரியாதை உணர்வுபெற உதவும் என்பதில் அய்யமில்லை" என்று கூறுகின்றனர். பார்ப்பானின் கைபட்டு விட்டதென்பதற்காக என்னுடைய மூக்கை அறுத்து விடுவேன் என்பது போன்ற கூற்றுத்தான் இது. "தமிழ் மொழிப் பற்று சமயப்பற்றுப்போல் ஆகிவிட்டது என்ற சூழலில்தான் அவர் ஆங்கிலத்தை முன்மொழிந்தார்" என்றும் இவர்கள் கூறுகின்றனர். ஆங்கிலம் பற்றிய பெரியாரின் தீவிரமான, 1930களிலிருந்து தொடர்ச்சியாக முன்வைக்கப்பட்டு வந்த கருத்துகளைப் பார்க்கும்போது பெரியாரின் நிலைப்பாடு பற்றிய ஒரு மிகை எளிமைப்படுத்தப்பட்ட விளக்கம் என்றே இதனைக் கூறவேண்டும்.

பெரியார் மதம், சாதி ஆகியவற்றுடன் மொழியையும் சமப்படுத்திக் குழப்பிக் கொண்டுள்ளார். தமிழ் சாதி காப்பாற்றும் மொழி என்றும், மதச் சார்புடைய மொழி என்றும் அவர் கருத்துக் கூறியுள்ளார். "தமிழ் முன்னேற்றமடைந்து உலக பாஷை வரிசையில் அதுவும் ஒரு பாஷையாக இருக்க வேண்டுமானால் தமிழையும் மதத்தையும் பிரித்து விட வேண்டும்" என்றும் கூறுகிறார் (ஆனைமுத்து 1974 : 976). பெரியாரின் இக்கருத்தை ஆதரிக்கும் மார்க்ஸ், வேல்சாமி ஆகியோர், மொழி குறித்த பெரியாரின் பார்வையிலிருந்து இன்றைய அரசியலுக்கான வழிகாட்டல்களுள் ஒன்றாக இதனையும் கொள்கின்றனர். "இன்று தமிழ்மொழி தமிழ்க் கலாச்சாரம் என்றெல்லாம் முன்வைக்கப்படுபவை இந்து மதத்தாலும் சைவத்தாலும் கறைபட்டவைகளே" என்றும், "ஒடுக்கப்பட்ட மக்களின் விடுதலைக்கு அவை பயன்பட வேண்டுமானால் இந்துமதமும் சைவமும் நீக்கப்பட்ட மதம் சாராத, பால்சாராத தமிழ் மொழியையும் தமிழ்ப் பண்பாட்டையும் முன்வைக்க வேண்டும். நடைமுறைப்படுத்த வேண்டும்" என்றும் கூறுகின்றனர். இது சற்றுப் பரிசீலிக்கப்பட வேண்டிய நிலைப்பாடாகும். என் அறிவுக்கு எட்டிய வரை உலகில் மதத்தோடு தொடர்பில்லாத மொழிகள் என்று

எவையும் இல்லை. உலகில் மதமும் கடவுளும் நிலை பெற்றிருக்கும் வரை மொழியிலும் அவை வெளிப்படும். ஐம்பதாண்டுகளுக்கு மேலான பெரியாரின் நாத்திகவாதமும், மத எதிர்ப்பும் தமிழ்நாட்டில் இருந்து மதத்தை ஒழித்துவிடவில்லை. எழுபத்தைந்து ஆண்டுகால கம்யூனிஸ ஆட்சி சோவியத் யூனியனில் இருந்து மதத்தை ஒழித்துவிடவில்லை. பதிலாக முன் எப்போதையும்விட இன்று உலகில் மதத்தின் கை ஓங்கி வருகின்றது. ஒவ்வொரு நாட்டிலும் உள்ள சமூக பொருளாதார அரசியல் நெருக்கடிகள் அதற்குக் காரணமாக உள்ளன என்பது வேறு விசயம். இது எவ்வாறாயினும் 'மதச்சார்பற்ற மொழி' என்ற கருத்தைப் புரிந்துகொள்ள முடியாது. ஒரே நேரத்தில் ஒரு மொழி மதப் பிரச்சாரத்துக்கும் மத எதிர்ப்புக்கும் பயன்பட முடியும். சைவம், வைஷ்ணவம், இஸ்லாம், கிறிஸ்தவம் ஆகிய மதக்கருத்துகளைப் பேசும் அதே தமிழ் மொழியில் தான் பெரியார் ஐம்பது ஆண்டுகளாக கடவுள் மறுப்பு, மத எதிர்ப்புப் பிரச்சாரங்களையும் செய்து வந்தார். சாதி அமைப்பைப் பேணுவதற்கு மட்டுமன்றி சாதி எதிர்ப்புப் போராட்டத்துக்கும் தமிழ் மொழியைத்தான் நாம் பயன் படுத்தி வந்திருக்கிறோம். இந்து மதமும், சைவமும் பற்றிப் பேசுவதற்கு மட்டுமன்றி மார்க்சியம் பற்றியும், பொருள் முதல்வாதம் பற்றியும் பேசுவதற்கும் நாம் தமிழைத்தான் பயன்படுத்தி வந்திருக்கின்றோம். கடவுளும், மதமும், புராணங்களும், ஐதிகங்களும் நிறைந்த லத்தீன், கிரேக்க மொழிகள்தான் இன்றைய ஐரோப்பிய மொழிகளுக்கு, அறிவியல் கலைச் சொற்களை அள்ளி வழங்கி இருக்கின்றன. ஆக, மொழி என்பது ஒரு கருவிதான். நாம் அதை எதற்குப் பயன்படுத்துகின்றோம் என்பதுதான் கேள்வி. ஆங்கிலம் போன்ற ஐரோப்பிய மொழிகளில் அறிவியல் நேற்று வந்ததுதான். அதற்கு முன் அந்த மொழிகளும் கடவுளும், மதமும், புராணங்களும் நிறைந்தவைதான் என்பதையும் நாம் மனங்கொள்ள வேண்டும். அந்த மொழிகள் அறிவியல் மொழிகளாக வளர, நமது மொழிகள் ஏன் வளரவில்லை என்று சிந்திக்க வேண்டும். அவ்வாறு சிந்தித்தால் ஏகாதிபத்தியம் நம்மைச் சுயமாக வளரவிடவில்லை; அதனால் நமது மொழிகளும் வளரமுடியவில்லை என்ற முடிவுக்கு வந்துசேரலாம். பெரியார் அவ்வளவு தூரம் போகவில்லை. அவர் பார்ப்பன எதிர்ப்பு, நாத்திகம் என்பவற்றோடு நின்று கொண்டார். மொழியை அந்த நோக்கிலேயே பார்த்தார். அதனாலே சமஸ்கிருதம், இந்தி மட்டுமன்றி தமிழும் அவருக்கு உதவாததாகத் தோன்றியது. ஆங்கிலத்தைத் தழுவி நிற்பதே அவருக்கு உகந்த மாற்று வழியாயிற்று. அந்த வழியில் நாம் பெரியாரோடு அதிக தூரம் செல்ல முடியாது என்றே எனக்குத் தோன்றுகின்றது.

"தமிழே ஆட்சிமொழி, கல்வி மொழி, தொடர்பு மொழி என்கிற ஒரு மொழிக் கொள்கையை முன் வைத்துப் போராடுதலும்" இன்றைய அரசியலுக்கான பெரியாரின் வழிகாட்டுதல் என்று வேல்சாமியும் மார்க்சும் *(1995 : 63)* கருதுகின்றனர். இது நமக்கு வியப்பூட்டுவது. மொழி குறித்த பெரியாரின் கருத்துகளை இதுவரை நோக்கியதில் இருந்து பெரியார் இந்தச் சிந்தனைப் போக்குக்கு முற்றிலும் எதிரானவர் என்பது தெளிவாகியிருக்கும், 'எங்கும் தமிழ், எதிலும் தமிழ்' என்ற பார்வைக்குத் திட்டவட்டமாகப் பெரியார் எதிரானவராகவே இருந்து வந்திருக்கின்றார். ஆட்சி மொழி, தொடர்பு மொழி என்பன மட்டுமன்றி கல்வி மொழியும் ஆங்கிலமாகவே இருக்கவேண்டும் என்று அவர் கருதினார். எதிலும் தமிழ் வேண்டும் என்பதைத் 'தாய்ப்பால் பைத்தியம்' என்று பெரியார் கிண்டல் செய்தார். தமிழ் கல்வி மொழியாக வேண்டும் என்று கோருவதேகூட ஒரு பார்ப்பனியச் சூழ்ச்சியின் விளைவுதான் என்றும் அவர் எழுதினார்.

நம் நாட்டுப் பார்ப்பனர்கள் முன்னேற்றத்தின் பயன்களை எல்லாம் அனுபவிக்கவும், தாங்கள் முன்னேறவும் இங்கிலீஷ் மொழியை நல்ல வண்ணம் பயன்படுத்திக் கொண்டு, மற்றவர்கள் எங்கு தங்களைப் போலவே முன்னேறிவிடுவார்களோ என்ற பொறாமையினால், கெடுதல் புத்தித் தன்மையால் நமக்கு இந்தியைக் கொண்டுவந்து புகுத்தி, அதை வேண்டாம் என்று சொல்லுவதற்காக நமக்குத் தாய்மொழி, தாய்மொழி என்று பைத்தியம் பிடித்து அதிலேயே அழிந்துவிடுவோமே ஒழிய, இங்கிலீஷ் என்ற உணர்ச்சி ஏற்படாது என்ற ஞானதிருஷ்டியினால், நமக்கு இந்தத் தாய்மொழியில் பைத்தியம் ஏற்படும்படி செய்துவிட்டார்கள். உதாரணமாக, இந்தி கட்டாயம் என்றதனால்தான் தமிழ் மொழிப் பைத்தியம் நமக்கு ஏற்பட்டது. இது பார்ப்பனர்களின் திறமையேயாகும்" *(ஆனைமுத்து 1974 : 993)*. பெரியாரின் இக்கூற்றுக்கு மேலும் விளக்கங்கள் தேவையில்லை. 'மொழி' என்ற கட்டுரையிலே பெரியார் இதுபற்றி இன்னும் தெளிவாகக் கூறுகின்றார். "தமிழ் மொழியே அரசியல் மொழியாகவும், கல்லூரி போதனா மொழியாகவும், பள்ளிகளில் கட்டாய மொழியாகவும் இன்னும் இலக்கிய மொழியாகவும் இருக்கவேண்டுமென்று தமிழர்களிடையே அரசியல்வாதிகள் என்போர்களும் மற்றும் புலவர்களும் இலக்கிய வாழ்வுக்காரர்களும் மற்றும் மொழிப்பற்று என்பதைச் சமயப்பற்றுப்போல்

> முக்கிய பற்று என்று கருதுபவர்களும் வலியுறுத்து கிறார்கள். கிளர்ச்சிவயப்பட்டவர்கள் இதற்காகக் கிளர்ச்சிகளும் செய்கிறார்கள். தமிழ் வடமொழியை விட, இந்தி மொழியைவிடச் சிறந்தது என்பதிலும், பயன்படத்தக்கது என்பதிலும் எனக்கு அய்யமில்லை என்றாலும், நாம் இன்றைய நிலைமையைவிட வேக மாக முன்னேற வேண்டுமானால் ஆங்கிலந்தான் சிறந்த சாதனம் என்றும் ஆங்கிலமே அரசியல் மொழி யாகவும், போதனா மொழியாகவும் இருக்க வேண்டு மென்றும், ஆங்கில எழுத்துக்களே தமிழ் நெடுங்கணக்கு எழுத்துக்களாவது அவசியம் என்றும், ஆங்கிலமே நம் பேச்சு மொழியாவது நலம் பயக்கும் என்றும் தெரிவித்துக்கொள்கிறேன். *(ஆனைமுத்து 1974:987 – 89)*

*1967*இல் 'மொழித்தொல்லை' என்ற தலைப்பில் 'விடுதலை'யில் எழுதிய தலையங்கம் ஒன்றில், "உயர்தரப் படிப்புக்களை யெல்லாம், கல்லூரியிலும்கூட தமிழிலேயே ஆக்குகிறோம் என்றால் 'மக்களை முட்டாள்களாக்குகிறோம்' என்றுதானே பொருள் . . . நம்மைத் தமிழும் இந்தியும் படிக்கச் செய்துவிட்டு, பார்ப்பானும் பணக்காரனும் ஆங்கிலமும் ஆங்கிலக் கான் வென்டிலும் படித்துப் பதவிக்குப் போய்விடுவார்கள். பிறகு நம்கதி என்ன? . . . ஆதலால் நான் வேண்டிக்கொள்கிறேன். இன்றையதினம் ஆங்கிலத்திற்குள்ள எந்த நிலையிலும் எந்த அமைப்பிலும் கைவைக்காதீர்கள் என்று" என எழுதியுள்ளார் *(ஆனைமுத்து 1974 : 1001, 2).*

பெரியாரின் இந்த மொழிக்கொள்கை பரந்துபட்ட தமிழ் மக்களின், பிற்படுத்தப்பட்டவர்களின், தலித்துக்களின், பிராமணர் அல்லாதார் சாதிகளைச் சேர்ந்த கீழ்த்தட்டு வர்க்கங்களின் நலன்களுக்குச் சார்பானதல்ல என்பதை விளக்க வேண்டிய அவசியம் இல்லை. சாதிய அடிப்படையில் அன்றி, வர்க்க அடிப்படையில் நோக்கினால் உண்மையில் பிராமணர் – பிராமணர் அல்லாதார் மோதலும் முரண் பாடும் இச்சாதிகளைச் சேர்ந்த மேல்தட்டு வர்க்கத்தினரின், உயர் குழாத்தினரின் மத்தியிலான, பொருளாதார – அதி காரப் போட்டிக்கான மோதலும் முரண்பாடுமே என்பதைப் புரிந்து கொள்ளமுடியும். அவ்வகையில் **பெரியாரின் மொழிக் கொள்கை பிராமணர் அல்லாத உயர் குழாத்தினரின் நலன்களையே பிரதிபலிக்கின்றது எனக் கூறுவது தவறல்ல.**

பெரியாரின் தீவிரமான பிராமணிய எதிர்ப்பும், அதன் விளைவான மத அசூசையும், கொச்சையான நாத்திகவாத மும் மொழி, பண்பாடு பற்றிய அவரது சிந்தனைகள் மீது

பெரிதும் செல்வாக்குச் செலுத்தியுள்ளன. அதனால் தமிழ் மொழி வளர்ச்சி பற்றிய முழுமையான, ஆரோக்கியமான கொள்கை ஒன்றை அவரால் முன்வைக்க முடியாது போயிற்று.

ஆயினும் பெரியாரின் மொழிச் சிந்தனைகளில் இரண்டு சாதகமான அம்சங்களை நாம் இனங்காண முடியும். ஒன்று, தமிழ் உணர்ச்சிக்கு அவர் எதிராகச் செயற்பட்டமை. மற்றது, எழுத்துச் சீர்திருத்தம் பற்றிய அவரது கொள்கை.

தமிழ் நாட்டிலே அரசியல் நோக்கங்களுக்காகத் தமிழ் உணர்வைக் கொழுந்துவிட்டெரியச் செய்ததில் பெரியாருக் கும் அவர் வழிவந்த திராவிட இயக்கங்களுக்கும் பெரும்பங்கு உண்டு என்பதில் ஐயம் இல்லை. பெரியாரின் இந்தி எதிர்ப்பு இயக்கம் நேர்முகமாகவும் மறைமுகமாகவும் தமிழ் உணர்ச்சி பெருக்கெடுத்து ஓடுவதற்கே துணை நின்றது என்பதை மறுக்க முடியாது. எனினும் பகுத்தறிவுவாதியான பெரியாரது கருத்துநிலை தமிழ் உணர்ச்சிக்கு எதிரானதாகவே இருந்தது. பெரியாரை உதறிவிட்டு, அரசியல் அதிகாரத்துக்கு வந்த பெரியாரின் திராவிட இயக்க வாரிசுகளும், தமிழ் அறிஞர் களும், புலவர்களும் தமிழைத் தெய்வமாக்கிய சூழ்நிலையில் பெரியார் ஒற்றைக் குரலில் தமிழ் உணர்ச்சிக்கு எதிராகப் பேசினார். பகுத்தறிவுக்குப் புறம்பான தமிழ் உணர்ச்சியைத் தமிழ்ப் பைத்தியம் எனக் குறிப்பிட்டார்.

இது தொடர்பாக 'மொழிபக்தி' என்ற பெரியாரின் கட்டுரை நம் கவனத்துக்குரியது. தமிழ் உணர்ச்சியின் பொய் மையை உடைத்துக் காட்டுவதே இக்கட்டுரையில் அவரது நோக்கமாகத் தெரிகிறது. ராஜாஜியின் சுதந்திரா கட்சி, தி.மு.க., ம.பொ.சி.யின் தமிழரசுக்கழகம் ஆகியவற்றின் மொழிக் கொள்கைகளை நிராகரிக்கும் பெரியார், "தமிழ் நாட்டைப் பொறுத்தவரை மொழிபற்றிய 'விவாதங்களையும்', 'கிளர்ச்சி களையும்' பார்த்தால் தமிழர்களுக்கு மொழி விஷயத்தில் ஒரு பொறுப்பான குறிக்கோள் இல்லை என்றுதான் தெரி கிறது" என்று தொடங்கி; வழக்கம்போல் தமிழில் நல்லது என்று கூறிப் பெருமைப்பட எதுவும் இல்லை என்று அடித்துச் சொல்லுகிறார். "தமிழ் மொழியின் தன்மையை எடுத்துச் சொல்ல மிக வெட்கப்பட வேண்டி இருக்கிறது. பார்ப்பான் சிரிப்பானே என்று பயப்பட வேண்டி இருக்கிறது" என்று அங்கலாய்க்கிறார். தாய்மொழி என்ற தத்துவமே பொய் என வாதிக்கிறார். எல்லாவற்றுக்கும் தாய்மொழியைப் பயன்படுத்த வேண்டும் என்பதை மறுக்கும் பெரியார் (தாய்ப்பால் பைத்தியம்), 'விஞ்ஞான வளர்ச்சிக்குத் தமிழர்

முத்தமிழ், சங்கத் தமிழை நம்பி எதுவும் ஆகாது' என்றும் 'இங்கிலீஷைப் பகிஷ்கரித்துவிட்டு எதுவும் சாதிக்க முடியாது' என்றும் கூறுகிறார். மொழி உணர்ச்சி காரணமாக வழக்கில் நிலைத்துவிட்ட பிற மொழிச் சொற்களை நீக்கிவிட்டுத் தமிழ்ச் சொற்களைக் கண்டுபிடித்துப் புகுத்துவதைக் கண்டிக் கிறார். "சாதாரணமாக பிரயாணத்துக்குப் பயன்படும் ரயில், கார், லாரி, பஸ், சைக்கிள் என்ற பெயர்களை எதற்காக மாற்ற வேண்டும்? எஞ்சின், டிராக்டர், புல்டோசர் இவை களுக்குப் பெயர் மாற்ற ஏன் பாடுபடவேண்டும்?" என்று கேட்கும் பெரியார், "இந்தியாவில் உள்ள பல நூற்றுக்கணக் கான மொழி பேசும் மக்களும் இந்தப் பெயர்களை அப்படியே தான் பயன்படுத்திக் கொள்கிறார்கள்" என்றும் கூறுகிறார். சாதி உணர்ச்சி, மொழி உணர்ச்சி, மத உணர்ச்சி என்பன மனிதனுக்கு இயற்கையானவை அல்ல; செயற்கையானவையே எனக் கூறும் பெரியார் கடைசியாக, "மொழி பக்தர்களுக்கு (வெறியர்களுக்கு) ஒரு விண்ணப்பம் : பக்தியின் பெயரால் அறிவு வளர்ச்சியை – நாட்டு வளர்ச்சியை – புதுமை வளர்ச் சியைப் பாழடித்து விடாதீர்! உடை விஷயத்தில் நாம் காட்டுமிராண்டியானதே போதுமானது" என்று கூறுகின்றார் (பெரியார் 1974 : 27–35).

இங்கு பகுத்தறிவுக்குப் புறம்பான தமிழ் உணர்ச்சியை, தமிழ் வெறியை, பக்தியை, பெரியார் நிராகரிப்பது தெளிவாக உள்ளது. இந்த அடிப்படையிலேயே தொடக்கத்தில் இருந்து பெரியார் தனித் தமிழ் இயக்கத்தின் தீவிர ஆதரவாளராக இருக்கவில்லை என்பதை ஊகிக்க முடிகின்றது. நான் முன்பு கூறியது போன்று, தனது பிராமணிய எதிர்ப்புக் கருத்து நிலையின் அடிப்படையில் அவர் வடமொழியை எதிர்த்தாரே தவிர தனது எழுத்துகளில் வடமொழிச் சொற்களையோ, கிரந்த எழுத்துகளையோ, அவர் தவிர்க்க முயன்றதில்லை. எனினும், தனித் தமிழ் இயக்கம் பற்றி ஆய்வு செய்த திருமாறன் (1992 : 175), "பெரியார் தான் நடத்திய இதழ்களுக்கு 'குடியரசு', 'பகுத்தறிவு', 'புரட்சி', 'விடுதலை' எனத் தமிழ்ப் பெயர்களைச் சூட்டியமை அவரது தமிழ் உணர்வைக் காட்டுகின்றது" என்பார். பெரியாரைத் தன் கட்சியின் சார்பாளராகக் காட்டுவதில் உள்ள அவரது பேரார்வமே இங்கு வெளிப்படுகின்றது. பெரியார் உருவாக்கிய 'சுயமரியாதை இயக்கம்' என்பதே வடமொழிப் பெயர்தான் என்பதைத் திருமாறன் வசதியாக மறந்துவிட்டார். அவரே அதைத் 'தன்மதிப்பியக்கம்' எனத் தனித் தமிழில் மொழிபெயர்த்துப் பயன்படுத்தியுள்ளார். பெரியாரின் எழுத்துகளை மேலோட்ட மாகப் பார்ப்பவர்கள்கூட பெரியாரின் தமிழில் வடமொழிச்

செல்வாக்கைக் காணமுடியும். பெரியாரின் பத்திரிகைப் பெயர் கள் சிலவற்றை மட்டும் அடிப்படையாகக் கொண்டு அவரது தமிழ் உணர்ச்சியை அளவிடுவது ஆராய்ச்சியின்பாற்பட்டதல்ல.

மொழியை அடிப்படையில் ஒரு தொடர்பாடல் ஊடக மாகக் கருதிய பெரியார், தனது தொடர்பாடல் தேவைகளுக்கு அவசியமான வடமொழிச் சொற்களை வட மொழி எதிர்ப்பு, மொழித்தூய்மை என்ற அடிப்படைகளில் களைந்தெறிய முற்படவில்லை. ஆனால், மறுபுறத்தில் தமிழை நவீன தேவை களுக்கு ஏற்ற நவீன அறிவியல் மொழியாக ஆக்கபூர்வமாக வளர்த்தெடுப்பது பற்றிச் சிந்திப்பதற்குப் பதிலாக அதனை முற்றாக நிராகரித்து, முற்றிலும் அந்நிய மொழியான ஆங் கிலத்தை அனைத்துத் தமிழர்களுக்கும் சிபாரிசு செய்யும் பெரியாரின் சிந்தனை குளிப்பாட்டிய தண்ணீருடன் குழந்தை யையும் வீசி விடுவது போன்றதே ஆகும்.

தமிழைப் பொதுப்பயன்பாட்டுக்குரிய, ஆற்றல் உள்ள ஒரு மொழியாக, கொள்கை அளவில் பெரியார் ஏற்றுக் கொள்ளாது போயினும், நடைமுறையில் தனது அரசியல் நடவடிக்கைகளுக்கும், சமூக சீர்திருத்தப் பிரச்சாரங்களுக்கும் அவர் தமிழ் மொழியையே பயன்படுத்திவந்தார் என்பது நாம் அறிந்ததே. அவர் பயன்படுத்திய தமிழ் அவரது திராவிட இயக்க வாரிசுகள் பலரும் பயன்படுத்தியது போன்ற செயற்கை யான அலங்காரத் தமிழ் அல்ல; சாதாரணப் பொது மக்களுக் குரிய எளிய தமிழ் ஆகும். தனது பத்திரிகை எழுத்துகளிலும் மேடைப் பிரசங்கங்களிலும் அவர் இதனையே பயன்படுத்தினார். அவ்வகையில் எளிமையாக்கம் அவரது மொழி நோக்காக இருந்தது என்று கூறலாம். எழுத்துச் சீர்திருத்தம் பற்றிய அவரது கருத்துகள் எளிமையாக்கத்தின்பாற்பட்டவையேயாகும்.

பெரியாரின் எழுத்துச் சீர்திருத்தம்

தமிழில் எழுத்துச் சீர்திருத்தத்தின் அவசியம் பற்றியும், அதற்கு எதிராகவும் இந்த நூற்றாண்டின் ஆரம்பத்திலேயே விவாதங்கள் நிகழ்ந்துள்ளன. 1915இல் பாரதியாருக்கும் வ. உ. சிதம்பரம் பிள்ளைக்கும் இடையே நடந்த கருத்துப் பரிமாற்றம் இவ்வகையில் முக்கியமானது (நுஃமான் 1984 : 45 – 54). 1930களின் தொடக்கத்திலிருந்தே பெரியார் தமிழில் எழுத்துச் சீர்திருத்தத்தின் அவசியம் குறித்து எழுதி வந்திருக் கிறார். தனது 'விடுதலை' பத்திரிகையில் அதனை நடைமுறைப் படுத்தியும் காட்டினார். பெரியார் பின்பற்றிய எழுத்துச் சீர்திருத்தக் கோட்பாடு முதலில் திரு. பா. வே. மாணிக்க நாயக்கர் (1871 – 1931) என்ற பொறியியல் அறிஞராலேயே முன்மொழியப்பட்டதாக அண்ணாமலை (1980) கூறுகிறார்.

1915ல் ‘ஞானபாநு’வில் ‘தமிழ் எழுத்துக்கள்’ என்ற தலைப்பில் எழுதிய கட்டுரை ஒன்றில், “இக்காலத்திலே று, றோ, ணு, ணோ ஆகியவற்றை றா, றோ, னா, னோ என்று எழுத வேண்டும் என்று சிலர் கருதுவதாக” வ. உ. சிதம்பரம் பிள்ளை குறிப்பிட்டுள்ளார் (அரசு, மா. ரா. 1989). அந்தச் சிலர் யாரென்று தெரியவில்லை. எனினும் 1934இல் பெரியார் இத்தகைய சீர்திருத்தத்தையே முன்மொழிந்தார் என்பது மனங்கொள்ளத்தக்கது.

உண்மையில் தனது எழுத்துச் சீர்திருத்தக் கொள்கையில் ஒரு சிறு பகுதியையே பெரியார் தனது பத்திரிகையில் நடைமுறைப்படுத்தினார். அதாவது, ஐ, ஔ ஆகிய இரண்டு உயிர் எழுத்துக்களையும் நீக்குதல், ஆகார, ஐகார வரிசையில் உள்ள எல்லா எழுத்துக்களுக்கும் ா, ை ஆகிய துணைக் குறிகளைப் பயன்படுத்துதல். இதன் மூலம் பெரியார் பதினைந்து எழுத்துக்களின் வரிவடிவத்தை மாற்றினார். அய், அவ், ணா, றா, னா, ணை, லை, ளை, னை, ணொ, றொ, னொ, ணோ, றோ, னோ என்பன அவை. சுமார் அரை நூற்றாண்டுகால வாதப் பிரதிவாதங்களுக்குப் பின்னர் 1978இல் தமிழ் நாடு அரசு இவற்றுள் அய், அவ் என்பன தவிர்ந்த ஏனைய 13 வரிவடிவ மாற்றங்களையும் அங்கீகரித்து நாடு முழுவதிலும் நடைமுறைப்படுத்தப் பணித்தது.

எழுத்துச் சீர்திருத்தத்தைப் பொறுத்தவரை பெரியார் படிப்படியான மாற்றத்தையே விரும்பினார் என்று தெரிகிறது. 1934இல் மேற்குறிப்பிட்ட வரிவடிவ மாற்றங்கள் பற்றி எழுதிய பெரியார், “இன்னமும், தமிழ்ப்பாஷை எழுத்துக்களில் அனேக மாறுதல்கள் செய்ய வேண்டி இருந்தாலும், இப்போதைக்கு இந்தச் சிறு மாறுதலை அனுபவத்துக்குக் கொண்டு வரலாம் என்று கருதி, அந்தப் படியாகவே எழுத்துக்களை உபயோகித்து, அடுத்தாற்போல் பிரசுரிக்கப்போகும் ‘குடியரசு’ பத்திரிகையைப் பிரசுரிக்கலாம் என்று இருக்கிறோம்” என்று குறிப்பிட்டுள்ளார் (ஆனைமுத்து 1974 : 960).

தமிழில் செய்யவேண்டிய எழுத்துச் சீர்திருத்தம் பற்றி பெரியார் பின்னர் விரிவாக எழுதியுள்ளார். (ஆனைமுத்து 1974: 959 – 976). அதில் அவர் முன்வைக்கும் சீர்திருத்தங்களைப் பின்வருமாறு சுருக்கிக் கூறலாம்.

1. இகர, ஈகார, உகர, ஊகார வரிசை எழுத்துக்களை எளிமைப்படுத்துதல்.

2. ஐ, ஔ ஆகியவற்றுடன் ஐகார, ஔகார வரிசை எழுத்துக்களை நீக்குதல்.

3. ந், ங், ஞ் ஆகிய மெய் எழுத்துக்களை நீக்கிவிட்டு அவற்றை முறையே ன்த், ன்க், ன்ச், என எழுதுதல் (உதாரணம் : வந்தான் = வன்தான், மாங்காய் = மான் காய், பஞ்சம் = பன்சம்).

4. மெய் எழுத்துக்கு மேலே புள்ளிவைக்காமல் பக்கத்தில் ஒரு கோடு மூலம் அதனைக் காட்டுதல் (அதாவது க1 = க், ச1 = ச்).

5. ஐ, ஔ தவிர்ந்த ஏனைய உயிர் எழுத்துக்களின் வடிவத்தில் மாற்றங்களைச் செய்தல் (உதாரணம் : ஆ = அா).

இத்தகைய மாற்றங்களைச் செய்வதன் மூலம் தற்போது 135 ஆக உள்ள தனித்தனி எழுத்து உருவங்களின் எண்ணிக்கையை 38 அல்லது 29 அல்லது 27 ஆகக் குறைத்தல். இவ்வாறு செய்வதன் மூலம் பிறர் தமிழ் மொழியைக் கற்றுக் கொள்வதும், அச்சுக் கோப்பதும், டைப் அடிப்பதும் சுலபமாகும் என்று அவர் கருதினார் (ஆனைமுத்து 1974 : 973).

பெரியார் முன்வைத்த சீர்திருத்த யோசனைகளுள் பல வேறு பலராலும் முன்வைக்கப்பட்டுள்ளன (சண்முகம், செ. வை. 1978). ஆயினும், பெரியாரே இதில் தீவிரமான முன்னோடி எனல் வேண்டும். எனினும், பெரியார் முன் வைத்த சீர்திருத்த யோசனைகள் எல்லாமே இன்றையச் சூழலில் அத்தியாவசியமானவை என்று கூற முடியாது. இகர, ஈகார, உகர, ஊகார வரிசையை எளிமைப்படுத்தினாலே தமிழ் எழுத்துமுறை மிகவும் சிக்கனமும் ஆற்றலும் உடையதாகிவிடும். தட்டச்சு வேகம் அதிகரிக்க வாய்ப்புண்டு. ஐ, ஔ ஆகிய உயிர் எழுத்துக்களை நீக்கிவிட்டு சொல் முதலில் மட்டும் அய், அவ் என எழுதுவதால் சிக்கல்கள் எவையும் இல்லை. ஆனால் உயிர் எழுத்தை நீக்கிவிட்டு உயிர்மெய்யை வைத்துக் கொள்வது குழப்பத்தையே தரும். அதாவது ஐ என்ற உயிர் இல்லாமல் தலை, மலை, மனை முதலிய உயிர்மெய்கள் எவ்வாறு வரும் என்ற குழப்பம் உண்டாகும் (சண்முகம் 1978 : 34). பெரியார் சொல்வது போல ஐகார, ஔகார உயிர்மெய் வரிசையை அப்படியே நீக்கிவிடலாம். அவ்வாறு செய்தால் தமிழ் எழுத்துக் கூட்டல் முறையில் பெரிய மாற்றம் ஏற்பட்டு அதிக குழப்பத்தைத்தரும். உதாரணமாக கை – கய், தையல் – தய்யல், பிழை – பிழய், மழை – மழய், பனை – பனய், பானையில் – பானயில். இத்தகைய மாற்றங்கள் விரும்பத்தகாதவை அல்ல எனினும் ஒரு சிறு மாற்றம் வேறுபல மாற்றங்களுக்கு இட்டுச் செல்வதே இங்குள்ள சிக்கலாகும் (நுஃமான் 1989). பெரியாரின் ஏனைய யோசனைகளும் இத்தகைய புதிய சிக்கல்களைத் தோற்றுவிக்

கலாம். எழுத்தின் எண்ணிக்கையைக் குறைத்து எளிமைப் படுத்தும் அதேவேளை மொழிப்பயன்பாடு சிக்கலுறலாம். இவற்றைவிட சிலவேளை பெரியார் விரும்புவதுபோல் ரோமன் எழுத்துக்கு மாறுதல் எளிதாக இருக்கக்கூடும். ஆயினும், எளிமை, கடினம் என்பன பழக்கத்தின் பாற்பட்டவை என்பதையும் நாம் மனங்கொள்ள வேண்டும். நமக்கு நன்கு பழகிய ஒரு முறை எளிதாக இருக்கின்றது. புதிய முறை கடினமாக இருக்கிறது. புதியது பழகும்போது எளிமையாகிவிடுகிறது. இது எவ்வாறாய் இருந்த போதிலும் எழுத்துச் சீர்திருத்தம் பற்றிப் பேசும்போது, மொழியைச் சுற்றியுள்ள பண்பாட்டு அரசியலையும் நாம் கணக்கில் எடுத்துக்கொள்ள வேண்டி உள்ளது. அவ்வாறு பார்க்கும்போது, இன்று நமக்கு அவசியமானது எது, அவசியமற்றது எது என்று பகுத்து அறியாமல் "பெரியார் முன்வைத்த எழுத்துச் சீர்திருத்தங்கள்" அனைத்துக்குமாகப் போராடுதல் (மார்க்ஸ் 1995 : 63) அவசியம்தானா என்ற கேள்வி எழுவது தவிர்க்க முடியாதது.

பெரியாரும் தமிழ் இலக்கியமும்

திராவிட இயக்கத்தின் மூலவரான பெரியாரிடம் இலக்கியம் பற்றிய ஒரு வளமான பார்வை இருந்ததாகக் கூறமுடியவில்லை. அவரது இலக்கியப் பார்வை, மொழியைப் போலவே எதிர்ப்பிராமணியக் கருத்து நிலையின் பாதிப்புக்கு உட்பட்டது. பிராமணிய உள்ளடக்கத்தைக் கொண்டது என்ற அடிப்படையில், தமிழ் மொழியை நிராகரித்தது போலவே தமிழ் இலக்கியப் பாரம்பரியத்தையும் அவர் முழுமையாக நிராகரித்தார்.

திருச்சி வானொலிக்கு அளித்த பேட்டி ஒன்றில் தமிழ் இலக்கியம் பற்றி பெரியார் பின்வருமாறு கூறுகிறார்:

> தமிழ் நாட்டிலே தமிழனைக் கெடுத்துட்டதே இந்தத் தமிழ் இலக்கியம்தான். மற்ற நாட்டானைப் போல முன்னேற வேண்டிய அளவுக்கு முன்னேற விடாம தமிழ் இலக்கியங்கள் நம்மைப் பாழாக்கிட்டுது . . . இலக்கியமே இல்லியே நமக்கு . . . இன்றைக்குப் பயன் படும்படியா என்ன இருக்கு? நீங்க தெரிஞ்சு கொள்ளாதது என்ன இருக்குது. நாளைக்கு நம்ம நடந்துக்க வேண்டியதுக்கு என்ன இருக்கு? அப்படி ஆகிப் போச்சுதுங்க அது . . . வெள்ளைக்காரனுக்கும் நமக்கும் உள்ள வித்தியாசம் என்னன்னா . . . அவன் பழசை நினைக்காம புதுக்கருத்தோட புதுசு புதுசா எங்கெங் கேன்னு போவான் . . . இங்கே எவ்வளவு பெரிய புலவனாயிருந்தாலும் பழைய குப்பையைத் தேடி

அதிலேருந்து பெரியவனா ஆயிடலாம்னு பார்க்கி றானே தவிர, தன் கருத்துன்னு சொல்வது ஒண்ணுமே கிடையாதே (பெரியார் 1992 : 14).

இதே பாஷையிலேயே சில காலத்துக்கு முன் நவீன இலக்கிய விமர்சகரான வெங்கட் சாமிநாதனும் பேசினார் என்பது ஒரு சுவாரஸ்யமான விசயம். அவருக்கும் தமிழ் இலக்கியம் ஒரு பாலையாகவே தோன்றியது. பெரியார் நவீன இலக்கியத் தில் பரிச்சயம் பெற்றிருந்தாரா என்று தெரியவில்லை. பழைய இலக்கியம் பற்றிய அவரது பார்வை முற்றிலும் எதிர்மறையானது. பெரியாரைப் பொறுத்தவரை தமிழ் இலக்கியப் பாரம்பரியத்தில் திருவள்ளுவரின் 'திருக்குறள்' மட்டுமே ஓரளவுக்கு ஏற்றுக் கொள்ளத்தக்கது.

"வள்ளுவரை மன்னிக்கலாம், மற்ற எந்தப் புலவரை யும், எந்த இலக்கியத்தையும் மன்னிக்க முடியாது. படிப்படியாக ஆயுள்தண்டனை தூக்குத்தண்டனை வரையில் தண்டிக்கப்பட வேண்டியவர்கள் ஆவார்கள்"

என பெரியார் 'தமிழ்' என்ற கட்டுரையில் எழுதுகிறார் *(ஆனைமுத்து 1974 : 983).*

உயர்ந்த தமிழ் இலக்கியம் என்று போற்றப்படும் எவற்றை யும் பெரியார் விட்டுவைக்கவில்லை. 'சிலப்பதிகார'த்தைப் பற்றிக் கூறுகையில்,

"இது விபச்சாரத்தில் ஆரம்பித்து பத்தினித்தனத்தில் வளர்ந்து, முட்டாள்தனத்தில் மூட நம்பிக்கையில் முடிந்த பொக்கிஷமாகும்"

என்று கூறுகிறார் *(பெரியார் 1974 : 30).*

"சிலப்பதிகாரத்தைத் தலைசிறந்த நூலென்று இன்றும் போற்றி வருகிறார்கள். அதில் கண்ணகி என்ற மாது மதுரை மாநகர்மீது தனது முலையைத் திருகி எறிகிறாள், கோபாவேசத்தோடு! உடனே மதுரை பற்றிக்கொள் கிறது. இதுதான் அவளுடைய கற்புக்கு எடுத்துக்காட்டு. இன்று எந்த ஒரு பெண்ணாவது அவள் எவ்வளவுதான் கற்புடைய கன்னியாயிருந்த போதிலும் இந்தக் காரி யத்தைச் செய்ய முடியுமா? எங்காவது இம்மாதிரிக் காரியம் நடந்திருக்குமா? நடக்குமா? அந்தச் சமயத் தில் அவள் நெருப்புக்கு ஆணையிடுகிறாள், 'பார்ப் பனரை அழிக்காதே' என்று. பார்ப்பனரை அழிக்காதே என்று ஆணையிடுபவள் ஆரியப் பெண்ணாக இருப் பாளா? தமிழ்ப் பெண்ணாக இருப்பாளா? நீங்களே சிந்தித்துப் பாருங்கள்"

என்று பெரியார் மேலும் எழுதுகிறார் (ஆனைமுத்து 1974 : 972). பெரியாருடைய பகுத்தறிவுவாதமும் பார்ப்பன எதிர்ப்பும் இலக்கிய உணர்திறன், இலக்கியக் கற்பனை (*Literary sensitivity and literary imagination*) ஆகியவற்றுக்கு வெகுதொலைவில் அவரைக் கொண்டு சென்றுள்ளன என்பதை அவரது இக் கூற்றுக்கள் தெளிவுபடுத்துகின்றன. பெரியார் இலக்கியத்தை முற்றிலும் அதன் உட்புதைந்திருக்கும் கருத்து நிலையாக மட்டுமே நோக்குகின்றார் என்பதையும் இது தெளிவுபடுத்து கின்றது. 'கம்பராமாயணம்' பற்றியும் பெரியாரின் பார்வை இத்தகையதே.

> "கம்பராமாயணக் கதையை எடுத்துக்கொண்டால் வெறும் பொய்க் களஞ்சியம் அது. அதன் கற்பனையை எடுத்துக்கொண்டால், சிற்றின்ப சாகரம்; அதாவது இது ஒரு மாதிரி காமத்துப்பால் என்றுதான் சொல்ல லாம். நடப்பை எடுத்துக்கொண்டால் காட்டுமிராண்டித் தனத்தின் உருவம். இவற்றில் இன்றைய அனுபவத்திற்கு, அறிவு உலகப் போருக்கு, வளர்ச்சிக்குப் பயன்படக் கூடியதாக என்ன காணமுடிகிறது?"

என்று பெரியார் கேட்கிறார் (பெரியார் 1974 : 30).

> "கம்பராமாயணம் அரிய இலக்கியமாய் இருக்கிறதாகச் சொல்லுகிறார்கள். இருந்து என்ன பயன்? ஒருவன் எவ்வளவுதான் பட்டினி கிடந்தாலும், மலத்திலிருந்து அரிசி பொறுக்குவானா? அதுபோல்தானே கம்ப ராமாயண இலக்கியம் இருக்கிறது? அதில் தமிழ் மக்களை எவ்வளவு இழிவாகக் குறிப்பிட்டிருக்கிறது? தமிழரின் சரித்திரகால எதிரிகள் எவ்வளவு மேன்மையாகக் குறிப்பிடப்பட்டிருக்கிறார்கள்? சுயமரியாதையை விரும்பு கிறவன் எப்படி கம்பராமாயண இலக்கியத்தைப் படிப் பான்? இன்று கம்பராமாயணத்தால் தமிழ் மக்களுக்கு இலக்கியம் பரவிற்றா? இழிவு பரவிற்றா என்று நடுநிலையில் இருந்து யோசித்துப் பாருங்கள்" என்று மேலும் கூறுகிறார் பெரியார் (ஆனைமுத்து 1974 : 977).

> "கம்பராமாயணத்துக்கும், சிலம்புக்கும் இந்த நாட்டில் மதிப்பு இருக்கிறது என்றால் இந்த நாட்டு மக்களுக்கு அறிவும் இல்லை, மானமும் இல்லை, இன உணர்ச்சி யும் இல்லை என்றுதானே பொருள் . . . இவைகளின் தன்மையே இப்படி இருந்தால், இவைகளைத் தாங்கி நிற்கும் தேவாரம், திருவாசகம், திருமுறை, பிரபந்தம், பெரியபுராணம் முதலிய குப்பை கூளங்களின் யோக் கியதை எப்படி இருக்கும்? இவைகளைக் கொண்டா

டும் மக்கள் இன்னமும் பத்தாம் பசலி மக்களாக இருக்கிறார்கள் என்றுதானே பொருள் கொள்ள வேண்டும். நம் நாட்டுக்கு மீள முடியாத பெரும்கேடு என்னவென்றால், இந்தக் குப்பை கூளங்கள் எல்லாம் சமய நூல்களாக, பக்திக்குச் சாதனங்களாக, இலக்கியங்களாக ஆக்கிவிட்டதுதான். இதன் பயன் என்ன? இந்தக் கடவுள்களும், சமயங்களும் உள்ளவரை இந் நாட்டு மனிதர்கள் உருப்படப்போவதில்லை என்பது தானே முடிந்த முடிவு" என்று பெரியார் மேலும் அழுத்திக் கூறுகிறார் (ஆனைமுத்து *1974 : 984*).

இதே கருத்தை வேறு ஒரு இடத்தில் பெரியார் பின் வருமாறு கூறுகிறார்:

> ...தமிழ்த்தாய் உண்ட உணவெல்லாம் சிந்தாமணி, சிலப்பதிகாரம் முதலிய பஞ்சகாவியம், எட்டுத் தொகை, பத்துப்பாட்டு, பாரதம், இராமாயணம், பாகவதம், கந்தபுராணம், திருவிளையாடல் புராணம், பெரியபுராணம் முதலிய இவைகள்தானே? இவை களில் சுவை இருக்கலாம், அழகு இருக்கலாம், முன் னேற்றத்துக்கான 'அறிவு' இருக்கிறதா?
>
> இப்படிப்பட்ட இந்தத் தாய்ப்பாலைக் குடித்து வளர்ந்த பிள்ளைகள் இந்நாட்டிலேயே நடைப்பிணமாய் இருப் பதைத் தவிர, அதுவும் மற்றவன் கை, காலில் நடப்பதைத் தவிர உழைப்புக்கு – காரியத்துக்குப் பயன்படும்படியான, தன் காலால் தாராளமாய் நடக்கும்படியான பிள்ளை – ஒரு ஒற்றைப் பிள்ளை – தமிழ் நாட்டில் இருக்கிறதா என்பதை அன்பர்கள் காட்டட்டுமே என்றுதான் பரிவோடு கேட்கிறேன் (ஆனைமுத்து *1974 : 991*).

ஆக, தமிழ் இலக்கியம் பற்றிய பெரியாரின் ஒட்டு மொத்த மான கருத்து எதிர்மறையானது என்பது வெளிப்படை. பாரதியைக்கூட பெரியார் அங்கீகரிக்கவில்லை. "கிறுக்கன் பாரதி" என்றே பாரதியைப் பற்றி ஓர் இடத்தில் குறிப்பிடு கிறார் (ஆனைமுத்து *1974 : 1002*). தமிழ் இலக்கியத்தில் சுவை, அழகு இருக்கலாம் என்பதை ஒரு பேச்சுக்கு ஒப்புக் கொண்டாலும் அதன் உள்ளடக்கத்தை அவர் முற்றாக நிராகரித்தார். பிராமணிய எதிர்ப்பு, மத எதிர்ப்பு ஆகிய வற்றின் அடிப்படையில் அமைந்த அவரது பகுத்தறிவுவாதம் இதற்கு வேறு எந்த வகையிலும் சலுகை காட்டவில்லை. பிராமணிய மேலாதிக்கத்தை சமூக வாழ்வில் மீள வலியுறுத்து வதாக அவர் கருதிய இலக்கியங்களுக்கு எதிராகப் பெரியார் தொடர்ச்சியான எதிர்ப்பு இயக்கங்களை நடத்தினார்.

மாதமொரு பண்டிகை, திருவிழா என்றிருப்பதுபோல் மாதந்தோறும் ஏதேனும் ஒரு புராணத்தை எரித்தல், விக்கிரகத்தை உடைத்தல் முதலிய நடவடிக்கைகளில் இறங்கியே ஆகவேண்டும். நம்மீது புகுத்தப்பட்ட புராண நூல்களை எரிப்பதாலும், விக்கிரகங்களை உடைப்பதாலும் புராணங்கள் அனைத்தும் அழிந்து விடும்; விக்கிரகங்கள் கூண்டோடு மறைந்துவிடும் என்று நான் கூறவரவில்லை. இதைப் பார்த்த மக்களுக்கு ஏன் எரிக்கிறார்கள் – ஏன் உடைக்கிறார்கள் என்ற கேள்விகள் பிறக்கும். அது சமயம் புராணக் கடவுள்களின் ஆபாசங்களை எடுத்துரைத்து இவை தானா எங்களுக்கு வழிகாட்டும் நூல்களும் கடவுள் களும் என்போம். விமோசனம் பிறக்காது போகுமா பார்ப்போம் என்று பெரியார் *(1992 : 152)* எழுதினார்.

இந்த வகையில் மனுதர்ம சாஸ்திரம் போன்ற வட மொழி நூல்கள் எரிக்கப்பட்டன. தமிழ்ப் புராணங்கள், 'கம்பராமாயணம்' போன்றவற்றையும் எரிக்கும் இயக்கமாக இது வளர்ச்சியுற்றது. 'தீ பரவட்டும்', 'கம்பரசம்' ஆகிய நூல் களை திராவிட இயக்கத் தலைவர்களுள் ஒருவரான அண்ணா துரை எழுதினார். இராவணனைச் சிறந்த திராவிட வீரனாகவும் சீதை, ராமன் ஆகியோரைத் தரக்குறைவானவர்களாகவும் சித்திரிக்கும் வகையில் ராமாயணக் கதை மாற்றி எழுதப்பட்டது *(Anita Dean 1978 : 34. Pandian 1996)*. 'சிலப்பதிகாரம்', 'மணிமேகலை' ஆகிய தமிழ் இலக்கியங்களும் பகுத்தறிவுவாத அடிப்படையில் திராவிட இயக்கத்தினரால் திருப்பி எழுதப்பட்டன. பாரதி தாசனின் 'கண்ணகி புரட்சிக் காப்பியம்', 'மணிமேகலை வெண்பா' என்பன இவ்வகையில் குறிப்பிடத்தக்கன.

தமிழ் இலக்கியத்தைப் பொறுத்தவரையில் பெரியாரின தும் அவர் பண்ணையில் வளர்ந்த திராவிட இயக்கத்தினரதும் பார்வை, பிராமணிய எதிர்ப்பு, மத எதிர்ப்பு, பகுத்தறிவுவாதம் ஆகியவற்றினாலேயே தீர்மானிக்கப்பட்டது. அதனால் இவற்றைத் தாண்டி இலக்கியத்தை ஒரு மானுட அனு பவமாகக் காண அவர்களால் முடியாது போயிற்று. கொச்சை யான மார்க்சியப் பார்வை இலக்கியத்தை வர்க்க அரசியலாக மட்டும் நோக்கியதை ஒத்த ஒரு பார்வையே இதுவும் என்பதை நாம் புரிந்துகொள்ள முடியும். மார்க்சிய இயக்கத்தில் வர்க்க அரசியலின் இடத்தைத் திராவிட இயக்கத்தில் சாதீய அரசியல் பெற்றுக்கொண்டது. பிற்காலத்திய வறட்டு மார்க்சியர் போலன்றி, வர்க்கப் போராட்டத்தில் தீவிரமாக ஈடுபட்ட மார்க்ஸ், ஏங்கல்ஸ், லெனின் போன்றவர்கள் இலக்கியத்தை வர்க்கக் கண்ணோட்டத்தில் நோக்கிய அதே

வேளை அதன் வரலாற்று மற்றும் சமூக அரசியல் பாத்திரத் தையும் புரிந்துகொள்ள முயன்றனர். நிலப்பிரபுத்துவ அல்லது பூர்ஷ்வா இலக்கியம் என்ற ஒற்றைப் பார்வையில் தங்களுக்கு முன்னைய, தங்கள் காலத்து இலக்கியங்களை அவர்கள் முற்றிலும் நிராகரிக்கவில்லை. பதிலாக அவற்றைச் சமூக வரலாற்றுப் பின்னணியில் புரிந்துகொள்ள முயன்றனர். அவற்றின் ஊடே வெளிப்படும் மானுட அனுபவத்தை, அதன் அழகியலை நுகர்ந்தனர். துரதிர்ஷ்டவசமாக இவர் களின் வளமான மரபு பின்னர் மார்க்சிய இயக்கத்தில் வளர்ச்சியடையாது போயிற்று. பதிலாக வர்க்க அரசியல் பார்வை மட்டும் மேலோங்கிற்று. இலக்கியத்தின் பன்முகத் தன்மை வரையறுக்கப்பட்டது. திராவிட இயக்கத்திலும் இதை ஒத்த ஒரு போக்கினையே நாம் காண்கிறோம். ஆயினும், மார்க்சிய இயக்க முன்னோடிகள்போல் திராவிட இயக்க முன்னோடிகள் இலக்கியத்தை ஒரு பரந்த தளத்தில் நோக்க வில்லை. சாதிய அரசியல் அவர்களது இலக்கியப் பார்வையை வரையறுத்துவிட்டது. பெரியாரிடம் இதன் தீவிரத் தன்மையை நாம் காண்கிறோம். திராவிட இயக்கம் தமிழ் நாட்டில் அரசியல் அதிகாரத்தைக் கைப்பற்றிய பின்னரே இப்போக்கில் ஒரு தளர்ச்சி காணப்பட்டது. ஆயினும், பெரியாரின் குரல் ஒரு தனிக்குரலாக தொடர்ந்தும் தீவிரமாக ஒலித்துக்கொண்டே இருந்தது என்பதும் இங்கு குறிப்பிடத்தக்கது. எனினும் அது கேட்போர் அற்ற குரலாகவே ஒலித்தது. மொழி, இலக் கியத்தைப் பொறுத்தவரை அது தொடர்ந்தும் அவ்வாறே ஒலிக்கும் என்றே தோன்றுகிறது.

(இக்கட்டுரை கொழும்பு, பெண்கள், கல்வி ஆய்வு நிலையம் 1996 செப்டம்பரில் 'பெரியாரியம்' என்ற பொருளில் நடத்திய கருத்தரங்கில் படிக்கப்பட்டது. 'வர்க்கம், சாதி, பெண்நிலை, பண்பாடு: பெரியாரின் சிந்தனைகள்' பற்றிய ஒரு சமூக நோக்கு என்ற தலைப்பில் 1998இல் வெளிவந்த இக்கருத்தரங்கக் கட்டுரைத் தொகுதியிலும் இடம்பெற்றது.)

உசாத்துணை

அண்ணாமலை, இ. (1980) "எளிமையாக்கம். புதுமையாக்கத் தின் ஒரு முறை" 'மொழியியல். தொ.பொ.மீ. நினைவு மலர்' தொகுதி 4 எண் 4. 1 & 2 1980.

ஆனைமுத்து, வே. (1974), 'பெரியார் ஈ.வெ.ரா. சிந்தனைகள்', தொகுதி II, திருச்சி.

கேசவன், கோ. (1991), 'திராவிட இயக்கமும் மொழிக் கொள்கையும்', செல்மா – சிவகங்கை.

சண்முகம், செ.வை. (1978), 'எழுத்துச் சீர்திருத்தம்', அனைத் திந்தியத் தமிழ் மொழியியல் கழகம், அண்ணாமலை நகர்.

திருமாறன், கு. (1992), 'தனித்தமிழ் இயக்கம்', மருதம், திருச்சி.

நுஃமான், எம்.ஏ. (1984), 'பாரதியின் மொழிச் சிந்தனைகள்: ஒரு மொழியியல் நோக்கு', யாழ்ப்பாணப் பல்கலைக் கழகம், யாழ்ப்பாணம்.

நுஃமான், எம்.ஏ. (1989) "தமிழில் எழுத்துச் சீர்திருத்தம் : அதன் தேவையும், பிரச்சினைகளும்." யாழ்ப்பாணப் பல்கலைக்கழக கருத்தரங்கில் சமர்ப்பிக்கப்பட்ட கட்டுரை. உருளச்சு.

பெரியார், தந்தை (1974), 'அறிவு விருந்து', பெரியார் சுயமரியாதைப் பிரச்சார நிறுவன வெளியீடு, சென்னை.

பெரியார், தந்தை (1992), 'வானொலியில் தந்தை பெரியார்', பெரியார் சுயமரியாதைப் பிரச்சார நிறுவன வெளியீடு, சென்னை.

பெரியார், தந்தை (1992 a) 'புரட்டு இமாலயப் புரட்டு', பெரியார் சுயமரியாதைப் பிரச்சார நிறுவன வெளியீடு, சென்னை.

மார்க்ஸ், அ., ரவிக்குமார், வேல்சாமி, பொ. (ப.ஆ.) (1995). 'பெரியாரியம் : நிறப்பிரிகைக் கட்டுரைகள்', விடியல் பதிப்பகம், கோவை.

Diehl. Anita (1978), *Periyar E.V. Ramaswami : A Study of the Influence of a personality in contemporary South India* B.I. Publication, Bombay.

Irschick. E.F. (1969). *Politics and Social Conflict in South India : The Non - Brahman Movement and Tamil Seperatism 1916 - 1929,* Berkeley: University of California Press.

Pandian, M.S.S. (1996) "Towards National - Popular. Notes on Self - Respecter's Tamil" in *Economic and Political Weekly*, December 21, 1996.

Venkatachalapathy. A.R. (1995). "Coining Words : Language and Politics in Late Colonial Tamil Nadu" *in South Asian Bulletin*, Vol.XV, No.2 (1995).

மொழியியலும் இலக்கியத் திறனாய்வும்

மொழியியல் மொழி பற்றிய விஞ்ஞானம் என மொழியியலாளர்களால் சுருக்கமாக வரையறுக்கப்படுகின்றது. மொழி பற்றிய எல்லா அம்சங்களும் மொழியியலின் ஆய்வுப் பரப்புக்குள் அடங்குகின்றன. இலக்கியம் ஒரு மொழிக் கலை என்ற வகையில் மொழியியலாளரின் அக்கறைக்குரிய அம்சங்களுள் ஒன்றாகின்றது. ஆயினும் மொழியியலாளனின் அக்கறை இலக்கியத்தைப் பொறுத்தவரை அதன் மொழிக்கு அப்பால் செல்வதில்லை.

இலக்கியத் திறனாய்வு இலக்கியத்தின் சகல அம்சங்களையும் விளக்குவதையும் மதிப்பிடுவதையும் அடிப்படையாகக் கொண்டது. ஒரு இலக்கியப் படைப்பு – ஒரு கவிதை, ஒரு நாவல் அல்லது ஒரு சிறுகதை – எவ்வாறு தொழிற்படுகின்றது; அதன் அழகியல் அம்சங்கள் எவை; அது தரும் உளவியல் தாக்கம் எத்தகையது; அதன் வடிவத்துக்கும் பொருளுக்கும் இடையில் உள்ள உறவு என்ன; அதன் கவர்ச்சி அல்லது கவர்ச்சியின்மையின் அடிப்படைகள் எவை; அதன் மொழி அமைப்பு எத்தகையது; ஒரு இலக்கியப் படைப்புக்கும் அது தோன்றிய சமூகத்துக்கும் இடையே உள்ள உறவு என்ன என்பன போன்ற கேள்விகளுக்கு இலக்கியத் திறனாய்வாளன் விடைகாண முயல்கின்றான். இவ்வகையில் இலக்கியத்தின் மொழி அவனுடைய அக்கறைகளுள் ஒன்றுமட்டுமே எனலாம்.

மொழியியலுக்கும் இலக்கியத் திறனாய்வுக்கும் இடையில் உள்ள உறவு என்ன? மொழியியல் இலக்கியத்

திறனாய்வுக்கு எவ்வாறு பயன்படும்? இவ்வினாக்களுக்கு முரண்பட்ட விடைகளே அளிக்கப்படுகின்றன. இரண்டும் வெவ்வேறு துறைகள்; இரண்டுக்கும் இடையே எவ்விதத் தொடர்பும் இல்லை; இலக்கியத் திறனாய்வுக்கு மொழி யியலால் எவ்விதப் பயனும் இல்லை என்று வாதிடுவோர் உள்ளனர். பிரபல ஆங்கில விமர்சகரான பேற்சன் *(Bateson, 1971a, 1971b)* இவ்வகையில் மொழியியலின் பயன்பாட்டைத் தீவிரமாக நிராகரித்துள்ளார். அவருடைய கருத்துப்படி, "மொழியியல் புறநிலையானது. ஆனால் இலக்கியம் அகநிலை யானது. விஞ்ஞான முறையான அளவுகோல்களைக் கொண்டு கலையை மதிப்பிட முடியாது." பேற்சன் அளவு மொழி யியலை முற்றாக நிராகரிக்காது இலக்கியத் திறனாய்வில் அதன் பயன்பாட்டை ஓரளவு ஏற்றுக்கொண்ட சில விமர்சகர் களும் உள்ளனர். ஜோர்ஜ் ஸ்ரெய்னர் *(George Steiner 1975)*, டேவிட் லொஜ் *(David Lodge 1966)*, றெனி வெல்லாக் *(Rene Wellek 1971)* முதலியோர் இப் பிரிவுள் அடங்குவர். எனினும் இவர்களும் இலக்கியத் திறனாய்வில் மொழியியலின் பயன்பாட்டை ஓரளவு அவநம்பிக்கையுடனேயே நோக்கு கின்றனர். "இதுவரை கிடைக்காத அளவு மொழியின் இயல்பு, செயற்பாடு ஆகியவைபற்றி அறிந்துகொள்வதற்கு நவீன மொழியியல் இலக்கியத் திறனாய்வாளனுக்கு மிகத் திருப்தி கரமான சாதனங்களைத் தருகிறது" எனக் கூறும் டேவிட் லொஜ் *(பக்.5)*, நவீன மொழியியலின் பண்புகளுள் ஒன்று, அது தன்னை விஞ்ஞானம் என்று கருதுவது என்றும், இலக்கி யத்தின் அடிப்படையான பண்பு மதிப்பீடுகளுடன் தொடர் புடையது என்றும், இந்த மதிப்பீடுகள் விஞ்ஞான முறைக்குக் கட்டுப்படாதவை என்றும் கூறுகிறார். இவருடைய கருத்து பேற்சனுடைய கருத்துடன் ஒத்துப்போகின்றது. இலக்கிய ஆய்வில் மொழியியலின் மிகப் பெரும் முக்கியத்துவத்தை ஆதரிப்பதில் நானே முதல் ஆளாக இருப்பேன் எனக் கூறும் றெனி வெல்லாக், மொழியியலின் பகுப்பாய்வு உத்தி களுக்குள் அகப்படாத சில இலக்கியக் கூறுகள் உள்ளன என்றும் கூறுகிறார்.

இலங்கையின் பிரசித்திபெற்ற இலக்கிய விமர்சகர்களுள் ஒருவரான றெஜி சிறிவர்த்தன *(1994)* மொழியியல் மொழி பற்றிய ஒரு அரைகுறை விஞ்ஞானம் என்றும், சசூர், சொம்ஸ்கி போன்றோரின் மொழியியல் கோட்பாடுகள் விதிமுறைக்குட் பட்ட மொழியின் சில அம்சங்களை மட்டுமே கையாளத் தகுந்தன என்றும், ஆனால், மொழிப் பயன்பாடு மொழியி யலைத் தாண்டிச் செல்கின்றது என்றும், இலக்கியத்தின்

மொழிக்கூறுகளை விளக்க இக் கோட்பாட்டு மொழியியலால் இயலாது என்றும் வாதிட்டுள்ளார்.

இலக்கியத் திறனாய்வாளர்களின் இந்த எதிர்ப்பு ஒருபுறம் இருந்த போதிலும், மொழியியலாளர்கள் தொடர்ந்தும் இலக்கியத்தை ஆய்வு செய்வதில் அக்கறைகாட்டி வந்துள்ள னர். அமெரிக்க அமைப்பு மொழியியலாளர்கள், மாற்றிலக் கணகாரர், பிறாக் மொழியியல் வட்டத்தினர், எம்.ஏ.கே ஹலிடே போன்ற செயற்பாட்டு இலக்கணகாரர் *(Functional Grammarians)*, செயற்பாட்டுப் பொருண்மையியல் *(Functional Semantics)* துறையினர் முதலியோர் இலக்கிய ஆய்வில் பங்களிப்புச் செய்துள்ளனர். இவ்வகையில், வடிவவாதச் *(Formalism)* சிந்தனையாளர்களுள் ஒருவராகக் கருதப்படும் உலகப் புகழ் பெற்ற மொழியியலாளரான றோமன் ஜகோப்சனின் *(Roman Jacobson)* இலக்கிய ஆய்வுகள் மிக முக்கியமானவை. இலக்கியம் தொடர்பான அவரது முக்கிய மான கட்டுரைகள் 1987இல் *Language in Literature* என்னும் தலைப்பில் தொகுக்கப்பட்டன. மொழியியல் ரீதியான ஒரு இலக்கியக் கோட்பாட்டை வகுக்க அவர் முயன்றார். இலக்கியத்தை ஒரு மொழிக்கலை *(verbal art)* என்றே அவர் அழைத்தார். இவ் வகையில் 'மொழியியலும் கவிதை இயலும்' *(Linguistics and Poetics)* என்ற அவரது கட்டுரை மிக முக்கியமானது.

"ஓவியம் பற்றிய பகுப்பாய்வு சித்திர அமைப்பைக் கவனத்தில் கொண்டிருப்பது போன்று கவிதையியல் மொழி அமைப்புப் பிரச்சினைகளுடன் சம்பந்தப்பட்டது. மொழி யியல் மொழி அமைப்புப் பற்றிய ஒரு சர்வதேச அறிவியல் என்ற வகையில் கவிதை இயல் மொழியியலின் ஒரு உள் ளார்ந்த பிரிவாகவே கருதப்படலாம்" என இக் கட்டுரையில் அவர் குறிப்பிடுகிறார். *(ஜகோப்சன் 1987 : 63)*

இன்று இலக்கியத் திறனாய்வு, இலக்கியக் கொள்கை பற்றி அக்கறை காட்டும் அமைப்பியல், பின் அமைப்பியல் சிந்தனையாளர்களும் மொழியியல் ஆய்விலிருந்தே தமது அணுகுமுறையைத் தொடங்குகின்றனர் என்பதும் இங்கு குறிப்பிடத்தக்கது.

மொழியே தமது ஆய்வுப் பொருள் என்ற வகையில் இலக்கிய ஆய்வில் மொழியியலாளர் உரிமை கோருவது புரிந்துகொள்ளத் தக்கதே. ஒரு மொழியியலாளர் இலக்கியத் திறனாய்வாளராகவும் இருப்பதோ அல்லது ஒரு இலக்கியத் திறனாய்வாளர் ஒரு மொழியியலாளராகவும் இருப்பதோ இயல்பானதே. இது ஒரு மருத்துவர் ஒரு ஓவியராகவும்,

ஒரு ஓவியர் ஒரு மருத்துவராகவும் இருப்பது போன்றது. ஆனால் மருத்துவ விஞ்ஞானம் ஓவியக் கலையிலும், ஓவியக் கலை மருத்துவ விஞ்ஞானத்திலும் செல்வாக்குச் செலுத்து வதற்கான வாய்ப்புகள் இல்லை; அவை எவ்வகையிலும் உறவுடைய துறைகள் அல்ல. ஆனால், மொழியியலும் இலக்கியத் திறனாய்வும் அவ்வாறானவையல்ல. அவை நெருக்கமான வகையில் உறவுடையன. மொழியே இலக்கியத் தின் ஊடகம் என்ற வகையில் இலக்கியம் மொழியியலின் ஆய்வுப் பரப்புக்குள் அடங்கிவிடுகின்றது.

2

மொழியியல் நோக்கில் இலக்கியத்தை ஒரு மொழிக் கலை *(literature is a verbal art)* என வரையறுக்கலாம். வேறு எந்தக் கலை வடிவமும் மொழியை ஒரு ஆக்கக் கூறாக, ஊடகமாகக் கொண்டிருக்க வேண்டிய அவசியம் இல்லை. சிற்பம், ஓவியம், நடனம், இசை, நாடகம், திரைப்படம் எதற்கும் மொழி ஒரு அத்தியாவசியக் கூறு அல்ல. ஆனால் மொழி இல்லாமல் இலக்கியம் இல்லை. மொழியே இலக்கியத்தின் ஊடகமாகும்.

மொழியை நாம் இலக்கியப் படைப்புக்கு மட்டுமன்றி வேறு பல தேவைகளுக்கும் பயன்படுத்துகின்றோம். அன்றாட உரையாடல், கடிதம், பத்திரிகைச் செய்தி, அறிவித்தல், விளம்பரம், விபரணக் கட்டுரை, ஆராய்ச்சிக் கட்டுரை, விகடத்துணுக்கு, கவிதை, சிறுகதை, நாவல் இவையெல்லாம் மொழிப் பிரதிகள் தான். இவற்றுள் சிலவற்றை இலக்கியம் என்றும் சிலவற்றை இலக்கியம் அல்ல என்றும் வேறுபடுத்துகின்றோம். இவ்வேறு பாட்டின் அடிப்படை என்ன? கவிதை, சிறுகதை, நாவல் முதலியவற்றை இலக்கியம் என்றும் ஏனையவற்றை இலக்கியம் அல்ல என்றும் என்ன அடிப்படையில் வேறுபடுத்துகின்றோம்? எல்லாமே மொழிப் பிரதிகள்தானே? இவற்றுக்கிடையே வேறுபாடு உண்டா? அப்படியாயின் என்ன வேறுபாடு?

ஒரு மொழித் தகவலை ஒரு கலைப்படைப்பாக ஆக்குவது எது? *(What makes a verbal message a work of art?)* என்ற கேள்வியை றோமன் ஜகோப்சன் எழுப்புகிறார். கவிதையியல், அடிப்படையில் இவ்வினாத் தொடர்பானதுதான் என்பது அவரது கருத்து. இது பற்றிய விசாரணை இலக்கியத் திறனாய் வையும் மொழியியலையும் ஒரு புள்ளியில் ஒன்றிணைக் கின்றது எனலாம்.

ஒரு படைப்பாளி தான் வாழும் மொழிச் சமூகத்தில் வழக்கில் உள்ள பொது மொழியையே பயன்படுத்துகிறான்.

அவனுக்கென்று ஒரு தனிமொழியை அவன் உருவாக்கவோ, பயன்படுத்தவோ முடியாது. அவ்வாறு பயன்படுத்தினால் அவனால் தன் படைப்பு மூலம் அந்த மொழிச் சமூகத்துடன் தொடர்புகொள்ள முடியாது. ஆயினும், பொது மொழியை ஊடகமாகக்கொண்டு அவன் படைக்கும் இலக்கியம், இலக்கியம் அல்லாத பிற மொழிப் பிரதிகளிலிருந்து வேறு படுகின்றது. நாம் இந்த வேறுபாட்டை உணர்கின்றோம். இந்த வேறுபாட்டின் அடிப்படை எது?

இலக்கியம் என்பது உணர்ச்சி மொழி (*emotive language*) அல்லது அணி மொழி (*figurative language*) என்று பொதுவாகக் கூறப்படுகின்றது. உவமை, உருவகம், குறியீடு, யாப்பு, சந்தம் (எதுகை, மோனை) இவை இலக்கிய மொழிக்கு உரியவை, குறிப்பாகக் கவிதைக்கு உரியவை என்று பேசுகிறோம். ஆனால், இவை நமது சாதாரண, இலக்கியம் அல்லாத மொழிப் பயன்பாட்டிலும் இடம் பெறுகின்றன. வானொலி, தொலைக்காட்சி, பத்திரிகை விளம்பரங்களின் மொழியைச் சற்று நோக்கினால் இத்தகைய கூறுகள் பலவற்றைக் காணலாம். அரசியல் ஊர்வலங்களில் எழுப்பப்படும் சுலோகங்களில் நாம் இவற்றைக் காணலாம். நமது அன்றாட உரையாடலில் நாம் இத்தகைய கூறுகளை ஏராளமாகக் காணலாம். 'பெத்த வயிறு பத்தி எரியுது' என்ற ஒரு தாயின் கூற்று அணி மொழிதான்.

ஒரு இலக்கியப் படைப்பாளி பொதுமொழியையே தன் படைப்புக்குப் பயன்படுத்துகிறான். எனினும், அந்த மொழி அமைப்பின் சாத்தியப்பாடுகளை உச்ச அளவில் பயன்படுத்தி அந்த மொழியின் மூலம் பிறிதொரு மொழியை உருவாக்குகிறான். அவ்வகையில் ஒரு இலக்கியப் படைப்பு மொழியினால் ஆன மொழி எனலாம்.

ஒரு இலக்கியப் படைப்பை ஒரு முழுமையான, தன்னிறைவுள்ள ஒரு தனி மொழி அலகாகக் கொள்ள வேண்டும். அது ஒரு மூன்று வரிக் கவிதையாக இருக்கலாம்; முந்நூறு பக்க நாவலாக இருக்கலாம். ஒரே வாக்கியத்தால் ஆனதாக இருக்கலாம்; அல்லது பல்லாயிரக்கணக்கான வாக்கியங்களால் ஆனதாக இருக்கலாம். சொல், சொற்தொடர், வாக்கியங்கள் தரும் பொருளும், அவை சேர்ந்து உருவாக்கும் இலக்கியப் படைப்பு வெளிப்படுத்தும் பொருளும் என்று இருதள அமைப்புடையதாக இலக்கியம் செயற்படுகின்றது. வாக்கியங்கள் தரும் நேர்பொருள் ஒன்றும், அவ்வாக்கியங்களால் ஆன படைப்பு உணர்த்தும் நேர்பொருள் அல்லது ஒன்று அல்லது பல மறைபொருள்களும் என ஒரு இலக்கியப்

படைப்பு அமைப்புப் பெறுகின்றது. இவ்வகையில், இலக்கியப் படைப்புக்கு அதன் மொழி அமைப்பு *(language structure)*, இலக்கிய அமைப்பு *(Poetic / literary structure)* என இருதள அமைப்புகள் உள்ளன.

இலக்கியம் மொழியினாலேயே ஆக்கப்படுகின்றது. ஒலியன், உருபன், சொல், சொற்தொடர், வாக்கியம் என்ற கூறுகளால் ஆனது மொழி. இவற்றை மொழியின் வடிவக் கூறுகள் *(formal units)* என்போம். இந்த வடிவக் கூறுகள் மூலமே தொடர்பாடல் தகவல் அல்லது பொருண்மை வெளிப்படுத்தப் படுகின்றது. மொழி அர்த்தமுள்ள ஒரு சமூகச் செயற்பாடாக மாறுகின்றது. ஒரு இலக்கியப் படைப்பாளி இந்த மொழிச் சாதனங்களைத் தனக்கு வேண்டியவாறு ஒழுங்கமைத்து இலக்கியப் படைப்பை உருவாக்குகின்றான். இவ்வாறு உரு வாக்கப்பட்ட வடிவம் வாக்கியங்களின் பொருண்மையைத் தருவது மட்டுமல்லாமல் இலக்கியப் பிரதியின் பொருண்மை சார் உள்ளடக்கத்துக்கு ஒரு புதிய பரிமாணத்தையும் சேர்க்கின்றது. இவ்வாறு இலக்கியப் படைப்புக்கு இருதள அமைப்புக் கிடைக்கின்றது. ஒன்று, எழுத்து, சொல், வாக்கியங் களால் ஆன அடிப்படை அமைப்பு. மற்றது, இவற்றின் ஒருங்கிணைப்பினால் கட்டப்பட்ட முழுமையான இலக்கிய அமைப்பு. ஒரு படைப்பின் இலக்கிய அமைப்பு அது கட்டி எழுப்பப்பட்ட அடிப்படை அமைப்பை ஒதுக்கிவிடுவதில்லை. அந்த அடிப்படை அமைப்பின் ஊடாகவே நாம் இலக்கிய அமைப்புக்குள் பிரவேசிக்கின்றோம். இதை நான் ஒரு உதாரணத்தின் மூலம் விளக்கலாம். மூன்று மொழித் தகவல்களை இதற்காக நான் பயன்படுத்த விரும்புகிறேன்.

(1) எவ்வளவு சிரமமான வாழ்க்கை எனினும் கணவனுடன் வாழும் வாழ்வே ஒரு பெண்ணுக்குச் சிறந்தது.

இவ்வாக்கியம் தரும் பொருளை ஆணாதிக்கச் சமூகத்தின் குரல் என்று நாம் வாதிடலாம்; இதுபற்றிப் பெண் விடுதலை நோக்கில் நாம் விமர்சிக்கலாம். இக்கூற்றின் இன்றைய ஏற்புடைமை பற்றி நான் இங்கு பேசவில்லை. இதன் மொழி அம்சத்தையே நான் கவனத்தில் கொள்கின்றேன். இது ஒரு கூற்று; ஒரு மொழித் தகவல் *(verbal message)*. இது ஒரு வாக்கியத்தால் அமைந்தது. இவ்வாக்கியத்தில் பத்துச் சொற்கள் உள்ளன. சொற்களின் நேர்பொருளில் இருந்து இவ்வாக்கியத்தின் நேர் பொருள் நமக்குக் கிடைக்கின்றது. இதனை மொழியின் நேர் பயன்பாடு எனலாம். இனி இரண்டாவது வாக்கியத்துக்கு வருவோம்.

(2) ஆனையில ஏத்திவாற அரசன் சோத்தைவிட
பூனையில ஏத்தி வாற புருசன் சோறு மேல்.

இதுவும் ஒரு கூற்று, ஒரு மொழித் தகவல்தான். இதுவும் ஒரே வாக்கியத்தால் ஆனது. இதில் பன்னிரண்டு சொற்கள் உள்ளன. முதல் வாக்கியத்துக்கும் இதற்கும் இடையே பொருள் அடிப்படையில் உறவு உண்டு. ஆனால் இரண்டினது கட்டமைப்பும் வேறானது. இரண்டாவது வாக்கியம் இரண்டு எதிர் எதிர்ப் படிமங்களை முன் வைக்கின்றது.

ஆனையில ஏத்தி வரும் அரசன் சோறு
பூனையில ஏத்தி வரும் புருசன் சோறு

ஆனை – பூனை, அரசன் – புருசன்

ஒன்றோடு மற்றதை ஒப்பு நோக்கி, பெரியதைவிடச் சிறியதைத் தேர்கிறது. இரண்டு படிமங்களும் உண்மை நிகழ்வு களின் விபரணம் அல்ல. முற்றிலும் புனைவு சார்ந்தது என்பதை நாம் புரிந்துகொள்ள முடியும். இந்தப் புனைவு ஒரு நேர் பொருளையும் ஒரு மறை பொருளையும் இதற்குத் தருகின்றது. இதனையே நாம் அணி மொழிப் பயன்பாடு என்போம் *(figurative use of language)*. முதல் வாக்கியத்தில் இந்தப் புனைவு இல்லை. சொற்களின் நேர் பொருள் மட்டுமே உண்டு. முதல் வாக்கியத்தை நாம் ஒரு இலக்கிய ஆக்கமாகக் கருதுவதில்லை. ஆனால் இரண்டாவது வாக்கியத்தை ஒரு இலக்கிய ஆக்கமாகக் கருத முடியும்.

இனி இதை ஒத்த ஒரு சங்கக் கவிதையை நோக்கலாம்.

(3) அன்னாய் வாழிவேண் டன்னை நம்படப்பைத்
தேன்மயங்கு பாலினும் இனிய அவர் நாட்டு
உவலைக் கூவற் கீழ
மான்உண்டு எஞ்சிய கலுழி நீரே. (ஐங்குறு நூறு)

தெளிவுக்காக இதைத் தற்காலத் தமிழில் பின்வருமாறு மொழிபெயர்க்கலாம்.

அன்னையே வாழ்க, கேளாய் இதனை
நமது தோட்டத்து நறியதேன் கலந்த
பாலினும் இனியதே காதலர் நாட்டு
சருகுகள் மண்டிய பூவலில்
விலங்கு குடித்து எஞ்சிய கலங்கிய நீரே.

இதுவும் ஒரு கூற்று, ஒரு மொழித் தகவல்தான். ஒரு பாத்திரத் தின் (தலைவியின்) கூற்றாக அமைகின்றது. இதை ஒரு கவிதை, ஒரு இலக்கியப் படைப்பு என்று சொல்கிறோம்.

இதில் நாம் மூன்று அமைப்புகளைக் காண முடியும்.

1. இலக்கண அமைப்பு அல்லது வாக்கிய அமைப்பு

இலக்கண அமைப்பு அடிப்படையில் இதில் மூன்று வாக்கியங்கள் உள்ளன.

1. *அன்னாய் வாழி (வாழ்த்து)*
2. *வேண்டு அன்னை (வேண்டுகோள்)*
3. *நம்படப்பை ... கலுழி நீரே (கூற்று)*

இருபது சொற்கள் உள்ளன. இதற்குமேலாக இலக்கண அமைப்பு பற்றிய விபரம் இங்கு தேவை இல்லை.

2. யாப்பு அமைப்பு அல்லது செய்யுள் அமைப்பு

யாப்பு அடிப்படையில் இது ஒரு அகவல். 20 சொற்களும் 15 ஈரசைச் சீர்களாக அமைகின்றன. மொத்தம் 4 அடிகள். கடைசிக்கு முதல் அடியில் 3 சீர். ஏனைய அடிகள் 4 சீர் கொண்டவை. இறுதிச் சீர் ஏகாரம் கொண்டு முடிகின்றது. இவ்வகையில் இது ஒரு நேரிசை ஆசிரியப்பா.

3. கவிதை அமைப்பு

இக்கவிதை தலைவி கூற்றாக அமைகின்றது. தலைவி தன் காதல் அனுபவத்தை, தலைவன் மீது தனக்குள்ள ஆழ்ந்த பற்றுதலைச் செவிலித்தாய்க்கு அல்லது தோழிக்குக் கூறுகிறாள். இரண்டு எதிர் எதிர்ப் படிமங்களில் தன் அனுபவத்தை விபரிக்கிறாள். ஒன்று பிறந்தகத்து வளத்தை உணர்த்தும் தேன் கலந்த பால்; மற்றது தலைவன் நாட்டு நீர்க்கேணியில் விலங்குகள் குடித்து எஞ்சிய கலங்கிய நீர். முன்னையதை விட பின்னையது தனக்கு இனிமையானது என்ற ஒப்பீடு. இந்த ஒப்பீட்டில் இரண்டாவது உதாரணத்தில் உள்ளது போன்ற புனைவு இல்லை. (ஆனையில் ஏற்றிவரும் அரசன் சோறு, பூனையில் ஏற்றிவரும் புருசன் சோறு). நடைமுறை அனுபவத்துக்கு ஒத்ததாக உள்ளது. வளமான பிறந்தகத்து வாழ்வைவிட வளமற்ற தலைவனகத்து வாழ்வில் தலைவிக்கு உள்ள திருப்தியை இந்த ஒப்புமை மூலம் உணர்த்துகிறாள்.

இக்கவிதை பற்றிய ஏ.கே. ராமானுஜனின் (1983) வாசிப்பு சுவையானது. அவருடைய வாசிப்பின்படி இது தலைவியின் முதல் பாலியல் அனுபவம் பற்றிய கவிதை. வீட்டில் கிடைக்கும் தேன் கலந்த பாலைவிட சருகுகள் மண்டிய, விலங்குகள் கலக்கிய நீர்க்கேணி மிகுந்த பரவசம் தருவது பற்றிய அவளது கண்டுபிடிப்பைக் கூறும் கவிதை. தேன், பால், பண்பாடு, ஒழுங்குமுறை அனைத்தையும் விட்டு அவள் விலங்குகள் சேறாக்கிய இயற்கை நீரை அருந்தச் செல்கிறாள். கவிதை

தாயின் மடியைவிட்டு அவளது தலைவனின் பாலியல் உலகுக்குள் பிரவேசிக்கின்றது. அவளது தோட்டமும் தலைவனது நாடும் இரு நிலைகளை, இருவித மனிதர்களைச் சித்திரிக்கின்றன. தலைவனது நாடு தலைவனையே போன்றது. இன்னும் ஒரு கோணத்தில் தலைவி தானே நீர்க்கேணியாக இருக்கிறாள். தலைவன் மகிழ்ச்சியான விலங்கு. அந்த விலங்கு நீர்க்கேணியைக் கலக்கி அருந்த அவள் மகிழ்வுறுகிறாள். இவ்வாறு ஒரு சிறிய கவிதை நாம் அதற்குள் செல்லும்போது பல விசயங்களைச் சொல்கிறது.

முதலாவது உதாரணத்தில் மொழிக் கூறுகள் (சொற்களும் வாக்கியமும்) நேர்பொருளை மட்டும் தருகின்றன. இரண்டாவது, மூன்றாவது உதாரணங்களில் அவை நேர்பொருளின் அடிப்படையில் மறைபொருள் அல்லது உள்ளுறை பொருள்களின் ஒரு அடுக்கினை உருவாக்குகின்றன. அதனாலேயே இம்மொழித் தகவல்கள் இலக்கிய ஆக்கங்களாகவும் அமைகின்றன. இவ்வகையிலேயே ஒரு கவிதை அல்லது வேறு ஒரு இலக்கியப் படைப்பு மொழியினால் கட்டமைக்கப்படும் பிறிதொரு மொழியாக அமைகின்றது.

ஃபேடினன் டி சசூர் (1978) மொழியைக் குறிகளின் ஒரு ஒழுங்கமைப்பாக *(Language as a system of signs)* விளக்குவார். அவ்வகையில் மொழியியலைக் குறியியலின் *(semiotics)* ஒரு பிரிவாகவே அவர் கருதுவார். இவ்வகையில் ஒரு இலக்கியப் படைப்பைக் குறிகளால் ஆன ஒரு குறி என விளக்கலாம். மொழியினால் கட்டமைக்கப்படும் மொழி என்பதும், குறிகளால் ஆன குறி என்பதும் இலக்கியத்தின் ஓர் அம்சத்தையே விளக்குகின்றன. அதாவது மொழிக் கூறுகளே இலக்கியத்தின் அடிப்படை. அந்த அடிப்படையில் கட்டப்படும் இலக்கியம் தனக்கென்று சுயாதீனமான அமைப்பைக் கொள்கின்றது. இந்த அமைப்பு பல்வேறு பொருள்தள விரிவுக்கு வழிவகுக்கக் கூடியது. ஆயினும், மொழிப் பயன்பாட்டின் பல்வேறு சாத்தியப்பாடுகளே இதற்கும் அடிப்படையாக அமைகின்றன என்பதையும் நாம் மனங்கொள்ள வேண்டும்.

3

றோமன் ஜகோப்சன் (1985: 66 – 71) மொழியின் ஆறு வகைச் செயற்பாடுகள் பற்றி விளக்குகிறார். இவற்றுள் முதலாவதும் அடிப்படையானதும் சுட்டுச் செயற்பாடு *(referential function)* ஆகும். இதை மொழியின் நேர்செயற்பாடு என்றும் கூறலாம். பால் வெள்ளை நிறம், இலங்கை ஒரு

தீவு, நான் கொழும்புக்குப் போகிறேன் போன்ற கூற்றுகள் இத்தகையன. இரண்டாவது, உணர்ச்சிச் செயற்பாடு *(emotive function)*. பேசுவோன் எதைப் பற்றிப் பேசுகிறானோ அது பற்றிய அவனது மனப்பாங்கின், மன நிலையின், உணர்ச்சி யின் வெளிப்பாடாக மொழி அமைவதை இது குறிக்கும். கோபம், மகிழ்ச்சி, துக்கம், வெறுப்பு போன்ற உணர்வுகள் வெளிப்படும்போது மொழி அதற்கேற்ப வடிவம் பெறுகின்றது. மூன்றாவது, தூண்டல் செயற்பாடு *(conative function)*. இது ஏவல், விளிப் பொருள்களில் மொழி பயன்படுவதைக் குறிக்கும். ஏவல் வாக்கியங்களின் இலக்கண அமைப்பு ஏனைய வகை களில் இருந்து வேறுபடும். நான்காவது, உரை தொடர்ச் செயற்பாடு *(phatic function)*. தொடர்பாடலைத் தொடங்க, நீடிக்க, துண்டிக்க அல்லது கவனத்தை ஈர்க்க, தொடர்பாடல் சரியாக நடைபெறுகின்றதா என்பதைத் தீர்மானித்துக்கொள்ள சில மொழித் தகவல்களை நாம் பயன்படுத்திக்கொள்கிறோம். எப்படி சுகமா?, இன்றைக்கு மழை பெய்யும் போல, சரியான வெய்யில், இல்லையா?, நான் சொல்வது விளங்குதா? போன்ற வாக்கியங்கள் உரையாடலில் இவ்வாறு செயற்படு கின்றன. ஐந்தாவது, கருவிச் செயற்பாடு *(matalingual function)*. மொழியைப் பற்றிப் பேசுவதற்கு மொழியைப் பயன்படுத்து வதை இது குறிக்கும். இலக்கண நூல்களில் மொழி இவ்வாறே பயன்படுகின்றது. அன்றாட மொழிப் பயன்பாட்டிலும் இதைக் காண்கின்றோம். அன்றாடப் பேச்சில் நாம் பயன்படுத் தும் சொற்பொருள் விளக்கங்கள் எல்லாம் இதன்பாற் பட்டனவே. உதாரணமாக, 'குதிரை ஓடுவது என்றால் என்ன?' என்று ஒருவர் கேட்க, 'குதிரை ஓடுவது என்றால் பரீட்சையில் ஆள்மாறாட்டம் செய்வது' என்று ஒருவர் விளக்குவது இத்தகையது. இங்கு மொழியை மொழியால் விளக்குகிறோம். அகராதி விளக்கங்களும் இத்தகையனவே. ஆறாவது, கவித்துவச் செயற்பாடு *(poetic funtion)*. இது தகவலைக் குவிமையமாகக் கொண்டது. இச் செயற்பாடு தகவலின் வெளிப்பாட்டு முறை சார்ந்தது. குறிகளின் தெளி வினை மேம்படுத்துவதன் மூலம் குறிகளுக்கும் பொருள்களுக் கும் இடையில் உள்ள அடிப்படையான இருமைத்தன்மையை ஆழப்படுத்துகின்றது. இச்செயற்பாடு கவிதை, இலக்கியத்தில் மட்டும் காணப்படுவதில்லை.

ஜகோப்சன் இந்த ஆறு மொழிச் செயற்பாடுகளுக்கும் இடையே ஒரு படிநிலை உறவைக் காண்கின்றார். மொழித் தொடர்பாடலின் அடிப்படைக் கூறுகளான பேசுவோர், கேட்போர், பேச்சுச் சூழல், தகவல், தொடர்பு, குறி ஆகியவற் றுடன் இந்த ஆறு செயற்பாடுகளையும் தொடர்புபடுத்துகிறார்.

அவ்வகையில் மேற்குறிப்பிட்ட ஆறு செயற்பாடுகளுக்கும் பின்வரும் அமைப்பைத் தருகிறார்.

சுட்டு
உணர்ச்சி கவித்துவ தூண்டல்
உரைதொடர்
கருவி

ஜகோப்சனின் கருத்துப்படி மொழியின் கவித்துவச் செயற்பாடு மொழிக்கலையின் ஒரே செயற்பாடு அல்ல. அது ஆதிக்கமுடைய தீர்மானிக்கும் செயற்பாடு மட்டுமே. ஏனைய எல்லா மொழி நடத்தைகளிலும் அது ஒரு துணை உறுப்பாகச் செயற்படுகின்றது. மொழியின் பொதுவான பிரச்சினைகளைத் தொடாமல் கவித்துவச் செயற்பாடு பற்றி ஆராய முடியாது. மறுவகையில் மொழி பற்றிய பரிசீலனை அதன் கவித்துவச் செயற்பாடுபற்றிய முழுமையான கவன ஈர்ப்பை வேண்டிநிற்கிறது.

ஆறு வேறுபட்ட மொழிச் செயற்பாடுகளை இனங் காணக் கூடியதாக உள்ளபோதிலும் ஒரு செயற்பாட்டை மட்டும் கொண்ட மொழித் தகவல்கள் எவற்றையும் நாம் காண்பது அரிது என்றும், இந்த வேறுபாடு பல்வேறு செயற்பாடுகளில் ஏதோ ஒன்றின் ஏகபோகத்தில் அன்றி, செயற்பாடுகளின் வேறுபட்ட ஒரு படிமுறை ஒழுங்கிலேயே தங்கியுள்ளது என்றும் ஜகோப்சன் கூறுகிறார். ஒரு தகவலின் மொழி அமைப்பு பிரதானமாக அதன் முதன்மையான செயற்பாட்டில் தங்கியுள்ளது என்றும் அவர் கூறுகிறார். (ஜகோப்சன், 1985: 66)

ஒரு மொழிக் கலையில் – அது கவிதை, சிறுகதை, நாவல் அல்லது வேறு எதுவாயினும் – மொழியின் கவித்துவச் செயற்பாடு மேலாதிக்கம் பெற்றிருக்கும் அதே வேளை மொழியின் அனைத்துச் செயற்பாடுகளும் அதில் இடம்பெற முடியும் என்பதையும் நாம் இங்கு மனங்கொள்ள வேண்டும். கவிதையைவிட சிறுகதை, நாவல் போன்ற இலக்கிய வடிவங்களில் நாம் இதைப் பெருமளவு காணலாம். இவ்வகையில் இலக்கியத்தின் மொழியை மொழியின் கவித்துவச் செயற்பாட்டை ஆதிக்க அம்சமாகக் கொண்ட மொழி என நாம் வரையறுக்கலாம்.

4

ஒரு விசேட துறை சார்ந்த மொழிப் பயன்பாட்டை மொழியியலாளர் *discourse* என்பர். தமிழில் இதைக் குறிக்க

சொல்லாடல் என்பது வழக்குக்கு வந்துவிட்டது. இலக்கியத்தின் மொழியை நாம் இலக்கியச் சொல்லாடல் *(literary discourse)* எனலாம். நாம் பொதுவாக சாதாரணச் சொல்லாடலில் *(ordinary discourse)* இருந்து இலக்கியச் சொல்லாடலை வேறுபடுத்தி நோக்குகின்றோம். ஆனால் சாதாரண சொல்லாடலிலும் இலக்கியச் சொல்லாடலின் கூறுகள் பெரிதும் இடம்பெறுவதால் இவை இரண்டில் இருந்தும் வேறுபட்ட நேர் சொல்லாடல் *(lieral discourse)* என ஒன்றை அமைத்துக் கொள்வது இலக்கிய ஆய்வில் உபயோகமானது என சிப்பர் *(1987)* கருதுகிறார்.

இங்கு நேர் சொல்லாடல் என்பது சொல், சொற்தொடர், வாக்கியம் என்பவற்றில் நேர்பொருளை மட்டும் கொண்டுள்ள மொழி என வரையறுக்கலாம். இது ஒரு கோட்பாட்டு ரீதியான கட்டமைப்பு *(theoritical construct)* மட்டுமே. இங்கு மொழிக் குறிகள் அவற்றின் நேர்பொருளில் மட்டும் பயன்படுத்தப்படும். இது மொழியின் சுட்டுச் செயற்பாட்டால் தீர்மானிக்கப்படுவது எனலாம். இதற்கு மறுதலையில் மொழியின் கவித்துவச் செயற்பாட்டால் தீர்மானிக்கப்படுவது இலக்கியச் சொல்லாடல் எனலாம்.

> எனக்குக் கடுமையாகப் பசிக்கிறது.
> சன்னல்களூடாகப் பெண்கள் மகிழ்ச்சியோடு பாத்துக்
> கொண்டிருந்தார்கள்.

இவற்றை நேர் சொல்லாடல் என்றால்,

> என் சிறுகுடலைப் பெருங்குடல் தின்னுது
> சாளரம் தோறும் பூத்தன தாமரை மலர்கள்

என்பவற்றை இலக்கியச் சொல்லாடல் எனலாம். நேர் சொல்லாடலை மையப்புள்ளியாகக் கொண்டால், ஏனைய சொல்லாடல்களை அதிலிருந்து விலகிச் செல்வனவாக விளக்கலாம். இதைப் பின்வரும் படம் விளக்குகின்றது.

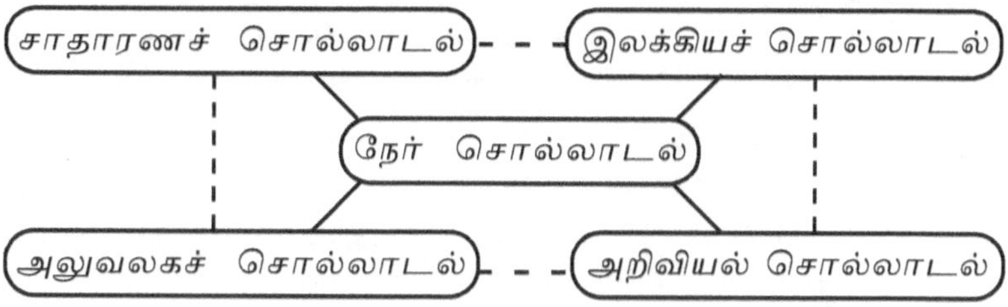

நான் ஏற்கனவே விளக்கியது போல இலக்கியச் சொல்லாடலில் எல்லாவகையான சொல்லாடல்களும் இடம்பெறும் வாய்ப்பு உண்டு. ஏனெனில் இலக்கியம் முழு

மொத்தமான மனித அனுபவங்களையும் உள்ளடக்குவது. அவ்வகையில், அது நேர் சொல்லாடலில் இருந்து பெருமளவு விலகிச் செல்லும் இயல்புடையது.

இவ்வாறு விலகும்போது நேர் சொல்லாடலின் இலக்கண அமைப்பைவிட, பொருண்மை அமைப்பில் இருந்தே அது பெரிதும் விலகுகின்றது. சொல்லுக்கும் பொருளுக்கும் இடையிலான நேர்தொடர்பைத் துண்டித்துக்கொண்டு அது வெளியே சஞ்சரிக்கின்றது.

இலக்கியச் சொல்லாடல் நேர் சொல்லாடலில் இருந்து பொருண்மை அமைப்பில் பெரிதும் விலகுகின்றது எனப் பார்த்தோம். நோம் சொம்ஸ்கி *(1965)* இலக்கணம் பொருண்மையில் இருந்து சுயாதீனமானது *(Grammar is independent from semantics)* என்ற கருத்தை வலியுறுத்துகிறார். இதை நிறுவ அவர் பயன்படுத்தும் புகழ்பெற்ற உதாரணம் பின் வருமாறு:

Colourless green ideas sleep furiously.

(நிறமற்ற பச்சைநிற எண்ணங்கள் மூர்க்கமாகத் துயில்கின்றன.)

இவ்வாக்கியம் இலக்கண ரீதியில் ஏற்றுக்கொள்ளத் தக்கது என்றும் பொருண்மை ரீதியில் அர்த்தமற்றது என்றும் அவர் கூறுவார். சொம்ஸ்கி பெரும்பாலும் நேர் சொல்லாடலை அடிப்படையாகக் கொண்டே தன் இலக்கணக் கோட்பாட்டை வகுத்தார். அவரது இலக்கணம் இத்தகைய வாக்கியங்களை வெளி ஒதுக்கிவிடும்.

ஜகோப்சன் போன்றவர்கள் சொம்ஸ்கியின் இக்கருத்தை ஏற்றுக்கொள்வதில்லை. இலக்கியத்தில் இத்தகைய வாக்கியங்கள் இடம்பெறலாம், அங்கு அவை பொருளுடையதாக இருக்கலாம் என்று வாதிடுவர். இவற்றின் பொருள் அவை இடம்பெறும் சந்தர்ப்பத்தைப் பொறுத்தது. நேர் சொல்லாடலில் அர்த்தமற்றதாகத் தெரியும் வார்த்தைக் கோவைகள் இலக்கியச் சொல்லாடலில் அவை இடம்பெறும் சந்தர்ப்ப சூழலைப் பொறுத்துப் பொருள் பெறும்.

'அந்திவானத்தின் சூரிய ஒளி ஒரு இன்ப வேதனை நிறத்தில் தோன்றியது.'

இவ்வாக்கியம் சொம்ஸ்கியின் உதாரண வாக்கியத்தை ஒத்ததே. ஆனால் மௌனியின் சிறுகதையில் (மனக்கோலம்) இது அர்த்தமுடையது.

பொருளற்ற ஒலிக் கோலங்களும் இலக்கியச் சொல்லாடலில் பொருளுடையதாவதைக் காண்கின்றோம்.

‘லங்குறு சிம்பிரி சாலா’ இதற்கு ஒரு நல்ல உதாரண மாகும். இப் பொருளற்ற கூற்று நா. சுந்தரலிங்கத்தின் ‘விழிப்பு’ நாடகத்தில் வரும் நேர்முகப் பரீட்சைக் காட்சியில் இடம் பெறுகிறது. பிரதான பரீட்சகர் தொழில்தேடி வருவோரிடம் இதைக் கேட்கிறார். நேர்முகப் பரீட்சையின் அபத்தத்தை இப்பொருளற்ற கூற்று மிகத் தாக்கமாக வெளிப்படுத்துகின்றது.

இவ்வாறு ஒரு மொழிக்கூறு அது இடம்பெறும் மொழிச் சந்தர்ப்பம், உரையாடற் சந்தர்ப்பம் என்பவற்றைப் பொறுத்துப் பொருளேற்றம் பெறும். இதனைச் சந்தர்ப்ப மயமாக்கல் *(contextualization)* என்பர்.

ஒரு மொழிக்கலை அல்லது இலக்கியப் படைப்புக்கு குறைந்தபட்சம் இருதள அமைப்பு உண்டு என்று பார்த்தோம்.

1. அடிப்படை அமைப்பு *(Primary Structure)* – சொல், தொடர், வாக்கிய அமைப்பு அதாவது இலக்கண அமைப்பு.
2. கவித்துவ அமைப்பு *(Poetic Structure)* – குறிப்பிட்ட இலக்கிய வடிவத்தின் கட்டமைப்பு.

ஒரு மொழியியலாளர் ஒரு இலக்கியப் படைப்பின் அடிப்படை அமைப்புடன் மட்டும் நின்று கொள்ளக்கூடும். அந்த இலக்கியப் படைப்பின் மொழியை மட்டும் அவர் ஆய்வுப் பொருளாகக் கொள்ளக்கூடும். பத்துப்பாட்டின் மொழி, சிலப்பதிகாரத்தின் மொழி, கம்பராமாயணத்தின் மொழி என அவர் பகுப்பாய்வு செய்யலாம். அதை ஒரு இலக்கியப் படைப்பாக அவர் பொருட்படுத்தத் தேவை இல்லை. தன் மொழி ஆய்வுக்கான ஒரு மூலமாக மட்டுமே அவர் அப்படைப்பைக் கருதலாம். இத்தகைய ஆய்வு இலக்கியத் திறனாய்வின் பாற்பட்டதல்ல. ஆயினும், இந்த ஆய்வின் முடிவுகளை ஒரு திறனாய்வாளர் பயன்படுத்த முடியும். குறிப்பிட்ட படைப்பின் அல்லது குறிப்பிட்ட ஆசிரியரின் நடையியல் பண்புகளைத் தீர்மானிக்க இது அவருக்கு உதவ முடியும்.

ஒரு மொழியியல் திறனாய்வாளர் ஒரு படைப்பின் அடிப்படை அமைப்புக்கும் அதன் கவித்துவ அமைப்புக்கும் இடையே உள்ள உறவில் அதிக அக்கறை காட்டுவார். ஒரு குறிப்பிட்ட படைப்பின் கவித்துவ அமைப்பு அதன் மொழி அமைப்பை எவ்வாறு தீர்மானிக்கின்றது, அடிப்படை மொழி அமைப்பின் என்ன என்ன கூறுகள் அதன் கவித்துவ அமைப்பைத் தீர்மானிக்கின்றன போன்ற விடயங்களைக் கண்டறிய அவர் முயல்கிறார். இவ்வாறு ஒரு மொழியிய

லாளர் ஒரு படைப்பின் கவித்துவ அமைப்புக் குறித்து அக்கறை செலுத்தும்போதே மொழியியல் திறனாய்வாள ராகின்றார்.

5

இலக்கியம் ஒரு மொழிக்கலை என்ற வகையில் மொழியியல் அதை எவ்வாறு நோக்குகின்றது என இதுவரை பார்த்தோம். பிற அறிவுத் துறைகளைப் போன்றே மொழி யியலும் ஒருமுகப்பட்டதல்ல. அதற்குள்ளும் பல கோட்பாடு களும், அணுகுமுறைகளும், பிரிவுகளும் உள்ளன. அவ்வகை யில் மொழி இயலும் இலக்கியத் திறனாய்வும் பற்றிப் பேசும்போது ஏதாவது ஒரு மொழியியல் கோட்பாட்டை எடுத்துக்கொண்டு இலக்கியத் திறனாய்வில் அது எவ்வாறு பயன்படுகின்றது அல்லது பயன்பட முடியும் என ஆராய் வதை விடுத்து வெவ்வேறு மொழியியல் கோட்பாடுகள் முன்வைத்துள்ள சில முக்கியமான கருத்தாக்கங்கள் எவ்வாறு இலக்கியத் திறனாய்வில் பயன்பட முடியும் என்பதை இனி சுருக்கமாக நோக்கலாம்.

இவ்வகையில் சசூரின் இரண்டு கருத்தாக்கங்கள் முக்கிய மானவை.

(1) மொழிக்குறி *(Linguistic Sign)*

(2) அகமொழியும் புறமொழியும் *(Langue and Parole)*

சசூர் ஒவ்வொரு சொல்லையும் ஒரு குறியாகக் *(sign)* கருதினார். ஒரு குறிக்கு இரண்டு பகுதிகள் உண்டு. ஒன்று குறிப்பான் *(signifier)*, மற்றது குறியம் *(signified)*. இதனை வடிவம், பொருள் *(form and meaning)* என்றும் நாம் கூறலாம். தொல்காப்பியரின் கலைச் சொல்லைப் பயன்படுத்துவ தானால் சொன்மை, பொருண்மை என்று கூறலாம். உதாரண மாக, மரம் என்ற சொல் ஒரு குறி. இதன் எழுத்து வடிவம் (ம–ர–ம்) அல்லது அதன் ஒலிவடிவம் குறிப்பான் எனப்படும். இதுவே சொன்மை. மற்றது இது சுட்டி நிற்கும் வெளி உலகில் உள்ள வேரும், தண்டும், கிளையும், இலைகளும் உள்ள பொருள். இதுவே குறியம் அல்லது பொருண்மை எனப்படும். இதைப் பின்வருமாறு ஒரு படத்தில் விளக்கலாம்.

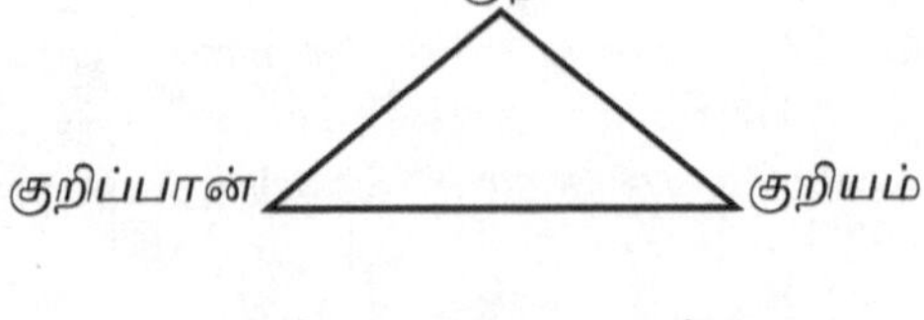

குறிப்பான், குறியம் இரண்டுக்கும் இடையே உள்ளார்ந்த உறவு இல்லை. இவற்றுக்கிடையே உள்ள உறவு இடுகுறித் தன்மை உடையது என்பது சசூரின் ஒரு மையக் கருத்தாகும். மொழியின் ஆக்குதிறனைத் *(productivity)* தீர்மானிக்கும் காரணிகளுள் குறியின் இடுகுறித்தன்மைக்கு அதிக முக்கியத் துவம் உண்டு. குறிப்பானுக்கும் குறியத்துக்கும் இடையே காரணத் தொடர்பு இருக்குமாயின், ஒரு குறிப்பான் பல எண்ணக்கருக்களை (குறியம்) குறித்து நிற்கும் சாத்தியம் இல்லாதிருக்கும். குறிப்பானுடைய பல்பொருள் தன்மைக்கும், உருவகப் பயன்பாட்டுக்கும் இந்த இடுகுறித் தன்மையே அடிப்படையாக அமைகின்றது. ஒரு குறிப்பான் தன்னளவில் பொருளற்றது. ஒரு மொழிக்குறியைத் தனிமைப்படுத்திப் பொருள்கொள்ள முடியாது. பிற குறிகளுடன் அதற்குள்ள உறவின் அடிப்படையிலேயே நாம் அதன் பொருளைத் தீர்மானிக்கின்றோம். உதாரணமாக, **அடி** என்ற குறியின் (சொல்லின்) பொருள் என்ன? மொழி அமைப்பில் பிற குறிகளுடன் அதற்குள்ள உறவு, உரையாடல் சந்தர்ப்பம் ஆகியவற்றின் அடிப்படையில் அது தீர்மானிக்கப்படும்.

அவன் என் தலையில் **அடி**த்தான்
தலையில் பலமான **அடி** விழுந்தது
மரத்தின் **அடி**யில் குந்தினேன்
அடியற்ற மரம் போல் சாய்ந்தான்
அடித் தொண்டையால் கத்தினேன்
அடிக்கழுவி வந்தான்
ஏழைகளின் வயிற்றில் **அடி**க்காதே

ஒவ்வொரு வாக்கியத்திலும் அடி வெவ்வேறு பொருள் குறித்து நிற்கின்றது. 'க்ரியாவின் தற்காலத் தமிழ் அகராதி' இச்சொல்லுக்கு 40க்கும் அதிகமான பொருளைத் தருகின்றது. பிற குறிப்பான்களுடன் இணைந்து வரும்போது இது இன்னும் பல பொருள் வேறுபாடுகளை உணர்த்தும். அடிவயிறு, அடித்தடி, அடிநாதம், அடிச்சோறு, அடிமனம் போன்றவை சில உதாரணங்கள்.

சசூர் குறிகளுக்கிடையே இருவகையான உறவு இருப் பதை விளக்குகிறார். ஒன்று, கிடைநிலை உறவு *(syntagmatic relationship)*. இது ஒரு குறியை அடுத்து என்ன குறி இடம் பெறலாம் என்பது தொடர்பானது. உதாரணமாக, அடித்தான் என்பதில் மூன்று குறிகள் இணைந்துள்ளன. அடி+த்த்+ஆன். இவை மூன்றும் இந்த ஒழுங்கிலேயே வரும். வேறு ஒழுங்கில் வராது. மற்றது, அடுக்குநிலை உறவு *(paradigmatic relationship)*. இது ஒரு குறியின் இடத்தில் வேறு என்ன குறி இடம் பெறலாம் என்பது தொடர்பானது. உதாரணமாக, அடித்தான்

என்பதில் அடி வரும் இடத்தில் படி, கடி, முடி, கொடு முதலியவை வரலாம். –த்த்– வரும் இடத்தில் –ப்ப்–, –கிறு– என்பன வரலாம்; ஆன் வரும் இடத்தில் ஏன், ஓம், ஆள், ஆர் முதலியவை வரலாம். இதைக் குறிகளின் அமைப்பும் ஒழுங்கும் *(structure and system)* என சசூர் விளக்குவார். சசூரைப் பொறுத்தவரை மொழி என்பது எல்லாவற்றுக்கும் மேலாக குறிகளின் ஓர் ஒழுங்கமைப்பாகும்.

சசூரின் இக்கருத்தாக்கத்தை இலக்கியத்துக்குப் பிரயோகித்தால் இலக்கியப் படைப்பையும் ஒரு குறியாகக் கருதலாம். குறியியல் எல்லாக் கலைகளையும் குறியாகவே கருதும். "குறியியல் ஆய்வில் இருந்து கலை நீண்ட காலமாகத் தப்பித்த போதிலும், எல்லாக் கலைகளும், அவை காலத்தை அடிப்படையாகக் கொண்ட இசை அல்லது கவிதையாக இருப்பினும், வெளியை அடிப்படையாகக் கொண்ட ஓவியம் அல்லது சிற்பமாக இருப்பினும், காலம், வெளி இரண்டையும் அடிப்படையாகக் கொண்ட நாடகம் அல்லது திரைப்படமாக இருப்பினும் அவை குறியுடன் தொடர்பு கொண்டுள்ளன" என ஜகோப்சன் *(1985 : 451)* கூறுகிறார்.

இலக்கியக் குறி மொழிக் குறிகளால் அமைவது. அவ்வகையில் இலக்கியம் குறிகளால் அமைந்த குறி ஆகின்றது. அதற்கே உரிய ஒழுங்கமைப்பையும் மரபுகளையும் கொண்டது. இலக்கியக் குறி, மொழி அமைப்பு, சமூக அமைப்பு, காலப் பின்னணி என்ற தளத்தில் இயங்குகின்றது. இலக்கியத்தின் பொருளை இவையே தீர்மானிக்கின்றன. இதனாலேயே இலக்கியத்தைப் பொருள் கொள்வதில் வாசகனின் பங்கு முக்கியத்துவம் பெறுகின்றது.

6

சசூரின் இரண்டாவது கருத்தாக்கம் அகமொழி *(langue)*, புறமொழி *(parole)* என்பனவாகும். சசூரின் இந்தக் கருத்தாக்கங்களைச் சரியாகச் சுட்ட ஆங்கில மொழியிலேயே சரியான சொற்பயன்பாடு இல்லை என்கிறார்கள். தமிழில் சிலர் மொழிக்கிடங்கு / பேச்சு போன்ற சொற்களைப் பயன்படுத்துகின்றார்கள். இது அவ்வளவு பொருத்தமாகத் தோன்றவில்லை. சசூர், மொழியின் உள்ளார்ந்த அமைப்பையே *langue* என்கிறார். இது நம் பிரக்ஞைக்குத் தெரியாதது; அரூபமானது. நாம் மொழியைப் பேசுகிறோம் அல்லது எழுதுகிறோம். இதற்காகச் சொற்கள், சொற்றொடர்கள், வாக்கியங்களைப் பயன்படுத்துகிறோம். இது நம் உண்மையான பேச்சு நடத்தை. இதையே சசூர் *parole* என்கிறார்.

இந்த வேறுபாட்டைத் தமிழில் அகமொழி, புறமொழி எனச் சுட்டுவது ஓரளவு பொருத்தமானதுதான். அகமொழி, பொது வானது, பொதுமைப்படுத்தப்பட்டது. உள்ளார்ந்து அமைந் திருப்பது. புறமொழி வெளிப்படையானது, வேறுபாடுடையது.

உதாரணமாக,

யான் சென்று வருகிறேன்
யான் போய் வருகிறேன்
நான் போய் வருகிறேன்
நான் போட்டு வாறன்
நான் பெயித்திற்று வாறன்

இவையெல்லாம் புறமொழிக்கு (*parole*) உரியன. இவற்றின் உள்ளார்ந்த அமைப்பாக மறைந்திருக்கும் தன்மைஒருமைப் பெயர்+வினை+காலம் என்ற அமைப்பு விதி அகமொழிக்கு (*langue*) உரியது. இதை நாம் இன்னும் விரிவுபடுத்தலாம். நாம் மொழி என்று பேசும்போது அது கருத்து ரூபமானது. ஆனால் தமிழ், ஆங்கிலம், சிங்களம் என்று பேசுவது குறிப்பானது. எளிதில் அடையாளப்படுத்தக் கூடியது. அவ்வகையில் மொழியை *langue* என்றும், தமிழ், ஆங்கிலம், சிங்களம் போன்ற ஒவ்வொரு குறிப்பிட்ட மொழியையும் அதன் *parole* என்றும் நாம் கூறமுடியும். இந்த ஒப்புமையை ஒவ்வொரு மொழிக்கும் நாம் விரிவுபடுத்த முடியும். உதாரணமாக, தமிழ் என்று பேசும்போது நாம் மிகவும் பொதுமைப்படுத்தப்பட்ட அரூபமான ஒரு மொழி அமைப்பு முறையையே சுட்டுகிறோம். இது யதார்த்தத்தில் இல்லாதது. யதார்த்தத்தில் இருப்பது கால, இட, சமூக அடிப்படையில் வேறுபடும் வெவ்வேறு மொழி வழக்குகளே. சங்கத் தமிழும், இடைக்காலத் தமிழும், தற்காலத் தமிழும் ஒன்றல்ல. பேச்சுத் தமிழும் எழுத்துத் தமிழும் ஒன்றல்ல. இலங்கைத் தமிழும், இந்தியத் தமிழும் ஒன்றல்ல. பார்ப்பனர் பேசும் தமிழும், தலித்துகள் பேசும் தமிழும் ஒன்றல்ல. இவை தமிழின் புறமொழிகள். சமூக மொழியியலாளர் இவற்றைக் கிளை மொழிகள் என்பர். மொழி, கிளை மொழி வேறுபாடுகளை *Langue / Parole* வேறுபாட்டுடன் நாம் ஒப்புமை காண முடியும்.

அகமொழி / புறமொழி என்ற இந்தக் கருத்தாக்கத்தை இலக்கியத் திறனாய்விலும் நாம் பயன்படுத்த முடியும். ஒவ்வொரு இலக்கியப் படைப்பிலும் அதன் உள்ளார்ந்த அமைப்பையும் அதன் புற வடிவத்தையும் நாம் வேறுபடுத்த முடியும். இவ்விரண்டுக்கும் இடையில் உள்ள உறவின் அடிப்படையில் அப்படைப்பை அணுக முடியும்.

ஒவ்வொரு இலக்கிய வடிவத்துக்கும், அவ்வடிவம் சார்ந்த தனித்தனிப் படைப்புகளுக்கும் இடையே உள்ள உறவு சார்ந்த பிரச்சினைகளையும் இக்கருத்தாக்கங்களைப் பயன்படுத்தி ஆராய முடியும். உதாரணமாக, நாவல், சிறுகதை, கவிதை, நாடகம் என வடிவங்கள் பற்றிப் பேசுகிறோம். இக் கருத்தாக் கங்கள் அகமொழி சார்ந்தன. ஒவ்வொரு நாவலும், ஒவ்வொரு சிறுகதையும் மற்றதில் இருந்து வேறுபட்டது. உதாரணமாக, டாஸ்டாயின் 'புத்துயிர்', கார்க்கியின் 'தாய்', காம்யூவின் 'அந்நியன்', ஹெமிங்வேயின் 'கடலும் கிழவனும்' ஆகியவை நாவல்களாகவே இனங்காணப்படுகின்றன. இவற்றை நாவலாக் குவது எது? அல்லது எவை? நாவல் என்ற இலக்கிய வடி வத்துக்குரிய பொதுக்குணாம்சங்கள் அல்லது விதிமுறைகள், மரபுகள் எனக் கருதப்படுவனவற்றுள் சிலவேனும் இவற்றின் ஆக்கக் கூறுகளாக இருப்பதனால்தான் இவை நாவலாக இனங் காணப்படுகின்றன. இக்கூறுகளை நாவலின் அகமொழி என்றால் இந்த நாவல் ஒவ்வொன்றும் அதன் புறமொழியாக அமைகின்றது எனலாம். நாவலின் துணை வகைகளையும் – வரலாற்று நாவல், சமூக நாவல், துப்பறியும் நாவல் போன் றவை – நாம் இவ்வாறு நோக்கலாம். இவ்வகையில் பார்க்கும் போது ஜெயமோகனின் *(1995)* நாவல் கோட்பாட்டின் அடிப்படைக் கோளாறுகளை நாம் புரிந்துகொள்ள முடியும். அவர் நாவல் வடிவத்தின் அப்பழுக்கற்ற உதாரணம் ஒன்றை மனதில் வைத்துக்கொண்டு தமிழில் நாவல் பற்றிப் பேசுகிறார். அவ்வாறு பேசும்போது தமிழில் நாவல்களே இல்லை, அல்லது இரண்டொரு நாவல்களே உண்டு என்ற முடிவுக்கு வருகிறார். மற்றவையெல்லாம் உணர்ச்சிக் கதைகள், நெடுங்கதைகள், தொடர்கதைகள் என நாவலுக்கு வெளியே தள்ளப்படு கின்றன. இது ஒரு வகையான இலக்கியக் கருத்துமுதல்வாதம் *(literary idealism)* எனலாம். தமிழும் அதன் கிளை மொழிகளும் போல நாவலும் அதன் வகைகளும் அமைகின்றன. ஒரு கிளை மொழியை உயர்ந்ததாகவும் மற்றவற்றைத் தாழ்ந்ததாக வும் கருதுவது அவரவரின் சமூக மனப்பாங்கு சார்ந்தது. மொழியியல் கிளைமொழிகளுக்கிடையே உள்ள வேறுபாடு களைப் பற்றிப் பேசுமே தவிர அவற்றை மதிப்பிடுவதில்லை. நாவலையும், நாவல் வகைகளையும், தனித்தனி நாவல்களை யும் அகமொழி, புறமொழி என்ற கண்ணோட்டத்தில் அணுகுவோமாயின் இலக்கிய விமர்சகர் என்ற வகையில் நாம் வேறுபாடுகளையே அடையாளப்படுத்துவோம். மதிப்பீடு பெரிதும் அகநிலை சார்பானது. நவீன விமர்சனத்தின் மையத்தில் இருந்து இன்று மதிப்பீடு நகர்ந்துவிட்டதையும் நாம் காண்கின்றோம்.

7

சசூரின் கருத்தாக்கங்கள்போல் சொம்ஸ்கியின் பின்வரும் இரண்டு கருத்தாக்கங்கள் இலக்கிய விமர்சனத்தில் பயன்பட முடியும்.

(1) மொழித் திறன் *(Linguistic competence)*, மொழிச் செயல் *(Linguistic performance)*

(2) ஆழ் அமைப்பு *(Deep Structure)*, மேல் அமைப்பு *(Surface Structure)*

சொம்ஸ்கியின் மொழித் திறன், மொழிச் செயல் ஆகிய கருத்தாக்கங்கள் சசூரின் அகமொழி, புறமொழி கருத்தாக்கங் களுடன் ஒத்தவை எனினும் அழுத்த வேறுபாடுகள் உடையவை. ஒரு மொழியில் இலக்கணமுடைய எண்ணிக்கை யற்ற புதிய புதிய வாக்கியங்களை உண்டாக்கவும், அத்தகைய புதிய புதிய வாக்கியங்களைப் புரிந்துகொள்ளவும், அவற்றின் இலக்கணம் உடைமை அல்லது இன்மை பற்றி உறுதிப் படுத்தவும் அம்மொழியைத் தாய் மொழியாகக் கொண்ட ஒருவருக்கு இயல்பாகவே உள்ள திறனையே சொம்ஸ்கி மொழித் திறன் என்கிறார். இது ஒரு மொழியின் உள்ளார்ந்த அமைப்பு பற்றிய ஒருவரின் அறிவு ஆகும். மொழிச் செயல் என்பது ஒருவரின் உண்மையான மொழிப்பயன்பாடு ஆகும். அவர் பேசுவது அல்லது எழுதுவது, குறிப்பிட்ட சந்தர்ப்ப சூழ்நிலையில் அது பொருத்தப்பாடாக அல்லது பொருத்த மற்று அமையும் தன்மை, கால, இட, சமூக நிலைகளுக்கு ஏற்ப மொழியைப் பயன்படுத்தும் தன்மை இவையெல்லாம் மொழிச் செயல் எனப்படுகிறது.

சொம்ஸ்கியின் மொழியியல் கோட்பாடு மொழித் திறனை அடிப்படையாகக் கொண்டது. ஒவ்வொரு தாய் மொழியாளரும் தன் மொழியின் உள்ளார்ந்த அமைப்பு பற்றி மறைமுகமான அறிவைக் கொண்டுள்ளார். குறிப்பிட்ட ஒலிக்கோலங்களைச் சொற்களாகவும், சொற்றொடர்களா கவும், வாக்கியங்களாகவும் அமைக்கவும், இனங்காணவும், பொருள் கொள்ளவும், சரி, பிழை கூறவும் அவரால் இயல் வதற்கும் இந்த மறைமுக அறிவே காரணம். இந்த மறைமுக அறிவு இல்லாவிட்டால் ஒலிக்கோலங்கள் அவருக்குப் பொருளற்றவை. சொம்ஸ்கி மொழியை விதிகளின் ஆளுகைக் குட்பட்ட ஒழுங்கமைப்பு என வரையறுக்கிறார் *(Language is a rule governed system)*. இந்த விதிகளே அதன் இலக்கணம்; இந்த இலக்கணம் பற்றிய அறிவே மொழித் திறன். இது பேசுவோர், கேட்போர் இருவருக்கும் உரியது.

இந்தக் கருத்தாக்கத்தை நாம் இலக்கியத்துக்கும் பொருத்திப் பார்க்க முடியும். இலக்கியமும் மொழிபோல் சில விதிமுறை களையும் மரபுகளையும் கொண்டமைவது. ஒவ்வொரு இலக்கியப் படைப்புக்கும் பொருளும் வடிவமும் உண்டு. நாம் ஏற்கனவே நோக்கியதுபோல ஒரு மொழித் தகவல் இலக்கியப் படைப்பாகக் கருதப்படுகிறதென்றால் அது தனக்கென்ற இலக்கிய அமைப்பைக் கொண்டுள்ளது என்பதே பொருள். மொழியைப் பேசவும் பொருள்கொள்ளவும் மொழித் திறன் அடிப்படையாக இருப்பதுபோல இலக்கியப் படைப்புக்கும், நுகர்ச்சிக்கும் இலக்கியத் திறன் *(literary competence)* அடிப்படையாக அமைகின்றது என நாம் விளக் கலாம். யொனாதன் கல்லர் *(1975: 113–130)* இக்கருத்தாக்கத்தைச் சற்று விரிவாக விளக்கியுள்ளார். இலக்கியச் சொல்லாடலின் செயற்பாடுகள் பற்றிய தன் மறைமுக அறிவைப் பயன்படுத் தாமல் ஒருவர் ஒரு இலக்கியப் பிரதியைப் பொருள் கொள்ள முடியாது. இம்மறைமுக அறிவே ஒரு இலக்கியப் பிரதியில் எதைத் தேடவேண்டும் என்பதை அவருக்குச் சொல்கிறது *(பக். 114)*. இலக்கியச் சொல்லாடலின் மரபுகள் பற்றிய அறிவே இலக்கியத் திறன் எனலாம். இம்மரபுகள் பற்றிய பரிச்சயம் அற்ற ஒருவருக்கு ஒரு படைப்பு தன் அர்த்தத்தை இழந்துவிடும்.

> உன் கண்ணில் நீர் வழிந்தால் என்நெஞ்சில் உதிரம் கொட்டுதடி.
> செந்தமிழ் நாடென்னும் போதினிலே இன்பத் தேன் வந்து பாயுது
> காதினிலே.
>
> உயிர்த் தீயினிலே வளர் சோதியே சிந்தனையே என்றன் சித்தமே.
>
> சாளரம் தோறும் பூத்தன தாமரை மலர்கள்

போன்ற தொடர்களைப் பொருள் கொள்வதற்கு இலக்கியத் திறன் அவசியம் என்பதை அழுத்திக் கூற வேண்டிய அவசியம் இல்லை.

8

சொம்ஸ்கியின் ஆழ் அமைப்பு, மேல் அமைப்பு பற்றிய இரண்டாவது கருத்தாக்கமும் இலக்கியத் திறனாய்வில் முக்கியத்துவம் வாய்ந்தது. சொம்ஸ்கியின் *(1965)* மாற்றிலக் கணக் கோட்பாடு ஒவ்வொரு வாக்கியமும் மேல் அமைப்பு, ஆழ் அமைப்பு என இரு அமைப்புகளைக் கொண்டிருக்கும் என விளக்குகின்றது. மேல் அமைப்பு என்பது நாம் பயன் படுத்தும் உண்மையான வாக்கிய வடிவத்தைக் குறிக்கும். இது பேச்சு அல்லது எழுத்தில் அமைவது. கேட்க அல்லது பார்க்கக் கூடியது. சொல், சொற்தொடர்கள் சேர்ந்து அமை வது. ஆழ் அமைப்பு என்பது வாக்கியத்தின் அரூபமான பொருள் அமைப்பைக் குறிக்கும். மேல் அமைப்பை நாம்

நேராக அறிகிறோம். ஆழ் அமைப்பை அவ்வாறு அறிவதில்லை. அது ஒரு வகையில் கோட்பாட்டு ரீதியான கட்டமைப்புத்தான். ஆயினும், அத்தகைய கட்டமைப்புக்கான பருண்மையான சான்றுகள் உள்ளன. உதாரணமாக,

1. நான் சாப்பிட்ட தோசை நல்லது

2. நான் சாப்பிட்ட ஹோட்டல் நல்லது

ஆகிய இரு வாக்கியங்களும் ஒரேவகையான மேலமைப்பைக் கொண்டுள்ளன. ஆயினும் இருவாக்கியங்களையும் இரு வேறு வகையில் நாம் பொருள் கொள்கின்றோம். முதல் வாக்கியத்தில் சாப்பிட்ட பொருள் தோசை. இரண்டாவது வாக்கியத்தில் சாப்பிட்ட இடம் ஹோட்டல். மேல் அமைப்பில் ஒன்றாக இருந்தாலும் இரண்டினதும் இலக்கண உறவு வேறானது. முதல் வாக்கியம், நான் தோசை சாப்பிட்டேன், தோசை நல்லது என்ற ஆழ் அமைப்பில் இருந்தும், இரண்டாவது வாக்கியம், நான் ஹோட்டலில் சாப்பிட்டேன், ஹோட்டல் நல்லது என்ற ஆழ் அமைப்பில் இருந்தும் வருவதாக நாம் கொள்ள வேண்டும். தோசை இரண்டாம் வேற்றுமையிலும் ஹோட்டல் ஏழாம் வேற்றுமையிலும் வருகின்றன. ஆழ் அமைப்பே வாக்கியத்தின் பொருளைத் தீர்மானிக்கின்றது என்பதை எளிமைப்படுத்தப்பட்ட இந்த உதாரணம் விளக்குகின்றது.

ஒரு ஆழ் அமைப்பு ஒன்றுக்கு அதிகமாக மேலமைப்புகளையும், ஒரு மேலமைப்பு ஒன்றுக்கதிகமான ஆழமைப்புகளையும் கொண்டிருக்க முடியும். ஆழமைப்பு சில மாற்று விதிகளால் *(transformational rules)* மேலமைப்புகளாக மாற்றப்படுகின்றன.

இலக்கண ஆய்வில் சொம்ஸ்கி பயன்படுத்திய இக்கருத்தாக்கத்தை றொகர் ஃபௌலர் *(1977)* நாவல் ஆய்வில் பயன்படுத்திப் பார்த்திருக்கிறார். வாக்கியத்தின் மேலமைப்பு போல ஒரு நாவல் பிரதியின் மேல் அமைப்பும் (அதுவும் பல வாக்கியங்களின் வரிசையினால் அமைவது) பல பண்புகளைக் கொண்டுள்ளது. வரிசை, ஒத்திசை, பல்வேறு வகையான கால – வெளிப் புலப்பாட்டுத் தன்மை, பக்க அமைப்பு, பந்தி அமைப்பு, அத்தியாயம் மற்றும் வேறு பிரிவுகள், நாவலாசிரியன் பயன்படுத்தும் பல்வேறு வகை உத்திகள் போன்றவை இதில் அடங்கும். மேலும் நடை என்ற மரபுரீதியான கருத்துடன் தொடர்புபட்ட அநேக பண்புக் கூறுகளையும் பிரதி மேலமைப்பு உள்ளடக்குகின்றது. வாக்கிய மேலமைப்புகளைப் போல பிரதி மேலமைப்புகளையும் தேர்ந்தெடுக்கப்பட்ட அரூபக் கூறுகளிலிருந்து மாற்றுகள் *(transformations)* உருவாக்குகின்றன. பிரதியில் அதிகம் புலப்படாத (கதைப்பின்னல், தொனி),

விமர்சகர்கள் அதிகம் அக்கறை காட்டுகின்ற அகக்கூறுகள், வாக்கியத்தின் பொருண்மை சார்ந்த ஆழ் அமைப்புக் கூறுகளைப் பெருமளவு ஒத்திருக்கின்றன என்கிறார் ஃபௌலர் (1977:28–29). அவர் கதை அமைப்பைக் கதைப் பயனிலைகளும் பெயர்ச் சொற்களும் (*narrative predicates and nouns*) என்ற சூத்திரத்தைப் பயன்படுத்தி விளக்க முனைகிறார். இது ரஷ்ஷிய அமைப்பியல் ஆய்வாளர் விளாடிமிர் பிராப்பினுடைய ஆய்வின்வழி வருவது.

ஃபௌலர் நாவல் ஆய்வில் இக்கருத்தாக்கங்களைப் பயன்படுத்திய போதிலும் பொதுவாக எல்லா இலக்கிய வடிவங்களுக்கும் நாம் இதைப் பிரயோகிக்க முடியும். ஒரு இலக்கிய வடிவத்தின் உட்பொருள், அதன் புறக்கட்டமைப்பு, இரண்டுக்கும் இடையே உள்ள உறவு என்பவற்றை விளக்க இக்கருத்தாக்கம் உதவமுடியும்.

இவற்றைவிட நடையியல் (*stylistics*) ஆய்வில் இக்கருத் தாக்கம் அதிக முக்கியத்துவம் உடையது. இவ்வகையில் குறிப்பிடத்தக்க ஆய்வுகள் சில உள்ளன.

ஆயினும், ஆழ் அமைப்பு, மேல் அமைப்புக் கருத்தாக்கம் இலக்கியத் திறனாய்வில் பயனற்றது என்ற வாதத்தை றெஜி சிறிவர்த்தன (1994) முன்வைத்துள்ளார். அவருடைய வாதம் இலக்கியத் திறனாய்வில் மொழியியலின் பயன்பாட்டை முற்றாக நிராகரிப்பது என்ற வகையில் ஏற்க முடியாதது. எனினும், சில அம்சங்கள் கருத்தில் கொள்ளப்பட வேண்டி யவையாகும். 1965இல் சொம்ஸ்கி வெளியிட்ட இலக்கண மாதிரியில், வாக்கியத்தின் ஒலி அம்சங்கள் மேலமைப்புக்கு உரியன. வாக்கியத்தின் பொருள் ஆழ் அமைப்புக்கு உரியது. ஆனால், ஒலியியல் அம்சங்கள் – தொனி, அழுத்தம், குரலிசை போன்றவை – வாக்கியத்தின் பொருளில் முக்கிய இடம் பெறுபவை. வாக்கியத்தை வெவ்வேறு பொருள் தரக்கூடிய வகையில் தொனி, குரலிசை என்பவற்றைப் பயன்படுத்தி நாம் உச்சரிக்க முடியும். உலகப் புகழ்பெற்ற ரஷ்ஷிய நெறி யாளர் ஸ்ரனிஸ்லவ்ஸ்கி 'இன்று மாலை' என்ற பொருள்தரும் ஒரு ரஷ்ஷிய மொழித் தொடரை 40 வெவ்வேறு தகவல்களைத் தரும்வகையில் உச்சரித்துக் காட்டுமாறு ஒரு நடிகரைப் பணித்த தாகவும் அவர் அவ்வாறு செய்துகாட்டியதாகவும் ஜகோப்சன் (1985:67) குறிப்பிடுகிறார். ஜகோப்சன் கூறுவது போல் இவற்றை இலகுவாக மொழியியல் ஆய்வுக்கு உட்படுத்த முடியும் எனினும், சொம்ஸ்கியின் மாற்றிலக்கணக் கொள்கை இதனைக் கையா ளும் திறன் அற்றது என்பதை நாம் ஏற்றுக் கொள்ளலாம்.

சொம்ஸ்கியின் ஆழ் அமைப்பு, மேல் அமைப்புக் கருத் தாக்கம் மொழியியல் உலகில் அதிக வாதப் பிரதிவாதங்

களுக்கு இலக்கானது. தன் கோட்பாடு எதிர்நோக்கிய விமர்சனங்களை உள்வாங்கித் தன் கோட்பாட்டை சொம்ஸ்கி தொடர்ச்சியாகத் திருத்தியமைத்திருக்கிறார். சொம்ஸ்கியின் மாற்றிலக்கணத்தின் மிகப் பிந்திய வடிவம் ஆட்சி, கட்டுக் கோட்பாடு *(Theory of Government and Binding)* எனப்படுகின்றது *(சொம்ஸ்கி 1981, 1982)*. இங்கும் ஆழ் அமைப்பு, மேல் அமைப்பு என்ற கருத்தாக்கம் உள்ளது எனினும், அவரது முந்திய நியமக் கோட்பாட்டில் *(Standerd Theory)* இருந்து இது பெரிதும் வேறுபடுகின்றது. புதிய கோட்பாட்டில் வாக்கிய அமைப்பின் இரண்டு நிலைகளும் *S-Structure, D-Structure* என அழைக்கப்படுகின்றன. *D* அமைப்பில் வாக்கியத்தின் மூலக் கூறுகள் அது அதற்கு உரிய இடத்தில் இருக்கும். *S* அமைப்பு *D* அமைப்பில் இருந்த கூறுகள் இடம் மாறிய பின் உள்ள அமைப்பாகும். நியமக் கோட்பாட்டில் உள்ளது போல *S* அமைப்பு *D* அமைப்பின் ஒலியியல் உருமாற்றம் மட்டும் அல்ல. புதிய கோட்பாட்டில் இது ஒலியியல் வடிவம் *(phonetic form)*, தர்க்க வடிவம் *(logical form)* இரண்டையும் உள்ளடக்குகிறது *(Cook, 1988 : 30 - 31)*. இவ்வகையில் சொம்ஸ்கியின் புதிய கோட்பாடு பொருள் அடிப்படையில் முக்கியத்துவமுடைய ஒலியியல் கூறுகளையும் கணக்கில் எடுக்கும் திறன் உடையது என நாம் வாதிக்க முடியும்.

இது எவ்வாறெனினும், யாப்போசைக்கும் பொருள் உணர்வுக்கும் இடையில் உள்ள உறவை மொழியியல் கோட்பாடுகள் கையாளும் திறனற்றவை என்றே கூறவேண்டும். பொதுவாக மொழியியலிலே ஒலியியலும், ஒலியன் கோட்பாடும் *(Phonetics and Phonology)* பெரிதும் வளர்ச்சியடைந்த துறைகளாகும். இவ்விரு துறைகளும் மொழியின் ஒலியமைப்பு பற்றி ஆராய்கின்றன. பேச்சில் பொருள் வேறுபடுத்தும் கூறுகளான ஒலியன்களையும் அவற்றின் அமைப்பையும் ஒலியனியல் ஆராய்கின்றது. ஆனால் யாப்புக் கட்டமைப்புத் தரும் ஒத்திசை அல்லது சந்த நயம் ஒலியனியலுக்குப் புறம்பான ஒலி ஒழுங்கமைப்பினால் ஏற்படுவது. மொழியின் ஒலியன் அமைப்புக்கும் செய்யுளின் யாப்பமைப்புக்கும் உள்ளார்ந்த தொடர்பு எவையும் இல்லை.

எனினும் யாப்போசை கவிதையின் பொருளில் முக்கிய பங்காற்றுவது பற்றி கவிதை விமர்சகர்கள் விளக்கியுள்ளனர். உதாரணமாக,

ஆழ நெடுந்திரை ஆறு கடந்திவர் போவாரோ
வேழ நெடும்படை கண்டு விலங்கிடும் வில்லாளோ
தோழமை என்றவர் சொல்லிய சொல்லொரு சொல்லன்றோ
ஏழைமை வேடன் இறந்திலன் என்றெனை ஏசாரோ

என்ற கம்பனின் பாடலில் ஏறி இறங்கிச் செல்லும் யாப் போசைக் கட்டு பரதனைக் காணும்போது குகனிடம் பொங்கி எழும் கோபத்தையும், இராமனின் நட்பை நினைவு கூரும் போது அவனது குரல் உடைந்து இறங்கிச் செல்லும் முறையை யும் உணர்த்துகின்றது. இங்கு யாப்போசைக்கும் பொருள் உணர்வுக்கும் நெருங்கிய தொடர்பு இருப்பதைக் காண முடிகின்றது. இந்த அம்சத்தை ஒலியனியல் கோட்பாடுகள் கொண்டு விளக்க முடியாது. மொழியியலைவிட கவிதையியல் *(poetics)* இதனைச் சிறப்பாக விளக்கும் தகைமை உடையது. எனினும், ஜகோப்சன் போன்ற மொழியியலாளர்கள் இத் துறையிலும் அக்கறை செலுத்தியுள்ளனர் என்பதையும் இங்கு குறிப்பிட வேண்டும்.

9

இந்த உரையின் இறுதிப்பகுதியைப் பிரதிக் கோட்பாடு பற்றிய சில குறிப்புகளுடன் முடிக்கலாம் என்று கருதுகிறேன்.

மொழியியல் கோட்பாடுகள் எல்லாமே வாக்கியத் தையே மொழியின் பெரிய அலகாகக் *(larger unit)* கொண்டு ஆராய்கின்றன. ஆனால், உண்மையான மொழிப் பயன்பாட் டில் வாக்கியம் அதைவிடப் பெரிய ஒரு அமைப்பில் ஒரு உறுப்பாகவே பயன்படுகின்றது. அந்தப் பெரிய அமைப்பைக் கருத்தில் கொள்ளாது வாக்கியத்தை மட்டும் தனித்து எடுத்து அதன் வடிவ அமைப்பை ஆராயலாம். ஆனால், அது ஒரு கூறாக இடம்பெறும் முழுமையின் பொருள் அமைப்பை ஆராயவோ விளக்கவோ முடியாது. ஒரு கவிதை, சிறுகதை, நாவல் எதுவாய் இருந்தாலும் அது பல வாக்கியங்களின் சேர்க்கையால் அமைவது. ஆயினும் வாக்கியங்கள் பற்றிய ஆய்வு இவை பற்றிய ஆய்வாக அமையாது. ஒரு முழு அமைப்பில் ஒவ்வொரு வாக்கியமும் மற்றவற்றுடன் தொடர்பு கொண்டுள்ளது. உதாரணமாக,

'நீ எப்போது கொழும்புக்குப் போகிறாய்?'
'நாளைக்கு'

என்ற உரையாடலில் முதல் பகுதியை விட்டுவிட்டு இரண் டாம் பகுதியைப் பொருள்கொள்ள முடியாது. இந்தக் குறை பாட்டை உணர்ந்ததனால்தான் 1970களில் இருந்து மொழியிய லாளர் வாக்கியத்தைவிடப் பெரிய மொழி அமைப்பைக் கருத்தில் கொண்டு ஆராயத் தொடங்கினர். இதனைச் சொல்லாடல் ஆய்வு *(discourse analysis)*, பிரதி மொழியியல் *(text linguistics)* என அழைப்பர். மொழியியலில் இவ்விரு சொற்களும் பெரிதும் ஒத்த பொருளிலேயே வழங்குகின்றன.

மொழியியல் வழிவந்த அமைப்பியல், பின் அமைப்பியல் அல்லது பின் நவீனத்துவ இலக்கியச் சிந்தனைகளில் பிரதிக் கொள்கை முக்கிய இடம் பெறுகின்றது. ஆயினும், பிரதிபற்றிய மொழியியல் கொள்கையில் இருந்து இது பெரிதும் வேறுபடு கின்றது. லியோனார்ட் ஜக்சனின் *(1991)* வார்த்தையைப் பயன்படுத்திச் சொல்வதானால் றோலன் பார்த்தும் ஏனைய அமைப்பியல்வாதிகளும் பிரதிபற்றிய ஒரு மாயாவாதத்தை *(textual mysticism)* உருவாக்கியிருக்கிறார்கள். தமிழ் நாட்டு நவீன விமர்சகர்கள் பலரும் இந்த மாயாவாதத்துக்குப் பலியாகி இருக்கின்றனர். இவர்களின் கருத்துப்படி பிரதி என்பது அரூப மானது. தனித்து இயங்குவது. தனக்கென்று பொருள் அற்றது. வாசகனே அதற்குப் பொருளைக் கொடுக்கின்றான். அதற்குப் பொருள் ஒன்று இருந்தால் அது முடிவற்றது. இக்கொள்கை பிரதியை ஒரு மாயப்பொருளாகவே உருவகிக்கின்றது.

பதிலாக, மொழியியல், பிரதியை ஒரு தொடர்பாடல் அலகாகக் *(communicative unit)* கருதுகிறது. மொழியியல் அடிப்படையில் பிரதியை ஒன்று அல்லது பல வாக்கியங் களால் அமைந்த ஒரு 'தொடர்பாடல் அலகு' என்று நாம் வரையறுக்கலாம். இவ்வகையில் ஒரு பிரதியில் குறைந்தபட்சம் ஒரு வாக்கியம் இருக்கும். கூடியபட்சம் எத்தனை வாக்கியங் களும் இருக்கலாம்.

'ஆனைக்கும் அடி சறுக்கும்' என்பது ஒரு வாக்கியத்தால் ஆன பிரதி. ஆயிரம் பக்கங்களைத் தாண்டிய, பல்லாயிரக் கணக்கான வாக்கியங்களைக் கொண்ட கல்கியின் 'பொன்னி யின் செல்வ'னும் ஒரு பிரதிதான். இவ்வகையில் பிரதிகள் அளவாலும் தன்மையாலும் வேறுபடுகின்றன. அதனால் மொழியியல், பிரதி வகைகள் *(text types)* பற்றிப் பேசுகின்றது.

வீதிப் போக்குவரத்துக் குறிப்பு
பத்திரிகை விளம்பரம்
அறிவித்தல்
உரையாடல்
கடிதம்
கட்டுரை
கவிதை, சிறுகதை, நாவல்
பழமொழி, விடுகதை

இவை எல்லாமே வெவ்வேறு பிரதி வகைகள்.

ஒரு பிரதிக் கொள்கையில் அடிப்படையான மூன்று கூறுகள் உள்ளன. பிரதியை உற்பத்தி செய்பவர், பிரதி, பிரதியை நுகர்பவர் என்பன அவை. இலக்கியத் திறனாய்வுப் பரிபாசையில் நாம் இவற்றை ஆசிரியர், பிரதி, வாசகர்

எனக் குறிப்பிடுகிறோம். இம் மூன்றுக்கும் இடையே உள்ள உறவை நாம் பின்வருமாறு விளக்கலாம்.

ஆசிரியர் → | பிரதி | ↔ வாசகர்

பிரதி தான்தோன்றி அல்ல. அதை ஒரு ஆசிரியர் (சில வேளை பலர்) உருவாக்குகிறார். அவர் சில தகவல்களை (தன் அனுபவம், உணர்வு, சிந்தனை) இலக்கியப் பிரதியாக உருவாக்குகிறார். இதன் பொருட்டு அவர் தான் உருவாக்கும் குறிப்பிட்ட பிரதி வகைக்குரிய மரபுகளையும் நெறிமுறை களையும், சில பிரதியாக்க உத்திகளையும் *(textual strategies)* பயன்படுத்தி அப்பிரதியை உருவாக்குகிறார். இதனை நாம் பிரதியாக்கம் *(textualization)* எனலாம். இவ்வாறு உருவாக்கப்பட்ட பிரதி ஆசிரியரிடம் இருந்து வருகிறது என்பதை அம்புக்குறி காட்டுகின்றது.

ஆசிரியர் உருவாக்கிய பிரதியை வாசகர் வாசிக்கிறார். அதைப் பொருள்கொள்ள முயல்கிறார். இந்த முயற்சியில் அவர் கொள்ளும் பொருளின் அளவையும் தன்மையையும் பிரதிக்கும் அவருக்கும் இடையில் உள்ள உறவு – வாசகரின் தன்மையும், பிரதியின் தன்மையும் – தீர்மானிக்கும். பிரதிக்கும் வாசகருக்கும் இடையே உள்ள இந்தப் பரஸ்பரத் தொடர்பை இருமுனை அம்புக்குறி சுட்டுகின்றது. ஒரு இலக்கியப் பிரதியைப் பொருள் கொள்வதற்கும், இலக்கியம் அல்லாத ஒரு சாதாரண பிரதியைப் பொருள் கொள்வதற்கும் இடையில் வேறுபாடு உண்டு. இலக்கியத் தொடர்பாடல் *(literary communication)*, இலக்கியம் அல்லாத தொடர்பாடலில் இருந்து *(non literary communication)* வேறுபடுவதே இதற்குக் காரணமாகும். இலக்கியப் பிரதியின், அதன் மொழியின் விசேட அம்சம் பற்றி ஏற்கனவே நோக்கியுள்ளோம்.

ஒரு பிரதி எவ்வகைக்கு உரியதாயினும் அது தொடர் பாடல் திறன் உடையதாக இருக்க வேண்டும். தொடர்பாடல் திறன் இல்லாத பிரதி அல் – பிரதி *(non - text)* எனப்படும். ஒரு பிரதி தொடர்பாடல் திறன் பெற்றிருப்பதைப் பிரதித் தன்மை *(textuality)* என்பர். இப்பிரதித்தன்மை அல்லது தொடர் பாடல் திறன் ஏழு அடிப்படைப் பண்புகளால் தீர்மானிக்கப் படுவதாக மொழியியலாளர் விளக்குவர்[1] *(Beaug-rande and Dressler (1981)*. அவை இங்கு சுருக்கமாக விளக்கப்படுகின்றன.

1. ஒருங்கிணைவு *(Cohesion)*

பிரதியின் புறவடிவக் கூறுகளுக்கிடையே *(surface text)* நாம் கேட்கும் அல்லது பார்க்கும் சொற்கள் ஒன்றோடு

ஒன்று இலக்கண அடிப்படையில் ஒருங்கிணைந்திருத்தலை இது குறிக்கும்.

உதாரணமாக, 'விதிகள் வரத்து போக்கு வீதி.' இங்கு சொற்களுக்கிடையே ஒருங்கிணைப்பு இல்லை. இவை தமிழ் வாக்கிய அமைப்பு விதிமுறைகளுக்கு ஏற்ப தொடுக்கப்பட வில்லை. அதனால் இதில் தொடர்பாடல் திறன் இல்லை. 'வீதிப் போக்குவரத்து விதிகள்' என அமையும் போதே இது தொடர்பாடல் திறன் பெறுகின்றது. பொருட் குழப்பம் அல்லது சிதைவு இல்லாமல் ஒரு வாக்கியத்தின் கூறுகளைப் பெருமளவு மாற்றி அமைப்பது சாத்தியமல்ல.[2]

வாக்கியத்தைவிடப் பெரிய பிரதிகளுக்கும் இது பொருந் தும். பின்வரும் உதாரணத்தை நோக்கலாம்.

இசைக்குமா
நெருப்பில் மொய்க்காது
அதிர்கிற தந்தியில்
தீயாகும்
ஆனாலும்
அதிராத தந்தி
தூசு குந்தாது
கொசு
கருகித்தான் விறகு

இங்கு பிரமிளின் கவிதைப் பிரதி ஒன்று வரி ஒழுங்கு மாறிக் கிடக்கிறது. இங்கு வரிகளுக்கிடையே ஒருங்கிணைப்பு இல்லை. வாக்கிய அமைப்பும், பிரதி அமைப்பும் சிதைக்கப் பட்டுள்ளன. அதனால் இது தன் தொடர்பாடல் திறனை இழந்துள்ளது. ஆசிரியரின் கவிதைப் பிரதி பின்வருமாறு:

கருகித்தான் விறகு
தீயாகும்.

அதிராத தந்தி
இசைக்குமா ?

ஆனாலும்
அதிர்கிற தந்தியில்
தூசு குந்தாது.
கொசு

நெருப்பில் மொய்க்காது.

(பிரமிள் கவிதைகள் பக். 27)

குறிப்பிட்ட முறையிலான ஒருங்கிணைப்பு இதன் பிரதித் தன்மையை உறுதிப்படுத்துவதோடு, அதற்கு ஒரு கவித்துவப் பாதிப்பையும் தருகின்றது. இப் பிரதியில் நான்கு வாக்கியங்கள் உள்ளன. வாக்கிய அமைப்பைச் சிதைக்காமல், இவ் வாக்கியங்

களின் வரிசை முறையை மாற்றி வேறு வேறு பிரதிகளை உருவாக்க முடியும். அவ்வாறு உருவாக்கப்படும் பிரதிகளுக்கும் தொடர்பாடல் திறன் இருக்கும். ஆயினும் மூலப் பிரதியின் அதே பொருள் அழுத்தத்தை அவை தரும் என்று கூற முடியாது.

கவிதைப் பிரதிகளில் யாப்புத் தேவைக்காக இந்த ஒருங்கிணைப்பு மீறப்படுவதுண்டு. பழைய தமிழ்ச் செய்யுள்களில் இதனை நாம் பரக்கக் காணலாம். 'நளவெண்பா'வில் இருந்து ஒரு உதாரணத்தை நோக்கலாம்.

> நின்று புயல்வானம் பொழிந்த நெடுந்தாரை
> என்றும் அகில்கமழும் என்பரால் – தென்றல்
> அலர்த்தும் கொடிமாடத்(து) ஆயிழையார் ஐம்பால்
> புலர்த்தும் புகைவான் புகுந்து.

இம்முழுச் செய்யுளும் ஒரு வாக்கியத்தால் ஆனது. ஆயினும், வாக்கிய அமைப்பு இங்கு செய்யுள்அமைப்புக்காகச் சிதைக்கப்பட்டுள்ளது. அந்தவகையில் இதன் தொடர்பாடல் திறன் மட்டுப்படுத்தப்பட்டுள்ளது. இதற்குப் பிரதித்தன்மை வழங்க வேண்டுமாயின் இதன் வாக்கிய அமைப்பை ஒருங்கிணைக்க வேண்டும். அவ்வாறு ஒருங்கிணைத்தால் இவ்வாக்கியம் பின்வருமாறு அமையும்.

> தென்றல் கொடி அலர்த்தும் மாடத்து
> ஆயிழையார் ஐம்பால் புலர்த்தும் புகை
> வான்புகுந்து நின்று
> புயல்வானம் பொழிந்த நெடுந்தாரை
> என்றும் அகில் கமழும் என்பர்.

மரபு வழி இலக்கண ஆசிரியர் இதனைக் கொண்டு கூட்டிப் பொருள் கொள்தல் என்பர். பிரதியைப் பொருள் கொள்தலில் இது ஒரு முறையாகும்.

2. ஒருமைப்பாடு *(Coherence)*

பிரதி காட்டும் உலகின் *(textual world)* பகுதிகள் *(components)*, அதாவது பிரதியின் புறவடிவத்துள் மறைந்திருக்கும் கருத்தாக்கங்களும் உறவுகளும் *(concepts and relations)* பரஸ்பரம் பொருந்துவதாகவும் பொருத்தப்பாடானதாகவும் இருத்தல் ஒருமைப்பாடு எனப்படும். உதாரணமாக, 'குழந்தைகள் விளையாடுகிறார்கள்' என்ற வாக்கியத்தில் இரண்டு கருத்தாக்கங்கள் உள்ளன. இங்கு குழந்தைகள் என்பது பொருள் கருத்தாக்கம் *(object concept)*. விளையாடுகிறார்கள் என்பது செயல் கருத்தாக்கம் *(action concept)*. இங்கு உறவு என்பது இரண்டுக்கும் இடையிலான இணைப்பைக் *(link)* குறிக்கும். செயலை நிகழ்த்துபவர்கள் குழந்தைகள் என்ற வகையில் இதில் உள்ள உறவு, கருத்தா *(agent)* உறவு எனலாம். இரு

கருத்தாக்கங்களுக்கும் இடையில் உள்ள உறவு பொருத்தப் பாடானது.

அவன் இடறி விழுந்து காலை ஒடித்துக்கொண்டான்.
அவன் கோப்பி குடித்து காலை ஒடித்துக்கொண்டான்.

முதல் வாக்கியத்தில் கருத்தாக்கங்களுக்கிடையே காரண காரியத் தொடர்பு இருக்கின்றது. இரண்டாவது வாக்கியத்தில் அத்தொடர்பு இல்லை.

'கடும் மழை பெய்ததால் என் மனைவி இரட்டைக் குழந்தைகளைப் பெற்றாள்' என்ற வாக்கியமும் இத்தகையதே. நம் உலக ஞானம் இந்த இணைப்பு பொருத்தமற்றது எனக் கூறும்.

ஒரு பிரதி தானே பொருளைப் *(sense)* புலப்படுத்துவதில்லை. பிரதி முன்வைக்கும் அறிவுக்கும், வாசகனின் சேமிப்பில் உள்ள உலக அறிவுக்கும் இடையில் உள்ள ஊடாட்டத்தின் *(interaction)* மூலமே இது நடைபெறுகிறது. இவ்வகையில் வெவ்வேறு வாசகர் சற்று வேறுபட்ட பொருளை உருவாக்க முடியும். இருப்பினும் ஒரு சாத்தியமான பொது மையக் கூறும் *(common core)*, பொருள் அடக்கமும் பெரும் பாலான வாசகர்களிடம் காணப்படும். ஆகவே, ஒரு பிரதியின் பொருள் *(sense of a text)* என்பது முற்றிலும் நிலையற்றது அல்ல.

3. உள்நோக்குடைமை *(Intentionality)*

ஒரு பிரதியை உற்பத்தி செய்பவன் தன் உள்நோக்கத்தை நிறைவு செய்யும் வகையில், ஒருங்கிணைப்பும், ஒருமைப்பாடும் உடைய ஒரு பிரதியை உருவாக்குதல் தொடர்பான மனப் பாங்கை இது குறிக்கும். ஒரு அறிவைப் பகிர்தல், அல்லது ஒரு குறிக்கோளை அடைதல் என்பன பிரதியை உருவாக்கு பவரின் உள்நோக்காக இருக்கலாம். ஓரளவுக்கு ஒருங் கிணைப்பு, ஒருமைப்பாடு என்பன தாமே செயல்முறைக் குறிக்கோளாகக் கருதப்படலாம். ஏனெனில், இவற்றைச் சரியாகப் பூர்த்தி செய்யாவிட்டால் பிற சொல்லாடல் குறிக்கோள்கள் தடைப்படலாம்.

சிலவேளை பிரதியை உருவாக்குபவர் ஒருங்கிணைப்பு, ஒருமைப்பாடு ஆகியவற்றைத் திட்டமிட்டே மீற நினைக்க லாம். அவ்வாறு மீறினால் தொடர்பாடல் தாமதமாகும். அல்லது முற்றிலும் தடைப்படும். தமிழில் பிரம்மராஜனின் கவிதைப் பிரதிகளை அல்லது கோணங்கியின் பிற்காலப் புனைகதைகளை இத்தகைய முயற்சிகளுக்கு உதாரணமாகக் கூறலாம்.

4. ஏற்புடைமை *(Acceptability)*

இது பிரதியை நுகர்வோரின் மனப்பாங்கு தொடர் பானது. அதாவது ஒரு பிரதி நுகர்வோருக்கு ஏதோ ஒரு வகையில் பயனுடையதாக அல்லது ஏற்றதாக இருத்தல். உதாரணமாக, அறிவைப் பெறுதல். இது பிரதியின் வகை, சமூக, பண்பாட்டுப் பின்னணி, குறிக்கோள்களில் விருப் புடைமை போன்றவற்றோடு தொடர்புடையது.

பிரதி நுகர்வோர்கூட ஒருங்கிணைப்பு, ஒருமைப்பாடு ஆகியவற்றைப் பேணுவதையே பிரதியின் குறிக்கோளாகவும் கொள்ளலாம். பிரதியின் ஒருமைப்பாடு குழப்பப்படுவதை நுகர்வோர் விரும்பினால் அக்குழப்பம் அவரால் ஏற்றுக் கொள்ளப்படும். அல்லது சகித்துக்கொள்ளப்படும். தனக்கு ஏற்றவகையில் அவர் அதற்கு விளக்கம் கொடுக்கவும் முடியும். இன்றையத் தமிழ் இலக்கியச் சூழலில் கோணங்கி போன்றோரின் பிரதிகளுக்கான ஏற்புடைமை இவ்வாறே உருவாகியுள்ளது.

ஏற்புடைமை மட்டுப்படுத்தப்பட்டால் தொடர்பாடல் திசைதிருப்பப்பட முடியும்.

5. தகவலுடைமை *(Informativity)*

இது, வழங்கப்பட்ட பிரதியின் பொருள் எதிர்பார்க்கப் பட்டதா, படாததா அல்லது தெரிந்ததா, தெரியாததா போன்ற விடயங்களுடன் தொடர்புடையது. குறைந்த வார்த்தை களில் கூடிய தகவல்களைக் கொண்டிருக்கும் பிரதி ஆர்வத்தைத் தூண்டுவதாக இருக்கும்.

ஒவ்வொரு பிரதியும் குறைந்தபட்சம் ஏதோ ஒரு தகவலைக் கொண்டிருக்கும். அதன் உருவமும் உள்ளடக்கமும் எந்த அளவுக்கு முன்கூட்டியே சொல்லக் கூடியதாக இருக்கிறது என்பது இங்கு முக்கியமல்ல. முற்றிலும் முன்கூட்டியே உய்த்துணர முடியாத ஒரு சில அம்சங்களாவது அதில் இருக்கும். குறைந்த அளவு தகவலுடைமை *(low informativity)* குழப்புவதாக, சலிப்பூட்டுவதாக, பிரதியை நிராகரிக்கச் செய்வதாகக்கூட இருக்க முடியும். இது பிரதியின் தன்மை யிலும் தங்கியிருக்கலாம். உதாரணமாக, ஒரு சங்கக் கவிதை அதன் மொழியையும், இலக்கிய மரபையும் அறியாத இன் றைய வாசகனுக்கு எவ்விதத் தகவலையும் தராது. அவனைப் பொறுத்தவரை அதற்குப் பிரதித்தன்மை இல்லை.

6. சூழல் இயைபுடைமை *(Situationality)*

இது ஒரு பிரதியை அதன் சூழலோடு பொருத்தப் பாடுடையதாக்கும் காரணிகள் தொடர்பானது. சுருக்க

வேண்டிய இடத்து விரிவையும், விரிவு வேண்டிய இடத்தில் சுருக்கத்தையும் தவிர்த்தலை உதாரணமாகக் காட்டலாம். ஒரு தந்திச் செய்தி நான்கு பக்கங்கள் வரை நீண்டிருப்பது சூழலுக்குப் பொருத்தமற்றது. சிறுவருக்கு ராமாயணக் கதையைச் சொல்வதற்கும் வளர்ந்தோருக்குச் சொல்வதற்கும் இடையே உள்ள வேறுபாட்டையும் இங்கு கருத்தில் கொள்ளலாம்.

7. பிற பிரதித் தொடர்புடைமை *(Intertextuality)*

ஒரு பிரதியை உருவாக்குவதில் அல்லது பயன்படுத்து வதில் அதற்கு முன் உள்ள ஒன்று அல்லது பல பிரதிகள் பற்றிய அறிவின் தொடர்பினை இது குறிக்கும்.

ஒரு இலக்கியப் படைப்பை உருவாக்குவதில் அல்லது வாசித்துப் பொருள் கொள்வதில் வேறு பிரதிகளின் மறைமுக அல்லது நேரடிச் செல்வாக்குச் செயற்படுவதை இதற்கு உதாரணமாகத் தரலாம்.

புதுமைப்பித்தனின் ‘அகலிகை’, ‘சாபவிமோசனம்’ ஆகிய சிறுகதைகளுக்கும் ராமாயணக் கதைக்கும் இடையில் உள்ள தொடர்பு இத்தகையது.

மேற்குறிப்பிட்ட ஏழு அம்சங்களும் பிரதித் தொடர்பாட லின் அமைப்பாக்கக் கொள்கைகளாகச் செயற்படுகின்றன *(constitutive principles)*. இவை பிரதித் தொடர்பாடல் நடத்தை யின் வடிவத்தை வரையறுத்து உருவாக்குகின்றன. இவை தடைப்பட்டால் பிரதித் தொடர்பாடல் செயல் இழக்கும். ஒரு பிரதி பிரதித் தன்மையைப் பெறுவதற்கு இந்த அம்சங்கள் அவசியமாகும். இவை தவிர பிரதிக் கோட்பாடு மூன்று நெறிப்படுத்தற் கொள்கைகள் *(regulative principles)* பற்றியும் பேசுகின்றது. திறனுடைமை *(efficiency)*, தாக்கமுடைமை *(effectiveness)*, பொருத்தமுடைமை *(appropriateness)* என்பன அவை. மிகக் குறைந்த முயற்சிச் செலவுடன் தொடர் பாடலைச் சாத்தியமாக்கும் பிரதி திறனுடைய பிரதியாகக் கருதப்படலாம். ஒரு குறிக்கோளை அடைவதற்குச் சாதகமான நிலைமைகளை உருவாக்குவதிலும் வலுவான மனப்பதிவை ஏற்படுத்துவதிலும் ஒரு பிரதியின் தாக்கமுடைமை தங்கி யுள்ளது. ஒரு பிரதியின் பொருத்தமுடைமை என்பது அதன் பின்னணிக்கும், பிரதித்தன்மையின் தரத்தை உயர்த்துவதற் கான வழிமுறைகளுக்கும் இடையில் உள்ள இயைபைக் குறிக்கும்.

மொழியியலாளர் விபரிக்கும் பிரதிக் கோட்பாடு பற்றி இங்கு சுருக்கமாக நோக்கினோம். அமைப்பியல், குறிப்பாகப் பின் அமைப்பியல் விமர்சகர்கள் முன்வைக்கும் பிரதிமாயா

வாதத்திலிருந்து இது வேறுபட்டது. இங்கு, பிரதி ஒரு குறிப்பிட்ட சமூக, பண்பாட்டு, மொழி மரபுகளுக்குள் இயங்குவது. இம்மரபுகளைப் புறக்கணித்துவிட்டுப் பிரதியைப் பொருள் கொள்ளமுடியாது. மொழியியலும் அதன் வழிவந்த குறியியலும் ஒரு பிரதியில் எவ்வாறு பொருள் கட்டமைக்கப்படுகின்றது; அது எவ்வாறு பொருள்கொள்ளப்படுகின்றது என்பதையே விளக்குகின்றன.

பிரதிக் கோட்பாடு சாராம்சத்தில் ஒரு பிரதியின் பொருளுடைமை அல்லது பிரதித்தன்மை (*textuality*) பற்றியே அக்கறை கொள்கின்றது. அவ்வகையில், ஒரு இலக்கியப் படைப்பு ஒரு பிரதியாகக் கொள்ளப்படும்போது அதன் பொருள் மட்டுமே முக்கியத்துவம் பெறுகின்றது. இலக்கியப் பிரதிகளுக்கிடையில் உள்ள தரவேறுபாடு அல்லது பண்பு ரீதியான வேறுபாடு இங்கு பொருட்படுத்தப்படுவதில்லை. இலக்கியத்தின் இலக்கியத் தன்மையும் (*literariness*) இங்கு ஒரு பொருட்டல்ல. ஒரு பிரதி பல்வேறு பொருள் விளக்கத்துக்கு இடந்தரும் ஒரு சாதனம் அவ்வளவே. இப்பார்வையை இலக்கியத் திறனாய்வு என்பதைவிட இலக்கியக் குறியியல் (*literary semiotics*) எனலாம்.[3]

பின் அமைப்பியல் சிந்தனை இந்த நிலைப்பாட்டை அதன் அந்தத்துக்கு எடுத்துச்சென்றது. றோலன் பார்த், ஜெகுவா தெரிதா, ஹில்லி மில்லர் போன்றோரைப் பொறுத்தவரை எழுதப்பட்ட பிரதி என்பது, "ஒரு தாளில் உள்ள அப்பாவித்தனமான கறுப்பு அடையாளங்கள்தான்."[4] ஒரு வாசகன் அல்லது விமர்சகன் தனக்குச் சாத்தியமான வழிகளில் அதற்கு வியாக்கியானம் செய்யலாம். மொழியியல் வாசகனுக்கு இந்த வரம்பற்ற அதிகாரத்தை வழங்குவதில்லை. பிரதிமாயாவாதத்துக்குப் பதிலாகப் பிரதியின் யதார்த்தத்தை (*textual reality*) விளக்க அது முயல்கின்றது. மொழியும் இலக்கியமும் சமூக, பண்பாட்டு உற்பத்திகள் என்ற வகையில் எந்த ஒரு மொழி, இலக்கியப் பிரதியையும் இப்பின்னணியில் வைத்தே அது ஆராய்கின்றது.

மொழியியலைப் பொறுத்தவரை ஒரு இலக்கியப் படைப்பு 'வெறும்' பிரதியல்ல. அது ஒரு இலக்கியப் பிரதி. அதற்கென்று சில விசேடப் பண்புகள் உண்டு. அவை கவித்துவ அல்லது அழகியல் பண்புகளாகும். மொழியின் சில செயற்பாடுகள் இப்பண்புகளைத் தீர்மானிக்கின்றன. மொழியியலாளர் பலர் மொழியின் இச் செயற்பாடுகளை ஆராயவும் அதன் அடிப்படையில் இலக்கியக் கொள்கையை உருவாக்கவும், இலக்கிய ஆக்கங்களைப் பகுப்பாய்வு செய்யவும்

முயன்றுள்ளனர். சில ஆய்வுகள் இலக்கியத்தின் ஜீவனைத் தொடமுடியாத இயந்திரப்பாங்கான ஆய்வுகளாக உள்ளன. இத்தகைய ஆய்வுகளால் இலக்கியத்துக்கோ, இலக்கியத் திறனாய்வுக்கோ எவ்விதப் பயனும் இல்லை. சில ஆய்வுகள் இலக்கியத்தின் அடிப்படைகளை வெளிச்சத்துக்குக் கொண்டு வந்துள்ளன. இவற்றால் இலக்கியத் திறனாய்வு வளம் பெற்றிருக்கின்றது.

இந்த உரையை றோமன் ஜகோப்சனின் *(1985:94)* பின்வரும் கூற்றுடன் நிறைவு செய்ய விரும்புகின்றேன். "கவிதையியல் துறையில் மொழியியலின் ஆற்றலைச் சந்தேகிக்கும் திறனாய்வாளர் யாரும் இன்னும் இருப்பார்களானால், சில மொழியியலாளர்களின் கவித்துவத் திறன் இன்மை மொழியியல் விஞ்ஞானத்தின் போதாமையாக அவர்களால் தவறாக விளங்கிக் கொள்ளப்பட்டுள்ளது என்றே நான் கருதுகிறேன். மொழியின் கவித்துவச் செயற்பாட்டுக்குச் செவிசாய்க்க முடியாத ஒரு மொழியியல் செவிடரும், மொழியியல் பிரச்சினைகள் பற்றி அக்கறை அற்ற, மொழியியல் ஆய்வு முறைகளில் தேர்ச்சியற்ற ஒரு இலக்கியப் புலமையாளரும் வெட்கங்கெட்ட காலமுரண்கள் என்பதில் ஐயமில்லை."

(இலங்கை கிழக்குப் பல்கலைக்கழகத்தில் 2001 மார்ச் மாதம் 25ஆம் திகதி நிகழ்த்திய சுவாமி விபுலாநந்தர் நினைவுப் பேருரை.)

அடிக்குறிப்புகள்

1. இங்கு கூறப்படும் பிரதிக் கோட்பாடு தொடர்பான ஏழு அம்சங்களும் *Robert de Beaugrande and Wolfgang Dressler (1981)* எழுதிய *Introduction to Text Linguistics* என்ற நூலிலிருந்து பெறப்பட்டவை. இந்நூலில் இவ்வேழு அம்சங்களும் விரிவாக விளக்கப்பட்டுள்ளன.

2. சுயாதீனமான சொல் ஒழுங்குடைய *(free word order)* வாக்கியங்களில் இது சாத்தியமாகலாம்.

   நான் வேகமாகப் போனேன்
   வேகமாக நான் போனேன்
   வேகமாகப் போனேன் நான்
   போனேன் நான் வேகமாக

   இவை எல்லாம் சாத்தியமே. ஆனால், சொல் இட மாற்றம் பொருள் அழுத்தத்தை வேறுபடுத்துவதையும் நாம் இங்கு அவதானிக்கலாம்.

3. இலக்கியக் குறியியல் பற்றிய விரிவான விளக்கங் களுக்குப் பார்க்கவும்,

(1) *Jonathan Culler (1981) 'The Semiotics of Poetry : Two Approaches.'*

(2) *Louis Oldani (1981), "Literary Language and Postmodern Theories of Semiotics" in Semiotic Themes, Ed. by De George, Richard T. (1981), University of Kansas Publication, U.S.A.*

4. இது தொடர்பான விவாதங்களுக்குப் பார்க்கவும்,

Abrams, M.H., (1989) "The Deconstructive Angel" and "How to do things with Texts" in Sethuraman, V.S., (Ed), (1989), Contemporary Criticism: An Anthology, Macmillan, Madras.

உசாத்துணை

Abrams, M.H., (1989) "The Deconstructive Angel" in Sethuraman, V.S., (Ed), (1989)

Abrams, M.H., (1989) "How to do things with Texts" in Sethuraman, V.S., (Ed), (1989)

Bateson, F.W., (1971), "Literature and Linguistics" in Fowler, Roger (1971)

Bateson, F.W., (1971), "Language and Literature" in Fowler, Roger (1971)

Beaugrande, Robert de and Wolfgang Dressler (1981), Introduction to Text Linguistics, Longman, Londan.

Chibber, S.D.S (1987), Poetic Discourse: An Introduction to Stylistic Analysis, Sterling Publishers, Delhi.

Chomsky, N, (1957), Syntactic Structures, Mouton, The Hogue.

Chomsky, N., (1965), Aspects of the Theory of Syntax, Cambridge, Mass, MIT Press.

Chomsky, N., (1981), Lectures on Government and Binding, Dordrecht, Foris.

Chomsky, N., (1982), Some Concepts and Consequences of the Theory of Government and Binding, Cambridge, Mass, MIT Press.

Cook, V.J., (1988), Chomsky's Universal Grammar: An Introduction, Basil Blackwell, Oxford, UK.

Culler, Jonathan (1975), Structuralist Poetics: Structuralism, Linguistics and the Study of Literature, Routledge & Kegan Paul, London.

Culler, Jonathan (1981), "The Semiotics of Poetry: Two Approaches" in De George Richard T.(1981).

De George, Richard T. (Ed), (1981), Semiotic Themes, University of Kansas, USA.

Fowler, Roger (Ed), (1966), Essays on Style and Language: Linguistic and Critical Approaches to Literary Style, Routledge and Kegan Paul, London.

Fowler, Roger (1971), The Languages of Literature: Some Linguistic Contribution to Criticism, Routledge & Kegan Paul, London.

Fowler, Roger (1977), Linguistics and the Novel, Methuen and Co, Ltd., London.

Jackson, Leonard (1991), The Poverty of Structuralism: Literature and Structuralist Theory, Longman, London.

Jakobson, Roman (1987), Language in Literature, The Belknap Press of Harvard University Press, Cambridge.

Lodge, David, (1966), Language of Fiction, Routledge and Kegan Paul, London.

Oldani, Louis, (1981), "Literary Language and Postmodern Theories of Somiotics" in De George Richard, T (1981)

Ramanujam, A.K., (1985), Poems of Love and Ware, Columbia University Press, New York.

Saussure, Ferdinand De (1978), Course in General Linguistics, Fountana / Collins.

Sethuraman, V.S., (Ed), (1989), Contemporary Criticism: An Anthology, Macmillan, Madras.

Siriwardena, Regi, (1994), "The Excess of Language Over Linguistics" in The Thatched Patio, Vol.7, May / June 1994, ICES, Colombo.

Steiner, George (1962), Extraterritorial: Papers on Literature and the Language Revelutions, Harmendwerth, Penguin Books.

சுப்பிரமணியம், கால. (தொ.ஆ.) *(1998)*, 'பிரமிள் கவிதைகள்', லயம் வெளியீடு, சத்தியமங்கலம்.

ஜெயமோகன், *(1995)*, 'நாவல்', மடல், சென்னை.

www.ingramcontent.com/pod-product-compliance
Lightning Source LLC
LaVergne TN
LVHW090308051026
849518LV00005B/1701